ख्वोत

दिलीपराज प्रकाशन प्रा. लि.™
२५१ क, शनिवार पेठ, पुणे - ४११०३०.

दिलीपराज प्रकाशनाची सर्व पुस्तके आता आपण Online खरेदी करू शकता.
आमच्या Website ला कृपया एकदा अवश्य भेट द्या अथवा Email करा.
Email - diliprajprakashan@yahoo.in
www.diliprajprakashan.in

खोत

दिलीपराज प्रकाशन प्रा. लि.™
२५१ क, शनिवार पेठ, पुणे - ४११ ०३०.

खोत Khot

ISBN : 978 - 93 - 5117 - 018 - 1

प्रकाशक । राजीव दत्तात्रय बर्वे । मॅनेजिंग डायरेक्टर ।
दिलीपराज प्रकाशन प्रा. लि.। २५१ क, शनिवार पेठ ।
पुणे ४११०३०.
दूरध्वनी क्रमांक (फॅक्ससहित)
२४४७१७२३। २४४८३९९५ । २४४९५३१४

मु. पो. वेरळ
ता. खेड जि. रत्नागिरी - ४१५६२१
मो. ९६२३९७०६१६

मुद्रक । Repro India Ltd, Mumbai.

प्रथमावृत्ती । २५ सप्टेंबर २०१४

प्रकाशन क्रमांक । २१७७

अक्षरजुळणी । सौ. मधुमिता राजीव बर्वे
पितृछाया मुद्रणालय । ९०९, रविवार पेठ ।
पुणे ४११००२

मुद्रितशोधन । मिलिंद बोरकर, पुणे

मुखपृष्ठ । शिरीष घाटे

कोकण मराठी साहित्य
परिषदेची स्थापना करून
ज्यांनी कोकणातील लेखकांना
हक्काचे व्यासपीठ मिळवून
दिले, ते ज्येष्ठ साहित्यिक
आणि माझे प्रेरणास्थान
श्री. मधु मंगेश कर्णिक
ऊर्फ मधुभाई यांना–

काळजी घेतलेली बरी.''

''तुझं म्हणणं बरोबर आहे. बंदूक सोबत घेतो.''

नाना त्याच्याकडे पाहत म्हणाले.

नारायण लगबगीने नानींच्याकडे निघून गेला. लेकीला देण्यासाठी नानी एकेक वस्तू पिशवीत ठेवत होत्या. वाळलेल्या खोबऱ्याच्या वाट्या, उडदाचे पापड, कुर्ड्या, तिळाची चटणी, गावठी पावटे, कोकम, काजूगर, दोन शेर गावठी तांदूळ, नाचणीचे नि हरीकाचे पीठ इत्यादी सामानाच्या पिशव्या जेव्हा नारायण घेऊन आला; तेव्हा नाना आश्चर्याने नानीला म्हणाले—

''अगं, इतकं सामान मी घोड्यावरून घेऊन जाऊ का?''

''तुम्ही गेल्यावर सुमा तुम्हाला 'आईने काय दिलंन्?' म्हणून विचारेल. तिला जे आवडतं, ते मी दिलंय. खूप रोजाने तिला मी ही भेट पाठवित्येय.'' नानी रुद्ध कंठाने म्हणाल्या.

''ठिकाय. मी घेऊन जातो.'' नाना पाठीला बंदूक लावत म्हणाले.

त्यांचं बोलणं ऐकून नानींचा जीव भांड्यात पडला. सुमाला काय देऊ, काय नको– असं त्यांना झालं होतं. एकेक वस्तू जमविताना त्यांची कालपासून धांदल उडाली होती. जेवणावरसुद्धा त्यांचं चित्त नव्हतं. त्यांच्या डोळ्यांसमोर त्यांची निरागस मुलं त्यांना दिसत होती.

''अहो, ऐकलंत का?'' —नानींचा कंठातून निघालेला रुद्ध आवाज.

''मघापासून मी ऐकत्योय.'' नाना मिस्कीलपणे म्हणाले.

''तसं नाही हो—'' नानी स्वत:ला सावरीत म्हणाल्या

''मग?'' नानांनी घोड्याच्या अंगावर हाताने थाप मारली.

घोड्याची कातडी थरथरली नि तो घोडा पाय मागे-पुढे करीत त्याचे लांब कान झाडू लागला. त्यांची लांब, झुबकेदार शेपटी त्याच्या अंगावरून फिरत होती. त्याचे डोळे पाणीदार होते. एखादा मस्तवाल पहिलवान शड्डू ठोकून मैदानात उभा राहावा, तसा तो तांबड्या रंगाचा घोडा नानांसमोर अंगावर झुपकेदार शेपटी फिरवीत उभा होता.

''मघापासून मी तुम्हाला सांगेन म्हणत होते, पण मला मेलीला त्याची आठवण होत नव्हती हो... आता त्याची आठवण आली बघा!''

''कसली आठवण झाली तुला आता?'' नाना मिस्कीलपणे म्हणाले.

''अहो, सुमाला सांगा की– मुलांच्या परीक्षा झाल्या की, त्यांना आंबे-फणस खाण्यासाठी इकडे घेऊन ये म्हणून. जावईसुद्धा येतील. पुष्कळ दिवस झाले

सुमा आपल्या गावी आली नाही. माहेरासाठी ती मनात आसुसलेली असेल हो. तसं गड्यामार्फत तिला वर्षाला काजू, फणस नि आंबे पाठवीत असतो म्हणा आपण; पण तिला त्या निमित्ताने पोटभर पाहता तरी येईल. आपली दोन मुलं तिच्याकडे शिकतात, पण खर्चाबद्दल तिने नि तिच्या नवऱ्याने तोंडातून कधी ब्रसुद्धा काढला नाही.''

''निर्मला, कुणाचे उपकार कधी ठेवू नयेत. कुठल्या ना कुठल्या रूपाने त्याची परतफेड करायची असते. माझ्या ते ध्यानात आहे. त्याचा मी नंतर विचार करणारच आहे. जावई माझ्याकडून खर्च कधीच मागणार नाहीत, याची मला पूर्ण खात्री आहे.''

मोतद्दाराने घोड्यावर खोगीर टाकून त्याचा लगाम नानांच्या हातात दिला. नारायणाने सामानाच्या पिशव्या घोड्यावर लादून त्या बयजवार घट्ट बांधल्या. नानांनी घोड्यावर मांड ठोकून टाच मारली. तो तरुण घोडा रुबाबात चालत वाड्याच्या फाटकाबाहेर पडला. पहारेकऱ्याने उठून नानांना आदराने दोन्ही हात जोडून राम-राम केला. कच्च्या रस्त्यावरून चालताना घोड्याचा वेग वाढला होता. नाना दिसेनासे होईपर्यंत नानी, मुकुंदा आणि नारायण त्यांच्या पाठमोऱ्या आकृतीकडे डोळे लावून पाहत उभे होते.

मुकुंदा कालपासून ज्या क्षणाची वाट पाहत होता, तो सोनेरी क्षण हळूहळू जवळ-जवळ येत होता. त्याची पावलं सोमेश्वराच्या मंदिराच्या दिशेने चालत होती. वासंतीला भेटण्यासाठी तो अधीर झाला होता. रात्रभर त्याच्या डोक्यात तिचाच विचार होता. ती जातीने कुणबी असून विधवाही आहे, याचा तो विचारही करीत नसे. नाना-नानी काय म्हणतील, लोक काय म्हणतील– या गोष्टीचा त्याच्या मनात जराही विचार येत नसे. तिच्यावरील प्रेमाने तो आंधळा झाला होता.

जळणाऱ्या दिव्यावर झेप घेणाऱ्या पाखराप्रमाणे त्याची गत झाली होती. परंतु वासंतीला सर्व गोष्टींची कल्पना होती. तिच्या मनात धाकधूक होती. मुकुंदाबरोबर कशी जवळीक निर्माण झाली, याचं उत्तर तिलासुद्धा ठाऊक नव्हतं. डोळ्यांची भाषा डोळ्यांना कळल्यावर मन आपोआप त्यात गुंतत गेलं. आता मात्र विचित्र परिस्थिती निर्माण झाली होती. तिला पुढेही जाता येत नव्हतं नि धड मागेसुद्धा वळता येत नव्हतं. मधल्या मधे तिची घुसमट होत होती. त्यामुळे अडकित्त्यात सापडलेल्या सुपारीप्रमाणे आता तिची गत झाली होती.

सूर्य माथ्यावर येण्यासाठी थोडा अवधी शिल्लक होता. मुकुंदा दाट झाडीतून जाणाऱ्या पाऊलवाटेवरून शीळ घुमवीत चालत होता. मधेच टणटणीच्या झुडुपाचा पाला हाताने ओरबाडून पाऊलवाटेवर खुणेसाठी टाकत होता. तो आता थोड्या उंचावर येऊन पोचला होता. त्याच्या डोळ्यांसमोर खाडी दिसत होती. नारळ, पोफळीची उंच वाढलेली झाडं दिसत होती. खाडीच्या पलीकडील डोंगरांच्या रांगा नि त्यांना समांतर टेकलेलं क्षितिज त्याच्या डोळ्यांना दिसत होतं. खाडीच्या पाण्यावर तरंगणाऱ्या भोई लोकांच्या होड्या त्याला दिसत होत्या.

जांभ्या दगडांतून वाट शोधत सोमेश्वर देवळाजवळ असलेल्या पऱ्याजवळ मुकुंदा आला. पऱ्यामध्ये पाण्याचा टिपूस नव्हता. पावसाळ्यात पऱ्याच्या पाण्याला कायम ओढ असे. पऱ्या ओलांडून तो निमिषार्धातच सोमेश्वराच्या देवळासमोर येऊन उभा राहिला. थोडा वेळ तो तिथे तसाच भूल दिल्याप्रमाणे स्तब्ध उभा राहिला. सोमेश्वराच्या मंदिराच्या अवती-भोवती दाट जंगल होतं. आंबा, काजू, ऐन, किंजळाच्या झाडांचं रान माजलं होतं. मंदिराच्या डाव्या हाताला चाफ्याचं झाडं होतं. त्या झाडावर चाफ्याची पांढरी शुभ्र सुवासिक फुलं उमललेली दिसत होती. झाडाच्या खाली कोमेजलेल्या फुलांचा सडा पडला होता. गावचा गुरव रोज पूजा करून सोमेश्वराच्या पिंडीवर ताजी फुलं वाहायचा. त्या चाफ्याच्या झाडाजवळ एक भला मोठा जांभा दगड होता. त्या दगडावर चढून झाडावरची फुलं आरामात तोडता येत होती. मंदिरासमोर पिंपळाचं झाड होतं. भक्तांना बसण्यासाठी त्याच्या सभोवार दोन फूट उंचीचा पार गावाने बांधला होता. मंदिराचं तोंड पूर्व दिशेला होतं. म्हणून गावातील लोक या मंदिराला पूर्वाभिमुखी सोमेश्वर मंदिर म्हणून ओळखत.

पिंपळाच्या झाडाखाली पारावर बसून मुकुंदा वासंतीची वाट पाहू लागला. त्याच्या मनाची घालमेल होत होती. इतक्यात त्याला तांबड्या पाऊलवाटेवरून वासंती येताना दिसली. तिला पाहून त्याचा चेहरा आनंदाने उजळला. वासंती भीतीने मागे पाहत पुढे पाऊल टाकत होती. आपल्या मागावर कुणी नाही ना, अशी तिच्या मनात शंका येत होती. ती जवळ आल्यावर मुकुंदाने तिला अधीर होऊन विचारलं,

“तुला इकडे येताना कुणी पाह्यलं तर नाही ना?”

“न्हाय बा.”

“मग तू मागे वळून का पाहत होतीस?”

“अशीच.”

“वासंतीऽऽ”

"काय?"

"मला खात्री होती की, तू येशील म्हणून."

"मी दिलेला शबुद पाळणारीण हाय म्हणून मी कालच तुमास्नी सांगीटलं व्हतं. न्हाय तर मी येणार न्हाय म्हनून तवाच सांगीटलं असतं."

"चल, आधी मंदिरात जाऊन दोघं सोमेश्वराचं दर्शन घेऊ. नंतर त्या जांभ्या दगडाच्या पलीकडे कातळावर बोलत बसू. तू येणार म्हणून मी मंदिरातसुद्धा देवाच्या दर्शनाला गेलो नाही."

"बरं केलंत. चला, जाऊ देवळात." नि:श्वास टाकून वासंती त्याला किनऱ्या आवाजात म्हणाली.

देवळाच्या गाभाऱ्यात सोमेश्वराच्या पिंडीसमोर दोघेही उभे राहिले. तांब्याच्या भांड्यातून पिंडीवर थेंब-थेंब पाणी पडत होतं. देवाची पूजा करून गुरवाने सकाळी पिंडीवर चाफ्याची सुवासिक फुलं ठेवली होती. त्यांचा सुवास गाभाऱ्यात दरवळला होता. मंदिर बांधताना गाभाऱ्यात चारही दिशांना छोटे-छोटे झरोके ठेवले होते. त्यातून सूर्यप्रकाश येऊन थेट सोमेश्वराच्या पिंडीवर पडत होता. पिंडीवर पडलेले पाणी बाहेर जाण्यासाठी जमिनीतून सोय केली होती.

मंदिरात आल्यावर दोघांना अगदी प्रसन्न वाटत होतं. दोघांनी सोमेश्वराच्या पाया पडून त्याचा आशीर्वाद घेतला. ते दोघे मंदिराच्या बाहेर पडले नि जांभा दगडाच्या आड कातळावर जाऊन बोलत बसले. दोघांनाही किती बोलू नि किती नको, असं झालं होतं. दोघांचेही चेहरे आनंदाने उजळून गेले होते. आधी बोलायला कुणी सुरुवात करायची, असा क्षणभर त्यांना प्रश्न पडला होता.

मुकुंदाने पुढाकार घेऊन बोलायला सुरुवात केली.

"नाना, आता दोन दिवसांनी येतील."

"कशावरून तुम्ही हे बोलताय? त्ये वाड्यात नसले की गड्या-माणसांची चंगळ. चिलमी वडीत सावकाश कामं करतात. नानी वाड्याच्या बाहीर पाऊल टाकीत न्हाईत."

"नानांचा जावई लगेच त्यांना कसं पाठविल? त्यात तो एकुलता एक जावई. गोडधोड करून नानांना खायला घालतील, मगच त्यांना गावी पाठवतील.'

"खरं हाय."

"काय?"

"तुमचं बोलणं." वासंती गालात हसली.

तिच्या डोळ्यांत पाहत मुकुंदा तिची स्तुती करीत म्हणाला–

"वासंतीऽऽ"

"काय म्हनताव?"

"तू सुंदर आहेस..."

"जावा तिकडं!" वासंती लाजाळूच्या पानागत लाजली नि ती जांभ्या दगडावरील वाळलेलं गवत उगाच हाताने उपटू लागली.

"मी खरं तेच म्हणतो. तू कधी आरशात पाहत नाहीस?"

"माजी आईस म्हनते की, रांडमुंडं बाईनं कंधी आरशात पाह्यचं न्हाय म्हनून."

"का, तिला ईश्वराने मन दिलं नाही? नवरा मेला म्हणून मनातल्या भावना मरत नाहीत, हे तू तुझ्या आईला का नाही सांगत..."

"ती जुन्या वळणाची बाई हाय. माज्यावं तिचं हमेशा लक्ष असतं. वाड्यातनं घरी गेलं की, ती मला घरातनं बाहीर सुदिक पडू देत न्हाय. कुणाची नजर कशी हाय, त्ये सांगता येत न्हाय— अशी ती मला सारखी म्हणत असते. बाईचं रांडवपण म्हंजी जळता निखारा... कवा बी देहीचा गळून कोळसा व्हतू, असं तिचं म्हणणं हाय."

वासंतीच्या गोऱ्या चेहऱ्यावर नैराशाची छटा उमटून क्षणात लुप्त झाली. मुकुंदा तिच्या चेहऱ्यावरील भाव त्याच्या डोळ्यांनी टिपत होता. त्याच्या नजरेतून ते सुटलं नाही. दोघांमध्ये जातीयतेच्या, रीती-रिवाजाच्या मजबूत भिंती उभ्या होत्या. त्या पाडून नष्ट करणं त्या दोघांच्याही आवाक्यात नव्हतं. त्या दोघांना फक्त प्रेम करणं माहीत होतं; इतर अडचणी त्यांच्या गावीही नव्हत्या.

वारा मंद-मंद वाहत होता. वाऱ्याच्या झुळकीने चाफ्याच्या झाडावरची वाळून कोळ झालेली फुलं गिरकी घेत जमिनीवर पडत होती. पडलेल्या त्या फुलांवर काडमुंग्या हल्ला चढवीत होत्या. एखादा चुकून कुणी देवळात सोमेश्वराचं दर्शन घ्यायला आला, तरी ती दोघं त्याला दिसणार नव्हती; परंतु त्याला ती दोघे पाहू शकत होती. झाडावर रंगीबेरंगी पक्षी आकाशाकडे पाहत बसले होते. त्यांचा मंजुळ आवाज कानांवर पडत होता.

थोडा वेळ दोघं काही न बोलता शांत बसून राहिले. शांततेचा भंग करीत वासंतीने त्याच्याकडे पाहत विचारलं,

"असं किती दिस आपण चोरून भेटायचं?"

"जोपर्यंत मला निर्णय घेता येत नाही, तोपर्यंत."

"म्हंजी? मला काय बी कळत न्हाय."

"वासंती, ऊन-ऊन खाल्लं की तोंड भाजतं. काही दिवस असेच जाऊ

दे; नंतर ठरवू नेमकं काय करायचं त्ये.''

''तोवस्तर असंच चोरून भेटायचं?''

''होय. त्याला आत्ता तरी आपल्याकडे काहीही उपाय नाही बघ. नानांनी मला वाड्यात आधार दिलान् नसता, तर मी गावोगाव वणवण भटकतच राहिलो असतो. माझ्या जगण्याला काहीही अर्थ राहिला नसता. नानांनी मला आधार दिलान् नसता तर तुझी नि माझी भेट झाली नसती अन् त्या भेटीला प्रेमाची फुलंसुद्धा आली नसती. म्हणून मला सोमेश्वराचे आभार मानायला हवेत. सगळं कसं विधिलिखित असल्याप्रमाणे माझ्या जीवनात घटना घडतात.''

''नंतर तुमाला माझा विसर तर पडणार नाही ना?''

''वासंती, तुला विसरून जायला मला वेड लागलंय का? तसं असतं, तर मी तुझ्यावर मुळी प्रेमच केलं नसतं बघ. असं तुझ्या मनात तरी कसं आलं?'' मुकुंदा थोड्या घुश्शातच तिला म्हणाला.

''अवं, कशापाय मनात राग आनताय? मी तुमची वाईच मस्करी केली. मस्करी करण्याची मला वाईच सवं हाय. तुमी मला कधीच फशीवणार न्हाय, असं माझं मन मला सांगतंय.''

''तरीसुद्धा तू माझी परीक्षा घेत होतीस?''

''व्हय.'' वासंती गालात हसत म्हणाली.

मुकुंदाच्या सहवासात तिचा वेळ मजेत जात होता. प्रत्येक क्षण ती भरभरून जगत होती. तिच्या मनाचं मोरपीस होऊन जणू ते हवेत तरंगत होतं. येणारा क्षण पुढे जाऊ नये, असं तिला वाटत होतं.

दोघांना त्या ठिकाणी येऊन बराच वेळ झाला होता. कुणी पाहण्याच्या आधी वासंतीला वाड्यात परतायचं होतं. दोन्ही गुडघ्यांवर ठेवलेली मान वर उचलून ती मुकुंदाला खालच्या आवाजात म्हणाली, ''आता मला निंगायला होवं. नानी माझी वाट बगत असतील.''

मुकुंदा हातावर भार देत वर उठून उभा राहिला नि तळहात एकमेकांवर घासत तो तिला म्हणाला, ''ठिकाय. जाऊ या आपण आता.''

दोघेही पुन्हा सोमेश्वराच्या मंदिरासमोर येऊन उभे राहिले. देवाला नमस्कार करून ते परतीच्या वाटेला लागले. पर्‍हा ओलांडून पुढे आल्यावर मुकुंदाने गावात जाणारी दुसरी पाऊलवाट धरली.

दुपार टळून गेली होती. सूर्य पश्चिमेला झुकला होता.

❑❑❑

६.

तिन्हीसांज झाली होती. पश्चिम दिशा कुंकुमतिलक ल्यायल्याप्रमाणे दिसत होती. झाडाच्या सावल्या लांबल्या होत्या. पश्चिम दिशेकडून येणाऱ्या वाऱ्याने झाडावरची पानं सळसळत होती.

नाना दमून-भागून सुमाच्या अंगणात घोड्यावरून उतरले नि ताजा श्वास छातीत घेऊन झाल्यावर त्यांनी 'गो सुमा ऽऽ' अशी लेकीला गोड हाक मारली. वडिलांची गोड हाक कानावर पडताच सुमा लगबगीने अंगणात आली. तिच्यासमोर प्रवासाने थकलेले नाना मलूल चेहऱ्याने उभे होते. ''बाबाऽ तुम्ही!'' म्हणत सुमा त्यांच्याकडे धावत गेली. त्यांच्या पायावर ओणवी होत ती त्यांना ''बाबा, नमस्कार करते हं—'' अशी म्हणाली. तिच्या केसांवरून मायेने हात फिरवीत नाना तिला म्हणाले, ''औक्षवंत हो पोरी. कशी आहेस तू?''

''बाबा, मी बरी आहे.'' असं म्हणताना तिला दु:खाने हुंदका फुटला होता.

गड्याने घोडा बांधून सामान घरात आणलं. सुमाने नानांना गूळ-पाणी आणून दिलं. गूळ-पाणीपेक्षा नाना तिची चौकशी करीत म्हणाले,

''कसं चाललंय तुझं?''

''मजेत.''

आपली सुमा नेहमीसारखी आपल्याशी बोलत नाही... घरात नक्की काहीतरी अप्रिय घटना घडली असावी, असं नानांना वाटलं. सुमाने तोंड उघडून अजून त्याची वाच्यता केली नव्हती. तिचं लग्न झाल्यापासून त्यांनी तिला असं निराश होऊन बसलेली कधी पाहिलं नव्हतं. त्यामुळे त्यांच्या मनात घालमेल सुरूझाली.त्यांना तिला लगेच स्पष्ट काही विचारता येईना. खडा टाकून पाहण्यासाठी ते म्हणाले,

''जावई कसे आहेत?''

''ते बरे आहेत. बाहेर गेलेत. दिवेलागणीच्या आत ते घरी येणार आहेत.'''

जावई क्षेमकुशल असल्याचं ऐकून नानांना त्यातल्या त्यात समाधान वाटलं. नानांच्या पुढ्यात स्वच्छ धुतलेला पंचा धरीत सुमा त्यांना म्हणाली,

"बाबा, मोरीत हात-पाय धुवायला पाणी ठेवलंय. तुम्ही हात-पाय धुऊन घ्या– नंतर आपण बोलत बसू."

नानांनी संमती दर्शवत मान हलविली नि ते अंगातील कोट, सदरा काढून मोरीच्या दिशेने वळले.

मोरीत हात-पाय धुऊन नानांनी पंचाने हात-पाय कोरडे केले. सकाळपासून आलेला प्रवासाचा शिणवटा थोडा कमी झाला. गड्याने घोड्याच्या पुढ्यात त्याला पिण्यासाठी पाण्याची बादली ठेवली. नंतर त्याने त्याला खायला ठेवलं. नाना आरामखुर्चीत बसल्यानंतर सुमाने त्यांना एका काचेच्या ग्लासामध्ये थंडगार कोकम सरबत आणून दिलं. नानांनी तो काचेचा प्याला ओठाला लावला नि ते गोड कोकम सरबत सावकाश पिऊ लागले. सुमा त्यांच्यासमोर उभी होती. तिने त्यांना विचारलं,

"बाबा, आई कशी आहे?"

"निर्मला मजेत आहे."

"माझी आठवण काढते का?"

"तुझी आठवण ती रोज काढते. ती म्हणाली— माझ्या मुलांची खुशाली बरेच दिवस समजली नाही, तेव्हा तुम्ही त्यांना पाहून या. ती सारखी मुलांची काळजी करीत असते. चंद्रशेखर आणि गोपाळ अजून शाळेतून आलेले नाहीत वाटतं?"

नानांचं बोलणं ऐकूण सुमन अस्वस्थ झाली. मघापासून तिने दुःखाचा हुंदका प्रयत्नांची शिकस्त करून दाबून ठेवला होता. आता तिला ते अशक्य वाटू लागलं. तिच्या डोळ्यांत टचकन पाणी आलं नि तिचं अंग थरथर कापू लागलं. तिच्या तोंडातून शब्द बाहेर पडेना. ती त्यांच्या पायावर पडत "बाबाऽऽ" एवढंच म्हणाली. तिची अवस्था पाहून नानांचाही धीर सुटला. तिचा खांदा हाताने घट्ट पकडून त्यांनी तिला मोठ्या आवाजात विचारलं,

"काय झालं सुमा? तू मला सांगत का नाहीस? मघापासून पाहतोय की तू माझ्यापासून काही तरी लपवून ठेवत्येयस. लवकर सांग... आता माझा धीर सुटत चाललाय."

"नाना, आपला चंद्रशेखर घर सोडून निघून गेलाय!"

"कधी?"

"झाले दोन दिवस. दोन दिवस ते त्याला शोधत आहेत."

"पण का? काय मी त्याला कमी केलं होतं? तो शिकून तालुक्याचा मामलेदार

व्हावा, म्हणून मी त्याला तुझ्याकडे शिकायला ठेवलं, यात माझा काय दोष?''

"बाबा, तुमचं काहीही चुकलं नाही. त्याला मुळी शिकायचंच नव्हतं.''

नाना कपाळाला हात लावून विचार करीत बसले. मनातून ते खूप दुःखी-कष्टी झाले होते. त्यांच्या मनातील स्वप्न पत्त्याच्या बंगल्याप्रमाणे कोसळलं होतं. चंद्रशेखरला शिक्षणात पहिल्यापासून रुची नव्हती. पूजा-पाठ यात त्याला कमालीची रुची होती. लहान वयात त्याला मनाचे श्लोक, तुकोबाचे अभंग, उदकशांत, ज्ञानेश्वरी मुखोद्गत झाली. त्यांचा मोठा मुलगा गोपाळ याला गाई-गुरांत, शेतीवाडीत नि झाडापेडांत रुची होती. त्यांच्या दोन्ही मुलांची आवड एकमेकांपेक्षा फार वेगळी होती. गोपाळ मोठा मुलगा असल्याने नाना त्याला 'दादा' म्हणून प्रेमाने हाक मारीत.

"श्रीनिवास त्याचा कोठे म्हणून शोध घेईल? त्याला शिक्षणात रुची नव्हती, हे मला आधी कळलं असतं, तर मी त्याला तुझ्याकडे शिकायला ठेवलं नसतं.'' नाना दुःखाने म्हणाले.

"बाबा, चंद्रशेखरने जाताना त्याच्या वहीत चिठ्ठी लिहून ठेवली आहे. ती चिठ्ठी तुम्हाला आणून देते.''

सुमन मुलांच्या अभ्यासाच्या खोलीत गेली नि थोड्याच वेळात चंद्रशेखरने लिहिलेली चिठ्ठी हातात घेऊन आली. नानांच्या हातात चिठ्ठी देत ती त्यांना रुद्ध कंठाने म्हणाली, "बाबा, त्याने लिहिलेली ही चिठ्ठी वाचा—''

डोळ्याला चाळिशी लावून नाना ती चिठ्ठी वाचू लागले.

'तीर्थस्वरूप बाबा,

तुमच्या चरणी माझा साष्टांग नमस्कार!

मी हे घर सोडून जात आहे. माझा शोध घेण्याचा कुणी प्रयत्न करू नये. मी शिकून तालुक्याचा मामलेदार व्हावं, असं तुमचं स्वप्नं होतं. ते स्वप्न मी पूर्ण करू शकलो नाही, याबद्दल तुम्ही मला माफ करा. माझ्यासाठी नि दादासाठी तुम्ही चंदनाप्रमाणे झिजलात, याची मला जाणीव आहे. परंतु चार भिंतींआड माझं मन कधीच रमलं नाही. जीवनाचं खरं शिक्षण चार भिंतींआड मिळतं, या गोष्टीवर माझा पहिल्यापासून विश्वास नाही. माझा पहिल्यापासून धार्मिक गोष्टींकडे कल होता, परंतु दुर्दैवाने ती गोष्ट तुमच्या कधीच लक्षात आली नाही. त्यामुळे माझा कोंडमारा होऊ लागला. मनाचा कोंडामारा मी जास्त दिवस सहन करू शकलो नाही, म्हणून गावोगाव भटकंती करून खऱ्या जीवनाचा शोध घेण्यासाठी मी घर सोडून जाण्याचा निर्णय घेतला. भविष्यात मी तुम्हाला भेटेन किंवा भेटणारसुद्धा नाही. मी

निघून गेल्यानंतर तुम्ही दुःख करू नका, अशी माझी तुम्हाला कळकळीची विनंती आहे. तुमच्या मनाची काय अवस्था होईल, याची मला कल्पना आहे. पुन्हा एकदा माफी मागून मी तुमची रजा घेतो.

तुमचा मुलगा,
चंद्रशेखर ऊर्फ चंदू.'

चिठ्ठी वाचून नाना आणखी अस्वस्थ झाले. त्यांच्या डोळ्यांपुढे क्षणभर अंधारी आली. काही कळायच्या आधी चंद्रशेखरने लिहिलेली चिठ्ठी त्यांच्या हातातून गळून खाली पडली. दुःखाने आणि पुत्रवियोगाने त्यांच्या निळसर झाक असलेल्या डोळ्यांत अश्रू जमा झाले. नानांच्या डोळ्यांतून हे अश्रू दुसऱ्यांदा आले होते. त्यांचे वडील गेले, तेव्हा ते असेच हळवे होऊन अश्रू ढाळू लागले होते. तेव्हा संपूर्ण गाव त्यांचं सांत्वन करायला धावला होता.

नानांच्या डोळ्यांतील अश्रू पाहून सुमन त्यांचं दुःख कमी करण्यासाठी रुद्ध कंठाने म्हणाली,

"बाबा, तुम्ही रडू नका."

"सुमा, रडू नाही तर काय करू? आता मी निर्मलाला काय सांगू? ती हा धक्का सहन करील का?" डोळ्यांतील अश्रू पंच्याने पुसत नाना भकास डोळ्यांनी म्हणाले.

"बाबा, आपल्या गावचा सोमेश्वर, केदारनाथ आणि सोनाईदेवी आपल्या पाठीशी उभे आहेत. ते आपल्याला यातून मार्ग नक्की दाखवतील."

"सुमा, आता माझा संपूर्ण भरोसा त्यांच्यावरच आहे."

नाना दोन्ही हात हवेत उंचावत अगतिकपणे म्हणाले.

इतक्यात नानांचा जावई श्रीनिवास नि नानांचा शाळेत जाणारा मोठा मुलगा गोपाळ घरात आले. नानांना पाहून गोपाळ त्यांच्या पायांना स्पर्श करीत म्हणाला, "बाबा, मी तुम्हाला नमस्कार करतो." नाना त्याला कवेत घेत सद्‌गदित होत म्हणाले, "दादा, आपला चंदू आपल्याला सोडून गेला रेऽऽ"

नानांच्या डोळ्यांत पुन्हा एकदा पाणी आलं. लेकीकडे पाहत नाना तिला म्हणाले, "सुमा, दादाची परीक्षा आटोपल्यावर त्याला मी न्यायला येईन. त्याला आता मी इथे ठेवणार नाही. माझ्यापश्चात आता तोच गावचा खोत."

श्रीनिवास आणि सुमा नानांकडे भकास डोळ्यांनी पाहत उभे होते. काय बोलावं, हे त्या दोघांनाही सुचत नव्हतं. नाना बराच वेळ दादाला कवेत घेऊन त्याच्या पाठीवर थोपटत राहिले.

❒❒❒

७.

नाना गावी गेल्यावर नानींना जेव्हा समजलं की— त्यांचा धाकटा मुलगा चंद्रशेखर हा घर सोडून निघून गेला म्हणून, तेव्हा त्या वियोगाने धाय मोकलून रडू लागल्या. चार-पाच बायका त्यांना समजविण्याचा निष्फळ प्रयत्न करीत होत्या. "माझा चंदूऽऽ तू असा कसा मला सोडून गेलास...रेऽऽ" म्हणत नानी हमसाहमशी रडत होत्या. काही केल्या त्याचं रडणं थांबेचना. तेव्हा अख्खा वाडा मनातून घाबरून गेला. नानींचं दु:खं कसं कमी करावं, हे कुणालाच काही कळेना. काळ्याकुट्ट मेघांनी आभाळात गर्दी करावी नि नंतर अंधारून आल्यावर धो-धो पाऊस धरणीवर कोसळत राहावा, तसे त्याच्या डोळ्यांतून अश्रू घळाघळा वाहत होते. नाना आणि नानींचं सांत्वन करण्यासाठी अख्खा गाव वाड्याकडे लोटला होता. डोक्यावरचं ओझं वाटून घेऊन हलकं करता येतं, परंतु कुणाचं दु:ख वाटून घेता येत नाही; ते ज्याचं त्यानंच भोगायचं असतं, हा या सृष्टीचाच अलिखित नियम आहे.

चार-पाच दिवसांनी वाड्याकडे येणारी गर्दी कमी झाली. नानी थोड्या सावरल्या होत्या, तरी त्यांच्या हळव्या मनातील दु:ख कमी झालं नव्हतं. घरट्यातील पिल्लू पंख फुटल्यानंतर मोकळ्या आभाळात उडून जावं, तेव्हा घरट्यातील एकाकी पक्षिणीला जसं त्याचं अतीव दु:ख होतं; तशी गत आता नानींची झाली होती. वाड्यात काम करणाऱ्या बायका त्यांना बळे-बळे अन्न भरवीत. पाण्याचा लोटा त्यांच्या तोंडाला लावीत. अंघोळ झाल्यानंतर देवाला नमस्कार करून त्या दिवसभर शोक करीत पलंगावर झोपून जायच्या. आता-आता त्या पलंगावर उठून बसू लागल्या होत्या नि आल्या-गेल्याशी मोठ्या मुश्किलीने दोन शब्द बोलायच्या. त्यांच्या तोंडावरची रया निघून गेली होती. त्यामुळे त्यांच्या तोंडावर पडलेल्या सुरकुत्या नजरेला स्पष्ट दिसत होत्या.

नानींच्या शेजारी बसत नाना त्यांची विचारपूस करीत म्हणाले,

"निर्मला, कशी आहेस तू?"

"मी आता बरी आहे, असंच म्हणायचं."

"जास्त दुःख करीत बसू नकोस. चंदू आपल्याला भेटायला कधी तरी नक्की येईल. त्याला पश्चात्ताप झाला की, त्याची पावलं आपोआप घराकडे वळतील बघ. सोमेश्वर त्याला आपल्या घराची दिशा नक्की दाखवेल. म्हणून आपण आता त्याच्यावरच भरोसा ठेवू."

"अहो, शेवटचा श्वास या कुडीत असेपर्यंत मी माझ्या चंदूची वाट पाहीन." नानी क्षीण आवाजात म्हणाल्या.

"त्याला पहिल्यापासूनच शिक्षणात गोडी नव्हती. आपण त्याला शिकायला सुमाकडे ठेवलं, ही आपली घोडचूक झाली."

"होणारी घटना कधी थांबत नाही. त्याला समजा जायचं असतं, तर तो इथूनही निघून गेला असता."

"मी आता दादाची परीक्षा झाल्यावर त्यालासुद्धा गावी घेऊन येणार आहे. आता माझ्यानंतर तो या वाड्याचा मालक. सात गावची खोती आता माझ्या पश्चात तोच पाहणार आहे. त्यासाठी त्याला बारीक-सारीक अनुभव घ्यायला हवेत. कुळापासून जमीन कशी कसून घ्यायची, याचंसुद्धा त्याला ज्ञान यायला हवं. आपण हयात असेपर्यंत तो आपल्या देखरेखीखाली सर्व गोष्टी शिकेल. तुझं काय म्हणणं आहे, हे तू मला सांग पाहू—" नानांनी स्पष्ट शब्दांत नानींना विचारलं.

नानी थोडं सावरून बसत त्यांना खालच्या आवाजात म्हणाल्या,

"मलाही तसंच वाटतं. परीक्षा झाल्यावर तुम्ही दादाला लगेच गावी घेऊन या. त्याच्याकडे पाहून मी चंदूचं दुःख विसरण्याचा प्रयत्न करेन. माझा दादा हुशार आहे, कष्टाळू आहे नि त्याचा जमीन-जुमल्यावर जीव आहे. तो सर्व गोष्टी लगेच शिकेलसुद्धा."

"तुझ्याशी सर्व गोष्टी बोलून घ्याव्यात, असं मला वाटलं."

"अहो, आणखी एक गोष्ट मला तुम्हाला सांगायची राहूनच गेली बघा."

"कोणती?"

"अहो, आता शिमग्याचा उत्सव जवळ आलाय. मानपानावरून लोक भानगडी करतात. आताच तुम्ही त्यात थोडं लक्ष घाला, म्हणजे पुढे त्याचा त्रास होणार नाही." निःश्वास सोडत नानी म्हणाल्या.

नानींना समजावून सांगत नाना म्हणाले.

"त्याचं काय आहे निर्मला की— हा गाव आमच्या वाडवडिलांनी वसविला आहे. आधी आमच्या वाडवडिलांनी या गावात पाऊल टाकलं; मग त्यांच्या हाताखाली काम करण्यासाठी भोई, न्हावी, गुरव, कुणबी इत्यादी समाजांचे लोक त्यांनी आणले. महार लोक येथील मूळ वतनदार. गावचा खोत म्हणजे या गावचा प्रमुख. शिमग्याच्या सणाला प्रत्येकाला त्याचा मान द्यावा लागतो. तो दिला नाही, तरच भानगडी होतात. मान दिला, तर भानगडी होण्याचा प्रश्नच उद्भवणार नाही. आता तू म्हणत्येस म्हणून मी त्याचा आजपासून विचार करीन; जेणेकरून शिमगाच्या सणाच्या वेळी त्याचा आपल्याला त्रास होता कामा नये."

माजघरात नानींबरोबर नाना निवांत बोलत बसले होते. चंद्रशेखर घर सोडून गेल्यानंतर चार-पाच दिवसांनी नानींशी नाना मोकळेपणाने बोलत बसले होते. मनमोकळेपणाने बोलल्यामुळे मनाचा निचरा होऊन त्यांचं मन थोडं हलकं झालं होतं. हळूहळू दोघं सावरत होते नि दैनंदिन कामात थोडं लक्ष घालू लागले होते.

नानींजवळ येऊन वासंती त्यांना म्हणाली,

"नानी, उडीद दळायला घेऊ का? उडदाचं पीठ सोपलंय म्हनून मी इचारत्येय."

"घे हो पोरी. पण सांडलवंड करू नकोस. शेवंता आणि तू दोघी उडीद दळायला बसा. आधी घरटा झाडून स्वच्छ करा, मग दोघींनी दळायला बसा."

"जी."

वासंती तिच्या कामाला निघून गेली. तिच्या पाठमोऱ्या आकृतीकडे पाहत नानी दुःखाने म्हणाल्या,

"काय ही पोरगी नशीब घेऊन आलीय बघा! तरुणपणीच विधवा झाली. ईश्वराला तिची दया कशी आली नाही? तो कधी कधी एवढा निष्ठूर का बरे वागत असेल? त्याला यातून काय मिळवायचं आहे, तेच मुळी कळत नाही होऽऽ"

"निर्मला, एकेकाचे भोग असतात बघ. ते भोग याच जन्मी इथेच भोगायचे असतात. ईश्वराने माणसाला भरभरून सुख दिलं, तर त्याला दुःखाची चव कशी कळेल? माणसाला दुःखाची चव कळल्याशिवाय त्याच्या जीवनाचं सार्थक होत नाही अन् सुखाचा आनंदही लुटता येत नाही. दुःख नसेल तर

त्याला हे जीवन नीरस, मिळमिळीत वाटेल.''

मुलगा घर सोडून गेल्यामुळे नाना आतून दु:खी झाले होते. स्वत:चं दु:ख त्यांनी काळजात लपवून नानींचं दु:ख कमी करण्याचा ते कसोशीने प्रयत्न करीत होते. ते नानींच्या ध्यानी आलं होतं, परंतु त्या ते त्यांना स्पष्टपणे बोलू शकल्या नाहीत. त्यासुद्धा दु:खाचा आलेला कढ आतल्या आत दाबून धरून आपल्या चेहऱ्यावर उसनं हसू आणण्याचा प्रयत्न करीत होत्या. कोण कोणाला फसवीत आहे, हेच मुळी कळत नव्हतं.

नानीला नाना सांगू लागले—

''निर्मला, चंदू परांगदा झाला; तेव्हा आपला जावई श्रीनिवास पायाला भिंगरी बांधून या गावातून त्या गावात त्याला शोधत होते.''

''हो का? दोन मुलं त्याच्याकडे शिकायला होती, परंतु कधी त्याने त्याबद्दल सुमाकडे तक्रार केली नाही. सुमानं नशीब काढलंन् होऽ''

''मे महिन्याच्या सुट्टीत त्यांनाही आंबे-फणस खाण्यासाठी आपल्याकडे बोलावलंय.'' – नाना.

''हो का? बरं केलंत. मलासुद्धा त्यांच्या मुलांना नीट पाहता येईल. मी त्या मुलांना राजा-राणीच्या गोष्टी सांगीन. त्यांना सोमेश्वराच्या देवळाकडे देवाच्या दर्शनाला घेऊन जाईन.''

''निर्मलाऽ तू जाशील; पण अजून त्याला अवकाश आहे, म्हटलं!'' नाना मिस्कीलपणे म्हणाले.

''अहो, मला कळतंय.'' —नानी.

दोघे बोलत असताना नारायण दबक्या पावलांनी येऊन नानांच्या समोर मूकपणे उभा राहिला. त्याचं काही तरी काम आहे, हे नानांच्या चट्कन ध्यानात आलं. आवंढा गिळून नानांनी त्याला विचारलं,

''नारायणा, तुझी बायको गोदा आता कशी आहे?''

''जी... ती आता बरी हाय.''

''मामलेदारसाहेब आपल्या गावात यायच्या आधी तुला मी एक गोष्ट कबूल केली होती, ते तुझ्या ध्यानात आहे का?''

''न्हाय जी. माज्या ध्यानात काय बी ऱ्हात न्हाय बगा.''

केविलवाणा चेहरा करून नारायण म्हणाला.

''अरे बाबा, मी तुला जमीन देणार म्हणून कबूल केलं होतं ना?''

''व्हय जी, आत्ता माज्या ध्यान्यात आलं बगा!''

"माझी गावच्या सीमेवर पाच-सहा एकरांची जमीन आहे. ती जमीन मी तुला बक्षीसपत्राने लिहून देणार आहे. तुझी पुढची पिढी माझं नाव तरी काढेल. तू काही मला परका नाहीस. या वाड्यासाठी तू किती घाम गाळतोस, याची मला कल्पना आहे. तुला कधी काय लागलं-सवरलं, तर बेलाशक येऊ सांगत जा. मी नसेन तेव्हा निर्मलाकडे मागायचं; संकोच करायचा नाही."

"न्हाय जी." नारायण कातर आवाजात म्हणाला.

"थोड्या दिवसांनी आपण तालुक्याला जाऊन कागदपत्रं पूर्ण करू. मी सांगेन तुला कधी जायचं ते. आता तुझं माझ्याकडे काय काम आहे?"

नारायण घसा खाकरून म्हणाला,

"नाना, शिमग्याचा सण जवळ आलाय. पोरांना नि बायकूला कापडं घ्यायची हाईत... तवा पैसं पाह्यजे होतं."

"किती?"

"योक बंदा राणीछाप रुपाया हवा हुता." —नारायण.

"ठिकाय. नंतर तुला पैसे आणून देतो."

"नंतर पैसे दिले तरी चालेल मला. आता मी माझ्या कामाला जातू. कोठारातला भात वाईच उनात वाळत घालतू, न्हाय तर त्याला कीड लागंल बगा. लोकांनी मळणी झाल्या-झाल्या भात घातलाय; तवा त्याला येक-दोन उन्हं दावायला पाह्यजे."

"आणखी कुणाला तरी तुझ्या मदतीला घे. तू एकटा किती काम करणार?"

"व्हय जी."

नारायण खोलीच्या बाहेर गेला आणि थोड्या वेळाने तो पुन्हा खोलीत येऊन नानांच्यासमोर उभा राहिला. नाना आणि नानी त्याच्याकडे प्रश्नार्थक नजरेने पाहू लागले. नानांनी त्याला विचारलं,

"नारायण, आता आणखी तुझं काय काम आहे?"

नारायण गंभीर चेहरा करून म्हणाला,

"नाना, येक वंगाळ बातमी हाय. चार-पाच दिस तुमी दोगं काळजीत हुताव, म्हणून मी तुमास्नी सांगीटलं न्हाय बगा."

"कोणती वाईट बातमी आहे, ते तरी सांग—" नाना नि:श्वास सोडत त्याला म्हणाले.

"नाना, धाकट्या भुवडाची लेक छबू गमावली."

"कधी?"

"आता दोन रोज झालं बगा."

"वाईट झालं." नाना मनातून खूपच निराश झाले.

"नाना, ती मरताना तिच्या अंगावर मांसच ऱ्हाईलं नव्हतं. तिच्या अंगाचा नुस्ता हाडाचा सापळा ऱ्हाईला होता. मरताना दिकून, ती आपल्या धाकल्या खोतांचं 'वासूऽऽ वासूऽऽ' असं नाव घेत होती. तिचा जीव जाता जाईत नव्हता."

खोलीतील वातावरण पुन्हा गंभीर झालं. ती बातमी ऐकून नाना आणि नानी सुन्न झाले. नाना भकास नजरेने आढ्याकडे पाहू लागले नि नानींनी लुगड्याचा पदर तोंडात धरला. त्या दोघांना खोलीत सोडून नारायण त्याच्या कामाला निघून गेला.

त्या दुःखाच्या क्षणी नानांना त्यांच्या धाकट्या भावाची—वासूची प्रकर्षाने आठवण झाली. तेव्हा त्याच्याशी घातलेला वाद त्यांना आठवला. वासूला समजावीत नाना म्हणाले होते,

"वासू, तू असा अविचार करू नकोस. तुझ्या लग्नासाठी तिच्याहीपेक्षा ब्राह्मणाच्या सुंदर मुली तुला दाखवितो. तू फक्त पसंत कर. आपण तुझ्या लग्नाचा बार दणक्यात उडवून टाकू."

"दादा, मी तुला एक गोष्ट सांगतो–" वासू त्याच्या चेहऱ्यावरची रेघ न हलविता म्हणाला.

"काय?"

"तू माझ्यासमोर स्वर्गातील अप्सरा, रंभा, मेनका नि उर्वशी जरी आणून उभी केलीस; तरीही त्यांना नापसंत करून लग्नासाठी मी छबूचीच निवड करीन. मी तिला लग्नाचं वचन दिलं आहे."

"वासू, तू गावचा खोत आहेस." नाना त्याला आवाज मोठा करीत म्हणाले.

"मी गावचा खोत आहे, म्हणून मी तिला दिलेलं लग्नाचं वचन मोडणार नाही. खोत म्हणजे गावचा राजा, असं तुम्ही म्हणता. राजा दशरथाने कैकेयीला दिलेलं वचन मोडलं नाही, म्हणून रामाला चौदा वर्षे वनवास भोगावा लागला. शकुंतलेला दिलेलं लग्नाचं वचन राजा दुष्यंत विसरला, परंतु नंतर त्याला त्याचा पश्चात्ताप झाला." —वासू.

"एका ब्राह्मणाच्या घरात तू कुळवाडीण आणणार? हे कदापि शक्य नाही. माझा प्राण असेपर्यंत मी हे असं होऊ देणार नाही; भले मग माझं काहीही होवो."

"मी हा वाडा सोडून निघून जाईन."

"खुशाल जा— मी तुला अडविणार नाही."

दोघांचा वाद विकोपाला गेला नि त्याच दिवशी वासूने चिरेखाणीत जाऊन उडी घेतली. कातळावर पडून त्याचं डोकं फुटलं होतं नि रक्ताचा सडा पडला होता. काळीज गोठवून टाकणाऱ्या त्या दुर्घटनेची नानांना आता आठवणसुद्धा नको होती. पाठचा भाऊ गमावल्याचं दुःख अजूनही त्यांच्या काळजात खोल रुतून बसलं होतं. वासूची आठवण काढत छबूसुद्धा त्याच मार्गाने निघून गेली होती. त्या दोघांची प्रेमकहाणी ऐकून लोक हळहळत होते. दोन निष्पाप जीव या जगातून अकाली निघून गेले होते.

"अहो, त्या वेळी तुम्ही जरा नमतं घेतलं असतं तर..." नानी गंभीर आवाजात नानांना म्हणाल्या.

"तुला नेमकं काय म्हणायचंय? वाडवडिलांनी केलेले रिवाज मोडून मी त्याच्या लग्नाला कशी परवानगी देणार?"

"माझं म्हणणं तसं नाही. तुम्ही त्यांना त्या वेळी टाकून बोलायला नको होतं. रागाला डोळे नसतात."

"निर्मला, मला राग आवरता येत नाही, त्याला मी तरी काय करू? माझा पाठचा भाऊ मला जड झाला नव्हता; तो मला हवा होता. लोक म्हणतात की, मी त्याला बडबडलो, म्हणून त्याने चिरेखाणीत उडी टाकून जीव दिला— म्हणू दे बापुडे! मारणाऱ्याचा हात धरता येतो, पण बोलणाऱ्याचं कधी तोंड धरता येत नाही. हत्ती रस्त्याने जाताना कुत्री भुंकत असतात— हत्ती तिकडे लक्ष देत नाही; तसं मी ठरवूनच टाकलंय की, कुणाच्या बोलण्याकडे कधी लक्ष द्यायचं नाही म्हणून." नाना आवेशाने म्हणाले.

थोडा वेळ पुन्हा शांततेत गेला. नानींना वाटत होतं की, आपण नानांसमोर निष्कारण मागचं उकरून काढलं. त्यामुळे त्यांच्या मनाला खूप यातना झाल्या असतील. नानांचा चेहरा फसवा आहे. पोटातील दुःख ते चेहऱ्यावर कधी दाखवीत नाहीत. इतके दिवस मी त्यांच्या सहवासात आहे, म्हणून ते मला ठाऊक झालंय.

दुःखाचा निःश्वास सोडत नाना घोगऱ्या आवाजात नानींना म्हणाले,

"निर्मला, मला आता धाकटू भुवडाच्या घरी जाऊन यायला हवं बघ."

"कशाला?" —नानी.

"अगं वेडे, त्याची लेक गेली एवढी; मग त्याचं सांत्वन करायला नको

जायला? ती आपली कुळं आहेत. त्यांच्या सुख-दु:खात आपण जाऊन यायला हवं. असा या गावच्या खोताचा रिवाजच आहे बघ.''

''मग मी तुमच्या सोबत आले तर चालेल का? मलासुद्धा त्यांच्याशी थोडं बोलायचंय.'' —नानी.

''अगं, तू खोतीण. वाडा सोडून खोतीण कधी बाहेर पडत नाही. कळलं?'' नानींना नाना अडवीत म्हणाले.

''खोतीण मेल्यानंतर तुम्ही तिला वाड्यातच पुरणार का?''

नानी रागाने म्हणाल्या.

''निर्मला, काय हे बोलत्येस? तुला ठाऊक आहे का?''

''मला चांगलं ठाऊक आहे. सुख-दु:खाच्या वेळी गावचे खोत कुळवाड्याच्या घरी जाऊ शकतात, तर खोतीण का नाही जाऊ शकत? हा असा भेदाभेद का?'' नानींचा सुरकुत्यांनी भरलेला चेहरा गंभीर दिसू लागला.

''मी तुझ्या प्रश्नाला उत्तर द्यायला बांधील नाही.'' –नाना.

''मला तुमच्याकडून उत्तर नकोय... मी त्याची मुळी अपेक्षाच केली नाही.''

''निर्मला, तुला आज झालं तरी काय? तू आज नेहमीसारखी दिसत नाहीस...''

''मला काहीही झालं नाही. मी ठीक आहे.''

वाड्यात मन मारून जगावं लागत होतं, त्याचा आज स्फोट झाला होता. नाना रागाने उठले नि अंगणात जाऊन उन्हात उभे राहिले. नारायणाने एका ताडपत्रीवर भात वाळत घातला होता. त्याच्या जवळ जाऊन नाना त्याला म्हणाले,

''नारायण, सरकारदरबारी मला शेतसारा भरणा करायचाय. तेव्हा गावात घरपट भात वसूल झाला का?''

''नाना, काही लोकांनी भात घातला. काही म्हनत्यात, घरात भाताचा दाना खायला न्हाय; तवा खोतांना भात कसा देनार? आताच्या पावढी दया करा. म्होरल्या वर्साला मक्ता घालताव.''

''नारायण, शेतसारा वसूल होवो अगर न होवो— पण सरकारदरबारी मला भरणा करावाच लागतो. सरकार मला शेतसारा भरायला सूट देत नाही. तेव्हा आपल्याला ज्यांनी मक्ता दिला नाही, त्यांच्याकडून भात नाही तर रोख रक्कम वसूल करावीच लागणार. त्यात हयगय करून जमणार नाही.''

"जी."

"तेव्हा तुम्ही कामाला लागा. कुणाला सवलत द्यायची नाही. कळलं का?"

"व्हय नाना."

नाना मनातून चिडले आहेत, हे नारायणाच्या चट्‌कन एव्हाना लक्षात आलं होतं. कदाचित त्यांचा मुलगा चंदू त्यांना सोडून गेल्यामुळे त्यांच्या मनाचं संतुलन बिघडलं असेल, त्याशिवाय नाना एवढ्या मोठ्यानं कधी असे बोलायचे नाहीत. असे एक ना अनेक विचार नारायणाच्या मनात घोळू लागले. कडक उन्हात काम करताना त्याच्या अंगातून घामाच्या धारा लागल्या होत्या. त्याचा खारट, कुबट वास येत होता.

नारायणावर पुन्हा नजर रोखून नानांनी त्याला विचारलं,

"तो दफ्तरी मुकुंदा कुठे गेलाय?"

"जी तो खाडीव दुपारचा अंगुळीला जात्यो."

"कधी येईल तो?'

"काय ठावं! खाडीत पवत रायला की राईला!"

"हे बघ नारायण, मी ऊन कमी झाल्यावर धाकटू भुवडाकडे त्याला हाक मारायला जाणार आहे. मुकुंदा खाडीवरून आला की, त्याला ज्या कुळांनी अजून मक्ता घातला नाही त्यांची यादी तयार करून ठेव म्हणावं. मला त्यांची नावे माझ्या नजरेखालून घालायची आहेत."

"जी. तो अंगुळीवरनं आला की, मी त्याला तुमचा निरूप लगेच सांगतू."

"नारायण, तू मघाशी माझ्याकडे पैसे मागत होतास ना?"

"व्हय जी."

"ते पैसे मी जाताना निर्मलाकडे देऊन ठेवतो, तर तिच्याकडून मागून घे. मला यायला उशीरसुद्धा होईल, म्हणून मी तुला सांगतो."

"जी." नारायण पुढे काहीही बोलू शकला नाही.

नाना पाठीमागे हात धरून पुन्हा तडक वाड्यात शिरले. नारायणाच्या डोळ्यांत कृतज्ञतेचे भाव उमटले होते. नाना वाड्यात शिरेपर्यंत तो त्यांच्या पाठमोऱ्या आकृतीकडे अनिमिष डोळ्यांनी हातातील काम थांबवून पाहत उभा राहिला होता.

❐❐❐

८.

नाना बैठकीच्या खोलीत ओली सुपारी चघळीत निवांत बसले होते. पोटच्या मुलाचं दु:ख थोडं कमी झालं असल्यामुळे त्यांनी दैनंदिन कामात आता लक्ष घातलं होतं. नानींनासुद्धा सावरण्यासाठी ते मदत करीत होते. मुलाच्या घर सोडून जाण्यामुळे काही दिवस नानींच्या मनाचं संतुलन बिघडलं होतं. छबू गेली तेव्हा कधी नव्हे ते नानांनासुद्धा त्या टाकून बोलल्या होत्या. मोठं मन करून नानांनी ते सहन केलं होतं. नानींना दु:ख होईल म्हणून त्यांना त्याचा जाब कधी विचारला नाही. त्या गोष्टीचा नानींनासुद्धा नंतर पश्चात्ताप झाला. आपण त्यांना असं टाकून बोलायला नको होतं, असं नंतर त्यांना वाटू लागलं. परंतु कमानीतून निघालेला बाण नि तोंडातून बाहेर पडलेला शब्द मागे घेता येत नाही; ते लक्ष्याच्या वेध घेऊनच थांबतात, हे नानींना पक्कं ठाऊक होतं. नानीसुद्धा आता वाड्यातील दैनंदिन कामात लक्ष घालीत होत्या, ते पाहून नानांनासुद्धा मनातल्या मनात बरं वाटलं होतं.

तोंडातील कातलेली सुपारी चघळीत दोन्ही हात पाठीमागे घेऊन बैठकीच्या खोलीत नाना येरझाऱ्या घालू लागले. थोड्या वेळाने भांड्यात पाणी घेऊन ते प्यायले. नंतर ते पाठीमागे हात घेऊन पुन्हा शतपावली घालू लागले नि मोठ्या आवाजात गायत्री मंत्र म्हणू लागले...

ॐ भूर्भुव: स्व: तत्सवितुर्वरेण्यं भर्गो देवस्य धीमहि।
धियो यो न: प्रचोदयात् ।।ॐ।।

नाना तोंडाने गायत्री मंत्र पठण करीत येरझाऱ्या घालीत होते. इतक्यात नारायण त्यांच्या जवळ आला नि त्यांना खालच्या आवाजात अदबीने म्हणाला,

''नाना, गावचे पोलीस पाटील बाहेर आल्येत.''

''अरे, मग त्यांना आत बोलव. त्यांना गूळ-पाणी आणून दे. वाड्यात आलेला कुणीही रीत्या हाताने जाता कामा नये, हा आमचा वाडवडिलांपासून

चालत आलेला रिवाज तुला ठाऊक नाही का?''

''नाना, मला त्ये ठाव हाय. मी त्यास्नी गूळ-पानी आनत्यो.'' – नारायण.

नारायणाने पोलीस पाटलाला आत बसायला सांगून तो गूळ-पाणी आणायला स्वयंपाकखोलीत गेला. गूळ-पाणी घेतल्यानंतर गावचा पोलीस पाटील बैठकीवर निवांत बसला. त्याच्याकडे पाहत नानांनी त्याला आवाज मोठा करून विचारलं,

''सुदामा, खूप दिवसांनी आलास? बोल, काय काम काढलंस माझ्याकडे?''

''नाना, वाईच काम होतं.''

''मग बोल ना— मी तेच तुला विचारतोय.''

''नाना, त्याचं असं हाय की... दिसाउजेडी वाघरू गोठ्यात शिरून गुरं मारायला लागलंय. त्याचा बंदुबस्त करण्यासाठनं मी तुमच्याकडं आलुय बघा.''

त्याचं बोलणं ऐकून नाना गंभीर झाले. मेजाजवळ असलेल्या खुर्चीत ते बसले नि मनात थोडा वेळ विचार करू लागले. गावाच्या सभोवार दाट झाडीचे जंगल होतं. जंगलात वाघाचा वावर असायचा. कधी तरी त्या जंगलातील वाघ मानवी वस्त्यांवर हल्ला करून लोकांची झोप उडवायचा. गोठ्यात शिरून गाईगुरं ओढून नेई. त्यामुळे शेतकरी हवालदिल होत. सापळा लावून नानांच्या वडिलांनी— दिगू खोतांनीसुद्धा कैक वाघ बंदुकीच्या गोळीने ठार मारले होते. नानांच्या वडिलांची दुनळी बंदूक अजून शाबूत होती. आता नाना तिचा वापर करीत होते. नाना नेमबाज होते. आकाशातील उडत्या पाखरावर त्यांनी बंदूक घेऊन नेम धरला, तर ते पाखरू खाली पडलंच म्हणून समजायचं. नानांनीसुद्धा चार-पाच वाघ सापळा लावून बंदुकीच्या गोळीने ठार मारले होते. गावाची तक्रार आल्यास ते त्यांना मदत करण्यासाठी नेहमी तत्पर असत. त्यामुळे गावची तक्रार घेऊन पोलीस पाटील मदतीसाठी नानांच्याकडे आला होता.

निःश्वास सोडून नानांनी त्याला पुन्हा विचारलं,

''रात्री वाघ येतो की दिवसा?''

''नाना, त्यो कंधी बी येतुय. कंधी रातचा मान्सं झोपल्यावं येतू, तर कंधी दिसा उजेडी बी येतू. धडका मारून गोठ्याची कवाडी उघडतू नि गुरांच्या मानेलाच त्वाँड घालतू. त्यामुळं गोठ्यातली गुरं घाबरली हाईत. काही गाया-म्हशी भीतीनं धुपावल्या दिकून.''

''किती दिवसांपासून हा प्रकार व्हायला लागलाय?''

''नाना, साताठ दिस तरी झालं असतील बगा. लई जनांची नुकसानी

झाली.''

"मग तर या आधी तू माझ्याकडे यायला पाह्यजे होतास. मला सांगणं तुझं काम होतं.''

"नाना, चुकी झाली माझी. वाघरू दुसरीकडं निंगून जाईल म्हनून मी वाड्याकडं आलू न्हाय बगा-'' सुदाम अपराधी चेहऱ्याने म्हणाला.

"बरं, आता तू एक काम कर—''

"काय करू नाना?'' सुदाम दिनवाणेपणाने म्हणाला.

"सोमेश्वराच्या देवळात वाघाच्या सापळा ठेवलाय. तो सापळा तुला एकट्याला देवळाच्या बाहेर काढता येणार नाही. तुझ्या मदतीला आणखी माणसं घे नि तो सापळा देवळाच्या पुढे पिंपळाच्या झाडाखाली आणून ठेव. यात वेळ घालवू नकोस. उशीर झाला, तर तो वाघ आणखी कुणाच्या तरी गोठ्यात शिरून गुरं ओढून नेईल. कळलं?''

"व्हय. तुमी सांगितल्या परमानं मी लगीच काम करतू.''

"आणखी एक गोष्ट तुला सांगायची राहिली बघ—''

"नाना, आणखी कोणती गोष्ट?''

"रांडच्या, पिंपळाच्या झाडाखाली नुसता सापळा ठेवून त्यात वाघ शिरेल?''

"मंग?''

"अरे, त्या सापळ्यात वाघाला आमिष दाखवण्यासाठी शेळी बांधायला लागते. तिला खाण्याच्या आशेने वाघ त्या सापळ्यात शिरेल.''

"बराबर! मी शेळीची बी व्यवस्था करतू. आमच्या वाडीत बाबल्या रामाणेकडे तीन-चार शेळ्या हाईत. त्याला मागितल्यावर त्यो न्हाय म्हणायचा न्हाय.''

"मग तू आता कामाला लाग. थोड्या वेळाने मी सोमेश्वराच्या देवळात बंदूक घेऊन येतो. त्या वाघाला आता मी जिवंत ठेवणार नाही.'' नाना निश्चयाने म्हणाले.

❑❑❑

९.

खांद्याला दुनळी देशी बनावटीची बंदूक लावून सोमेश्वराच्या देवळाकडे जायला नाना तयार झाले होते. नानींनी त्यांना विचारलं,

"घोड्यावरून जाणार आहात, की पायी चालत जाणार आहात?"

"घोडा त्या ठिकाणी घेऊन गेलो की, मला त्याची अडचण होईल. म्हणून मी पायी चालत जाणार आहे."

"अहो, जंगली वाघ महाभयंकर असतो म्हणे. स्वत:ला जपा. अति धाडस करू नका. वाघ पिंजऱ्यात अडकल्याशिवाय पुढे पाऊल टाकू नका."

"निर्मला, मी त्या ठिकाणी एकटा नाही. गाववालेसुद्धा माझ्या सोबतीला आहेत. त्यामुळे तू निश्चिंत राहा. वाघाला ठार मारल्याशिवाय मी वाड्याचं तोंड पाहणार नाही म्हटलं!"

"तुमच्या कामात तुम्हाला यश मिळो, एवढीच माझी त्या सोमेश्वराच्या चरणी प्रार्थना. तुम्ही हाती-पायी धड आलात, तर माझी काळजी मिटली बघा."

"बरं, आता मी निघू?"

"गणेशाला नमस्कार केलात?" —नानी.

"होय. त्याचा मी कौल घेतलाय हो." —नाना.

त्यांच्या हातात कापडी पिशवी देत नानी त्यांना सूचना देत म्हणाल्या,

"यात तुमची पाण्याची बाटली, दीड डझन ओल्या सुपाऱ्या, पितळी अडकित्ता, एक शेर ओले शेंगदाणे, बदाम, खारका आहेत. भूक लागेल तेव्हा खा नि पाणी प्या."

"आणखी?" नानांनी हसत-हसत विचारले.

"आणखी... स्वत:ची काळजी घ्या." नानींच्या डोळ्यांत काळजी होती.

"बरं, आता तरी मी निघू शकतो का?"

"या." नानी कातर आवाजात म्हणाल्या.

खांद्याला बंदूक अडकवून नाना हातात सामानाने भरलेली पिशवी घेऊन वाड्याच्या फाटकाबाहेर पडले नि ते सोमेश्वराच्या देवळाच्या दिशेने झपझप पावलं टाकू लागले. त्यांना पाहणाऱ्याला वाटे की, बंदूक खांद्याला अडकवून नाना एखाद्या लढाईतच भाग घेण्यासाठी निघाले आहेत! पाण्याच्या पाटाला लावलेले चिरे ओलांडून ते झाडीझुडपांतून मार्ग काढीत घाटी चढू लागले. घाटी चढताना त्यांना थकायला होऊ लागलं. पाऊलवाटेच्या दुतर्फा छोटे-मोठे जांभा दगड इतस्तत: पडलेले दिसत होते. करवंदाच्या जाळ्या होत्या. टणटणी आणि निगडीची झुडपं दोन्ही बाजूंना माजली होती. सातविणीच्या झाडांना आलेला बहर डोळ्यांना सुखावत होता. पाऊलवाटेवर लाल मुंग्याची एखादी रांग दिसली की नाना ती रांग ओलांडून जात. त्यावर पाऊल पडू नये, म्हणून काळजी घेत. आभाळात मळभ दाटून आलं होतं. नाना हाताने कपाळावरचा घास पुसत झपाझप पावलं उचलत होते. त्यांच्या डोळ्यांसमोर त्यांना तो भयंकर जंगली वाघ दिसत होता. त्याला यमसदनी पाठविल्याशिवाय ते वाड्याकडे परत जाणारही नव्हते, असा त्यांनी मनात निश्चय केला होता.

सोमेश्वराच्या देवळाजवळ नाना आले, तेव्हा पोलीस पाटील सुदामा अन्य गावकऱ्यांच्या मदतीने तो वाघाचा पिंजरा देवळातून बाहेर ओढत होता. त्या पिंजऱ्याला दीड फूट व्यासाची एकूण सहा लाकडी चाकं होती. पिंजरा पंधरा फूट लांब नि रुंदीला चार फूट एवढा होता. ज्या ठिकाणी शेळी बांधून ठेवायची होती, त्या भागाची रचना गावच्या सुतारानं कल्पकतेने केली होती. त्या पिंजऱ्याची उंची चार फूट एवढी होती. तो अवाढव्य पिंजरा आठ-नऊ माणसं पूर्ण ताकदीनिशी बाहेर ओढत होती. नानांना समोर पाहून त्यांनी काम थांबवून "राम-राम नाना!" म्हणून नमस्कार केला. "चालू दे तुमचं काम—" असं म्हणून नानांनी खांद्यावर अडकविलेली बंदूक नि सामानाची पिशवी पिंपळाच्या पारावर ठेवून आधी देवळाच्या गाभाऱ्यात जाऊन सोमेश्वराचं दर्शन घेतलं नि त्याला हात जोडून नमस्कार केला. मूर्तीला प्रदक्षिणा घातल्या. कपाळाला भस्म लावून ते बाहेर आले. 'जोर लावाऽऽ हय्या' करीत माणसं तो पिंजरा बाहेर ओढून आणत होती. त्यांच्या उघड्या पाठी घामानं निथळत होत्या. त्यांच्या डोळ्यांच्या पापण्या भिजून चिंब झाल्या होत्या.

नाना पिंपळाच्या पारावर सुपारी चघळीत बसले होते. गड्यांनी त्यांच्या पुढ्यात तो अवाढव्य पिंजरा ओढत आणून ठेवला. नाना क्षणभर त्या पिंजऱ्याकडे

उघड्या डोळ्यांनी पाहत राहिले. तो अवाढव्य पिंजरा त्यांच्या वडिलांनी गावच्या सुताराकडून तयार करून घेतला होता. त्याला बोटभर रुंदीचे लोखंडी गज लावण्यात आले होते. त्या पिंजऱ्यात त्यांच्या वडिलांनी किती तरी वाघ पकडून त्यांना बंदुकीच्या गोळीने ठार मारले होते. वाड्याच्या अंगणात गावचे तीन-चार सुतार जवळजवळ पंधरा दिवस तो वाघ पकडण्याचा पिंजरा तयार करण्याचे काम करीत होते. त्या सुतारांना जेवण वाड्यातून मिळायचं.

माणसं नानांच्या समोर विश्रांती घेत बसली होती. नाना त्यांना म्हणाले,

"रांडच्यांनो, आता बसून जमायचं नाही. आपल्याला लगेच कामाला लागायला पाह्यजे. शेळी कुठे आहे? ती आत्ताच पिंजऱ्यात बांधून ठेवायला लागेल."

तोंडातील थुंकी जमिनीवर टाकत पोलीस पाटील त्यांना म्हणाला, "बाबल्या शेळी घेऊन येणार हाय. त्याला मी सांगून आलुय. यील तो येवड्यात."

इतक्यात शेळीच्या 'बेंऽऽबेंऽऽ' असा आवाज कानावर पडला. बाबल्या रामाणे शेळीचे कान धरून तिला ओढत आणत होता. मरणाची चाहूल लागल्याप्रमाणे ती शेळी बेंबीच्या देठापासून 'बेंऽऽबेंऽऽ' करीत ओरडत होती. तिने ओढ घेतली की, बाबल्या तिला रागाने तिच्या पाठीत रट्टे घालीत होता. शेळीच्या गरीब डोळ्यांत भीती साकळली होती.

बाबल्या पिंपळाच्या पाराजवळ आला नि त्याने नानांना दोन्ही हात जोडून लवून नमस्कार केला. त्याच्याकडे पाहत नानांनी त्याला विचारलं,

"बाबल्या, उशीर केलास?"

"जी. झाला वाईच उशीर. वाड्यात गुरास्नी पाणी दावायचं होतं. माजा गुरांचा वाडा माज्या घरापासून वाईच लांब हाय– तवा झाला उशीर. माफी असावी."

नाना पोलीस पाटलाकडे वळून म्हणाले,

"सुदाम, शेळी पिंजऱ्यात नेऊन गजाला बांधा नि वाघाला पिंजऱ्यात यायला पुढचा दरवाजा उघडा ठेवा. उशीर झालाय— पट्‌कन आवर."

"व्हय नाना, लगीच शेळीला पिंजऱ्यात बांधतू बगा." पोलीस पाटील शेळीचे कान धरून म्हणाला.

नाना हातात बंदूक घेऊन उभे राहिले होते. पोलीस पाटील शेळीला पिंजऱ्यात बांधून लगेच बाहेर आला. आता सगळ्यांना वाघाची प्रतीक्षा होती. शेळीला खाण्यासाठी वाघ पिंजऱ्यात गेल्यावर शेळीजवळ वाघाच्या वाटेत एक लोखंडी सळई होती. त्या

सळीला वाघाचा धक्का लागल्यावर शेळीच्या आणि वाघाच्या मधे असलेलं दार नि वाघ पिंजऱ्यात जिथून शिरला ते दार डोळ्याची पापणी लवायच्या आधी दण्कन खाली आपटून बंद होणार होतं. त्यामुळे वाघ शेळीला खाऊ शकणार नव्हता नि पिंजऱ्याच्या बाहेरसुद्धा पडू शकणार नव्हता. तो आयताच नानांच्या तावडीत सापडणार होता.

बंदूक खांद्यावर ठेवून नाना गावकऱ्यांना करड्या आवाजात म्हणाले,

"माझ्या सोबत फक्त दोघे-तिघे थांबा. बाकीच्यांनी घरी जायला हरकत नाही. सुदाम, तू माझ्यासोबत थांबायचंस."

"मी थांबतू." -पोलीस पाटील.

गावचा पोलीस पाटील सुदाम आणि त्याच्या सोबतीला आणखी दोघे जण थांबले, बाकीचे त्यांच्या घरी निघून गेले. नाना त्यांच्या सोबत्यांना घेऊन चाफ्याच्या झाडाजवळ असलेल्या उंच जांभा दगडाजवळ गेले नि ते सर्व जण त्या जांभ्या दगडावर लपून बसले. वाघ जरी पिंजऱ्याजवळ आला, तरी तो त्यांना पाहू शकत नव्हता. त्यांना मात्र वरून पिंजरा स्पष्ट दिसत होता. नानांनी बंदुकीची नळी त्या पिंजऱ्याच्या दिशेने रोखली होती. शेळी बेंऽऽ बें ऽऽ करीत ओरडत होती. तिचा तो कापरा आवाज झाडापेडांत घुमत होता. तिच्या त्या भयकारी आवाजात झाडावरील पक्ष्यांनीसुद्धा चित्रविचित्र आवाज मिसळला होता.

नाना त्या लोकांना सूचना देत म्हणाले,

"कुणी काही बोलायचे नाही. आपला आवाज ऐकून एखाद वेळी शेळीला सोडून वाघ आपल्यावरच हल्ला करील. तेव्हा शक्यतो तोंडातून आवाज काढायचा नाही. कळलं का?"

"व्हय नाना. आमी काय बी बोलणार न्हाय." शंकऱ्या निःश्वास सोडत म्हणाला.

बराच वेळ वाट पाहून नाना बंदूक दगडावर ठेवून अडकित्त्याने सुपारी कातरू लागले. कातरलेली सुपारी तोंडात टाकून त्यांनी बंदुकीचा दस्ता पुन्हा हातात घेतला नि त्यांनी त्या पिंजऱ्यावर पुन्हा नजर रोखली. त्यांच्या नजरेत आता खुन्नस उतरत होती नि अंगातील रक्त गरम झालं होतं. त्यांच्या तोंडातून गरम उच्छ्‌वास बाहेर पडत होता. बाकीचे लोक त्यांच्या हालचाली निरखत शांत बसले होते. शंकऱ्या आपल्या पाठीमागे तर वाघ आला नाही ना, म्हणून पुन्हा मागे वळून पाहत होता. वाघाच्या सुरस कथा तो ऐकून होता. वाघ कसा बैलाच्या मानेला तोंड लावून त्याला भल्या मोठ्या झाडावर कसा घेऊन जातो, याच्या सुरस

कथा त्याला ठाऊक होत्या. वाघाने एखादा बैल मारला, तर आधी तो त्याचं ताजं रक्त पितो नि त्याचं मासं खाण्यासाठी तो दुसऱ्या दिवशी रात्री येतो, हे त्याला माहीत होतं.

सांजावलं होतं. त्या वाघाचा अजून मागमूस नव्हता. शेळी बेंबीच्या देठापासून पिंजऱ्यात ओरडत होती. सूर्याचा लाल गोळा क्षितिजावर टेकला, तेव्हा नाना सोबत्यांना म्हणाले,

"रांडंचा, अजून कसा येईना? आज त्याला मी काय सोडत नाही!"

"नाना, तो रात्री हमखास येईल बगा. दिसा उजेडी जनावर कंधी बाहीर पडत न्हाय बगा." —पोलीस पाटील.

"तो कधीही येऊ दे; त्याला रक्ताचीच अंघोळ घालणार आहे!"

"नाना, चूडा पेटवू? काळूख पडलाय." —शंकऱ्या.

"रांडच्या, चूडा पेटविल्यावर वाघ इकडे फिरकेल कसा? आग पाह्यल्यावर तो घाबरतो."

"मग आपण काळुखात बसायचं?"

"त्याला इलाज नाही. आपण ज्या कामगिरीसाठी या ठिकाणी येऊन बसलोय, ती कामगिरी पार पाडायला पाहिजे."

"नाना, मी वाईच तमाकू खातू." पोलीस पाटील तंबाखूची पुडी हातात घेत म्हणाला.

"थांब जरा— मग तंबाखू खा."

नानांनी शेंगदाण्यांची पिशवी काढली. सगळ्यांच्या हातावर मूठ-मूठ शेंगदाणे देऊन त्यांनीसुद्धा तोंडात शेंगदाणे टाकायला सुरुवात केली. जंगलात गडद काळोख पसरला होता. रातकिडे भेसूर आवाजात ओरडत होते नि वारा मंद-मंद वाहत होता. झाडाझुडपांतून 'खसपस' असा आवाज कानावर येवून पडत होता. त्या वेळी नाना गडद अंधारात सावधपणे डोळे फिरवीत तोंडात शेंगदाणे चघळीत बसले होते. त्यांची तीक्ष्ण नजर पिंजऱ्याकडे होती. ते कसलाही धोका पत्करायला तयार नव्हते. जंगली जनावरांचा भरपूर अनुभव त्यांच्या गाठीशी होता. बंदुकीतून सुटलेली गोळी चुकून दुसरीकडे लागल्यावर चिडलेल्या जंगली जनावराच्या तावडीत सापडून कैक शिकाऱ्यांनी आपला जीव गमावला होता, हे नानांना ठाऊक होतं; म्हणून ते सावध होते. भक्ष्य पकडण्यासाठी कोळी जसा जाळं पसरून दबा धरून बसलेला असतो, तसे नाना जांभ्या दगडावर हातात बंदूक घेऊन बसले होते.

आता रात्र वाऱ्याबरोबर धावत होती. सगळीकडे अंधाराचं साम्राज्य पसरलं

होतं. झाडांच्या पानांची सळसळ आणि जंगली प्राण्यांचा भयसूचक चीत्कार तेवढा कानांना ऐकू येत होता. त्यामुळे पोटात भीतीने खड्डा पडत होता. इतक्यात चंद्राचं सुखद दर्शन डोळ्यांना झालं. चांदण्यांनी नभांगण भरून गेलं होतं. आभाळातील रोषणाईने डोळे दिपून जात होते. नियतीचा तो अमूल्य ठेवा उघड्या डोळ्यांनी किती बघू नि किती नको, असंच प्रत्येकाला वाटत होतं.

कसला तरी आवाज कानावर पडताच नाना बंदूक हातात धरून सावध झाले. त्या तिघांनी श्वास रोखून धरला. अंधारात दोन डोळे चमकले नि शंकऱ्याने तो प्राणी लगेच ओळखला.

"नाना, चाप वढू नका. तो वाग न्हाय, भेकर हाय."

"शिंच्या, कसं रे जनावर ओळखलंस?" —नाना.

"नाना, मी त्याच्या डोळ्यावरून जनावर वळकलं बगा."

"हुशार आहेस."

त्यांनी तोंडाला पुन्हा कुलपं घातली. बोचरी थंडी पडायला सुरुवात झाली होती. मध्यान्ह रात्र झाली होती. डोळ्यांत झोप येत होती. शेळी 'बेंऽ बेंऽ' करीत पिंजऱ्यात धिंगाणा घालीत होती. तिच्या ओरडण्याचा आवाज गडद अंधारात दूरवर ऐकू जात होता. नि तो आवाज ऐकून दूरवर वाघाची डरकाळी कानांवर पडली, तसे सगळे जण सावध झाले. त्या गगनभेदी डरकाळीने अवघं जंगल दणाणून सोडलं होतं. "आलं रं आलं, वाघरू आलं!" शंकऱ्या हळू आवाजात म्हणाला तसं नानांनी त्याला दटावलं. वाघाच्या डरकाळीचा आवाज जवळ-जवळ येऊ लागला, तशी पिंजऱ्यात बंद असलेली शेळी जिवाच्या आकांताने ओरडू लागली. तिचं मरण तिच्या डोळ्यांत दिसू लागलं.

एखादा झंझावात यावा तसा तो वाघ झाडाझुडपांतून वाट काढत सोमेश्वराच्या देवळाच्या दिशेने येत होता. त्या शेळीचं ताजं रक्त पिण्यासाठी तो अधीर झाला होता. तो जवळ आला तसा झाडावरच्या पक्ष्यांनी गोंधळ घातला. आता तो वाघ पिंजऱ्याच्या अगदी समोर येऊन उभा राहिला होता. त्याचे दोन डोळे अंधारात इंगळाप्रमाणे चमकत होते. तसं शंकऱ्याने इशाऱ्याने सगळ्यांना सावध केलं. नाना केवढे धीराचे; पण समोर तो वाघ पाहून त्यांनाही थोडी भीती वाटू लागली. न जाणो, त्याची नजर आपल्यावर पडली नि आपल्याला भीतीने बंदुकीचा चापसुद्धा ओढता आला नाही तर... असं त्यांच्या मनात आलं नि दुसऱ्याच क्षणाला त्यांनी मनाचा निर्धार केला. त्या वाघाबरोबर दोन हात करण्याची त्यांनी मनात तयारी केली. चंद्राच्या प्रकाशात त्या वाघाच्या अंगावरचे तांबडे-पांढरे पट्टे डोळ्यांना दिसत

होते. तो वाघ पिंजऱ्यात जाण्याची नाना वाट पाहत होते.

देवाला प्रदक्षिणा घालतात तसा तो वाघ डरकाळी फोडत त्या पिंजऱ्याभोवतीने फेऱ्या मारू लागला. त्याची नजर 'बेंऽऽ बेंऽऽ' करीत ओरडणाऱ्या शेळीवर होती. कुठे धोका तर नाही ना, याची तो वाघ खातरजमा करीत होता. त्याच्या डरकाळीने जमिनीवरील तांबड्या मातीचे धुळीचे लोळ उठत होते. पिंजऱ्याभोवती फेऱ्या मारून तो वाघ दाराजवळ येऊन थांबला. भली मोठी मान वर करून त्यानं आभाळाकडे पाहिलं... नंतर तो धारदार नखांनी जमिनीवरील माती उकरू लागला. त्याच्या सर्व हालचाली नाना उघड्या डोळ्यांनी नि:शब्द होऊन पाहत होते. इतक्यात त्या वाघाचं एक पाऊल पिंजऱ्यात पडलं नि तो बघता-बघता आत शिरला. वाघ हाताच्या अंतरावर आल्याचं पाहताच शेळी मरणाची घाबरली. आता तिला ओरडण्याचं भान राहिलं नव्हतं. तिचा आवाज क्षीण झाला होता. वाघ तिच्या नरडीचा घोट घेण्यासाठी पुढे जाणार इतक्यात त्याचा धक्का त्या लोखंडी गजाला लागला नि डोळ्याची पापणी लवते ना लवते तोपावेतो 'धाड्ऽऽधाड्' करीत पिंजऱ्याचे दोन्ही दरवाजे एकदम बंद झाले नि ते धूड पिंजऱ्यात आपसूक अडकले. वाघाला बाहेर पडता येईना. आता तो वाघ मोठमोठ्याने डरकाळ्या फोडू लागला.

वाघाला पिंजऱ्यात अडकलेला पाहताच नाना बंदूक हातात घेऊन तीरासारखे धावत त्या पिंजऱ्याजवळ आले. त्यांनी त्या वाघाच्या मस्तकात अगदी जवळून गोळी घातली. ते धूड पाय झाडीत थोड्या वेळानं शांत झालं.

दुसऱ्या दिवशी नानांनी मारलेला वाघ पाहण्यासाठी सोळा आणे गाव सोमेश्वराच्या देवळाकडे लोटला. नानांची बैलगाडीतून लोकांनी मोठ्या जल्लोषात मिरवणूक काढली. नानांनी वाघ मारल्याची चर्चा गावातील लोक तिखट-मीठ लावून जवळजवळ महिनाभर करीत होते.

❑❑❑

१०.

माघ पौर्णिमा झाली नि गावदेवीला नारळ वाढवून गावात कवळ-तोडणीला शेतकऱ्यांनी सुरुवात केली. भाकऱ्या बांधून लोक सकाळी घराबाहेर पडत नि पार कडुसं पडल्यानंतर घरी येत. उंच झाडावर चढून ते परजलेल्या कोयतीने झाडांच्या फांद्या तोडून खाली टाकत. बाईमाणसं झाडाच्या खाली पडलेल्या फांद्या एकावर एक रचून ठेवीत. झाडावर लाल रंगाच्या मुंग्या असत. त्या चावल्या की वेदना होत. शेतकरी वेदना सहन करीत त्या मुंग्यांना हातानेच अंगावरच चिरडून टाकीत नि झाडाच्या फांद्या तोडीत. तंबाखूची तलफ आल्यावर झाडावरच्या आडव्या फांदीवर बसून तळहातावर तंबाखू मळत नि फक्कन तोंडात टाकत. तोंडातील तंबाखूची पिचकारी सोडीत मागारणीला मोठ्या आवाजात ओरडत— "भामे, कवळाचा भारा बांद नि शॅतात न्हेवून टाक." लहान मुलं आणि म्हातारी-कोतारी घराची राखण करीत. गावात कवळ-तोडणीच्या कामाचा नुसता घायटा उठला होता.

कडक उन्हानं धरणी भाजून निघत होती. हवेतून गरम वाफा येत होत्या. त्यामुळे जीवजंतू हैराण झाले होते. अंग भाजून निघत होतं. डोक्यावर स्वच्छ धुतलेला पंचा घेऊन नाना उन्हातून शेतात फिरत होते. सगळ्यांची विचारपूस करून त्यांच्या कामाची माहिती करून घेत होते. कुळांच्या पाठीवर असल्याशिवाय ते अंग मोडून काम करीत नाहीत, हे त्यांना ठाऊक होते. नाना शेताची कामं सुरू झाल्यावर सकाळ-संध्याकाळ शेतावर जात. शेतकऱ्यांच्या अडचणी समजावून घेऊन त्या जाग्यावरच सोडवीत. त्यामुळे लोकांना गावचा खोत म्हणजे अगदी देवदूत वाटे.

शेताच्या बांधावरून चालत-चालत नाना 'होळीचे शेत' असं ठिकाणाचं नाव असलेल्या शेतात आले. ऐनाच्या झाडाखाली उभं राहून त्यांनी थोडी

विश्रांती घेतली नि नंतर समोर पाहत ते चालू लागले. दगडू गावडे ऐनाच्या झाडावर चढून धारदार कोयतीने झाडाच्या फांद्या खडसत होता. त्याची बायको शांता पडलेल्या फांद्या एकावर एक रचून ठेवत होती. तिच्या अंगावरचं लुगडं-चोळी फाटली होती. फाटलेल्या लुगड्यातून तिचं निम्मं-शिम्मं अंग दिसत होतं. रानात नवरा-बायको दोघेच काम करीत होती. त्यामुळे तिला त्याची शरम वाटत नव्हती, परंतु नानांना डोळ्यांसमोर पाहून तिला शरम वाटली. ती लगेच झाडाच्या फांद्या हातात धरून ऐनाच्या झाडाआड जाऊन लपली. नानांच्या नजरेतून ते सुटलं नाही. घसा खाकरून त्यांनी तिला आवाज मोठा करून विचारलं,

"एऽऽ शांताऽऽ दगडू कुठे आहे?"

"नाना, त्ये झाडावर कोयतीने फांद्या खडसायला लागल्यात." शांता भीत-भीत म्हणाली.

दगडूने नानांचा आवाज ऐकला नि कोयती आकडीला लावून तो सरसर करीत झाडावरून उतरला. तो नानांसमोर दोन्ही हात जोडून "राम-राम नाना" असं म्हणाला. त्याच्याकडे पाहत नाना त्याला म्हणाले,

"दगडू, कसा चाललाय तुझा संसार?"

"नाना, तुमच्या नि आय पांढरीच्या आशीरवादानं समदं बेस चाललंय बगा."

"भाताचं बियाणं लागलं, तर माझ्याकडून मागून घे."

"व्हय जी."

"या शेतात यंदा किती मण भात पिकविलंस?"

"नाना, औंदा या शॅतात इस मण— म्हंजी योक खंडीभर भात काडला बगा. त्यातला तुमाला निम्मा मक्ता घातला."

"पुढच्या वर्षी याच शेतात दीड खंडी भात व्हायला पाहिजे!"

"जी—" म्हणत दगडू विस्फारलेल्या डोळ्यांनी त्यांच्याकडे पाहू लागला.

"तीस मण भात व्हायला पाहिजे." नाना मोठ्या आवाजात म्हणाले.

"करीन." दगडू विश्वासाने म्हणाला.

"दगडू, ही जमीन चांगल्या पिकाची आहे. हिचा पोत चांगला आहे. म्हणून या जमिनीचा शेतसारा मला सरकारदरबारी बाकीच्या जमिनींपेक्षा अधिक भरावा लागतो. जेवढे तू या जमिनीत कष्ट करशील, तेवढं तुला अधिक पीक मिळेल. तू मेहनती आहेस, म्हणून मी हे तुला सांगतोय."

"नाना, तुमी माझ्या भल्यासाठनं तर सांगतावं. अधिक भात पिकला, तर

माझ्या लेकरांच्या प्वॉटात दोन घास अधिक जातील. मी या जमिनीत आनकी घाम गाळीन.''

''शाब्बास! मला तुझ्याकडून हेच उत्तर हवं होतं.''

नाना ऐनाच्या झाडाखाली वारा घेत उभे राहिले होते. दगडू त्यांच्यासमोर दीनवाणेपणाने उभा होता. त्याच्या राकट चेहऱ्यावर लाचारी दिसत होती. त्याच्या अंगावर फक्त लाज राखण्यासाठी वीतभर लंगोटी होती, बाकी तो पूर्णपणे उघडा होता. त्याला त्याचं काही वाटत नव्हतं. त्याची बायको शांता अजून त्या झाडाआड लपून राहिली होती. नाना जाण्याची ती वाट पाहत होती. फाटलेल्या लुगडं-चोळीत नानांनी आपल्याला पाहू नये, असं तिला मनातून वाटत होतं.

नाना दगडूकडे पाहत करड्या आवाजात म्हणाले,

''दगडू, तुझ्या बायकोच्या अंगावरची लुगडं-चोळी फाटलीय रे!''

''व्हय जी.'' दगडूची शरमेने मान खाली झुकली होती.

''मला कधी बोलला नाहीस?''

''न्हाय जी.''

''अरे, याबद्दल शरम मला वाटली पाहिजे, तुम्हाला नाही; मी या गावचा खोत आहे, तुमच्या जिवावर मी गावची खोती करतोय!''

''---''

''तू असं कर—'' —नाना.

''काय करू नाना?''

''रांडंच्या, उद्या तू माझ्या वाड्यावर ये. निर्मलाला सांगून मी तुझ्या बायकोसाठी लुगडं-चोळी देण्याची व्यवस्था करतो.''

''जीऽ'' दगडूचा राकट चेहरा आनंदाने उजळून गेला होता.

नाना त्या ठिकाणी अधिक वेळ थांबले नाहीत. ते पुढे निघून गेल्यावर शांता झट्कन पुढे येऊन नवऱ्यासमोर उभी राहिली. लुगडं-चोळी मिळणार, म्हणून ती हरखून गेली होती. तिचे डोळे आनंदाने हसत होते नि दगडू खूळ लागल्याप्रमाणे तिच्याकडे पाहत उभा राहिला होता. झाडावर चढून कवळ तोडण्याचंसुद्धा त्याला भान राहिलं नव्हतं. मोरपिसाप्रमाणे त्याचं मन हलकं होऊन हवेत तरंगत होतं.

नाना ऊन डोक्यावर घेऊन शेताच्या बांधावरून चालत होते. वहाळ

ओलांडून ते बारक्या भुवडाच्या शेताजवळ आले. बारक्या भुवडाची बायको बाया सागाच्या झाडावर चढून धारदार कोयतीने झाडाच्या फांद्या तोडीत होती. बारक्या झाडाच्या बुंध्याजवळ तंबाखू मळत निवांत बसला होता. तो कामाला आळशी होता. बाया कामाला वाघीण होती. नानांना डोळ्यांसमोर पाहून बारक्या ढुंगणाला लागलेली माती झटकून उठून उभा राहिला नि तोंडभर हसत भसाड्या आवाजात ''राम-राम नाना!'' म्हणाला.

''बारक्या, कसं रे तुझं चाललंय?'' —नाना.

''बेस.''

''रांडच्या, बायकोला झाडावर चढवून तंबाखू मळतोस होय? तुला लाज कशी वाटत नाही?''

''नाना, वाईच जिवाला बरं वाटत न्हाय बगा.''

''रांडच्या, काय धाड भरली तुला? दारूची बाटली तुझ्या पुढ्यात ठेवली की, दहा कोस पळत जाशील. ढोंगबाजी करून काम कसं टाळायचं, हे कुणीही तुझ्याकडून शिकून घ्यावं.''

''तसं न्हाय नाना– खरंच माज्या जिवाला बरं वाटत न्हाय. काल भगताकडं जाऊन अंगारा-धुपारा बी करून आलुय. येत्या चंद्रवारी पुनींदा भगतानं नारोळ नि उफराटा पखाचा आरवता कोंबडा घेऊनशान बोलविलंय. मी खोटं सांगीत असलू तं माजी जीभ झडून जाईन बगा. तुमी माज्या मागारनीला इचारा वाटलं तर.''

''तू म्हणशील, त्याला बाया 'होय' म्हणणारच, कारण ती तुझी बायको आहे ना! उंदराला मांजराची साक्ष, तशातली रांडंच्या तुझी गत आहे.''

नानांनी फैलावर घेतल्यामुळे बारक्या तोंडात मारल्याप्रमाणे त्यांच्यासमोर गप्प उभा राहिला. काय बोलावं, हे त्याला काही कळेचना. त्याच्या राकट चेहऱ्यावरचे भाव क्षणाक्षणाला बदलत होते. नाना त्याच्या चेहऱ्यावरचे बदललेले भाव डोळ्यांनी टिपत होते. त्याला कितीही बोललं, तरी त्याच्या वागण्यात-बोलण्यात काडीचा बदल होणार नाही, हे नानांना पक्कं माहीत होतं.

त्याच्यावर जळजळीत नजर रोखत नानांनी त्याला करड्या आवाजात विचारलं,

''रांडच्या, तू यंदा अजून मक्ता घातला नाहीस?''

''न्हाय.''

''का?'' नानांचा आवाज टिपेला पोचला होता.

“नाना, औंदा माज्या भाताच्या उडवीला आग लागून समदी उडवी जळून राक झाली बगा. त्यामुळं मला मक्ता घालता आला न्हाय. म्होरल्या साली नक्की घालीन.”

“खोटं बोलायला तुला शरम वाटत नाही? म्हणे, माझी भाताची उडवी जळून गेली! अरे, हा गंगाधर खोत उडत्या पाखराचे पंख मोजणारा आहे. तुला काय वाटलं, तू जे सांगशील त्यावर मी विश्वास ठेवीन? कदापि नाही. मी तुझ्याकडून मक्ता वसूल करणारच. तू समजा मक्ता घातला नाहीस, तर तुझ्याकडून मी हे भाताचं शेत काढून घेऊन दुसऱ्या कुणाला तरी कसायला देईन. मग तुला त्याचा पश्चात्ताप होईल. कळलं?” नानांच्या डोळ्यात अंगार फुलला होता.

“नाना, तुमी माजे मायबाप. माजाकडनं शेती काढून घेऊ नका. मी तुमच्या पाया पडतू. पाठीवं मारा, पर प्वॉटावं मारू नका. माजी नकायेवडी लेकरं हाईत, ती उपाशी मरतील. मी तुमचा ठरलेला मक्ता घालतू. मंग मी काय बी करीन.” बारक्या गयावया करू लागला.

“आता तुला कळून चुकलं ना, की खोताला फसविले तर त्याचा काय परिणाम होतो ते? आज तू मक्ता घालायचा बंद झालास, तर उद्या आणखी कुणी तरी मक्ता द्यायचा बंद करतील. मग मला गावात झोळी घेऊन फिरायला लागेल. मी भलते लाड करीत नाही. तुझी चूल पेटली नाही, तर एक वेळ मी तुला वाड्यात बोलावून जेवू घालीन, पण मक्त्यात सूट कधीही मिळणार नाही. कळलं?” नानांनी त्याला ताकीद दिली.

“व्हय नाना, मला समदं कळलं. याच्या म्होरं मी ठरल्यापरमानं येळच्या येळी मक्ता घालीन बगा. तुमास्नी तक्रारीला जागा ठिवणार न्हाय. गरिबावं अशीच तुमची सावली असू दी. लई उपकार व्हतील बगा.”

शरण आलेल्यांना मरण कधी द्यायचं नाही, हे नानांचं व्रत होतं. त्याप्रमाणे त्यांनी बारक्याला माफ केलं. आता त्यांच्या रागाचा पारा बराच खाली उतरला होता. नाना शांत झाले होते. बारक्याकडे पाहत ते त्याला खालच्या आवाजात म्हणाले,

“बारक्या, तुझी लहान मुलं आहेत, म्हणून इतके दिवस मी तुझ्याकडून शेती काढून घेऊन दुसऱ्याला कसायला दिली नाही. रांडच्या, याची तू जाणीव ठेव, म्हणजे झालं.”

“नाना, मी त्ये कंधी इसरनार न्हाय बगा.”

ऊन वाढत होतं. अंगाची नुसती काहिली होत होती. आभाळाला जणू वणवा लागला होता. नानांनी आता वाड्याकडे जाणारी वाट धरली होती. पायी

चालताना त्यांना असं वाटू लागलं की— घोडा घेऊन आलो असतो, तर हा चालण्याचा त्रास तरी झाला नसता. नंतर त्यांना असंही वाटलं की, घोडा आणला नाही, ते फार बरं झालं. या खाचखळग्यांतून, झाडाझुडपांतून घोड्याला जाता आलं नसतं. त्याच्या जिवाला त्रास झाला असता नि आपल्याही जिवाला त्रास झाला असता; त्यापेक्षा पायी चालणं किती तरी पटीने अधिक चांगलं.

नाना पाऊलवाटेवरून चालताना मनात विचार करीत होते. डाव्या हाताला रामनाक भागनाक महार याची दोन खंडीची भातशेती होती. शेताच्या बांधावर सागाची शंभर-दिडशे झाडं होती. नाना ते शेत पाहत क्षणभर उभे राहिले. एखाद्या सुंदर दगडी मूर्तीकडे डोळे भरून पाहत राहावं, तसं नाना तो भाताचा चोंढा पाहत होते. नाना आणखी पन्नास पावलं चालत पुढे आले. उंबराच्या झाडाजवळ पाण्याचा एक झरा होता. उघडी-नागडी मुलं नि फाटलेली लुगडी नेसलेल्या महार समाजाच्या बाया नारळाच्या करवंटीने फुटक्या जर्मनच्या भांड्यांत पाणी भरत होत्या. त्या डुऱ्याचा महारलोक पिण्याच्या पाण्यासाठी वापर करीत. कडक उन्हाळा सुरू असल्याने आता तो झरा आटला होता. जमिनीतून थोडं-थोडं पाणी झिरपून यायचं. त्यामुळे महारलोकांचे पाण्याचे हाल सुरू होते. गुरांनासुद्धा प्यायला पाणी मिळत नव्हतं. जवळ जगबुडी खाडी असून त्याचा उपयोग शून्य होता. ते पाणी मचूळ असल्याने गुरांना आणि माणसांना ते पाणी पिता येत नव्हतं.

नाना त्या झऱ्याजवळ चालत गेले नि त्यांनी तो झरा डोळ्यांनी पाहिला. त्यांना मनातून थोडं वाईट वाटलं. नारळाच्या करवंटीने पाणी भरणाऱ्या बाईला नानांनी करड्या आवाजात विचारलं,

"एऽऽ बाई, तुझं नाव काय?"

"जीऽऽ माजं नाव भागी हाय."

"किती वेळ लागतो तुला पाणी भरायला?"

"समदा दिस या पान्यातच माजा जातू. लई हाल हुत्यात. घरात-शॅतात काय काम-धंदा बी करता येत न्हाय."

तोंडावर आलेल्या झिपऱ्या हलक्या हाताने मागे सरत भागी खालच्या आवाजात म्हणाली.

"तुझ्या नवऱ्याचं नाव काय आहे?"

"जी मी सुडक्या महाराची मांगारीन. आज वाडीत मयत झालंय, म्हनून ते कामावं गेलेच न्हाईत. घरी हाईत."

“कोण मयत झालं तुमच्या वाडीत?” नानांनी चौकशी करीत तिला विचारलं.

“रामनाकाचा बापुस राती गमावला.” भागी पाण्याच्या जिवंत झऱ्याकडे पाहत म्हणाली.

“तू एक माझं काम करशील का?”

“करीन की.”

“रामनाकाला सांग की, तुला खोतांनी वाड्यावर बोलावलंय म्हणून. माझं काम आहे.”

“मी पान्याचा ठावका घेऊन आता घरी गेले की तुमचा निरूप त्याला लगीच सांगत्ये.” रामनाकाला खोतांनी वाड्यावर का बोलाविलंय, याचा भागीला प्रश्न पडला होता.

“विसरू नकोस हं?” नाना तिला पुन्हा आठवण करीत म्हणाले.

“न्हाय जी.” भागी

डोक्यावर ऊन घेऊन नानांनी पुन्हा पाऊलवाटेवरून चालायला सुरुवात केली. गोवंडाची वाट सोडून ते वाड्याकडे जाणारी तांबडी वाट तुडवू लागले. त्यांच्या अंगावरचे कपडे घामाने भिजून चिंब झाले होते. पायपीट करून त्यांचे पायसुद्धा दुखत होते. त्यांच्या घशाला कोरड पडली होती. ते रोज पाणी उकळून पीत, त्यामुळे ते बाहेर सहसा पाणी पीत नसत.

❐❐❐

११.

नाना दिवाणखान्यात ओली सुपारी तोंडात चघळत बसले होते. त्यांच्या कमरेला फक्त दुटांगी धोतर होतं. त्यांच्या अंगात सदरा नव्हता. उकाड्याचे दिवस असल्याने ते उघडेबंब बसले होते. त्यांच्या गळ्यात जानवं होतं नि ते अधे-मधे त्या जानव्याशी हाताने चाळा करीत होते. नानांचे डोळे कुणाची तरी वाट पाहत होते. त्यामुळे त्यांची नजर वाड्याच्या फाटकाकडे आपोआप वळायची. वाड्यातील नोकर-चाकर आपापली कामं करीत होते. मुकुंदा त्याच्या खोलीत जमिनीच्या कागदपत्रांची लिखापढी करीत बसला होता नि वासंती कामाचा बहाणा करीत त्याच्या अवती-भवती उगाच रेंगाळत होती. इतक्यात फाटक उघडल्याचा आवाज नानांच्या कानांवर पडला. नानांची नजर फाटकाकडे वळली. रामनाक महार अनवाणी चालत वाड्याकडे येत होता. गावात ब्राह्मणलोक जातीयता पाळत, परंतु वाड्यात ती पाळली जात नव्हती. त्यामुळे रामनाक थेट आत आला नि नानांना 'जोहार मायबाप' म्हणत दरवाजाजवळ अंग चोरून बसला— जणू तो फार मोठा अपराध करून वाड्यात आला होता! त्याच्या डोळ्यांत भीती नि लाचारी ओतप्रोत भरली होती. त्यांच्या अंगावरचे कपड मळलेले नि फाटलेले होते. त्याच्या दाढीचे खुंट वाढले होते. डोक्यावरचे केस वाळलेल्या गवताप्रमाणे दिसत होते. वडील गेल्याचं दुःख त्याच्या सुतकी चेहऱ्यावर दिसत होते.

रामनाकाला नानांकडे पाहण्याचं धाडससुद्धा होत नव्हतं. नानांनी आपल्याला का बोलावून घेतलं, याचा तो त्याच्या मनामध्ये विचार करीत होता. त्याच्या मनात शंका-कुशंका येत होत्या. नाना थोडा वेळ रामनाकाकडे पाहत बसले. नंतर ते त्याला खालच्या आवाजात म्हणाले,

"भागनाक गेल्याचं मला कळलं. खूप भला माणूस होता बघ तुझा बाप."

वडिलांच्या आठवणीने रामनाकाच्या डोळ्यांत टच्‌कन पाणी आलं. अश्रू

ढाळीत तो रुद्ध कंठाने म्हणाला,

"नाना, माजा बाप मला सोडून गेला. त्यो लई भला माणूस व्हता, म्हनून जगदुनया त्याला नावाजत्ये."

"आता रडून तुझा बाप परत येणार नाही; तू स्वत:ला आता आवर. तुझी लहान मुलं आहेत."

"व्हय नाना. माजी लेकरं हाईत."

"त्यांचा तू सांभाळ कर. त्यांना काय कमी पडलं, तर तू खुशाल माझ्याकडे ये— मी तुझ्या पाठीशी आहे."

"नाना, आता मला तुमचाच आधार."

"तुला मी वाऱ्यावर कधी सोडणार नाही."

थोडा वेळ त्या ठिकाणी शांतता पसरली. कोणी कुणाशी बोलत नव्हते. वाऱ्याचा झुळुकीने काळीज थंड होत होतं. राजा रविवर्मा यांनी काढलेले चित्र नाना पाहत होते. रामनाक दोन्ही गुडघ्यांत मान घालून दु:खी चेहरा करून बसला होता. त्याच्याकडे पाहत नाना आवंढा गिळून त्याला म्हणाले,

"आता तुला म्हाताऱ्याचं दिवस-कार्य करावं लागणार. आता तुला खर्च आहे."

"नाना, माज्याकं आता योक भोकाचा पैसा दिकून न्हाय. नाचार सौंसार माजा. काय करू, असं मला झालंय."

"रामनाक, माणसाने माणसाच्या उपयोगी पडायचं नाही, तर मग कोणाच्या उपयोगी पडायचं? आँ? तुला खर्चाला जेवढे पैसे लागतील तेवढे पैसे मी तुला द्यायला तयार आहे. तू घाबरू नकोस."

"नाना, तुमचं लई उपकार झाले बगा. तुमच्या रूपाने मला देव भेटला म्हणायचा!" रामनाकाचे डोळे कृतज्ञपणे पाझरू लागले.

"रामनाक, म्हाताऱ्याचं कार्य करायला तुला किती खर्च येणार आहे?" नानांनी त्याला स्पष्ट विचारलं.

"तरी मला वीस आणे तरी खर्च यील बगा. समद्या वाडीला मला कार्याचं जेवान घालायला लागतं. मोरू सावकार मला कर्ज द्यायला तयार हाय बगा. पर त्ये माज्याकडं योक आण्याला म्हैन्याला योक आणा याज मागतुय. माजंच्यानं येवडं याज त्यास्नी द्यायला हुनार न्हाय. तवा मी इचार करीत बसलू होतू."

"मी तुझ्या वडिलाचं कार्य करण्यासाठी रुपये दहा नि कार्याच्या जेवणासाठी दहा मण भात देतो. त्यासाठी तू झऱ्याजवळ असलेली तुझी भातशेती माझ्याकडे गहाण ठेव. तसं आपण रीतसर गहाणखत करू. माझे पैसे तू सावकाश दे. मला तशी

घाई नाही. पण उद्या आपल्या दोघांचाही भरोसा नाही, म्हणून गहाण खत करून टाकू. मी तुझ्याकडून एक नवा पैसा व्याज घेणार नाही. तुला ज्या वेळी पैसे मिळतील त्या वेळी तू मला माझे पैसे आणून दे नि तुझी भातशेतीची जमीन ताब्यात घे; माझं काहीही म्हणणं नाही बघ. हे तुला मंजूर आहे का, तेवढं तू मला आता सांग. लगेच गहाण खत करून टाकू.''

रामनाक मनात थोडा वेळ विचार करीत होता. त्याच्या डोळ्यांसमोर त्याची भातशेतीची जमीन नि त्याची लहान मुलं दिसत होती. मोरू सावकाराचं व्याज त्याला परवडणारं नव्हतं. पैसे मिळाल्यावर आपण आपली गहाणखताची जमीन सोडवून घेऊ— यात त्याला कोणताही धोका दिसला नाही.

रामनाक आवंढा गिळून नानांना म्हणाला,

''नाना, मला मंजूर हाय बगा.''

''मग मुकुंदाला गहाणखत लिहायला सांगू? नीट विचार कर.''

''मी इचार केलाय. तुमी कागद लिवायला सांगा.'' –रामनाक.

''ठिकाय. मी तुला लगेच पैसे आणून देतो.''

नाना बसलेल्या जागेवरून वर उठत म्हणाले.

नानांनी तिजोरी उघडून त्यातून पैसे आणि इंग्लंडच्या राणीचा ठसठशीत फोटो असलेला स्टँप पेपर काढला. मुकुंदाला सोबत घेऊन ते पुन्हा बैठकीच्या खोलीत आले. नानांनी चांदीची एक रुपयाची दहा नाणी रामनाकाच्या हातात दिली. त्या नाणी रामनाकाने कपाळाला लावून फाटलेल्या सदऱ्याच्या खिशात ठेवली नि तो कृतज्ञपणे पुन्हा एकदा नानांच्या चेहऱ्याकडे आवंढा गिळून पाहू लागला. मुकुंदा गहाणखतावर सुंदर अक्षरात मजकूर लिहीत होता...

गहाणखत

आज दिनांक २० जानेवारी १९२५ रोजी मौजे हरणगाव येथील खालीलप्रमाणे वर्णन असलेल्या जमिनीचा मी मालक श्री. रामनाक भागनाक महार, वय वर्षे, ३२ धंदा शेती— गहाण खत लिहून देतो ऐसाजे–

मौजे	सर्व्हे	पोट फाळणी नंबर	क्षेत्र	खराबा	एकूण क्षेत्र	आकार	ठिकाणाचे नाव
हरणगाव	४२	२९	पाच एकर	एक एकर	सहा एकर	दहा आणे	महारकीचे शेत

वरीलप्रमाणे वर्णन असलेली जमीन मी श्री. गंगाधर दिगंबर दामले यांना रोख रुपये १०/- (अक्षरी रुपये दहा मात्र) घेऊन गहाणखताने लिहून देत आहे. सदरहू रक्कम मी माझ्या आर्थिक गरजेपोटी घेतली आहे. त्या रक्कमेला शून्य व्याज देण्याचे आमच्या दोघांच्या मते ठरले आहे. माझ्याकडे रक्कम उपलब्ध होताच ती त्यांना देऊन गहाणखत सोडवून घेण्याचे ठरले आहे. हे गहाणखत पुढील वारसांना (पुत्र-पौत्रादी आदींना) बंधनकारक राहील, याची मला जाणीव आहे. सदरहू गहाणखत मी चांगल्या मन:स्थितीमध्ये राजी-खुशीने लिहून दिले.

रामभाऊ भागनाक महार

निशाणी डावा अंगठा सही/अंगठा

रामनाकाने त्या गहाणखतावर त्याच्या हाताचा डावा अंगठा उठविला नि तो वाड्याच्या बाहेर पडला. नानांनी ते गहाणखत तिजोरीत ठेवून त्याला कुलूप लावलं. नाना अंगावरच्या पंचाच्या तोंड पुसत पुन्हा बैठकीच्या खोलीत येऊन बसले.

❑❑❑

१२.

आज दिवसभर चालून नानांचे पाय दुखत होते. गळू झाल्याप्रमाणे पायांच्या पोटऱ्या ठणकत होत्या. विश्रांती घेण्यासाठी नाना उघड्या अंगाने छपरी पलंगावर उताणे झोपले होते. नानी राईच्या तेलाने त्यांचे पाय चोळीत बसल्या होत्या. एखाद्या नवतरुणीप्रमाणे त्यांच्या अंगाची हालचाल होत होती. त्यांच्या हातांच्या स्पर्शाने दुखऱ्या पायाच्या वेदना थोड्या कमी झाल्याप्रमाणे नानांना वाटत होतं. आज दिवसभर नाना खूपच चालले होते. झाडाझुडुपांतून शिरताना त्यांच्या अंगाला खरचटलं होतं, तरी शेता-शेतात फिरून आल्याचे समाधान नानांच्या चेहऱ्यावर दिसत होतं.

थोरल्या मुलाची चौकशी करीत नाना म्हणाले,

"काय म्हणत्योय आपला गोपाळ— म्हणजे तुझा दादा?"

"त्याची शाळा सुटल्यापासून त्याने आपल्या शेतात लक्ष घालायला सुरुवात केली आहे. पण अजून त्याची पोर-अक्कल म्हणायची. दिवसभर झाडापेडांत काजू-कैऱ्या खात हुंदडत असतो, खाडीवर मुकुंदाबरोबर पोहायला जातो."

"निर्मला, ऊन-ऊन भात खाल्ला तर तोंड भाजतं. त्याच्यावर एकदम जबाबदारी टाकण्यापेक्षा त्याच्यावर आपण हळूहळू जबाबदारी टाकू. पुढे त्याच्यावर फार मोठी जबाबदारी येणार आहे. आपण दोघे त्याच्या आयुष्याला पुरणार नाहीत. तो हुशार नि धाडसीसुद्धा आहे. खोतकीच्या बारीक-सारीक गोष्टी तो चट्‌कन शिकून घेईल." डावा पाय दुमडून घेत नाना म्हणाले.

"माझा चंदू असता, तर त्याला त्याचा आधार मिळाला असता. तो आता जिथे असेल तिथे सुखी राहू दे— केदारनाथांच्या चरणी माझी दोन्ही हात जोडून प्रार्थना आहे."

नानींचा कंठ दाटून आला होता.

“निर्मला, तू त्याची काळजी सोड. एक दिवस तो या गावात हमखास परत येणार. मला रात्री तसं स्वप्न पडलं होतं. स्वप्नात तो मला म्हणाला की— बाबा, मी खुशाल आहे. माझी काळजी करू नका. एक दिवस मी गावात नक्की येईन.” नाना नि:श्वास सोडत म्हणाले.

“आज किती दिवस झाले त्याला घरातून जाऊन; पण एक दिवससुद्धा तो माझ्या स्वप्नात येत नाही. निदान स्वप्नात तरी मी त्याला भेटले असते... त्याच्या गालावर हात फिरवून आलाबला घेतला असता. इतकी का हो मी दुष्ट आहे? सांगा पाहू मला-”

“निर्मला, तू दुष्ट नाहीस गो. त्याला तू स्वप्नात समजा भेटलीस, तर एकसारखी त्याची काळजी नाही का करणार? माझ्यापेक्षा तुझ्यावर त्याची अधिक माया आहे बघ. तू त्याला विसरून जावीस, म्हणून तो तुझ्या स्वप्नात येत नाही बघ— असं मला आपलं वाटतं.” नाना त्याचा खुलासा करीत म्हणाले.

नानी आवंढा गिळून म्हणाल्या,

“कशी मी त्याला विसरू? अहो, तो माझ्या पोटचा गोळा आहे... नऊ महिने नऊ दिवस मी त्याचा या उदरात सांभाळ केलाय! ग्रहणाच्या दिवशी ग्रहण सुटेपर्यंत पाण्याचा थेंब तोंडात घेतला नाही, की इकडची काडी तिकडे केली नाही... नि तुम्ही म्हणताय की, मी त्याला विसरण्यासाठी तो माझ्या स्वप्नात येत नाही!”

“निर्मला, तू अशी डोळ्यांत पाणी आणतेस, म्हणून मी त्याचा विषय कधी तुझ्यासमोर काढत नाही.” नाना पलंगावर उठून बसत म्हणाले.

“मी रडत नाही होऽऽ” नानी पदर डोळ्याला लावीत म्हणाल्या.

“मग?”

“असेच डोळे भरून आले बघा–”

नाना विषयांतर करीत नानीला म्हणाले,

“आज एक चांगलं काम मी केलं बघ.”

“कोणतं तुम्ही चांगलं काम केलंय?”

“अगं, तो भागनाक वारला. त्याचे दिवस करायला मी त्याच्या मुलाला दहा रुपये दिले नि झऱ्याजवळच्या भातशेतीचं त्याच्याकडून गहाणखत करून घेतलं.”

"आता ते दारू-मटण खाऊन पैसे खर्च करतील नि गहाणखत सोडवून घ्यायचं नाव काढणार नाहीत."

"दुर्दैव त्यांचं! आपण त्याला काय करणार? मोरूचा त्या जमिनीवर डोळा होता." —नाना.

"अहो, आता मोरू सावकार आपल्यावर चिडणार बघा."

नानी मनातून थोड्या घाबरल्या होत्या.

सैतानाचं नाव घेतल्यावर सैतान दारात दत्त म्हणून हजर व्हावा, तसं नारायण तुरुतुरू चालत नानांच्या जवळ आला नि त्यांना आवंढा गिळून म्हणाला, "नाना, मोरू सावकार आल्येत. मी त्यांना बैठकीच्या खोलीत बसवून आलोय."

"चांगलं केलंस." अंगात सदरा घालीत नाना म्हणाले.

"अहो, ते तिरसट स्वभावाचे आहेत. त्यांच्या जवळ जास्त-कमी बोलू नका." नानी काळजीने म्हणाल्या.

"कळलं हो मला." नाना घसा खाकरीत म्हणाले.

नाना मंद पावलं टाकत बैठकीच्या खोलीत आले. मोरू सावकार धुमसतच खुर्चीत बसले होते. साधा सुती सदरा नि धोतर त्यांच्या अंगावर होतं. डोक्यावर काळी टोपी होती नि दोन भुवयांच्या मधोमध त्यांनी गोपीचंदनाचा टिळा लावला होता. डोळ्यांत राग होता. त्यांना समोर पाहताच नाना तोंडभर हसले नि त्यांना नमस्कार करून "अलभ्य लाभ!" असे म्हणाले.

नानांच्याकडे वळून मोरू सावकार रागाने त्यांना म्हणाले,

"नाना, तुम्ही चालवलंय काय?"

इतक्यात त्यांच्या पुढ्यात नारायणाने गूळ-पाणी आणून ठेवलं. नाना त्यांना म्हणाले,

"मोरूअण्णा, आधी गूळ-पाणी घ्या; मग आपण बोलू."

"मी या ठिकाणी तुमच्याकडे गूळ-पाणी घ्यायला आलो नाही; समजलं?" मोरूअण्णा मोठा आवाज करीत म्हणाले.

"घरी आलेल्या माणसाचा आदर करून त्याला गूळ-पाणी देणे, ही आपली संस्कृती आहे. त्याचा तुम्ही अव्हेर करीत असाल, तर मी तुम्हाला काय बोलणार?" –नाना.

"माझ्या घशातला घास काढून तुम्ही तुमच्या तिजोऱ्या भरा नि गूळ-पाणी देऊन आमची बोळवण करा. व्वा! काय तुमची संस्कृती आहे!" मोरूअण्णा

त्वेषाने बोलले.

नानांची सहनशीलता आता संपली होती. आधी ते त्यांच्याशी सभ्यतेने बोलले, परंतु त्याचा उलटा परिणाम होऊन मोरूअण्णा त्यांनाच दोन शब्द सुनवीत होते. आता गप्प बसून जमायचं नाही, हे नानांच्या ध्यानात आलं होतं. किंचित आवाज चढवून त्यांनी मोरूअण्णांना विचारलं,

"मोरूअण्णा, मी कुणाचं घोडं मारलंय, हे मला कळलं नाही हो— जरा तुम्ही सांगितलंत, तर बरं होईल."

"नाना, तुम्ही वेड घेऊन पेडगावला जाताय. तुम्हाला सर्व गोष्टी ठाऊक आहेत, तरीसुद्धा तुम्ही त्या गोष्टी माझ्या तोंडून वदवून घेताय."

"मला काहीही ठाऊक नाही, म्हणून मी तुम्हाला विचारतोय."

नानासुद्धा जशास तसे उत्तर देऊ लागले.

"नाना, तुमच्या गळ्यात जानवं आहे, तसं माझ्याही गळ्यात जानवं आहे. तुम्ही गावात मोठे खोत असलात, तरी मीही छोटा का होईना– खोत आहे."

"बरं, मग?"

"तुम्ही त्या रामनाक महाराला घरी बोलावून पैसे देऊन झऱ्याजवळच्या भातशेतीचे गहाणखत लिहून घेतलंत. त्या आधी तो माझ्याकडे पैसे मागत होता. मी त्याला व्याजाने पैसे देणारच होतो, एवढ्यात तुम्ही आमचा व्यवहार मुद्दाम फिसकटून टाकलात. बोला– तुम्ही असं का केलंत? त्याच्या लग्नालासुद्धा मीच पैसे दिले होते. ते कर्ज अजून त्याच्या अंगावर आहे."

मोरूअण्णांचं उर्मट बोलणं ऐकून नानांना राग आला होता. ते आवाज मोठा करून त्यांना म्हणाले,

"मोरूअण्णा, माझे पैसे घे म्हणून मी रामनाकाच्या मागे लागलो नव्हतो. त्याची अडचण आहे, म्हणून मी त्याला पैसे दिले; यात माझं काय चुकलं, ते तुम्ही मला सांगा. तुम्ही त्याला विचारायचे सोडून तुम्ही माझ्याकडे का आलात? यापुढे तुमच्या कोणत्याही प्रश्नाचे उत्तर द्यायला मी बांधील नाही. दरवाजा उघडा आहे. तुम्ही आता या." नाना भडकले होते.

"नाना, याचा परिणाम वाईट होईल– एवढं तुम्ही लक्षात ठेवा."

"मला त्याची पर्वा नाही." नानांच्या नाकाचा शेंडा लाल झाला होता.

"ठिकाय, येतो मी."

"दरवाजा उघडा आहे." नाना पुन्हा म्हणाले.

मोरू सावकार तणतणत निघून गेले. ते गेल्यानंतर नानांच्या जवळ येत, नानी काळजीच्या सुरात त्यांना म्हणाल्या,

"अहो, त्या माणसाला नाहक कशाला दुखावलंत? ते आता आपल्यावर डूख धरतील. कुळांना आपल्या विरोधात फितवतील. फार वाईट बुद्धीचा माणूस आहे तो."

"निर्मला, भुंकणारा कुत्रा कधी चावत नाही– एवढं तू लक्षात ठेव. आपली कुळं त्याचं काहीही ऐकणार नाहीत. त्याला फक्त पैशाला पैसा कसा जोडायचा, एवढं माहीत आहे नि मला माणूस माणसाशी कसं जोडायचं, हे ठाऊक आहे."

"अहो, माझं तुम्हाला कळकळीचं सांगणं आहे की, इथून पुढे तुम्ही त्यांच्यावर विश्वास टाकून कामं करू नका."

"ते माझ्या लक्षात आलंय." –नाना.

नाना रागाने थरथरत उभे होते. नानी त्यांच्या हालचाली निरखत, त्यांची काळजी करीत त्यांच्यासमोर उभ्या होत्या. हल्ली नाना छोट्या-छोट्या कारणांनीदेखील पट्कन चिडत होते. त्यामुळे नानींना त्यांची काळजी वाटू लागली होती. बऱ्याच वेळाने नाना शांत झाले. नानी त्यांना खालच्या आवाजात म्हणाल्या,

"तुम्हाला थोडं ताक आणू प्यायला? म्हणजे तुम्हाला बरं वाटेल."

नानींचं बोलणं ऐकूण नाना मिस्कील हसत म्हणाले,

"आण पाहू प्यायला ताक—"

नानी लगबगीने स्वयंपाकघरात गेल्या नि एका पेल्यात पांढरं शुभ्र, घट्ट ताक घेऊन आल्या. ताकाचा पहिला घोट घेऊन झाल्यावर नाना खूश होत म्हणाले, "व्वा! या ताकाची काय मस्त चव आहे!"

"अहो, सकाळीच मी हे ताक केलं होतं."

"तुझ्याशिवाय दुसरं कोण असं घट्ट ताक बनवू शकेल? इंग्लडची राणी कधी चुकून आपल्या गावात आली, तर मी तिला तुझ्या हातचा ताकाचा प्याला प्यायला देईन हो. ताक पिऊन तीसुद्धा तुझ्यावर खूश होईल, म्हटलं!" नानांचा आता गेलेला मूड पुन्हा आला होता.

"अहो, तुम्ही मला हरभऱ्याच्या झाडावर चढवताय, हे न कळण्याइतकी मी दुधखुळी नाही म्हटलं."

"गो निर्मला, मी खरं तेच तुला सांगत्योय. तुझ्या हाताला भारी चव आहे, हे मी तुला पुन्हा एकदा सांगतोय."

त्या ठिकाणी क्षणभर शांतता पसरली. नाना छतावर टांगलेलं सुंदर झुंबर डोळ्यांनी पाहत होते. ते काचेचे सुंदर झुंबर त्यांनी कैक वेळा तरी पाहिलं होतं, तरी त्यांच्या मनाचं समाधान होत नव्हतं. बैठकीच्या खोलीत असलेल्या प्रत्येक वस्तूला त्यांच्या वडिलांच्या हातांचा स्पर्श झाला होता, म्हणून नानांना त्या वस्तूंचं अप्रूप वाटत होतं. त्यांवर त्यांचा लोभ जडला होता. त्या निर्जीव वस्तूंमध्ये त्यांचा जीव गुंतला होता.

नानांच्या कानांवर फाटक उघडल्याचा आवाज आल्यावर त्यांनी चमकून त्या दिशेला पाह्यलं. हातात बंदूक घेऊन दादा ऐटीत येत होता. नाना बंदुकीला घरात कुणालाही हात लावून देत नसत. त्यांची तशी घरात सक्त ताकीद होती. नानांना दादाचा राग आला. त्यानं घरात पाऊल टाकल्याबरोबर नानांनी त्याला विचारलं,

"दादा, बंदूक घेऊन कुठे गेला होतास?"

"बाबा, ब्राह्मणवाडीत वानरांनी उच्छाद मांडला होता. त्यांना पळवून लावण्यासाठी मी बंदूक घेऊन गेलो होतो. त्या वानरांनी घरांचं-गोठ्यांचं खूप नुकसान केलं होतं."

"मला विचारल्याशिवाय बंदुकीला हात लावायचा नाही, हे तुला ठाऊक नव्हतं का?" —नाना.

"जाऊ दे हो– तो अजून लहान आहे." नानी त्याला पाठीशी घालीत म्हणाल्या.

"निर्मला, तू मधे बोलायचं नाहीस. कळलं?"

"झाली त्याच्या हातून एकदा चूक." –नानी.

"निर्मला, मी तुला मधे बोलायचं नाही म्हणून एकदा सांगितलंय." नानांचा आवाज किंचित वाढला होता.

नानांचा आवाज चढल्यामुळे नानी तोंड मिटून गप्प बसल्या. नानांनी पुन्हा एकदा दादाला कडक भाषेत विचारलं,

"बोल— मला न विचारताच तू माझ्या बंदुकीला का हात लावलास? बंदूक म्हणजे तुला जत्रेतलं खेळणं वाटतं की काय?"

"बाबा, मी आईला सांगून बंदूक नेली होती." दादा भीत-भीत म्हणाला.

"निर्मला, दादा काय म्हणतोय, हे खरं आहे का?"

नानांनी नानींकडे मोर्चा वळविला होता.

"होय, मीच त्याला घेऊन जायला सांगितलं होतं."

"बंदुकीची गोळी लागून उद्या कुणाचा जीव गेला असता, तर त्याला कोण जबाबदार राहिलं असतं— तू का मी? बोल."

नानींनी मान खाली घातली होती. नानांपुढे काय बोलावं, हे त्यांना सुचेचना. दादाला परवानगी देऊन आपण मूर्खपणा केला, असं आता नानींना वाटू लागलं होतं. भीतीने त्यांच्या पोटात गोळा आला होता. दादा बंदूक हातात धरून थरथर कापत उभा होता.

दादाकडे पाहत नाना त्याला म्हणाले–

"एक वेळ मी तुला माफ करतो. पुन्हा अशी चूक करू नकोस."

"बाबा, मी पुन्हा अशी चूक करणार नाही." दादाच्या तोंडातून हे शब्द बाहेर कसेबसे पडले.

नाना त्याला समजावीत म्हणाले,

"दादा, तू अजून लहान आहेस. उद्या तू मोठा झालास, तर मी तुला अडविणार नाही. जा तू आता. माझी बंदूक होती त्या ठिकाणी व्यवस्थित लाव."

त्यांचं बोलणं ऐकून दादाचा जीव भांड्यात पडला. बंदूक घेऊन त्याने आत धूम ठोकली. त्याला जेवायला देण्यासाठी नानीसुद्धा त्याच्या पाठीमागे गेल्या.

दादा हात-पाय धुऊन चौरंगी पाटावर जेवायला बसला होता. नानींनी त्याच्या पुढ्यात पान ठेवलं तसा तो खाली मान घालून तोंडातून चकार शब्द न काढता तोंडात घास कोंबू लागला. मगाच्या प्रसंगाने त्याला नानांचा राग आला होता. तो राग त्याच्या गोबऱ्या गालांवर, डोळ्यांत स्पष्ट दिसत होता. नानींनी ते चट्कन ओळखलं. त्या त्याच्याजवळ बसत त्याच्या पाठीवर मायेनं हात फिरवीत शांतपणे त्याला म्हणाल्या—

"दादा, त्यांनी तुझ्या भल्यासाठी चार गोष्टी सांगितल्यात, त्याचा राग तू मनात धरू नकोस."

"मग नानांनी मला आधी समजावून सांगायला पाहिजे होतं."

नानींच्या डोळ्यांत पाहत दादा म्हणाला.

"बाळ, त्यांचं बोलणं तसंच आहे. त्यात आधी मोरूअण्णांची नि त्यांची व्यवहारावरून थोडी वादावादी झाली होती. मनात राग असला की माणूस तो आधी जवळच्या माणसावरच काढतो, हे तुला कळायला आणखी काही वेळ लागेल."

"मी तालुक्याला शिकायला होतो, तेच बरं होतं. तिथे मला असं कुणी

ओरडत नव्हतं. ताई नि भावोजी आम्हा दोघांना किती जीव लावायचे! तुम्ही मला शिकूनसुद्धा दिलं नाहीत.''

नानी त्याला समजावीत म्हणाल्या,

''हे बघ बाळ, चंदू घर सोडून निघून गेल्यामुळे आम्ही दोघं खूप घाबरून गेलो होतो रे. तुला गावी आणण्याचा निर्णय आम्हा दोघांचा आहे. तुझे बाबा चंदूची आठवण आली की, अजूनही डोळ्यांतून पाणी काढतात. त्यांच्या तिन्ही मुलांवर त्यांचा भारी जीव आहे रे. ते बोलले तरी मनाने खूप निर्मळ आहेत. मी त्यांची तरफदारी करत्येय, असं तू समजू नकोस.'' नानींचा उर मायेनं भरून आला होता.

पाण्याचा घोट घेऊन दादा तिला म्हणाला,

''आई, मी आजपासून नानांशी अबोला धरणार आहे.''

त्याचे शब्द ऐकून नानींच्या डोळ्यांत टच्कन पाणी आलं. दादाला अडवीत रुद्ध कंठाने त्या म्हणाल्या,

''बाळ, तुला माझी शप्पथ आहे. असं करू नकोस.''

''मग मला त्यांनी असं टाकून का बोलावं? सांग—'' खरकटा हात मोरीत धूत म्हणाला.

''मला ते बोलतात म्हणून मी तो राग मनात ठेवत नाही. तू त्यांच्याशी अबोला धरणार नाहीस. जर तू तसं केलंस, तर मीही तुझ्याशी बोलणार नाही.'' नानी निश्चयाने म्हणाल्या.

''आईऽऽ''

दादा पुढे काही बोलू शकला नाही. त्याने नानींच्या गळ्याला आवेगाने मिठी मारली.

❏❏❏

१३.

शिमग्याचा सण अगदी जवळ आला होता. फाल्गुन मासाचा पहिला आठवडा उलटून दुसरा आठवडा सुरू झाला होता. आभाळात वणवा पेटला होता, त्यामुळे ऊन मी म्हणत होतं. कडक उन्हामुळे धरणी अगदी भाजून निघत होती. आंबे पाडाला आले होते. पाडाला आलेल्या आंब्यांवर केशरी रंग उठून दिसत होता. त्यांचा घमघमाट अख्ख्या रानात सुटला होता. करवंदीच्या जाळ्यांवर पांढरी फुलं उमललेली दिसत होती नि सातविणीच्या झाडावर असलेली फुलं वाऱ्याच्या झोताबरोबर मनसोक्त डोलत होती. गावात कवळ-तोडणीचा हंगाम सुरू झाल्यामुळे रानातील झाडं उघडी-बोडकी झाली होती. त्यामुळे वातावरणामधील रखरखाट आणखी वाढला होता. अंगाची नुसती काहिली होत होती.

शिमग्याचा सण आनंदात साजरा करण्यासाठी प्रत्येक वाडीत रात्री बैठक व्हायची. मानापमानाच्या मुद्द्यावरून रात्र-रात्र बैठक चालू असायची. कुणी माघार घेत नसे. एखादा माघार घेऊ लागला, तर दुसरा त्यात आणखी भर घालून तो वाद चालूच ठेवायचा. त्यामुळे गावातील वातावरण तापलं होतं.

तांबडवाडीचे काही मोजके लोक वाड्यावर आले नि नानांना विनंती करीत म्हणाले,

"नाना, आमच्या वाडीत शिमग्याच्या सणावरनं कंदाल सुरू हाय. आज राती आमची झोलाईच्या देवळात बैठक हाय. तवा तुमी येऊन न्याय करा. आमी बैठका घेऊन दमलो बगा. कोन बी आमचं आयकून घेईनात."

"अस्सं! मग मी बैठकीला येतो. कोण ऐकत नाही, तेच मला पाह्यचंय." नाना आवेशाने म्हणाले.

"नाना, आमी तुमची वाट बगतो."

"ठिकाय, या तुम्ही." —नाना.

नानांचा शब्द घेऊन तांबडवाडीचे लोक परत गेले. नाना बैठकीला आल्यावर हमखास तोडगा निघेल, याची त्यांना पूर्ण खात्री होती. म्हणून रात्री झोलाईच्या देवळात बैठक आहे, असं त्या लोकांनी वाडीत घरा-घरांत जाऊन सांगितलं. वाडीने झोलाईचं देऊळ स्वच्छ झाडून लोकांच्या बसण्याची व्यवस्था केली. झोलाईचे देऊळ वाडीच्या अगदी मधोमध होतं. त्यामुळे ते लोकांच्या सोईचं होतं.

एका हातात मेसाची लांबुडकी रंगीत काठी नि दुसऱ्या हातात कंदील घेऊन नानांनी रात्रीचं जेवण उरकून वाड्याबाहेर पाऊल टाकलं. ते बाहेर पडल्यावर नानी त्यांना काळजीच्या सुरात म्हणाल्या, "अहो, रात्रीची वेळ आहे. सोबत कुणाला तरी घेऊन जा."

नानींचं बोलणं उडवून लावीत नाना म्हणाले, "निर्मला, डेंगभर अंतरावर जाण्यासाठी मला सोबत कशाला? मला रात्री यायला उशीर होईल. तू जागत बसू नकोस. झोपून जा." बाहेर गडद अंधार पडला असल्यामुळे नानींच्या डोळ्यांत काळजी झाकोळून आली होती. नाना निघून गेल्यावर त्या अंथरुणावर येऊन पडल्या. काही केल्या त्यांच्या डोळ्यांत झोप येईना.

कंदिलाच्या मिणमिणत्या उजेडात नाना झपझप पावलं उचलत होते. त्यांच्या पायांत जाड कातडीच्या वहाणा होत्या. तांबड्या पाऊलवाटेवरून चालताना त्यांच्या पायाखाली मुरमाचे खडे फुटत होते. एखाद्या झंझावाताप्रमाणे त्यांची स्वारी तांबडवाडीच्या दिशेने चालत निघाली होती. बोचरा वारा त्यांच्या अंगाशी झोंबाझोंबी करीत होता. हातातील काठी जमिनीवर आपटत नाना चालत होते; जेणेकरून त्यांच्या पाऊलवाटेवर रात्रीच्या वेळी पडलेले जनजनावर जमिनीवर बसलेल्या दणक्यामुळे रस्त्यावरून बाजूला जाईल. चुकून त्याच्यावर पाय पडला, तर कंदिलाच्या उजेडात त्याला मारून टाकण्यासाठी हातातील काठीचा त्यांना उपयोग होणार होता. म्हणून रात्री कुठे जायचं असेल, तर नाना हातात कंदील नि काठी घेतल्याशिवाय बाहेर कधी पडत नसत.

वात कमी करून नानांनी हातातील कंदील नि काठी देवळाच्या कठड्यावर ठेवली. झोलाईदेवीला दोन्ही हात जोडून नमस्कार करीत नाना आत आले. नाना देवळात आल्यावर सगळीकडूनच 'राम-राम नानाऽ' असा आवाज उठला. नाना बैठकीत विराजमान झाल्यावर बैठकीला सुरुवात झाली.

नाना बैठकीत मांडी घालून निवांत बसले. नंतर त्यांनी हातात पितळी नक्षीदार अडकित्ता घेतला नि ते ओली सुपारी कातरू लागले. त्यांच्या डाव्या हाताच्या तळहातावर कातरलेली सुपारी जमा झाल्यावर ती त्यांनी तोंड उघडून फक्कन तोंडात

टाकली. ओल्या सुपारीची चव त्यांच्या तोंडात पसरू लागली. काही जण चिलमी पेटवून त्याचा धूर छातीत भरून घेत होते. त्यामुळे झोलाईचं देऊळ चिलमींच्या धुरात बुडून गेलं होतं. दिवसभर शेतात उन्हात राबलेली माणसं देवळातील खांबांना, भिंतीला पाठ टेकून बसली होती. आपले पाय देवीच्या दिशेला जाऊ नयेत याची ते काळजी घेत होते. त्यांच्या डोळ्यांत झोलाईदेवीबद्दल अपार श्रद्धा होती. तिचा कोप फार वाईट आहे, हे त्यांना ठाऊक होतं. त्यांचं जगणं-मरणं फक्त देवीच्या हातात आहे, असं त्यांना वाटत होतं.

तोंडातील ओली सुपारी चघळत नाना म्हणाले—

''लोकहो, यंदाचा शिमगा सण आपण आनंदाने पार पाडायचा आहे. सणात कोणतीही भानगड होता कामा नये. सणात भानगड झाली की, गावात गोरे पोलीस येतील नि भानगडी होऊ नयेत म्हणून ते आपल्या शिमगा सणावर बंदी घालतील. तालुक्याचे मामलेदार गावात येऊन कलम १४४ लागू करतील. मग आपल्याला काहीच करता येणार नाही. तालुक्यातील काही गावांत शिमग्याच्या सणात भानगडी होतात, म्हणून इंग्रज सरकारने या सणाला तिथे बंदी घातली आहे, हे मी या ठिकाणी मुद्दाम सांगत आहे. तसं आपल्या गावात आपल्याला होऊ द्यायचं नाही.'' एवढं बोलून नाना मोकळा श्वास घेण्यासाठी थांबले नि पुन्हा त्यांनी आवाज मोठा करून बोलायला सुरुवात केली— ''मंडळी, ज्या वाडीत पालखी जाईल, त्या वाडीत घरघर पालखीबरोबर जाणाऱ्या लोकांचं जेवण करण्यासाठी मी तीन पायली भात नि एक पायली नाचणी देणार आहे. तसेच देवीला जो खर्च होणार आहे, तो संपूर्ण खर्च माझा असेल. पालखीत देवीला नारळ-सुपारी, तांदूळ, चोळीचा खण, पैसे इत्यादी जे मिळेल; त्यावर गावच्या गुरवाचा हक्क असेल. या गोष्टी मी मुद्दाम आधी सांगतो, कारण नंतर त्यापायी भानगडी होता कामा नयेत. आता तुमचा काय विचार आहे, तो मला सांगा पाहू—''

कानांत जीव आणून लोक नानांचं बोलणं ऐकत होते. त्यांचं बोलणं लोकांना पटलं होतं. पिकलेल्या दाढीवर उजवा हात फिरवीत वाडीचा पुढारी असलेला सोनू गावडे घोगऱ्या आवाजात म्हणाला,

''नाना, बराबर बोलले. सणात द्येवाधरमापायी कंदाल झाली, तर सरकारी मान्सं आपला देव उचलून तालुक्याला नेतील. मग त्याचा तरास अख्ख्या गावाला व्हईल. असं आपुन कंधी व्हवून द्यायाचं न्हाय बगा.''

''शिमग्याचा सण आपुन सर्वांचा हाय. याला समद्यांचा हात-बोट लागायला

पाह्यजे.'' —काश्या.

''मांगच्या सणाला गावात देवीची आमी इकडे पालखी फिरवीत हुताव नि तुक्या पाष्टे रानात जाऊन नाकडं तोडीत हुता.'' शंकर गावडे आवेशाने म्हणाला.

''पर त्यानं गावाची नंतर माफी मागितली नि दोन पैसं दंड दिकून भरला. न्हाय तर बैठकीत त्याला वाळीत टाकण्याचा लोकांनी इच्चार केला होता.'' सोनू गावडे त्याचा खुलासा करीत म्हणाला.

''मी म्हनतो, अशी येळच का यावी?'' तोंडातील थुंकी उडवीत काश्या मोठ्या आवाजात म्हणाला.

''मंडळी— मागे जे काही झाले, ते पुन्हा उकरून काढायचं नाही. त्याचा उपयोग काही होणार नाही.'' लोकांना समजावीत नाना म्हणाले.

गावात-वाडीत बैठक असली की, लोक त्यात एकमेकांची उणी-दुणी काढतात— मागे घडलेल्या घटनांचा राग मनात ठेवून बैठकीत पुन्हा तो वाद उपस्थित करतात. त्यामुळे कधी कधी बैठकीतच हाताला हात भिडण्याची वेळ येते, म्हणून नानांनी बैठकीत 'मागचं काही उकरून काढायचं नाही' म्हणून स्पष्ट शब्दांत सांगून टाकलं. त्यांचं बोलणं ऐकून बैठकीत थोडा वेळ शांतता पसरली. लोक एकमेकांच्या तोंडाकडे पाहत होते. नानांचं बोलणं तोडण्याची कुणाला बिशाद लागून गेली नव्हती. धूर ओकून चिलमी आता थंडावल्या होत्या. बुडाला छापी गुंडाळून लोकांनी त्या कनवटीला लावल्या होत्या. गडद रात्र वाऱ्याबरोबर पळत होती. बोचरी थंडी हाडांमध्ये भिनत होती नि रातकिड्यांचा भेसूर आवाजात बेंडबाजा सुरू होता.

कोरड्या शुष्क ओठांवर ओलसर जीभ फिरवीत सोनू गावडे म्हणाला,

''नाना, आनकी येक तिडा हाय... त्यासाठनं आमी तुमास्नी बलवून घेटलं होतं.''

''हे बघा, तुम्हाला काय अडचण असेल ती तुम्ही मला या वेळी निःसंकोचपणे सांगा. आपण सगळे त्या गोष्टीवर विचार करून निर्णय घेऊ. मनात कसली शंका बाळगायचं काहीच कारण नाही. आपण सर्व जण एकाच कुटुंबातील आहोत, असं समजू.''

बैठकीत नानांनी लोकांच्या काळजालाच हात घातला होता. त्यामुळे लोक त्यांच्याकडे कृतज्ञतेने मान वळवून पाहू लागले. घसा खाकरून सोनू गावडे म्हणाला,

''नाना, शिमग्याच्या सणामंदी पाच दिस बाप्यानं लुगडं नेसून नाचायचं, हा आपल्या गावात वाडवडलांपासनं चालत आलेला रिवाज हाय.''

"बरं, मग? हे सगळ्यांनाच ठाऊक आहे." –नाना.

"हे जरी समद्यांना ठाव असलं, तरी औंदा ज्या घरामंदी लुगडं नेसून नाचायची पाळी आलीय, त्यो मला जमनार न्हाय म्हनतू. अशानं देवीचा आपल्या गावावं कोप हुनार न्हाय का? मागं तापसरी आली, त्यात किती तरी मान्सं मरून गेली. आता ती तापसरी पुन्नींदा आपल्या गावामंदी शिरायला वकुत लागंल व्हय? आता नाना, तुमीच याचा न्याव करा. उंद्याच्याला तुमी म्हणाल– असं होतं तर तुमी मला का न्हाय सांगितलंन् म्हनून!"

एवढं बोलून सोनू गावडे मोकळा श्वास घेऊ लागला.

"सोनू, तू माझ्या कानावर ही गोष्ट घातलीस, ते फार बरं झालं. आपण त्याचा आत्ताच विचार करू."

"औंदा योक जण असा म्हणला, तर म्होरल्या वर्सी वाडीत कुनी बी लुगडं नेसून देवीम्होरं नाचकाम करनार न्हाय बगा." परटाचा शामू घाग म्हणाला.

"असं मुळीच होणार नाही. लुगडं नेसणार नाही असं म्हणाला, त्याचं नाव आता तुम्ही सांगा!" नाना अवघडलेली मांडी बदलीत म्हणाले.

"तुक्या गावडे म्हणाला जी. त्यो सोत्ताला मोट्ठा बॅलिस्टर समजायला लागलाय. त्याला कसली अक्कल म्हनून न्हाय!" सोनू गावडे किंचित आवाज मोठा करीत म्हणाला.

बैठकीत तुक्या गावडे हजर होता. सगळ्यांच्या नजरा त्याच्या दिशेने वळल्या. तुक्या गावडे अपराधी चेहरा करून बसला होता. त्याने मोठा गंभीर गुन्हा केला आहे, अशा तऱ्हेने लोक त्याच्याकडे जळजळीत नजरांनी पाहत होते. इतक्यात नानांनी त्याला करड्या आवाजात विचारलं.

"तुक्या, का रे असा करतोस? याचा परिणाम काय होईल, याची तुला जरा तरी कल्पना आहे का?"

"आरं, देवीचा कोप झाला की, तुज्या घराचा सत्यानास व्हईल. तुज्या वंशाचा बी दिकून गावात ऱ्हानार न्हाय. देवीचं पानी लई कडक हाय. राती सपनात येऊन तुजा ती गळा दाबंल. लई ऊत-मात करू नगंस आयपांडरीत." परटाचा शामू घाग दात-ओठ चावत म्हणाला.

"मंडळी, मधे कोणीही बोलायचं नाही; मी त्याला काय ते विचारीन." नाना सगळ्यांना ताकीद देत म्हणाले.

"व्हय नाना, आमी आता मंदी बोलनार न्हाय. तुमीच त्याला त्याचं म्हन्नं इचारा." सोनू गावडे दोन्ही पाय पोटाजवळ ओढून घेत म्हणाला.

"तुक्या, तू उठून उभा राहा नि तुझं म्हणणं काय असेल, ते सांग."
-नाना.

बैठकीतील जळजळीत नजरा चुकवीत तुक्या गावडे उभा राहिला. आता तो घाबरला होता. त्याचे हात-पाय भीतीने लटलट कापत होते. बोचऱ्या थंडीतदेखील त्याला घाम सुटला होता. हाताच्या तळव्याने त्याने कपाळावरचा घाम पुसून घेतला नि केविलवाण्या नजरेने नानांकडे पाहत तो अडखळत बोलू लागला...

"नाना... मला लुगडं नेसायला जमणार न्हाय."

"का नाही जमणार, ते सांग पाहू?" —नाना.

"नाना... तुमास्नी सांगायचं म्हंजी... माजी बायकू मंजुळा मला म्हणाली की... तुमी बाईवाणी लुगडं नेसलाव की मी तुम्हाला सोडून माज्या माह्येरी निंगून जाईन. पुनींदा कंधी नांदायला मी येनार न्हाय!"

"तुझी बायको तुला सोडून गेली, तर मी तुझं दुसरं लग्न करून देईन. आता बोल!" नानांनी त्याची ती अडचण झट्कन सोडवून टाकली.

"नाना, तरी दिकून... मला लुगडं-चोळी घालून नाचायला जमनार न्हाय."

"का?"

"मला शरम वाटत्ये. शिमगा झाला की लोक मला 'नाच्या' म्हनून चिडवतील... तवा मी तुमास्नी हात जोडतो. मला तुमी लुगडं नेसवू नका." तुक्या गयावया करीत म्हणाला.

नाना त्याच्याकडे रागाने पाहत कडाडले—

"रांडच्या, लुगडं-चोळी घातलंस तर तू बाप्याचा बाई होणार नाहीस. पण नाही नेसलं तर तर तू नक्की बाप्याचा बाई होशील नि तुला आमी गावाच्या बाहेर काढू. तेव्हा काय करायचं, हे तू ठरव. तुला मी पुन्हा एकदा संधी देतो. बैठकीत आमचा एकदा निर्णय झाला की, तू आमचे पाय जरी धरलेस तरी आम्ही आमचा निर्णय बदलू शकणार नाही; मग तुझं नशीब आणि तू. आम्हाला त्याच्याशी काहीही देणं-घेणं नाही. कळलं?"

नानांचं बोलणं ऐकून तुक्या गावडेला घेरी आल्यासारखं वाटू लागलं. झोलाईचं देऊळ डोळ्यांपुढे गरगर फिरल्यागत त्याला वाटू लागलं. 'इकडे आड नि तिकडे विहीर' अशी त्याची द्विधा मन:स्थिती झाली होती. गावात राहून त्याला लोकांचा रोष पत्करून जमणार नव्हतं. त्याचे काय परिणाम भोगावे लागतील, याची त्याला कल्पना होती. नानांच्या विरोधात बोलण्याचं बळ त्यांच्या अंगात मुळीच नव्हतं. लुगडं-चोळी शिमग्याच्या सणात फक्त पाचच

दिवस घालण्याचा प्रश्न होता. त्याला त्याचा वंश पुढे वाढवायचा होता. झोलाई-देवीचा कोप त्याला ठाऊक होता.

तुक्याच्या डोळ्यांत टचकन पाणी आलं. त्याचा कंठ दाटून आला. तो दोन्ही हात जोडून बैठकीत नानांना रुद्ध कंठाने म्हणाला,

"नाना, मी चुकलो... मला एक डाव माफी द्या. मी तसं म्हणायला न्हाय पाह्यजे होतं. पर माज्या बायकूच्या सांगीनं मी असा वागलू बगा. मी शिमग्यात लुगडं-चोळी घालून देवीम्होरं नाचायला तयार हाय... मला तुमच्या पदरात घ्या."

त्याचा रडवेला चेहरा पाहून बैठकीला जमलेल्या लोकांना त्याची दया आली. लहान मुलाने आईच्या मांडीवर शी केली, तर कुणी मांडी कापून टाकत नाही. माणूस चूक करतो; त्याला माफी देण्यात काहीही गैर नाही, असं बैठकीत बसलेल्या लोकांना वाटत होतं. ते आता तुक्याकडे सहानुभूतीच्या नजरेने पाहत होते. नाना त्याला चार समजुतीच्या गोष्टी सांगत म्हणाले,

"तुका, तुला तुझी चूक कळून आली; आता आमचं काहीही म्हणणं नाही. कधी कधी चांगलं घडण्यासाठी वाईट निर्णय घ्यावे लागतात. तू मनाला वाईट वाटून घेऊ नकोस. काय लागलं-सवरलं, तर माझ्याकडे मागण्यासाठी तू नि:संकोचपणे वाड्यावर येत जा." नाना त्याला धीर देत म्हणाले.

"नाना, तुमी देवमानूस हाव." तुक्या गावडे डोळे पुसत म्हणाला.

"रांडच्या, तू मला देव बनवू नकोस. मी माणूस आहे, तेच बरं आहे. त्याच्या पायाजवळ बसण्याचीसुद्धा माझी लायकी नाही."

सोनू गावडे नानांना म्हणाला,

"नाना, गेल्या साली देवीचा चांदीचा मुखवटा करण्याचं गावानं ठरवलं होतं. त्याचं म्हणलं... काय करायचं?"

"सोनू, आपल्या गावाचा एकदा विचार झाला ना— मग ती काळ्या दगडावरची रेघ समजायची; त्यात बदल होणार नाही." नाना ठामपणे त्याला म्हणाले.

"नाना, खर्चाचं काम हाय, तवा..." सोनू अडखळत म्हणाला.

"अरे सोनू, मी या गावचा खोत आहे. मुखवटा करायला जेवढा पैसा लागेल, तेवढा मी देणार आहे. त्यामुळे तुम्ही लोकांनी खर्चाची चिंता करायची नाही. त्याचा हिशेब आपण शिमग्याचा सण झाल्यावर करू; आत्ता नाही."

नानांचं बोलणं ऐकून बैठकीला जमलेली माणसं एका सुरात मोठ्या आवाजात "झोलाईदेवीच्या नावानंऽऽ चांगभलंऽऽऽ" म्हणून ओरडली. तो आवाज गडद अंधाराला चिरत दूरवर ऐकू गेला. तो आवाज ऐकून दावणीला बांधलेली

गुरं धडपडत उठून उभी राहिली. गावात वाघ शिरला की काय, अशी त्यांच्या मनात भीती निर्माण झाली होती!

आता रात्र बरीच झाली होती. डोळ्यांत झोप उतरत होती नि माणसं जांभया देऊ लागली होती. डोळ्यांच्या पापण्या आपोआप मिटत होत्या. बैठकीत बोलून नानांचं तोंडसुद्धा आता दुखू लागलं होतं. बैठकीत बऱ्याच मुद्द्यांवर चर्चा झाली होती. सर्वानुमते त्यावर लगेच निर्णयसुद्धा झाले होते. त्यामुळे आजची बैठक फलदायी झाल्याचं नानांना वाटू लागलं. ते मनातून अगदी खूश झाले होते. कधी-कधी अख्खी रात्र चर्चा करूनसुद्धा एखाद्या मुद्द्यावर निर्णय होत नसे; मग तो मुद्दा अधांतरी सोडून बैठक बरखास्त करावी लागे. आज तसं काही घडलं नसल्यामुळे मीटिंगसाठी जमलेली सर्व मंडळी खूश दिसत होती.

दीर्घ सुस्कारा सोडून नाना उठून उभे राहिले. एकाच ठिकाणी बराच वेळ बसल्यामुळे त्यांचं अंग अवघडून गेलं होतं. पोटऱ्यासुद्धा दुखू लागल्या होत्या. नाना भली मोठी जांभई देत लोकांना म्हणाले, "बरं मंडळी, मी आता आपली रजा घेतो. रात्र बरीच झाली आहे. उद्या सकाळी पुन्हा मला लवकर उठायचंय."

सोनू गावडे पुढे होत म्हणाला, "नाना, आमी येतो की तुम्हाला पोचवायला—" नानांनी कंदिलाची वात मोठी केली. काचेवर काजळी आल्यामुळे अंधुक प्रकाश पडत होता. हातात काठी घेऊन नाना अंधुक प्रकाशात पाऊलवाट तुडवू लागले. त्यांच्यासोबत सोनू गावडे आणि तुक्या गावडे चालत होते. गडद अंधार पडला होता. आभाळात एखादी चांदणी लुकलुकताना दिसत होती. आभाळ बर्फागत थंड झालं होतं. दहा-पंधरा कासरे चालत पुढे आल्यावर सोनू गावडेला नाना म्हणाले,

"सोनू, वाडा आता जवळ आलाय. मी जाईन हो एकटा. तुम्ही घरी जाऊन झोपा आता. तुमचंसुद्धा जागरण झालंय."

"नाना, स्वत:ची काळजी घ्या." सोनू गावडे काळजीनं म्हणाला.

सोनू गावडे आणि तुक्या गावडे नानांना अर्ध्या वाटेवर सोडून माघारी वळले नि थोड्याच वेळात अंधारात दिसेनासे झाले.

कंदिलाच्या मिणमिणत्या उजेडात नाना हातातील मेसाची लांबुडकी काठी जमिनीवर जोराने आपटत झपझप चालत होते. आता त्यांच्या पायांचा वेग वाढला होता. वाडा जवळ येत होता. नानांच्या कानांवर आता घुबडाचा घूत्कार नि रातकिड्यांचा भेसूर आवाज पडत होता. नाना आपल्याच तंद्रीत मळलेली पाऊलवाट तुडवीत होते.

चार-पाच पावलं पुढे चालत गेल्यावर नानांना असं वाटू लागलं की, गडद अंधारात आपल्या मागून पाठलाग करीत कुणी तरी येत आहे. मोकळा श्वास घेऊन त्यांनी मान वळवून मागे वळून पाहिलं. परंतु त्यांना त्या अंधारात कुणीही दिसलं नाही. उंच झाडे हलताना दिसत होती. बोचरा वारा अंगाशी झोंबतोय, हे त्यांना जाणवत होतं नि उंच आकाशात एखादी चुकार चांदणी उन्मादाने लुकलुकताना डोळ्यांना दिसत होती— एवढंच त्यांच्या नजरेला पडलं. 'आपण उगाच घाबरलो!' नाना गालात हसले नि पुढे पाऊल टाकत आपल्याच नादात चालू लागले.

दुर्दैवाने त्यांना वाटलेली भीती नि झालेला भास अनाठायी नव्हता. नानांसाठी ती रात्र म्हणजे काळरात्र ठरली. त्यांना काही कळायच्या आधी झुडुपाआड लपून बसलेली माणसं झट्कन मागून-पुढून आली नि ती त्यांच्यावर काठ्यांचा वर्षाव करू लागली. अचानक झालेल्या हल्ल्याने नाना घाबरले. त्याही परिस्थितीमध्ये अंगावर पडणाऱ्या काठ्या ते अंदाजाने चुकवू लागले नि ते सर्व शक्तिनिशी त्यांना प्रतिकार करू लागले. चार-पाच धडधाकट इसमांच्या पुढे नानांची ताकद कमी पडू लागली. हे असं काही होईल, याचा नानांनी स्वप्नातदेखील विचार कधी केला नव्हता. थोडा वेळ नानांनी त्यांच्याशी दोन हात केले. नंतर डोक्यात काठीचा घाव वर्मी बसल्यावर नाना "आई गंऽऽ मेलो!" म्हणत एखाद्या वटवृक्षाप्रमाणे धाड्कन जमिनीवर कोसळले. नाना मयत झाले, असे समजून ते मारेकरी अंधारातून आले तसे नाहीसे झाले.

नाना तांबड्या पाऊलवाटेवर आडवे पडले होते. त्यांची शुद्ध हरपली होती. डोक्यातून रक्त ठिबकत होतं. हातातील काठी झुडपात पडली होती नि कंदील दगडावर पडून त्याची काच फुटली होती. पहाटेच्या कडाक्याच्या थंडीत नाना किती तरी वेळ जमिनीवर पडले होते. त्यांची वाट पाहून बसल्या-बसल्या नानींचासुद्धा डोळा लागला होता.

उजाडलं तेव्हा नाना रात्री आले नाहीत, म्हणून वाड्यात गोंधळ उडाला. पहाटे-पहाटे नानांना थोडी शुद्ध आली होती. "आई गंऽऽ" करीत ते कण्हत होते. सकाळी गुराखी जेव्हा त्या वाटेवरून गुरं घेऊन रानात जात होता, तेव्हा त्याला नाना जमिनीवर पडलेले दिसले. त्याने लगेच ती खबर वाड्यात जाऊन सांगितली. डोली करून नानांना तिघा-चौघांनी वाड्यात नेलं.

❑❑❑

१४.

नाना जखमी होऊन पलंगावर निपचित पडले होते. त्यांच्या सर्वांगावर माराच्या खुणा दिसत होत्या. त्यामुळे त्यांचं अंग काळं-निळं पडलं होतं. ते त्या प्राणघातक हल्ल्यातून नशिबाने वाचले होते. डोक्याला खोक पडली होती. नानींनी ताबडतोब कुलकर्णी वैद्यांना निरोप पाठवून बोलावून घेतलं होतं. जखमा झालेल्या ठिकाणी वैद्यांनी औषध लावून मलमपट्टी केली होती. औषधाचा काढा करून तो नानांना प्यायला लावला. वाड्याच्या बाहेर पडायच्या आधी नानींना धीर देत कुलकर्णी वैद्य म्हणाले,

"नानी, घाबरू नका. नानांना काहीही होणार नाही. मी एक दिवसाआड येत जाईन. मी दिलेले औषध मात्र त्यांना वेळच्या वेळी द्यायचं, हं?"

"तुमचे फार उपकार झाले हो—" नानींच्या डोळ्यांत पाणी आलं होतं.

"नानी, हे माझं कर्तव्य आहे."

कुलकर्णी वैद्य जाण्यासाठी निघाले, तेव्हा नानींनी नि:शब्दपणे त्यांना दोन्ही हात जोडून नमस्कार केला. त्यांच्या डोळ्यांत कृतज्ञतेचे भाव उमटले होते. दादा डोळ्यांतून टिपं गाळत नानांच्या पायाशी बसला होता. नाना कुणाशी काही बोलत नव्हते. वेदना सहन करीत नाना पलंगावर झोपले होते. नानी डोळ्याला पदर लावीत रुद्ध कंठाने स्वत:शीच पुटूपुटू लागल्या...

"तरी मी ह्यांना म्हणाले होते की, सोबत कुणाला तरी घेऊन जा म्हणून. ह्यांनी माझं ऐकलं नाही. त्या मोरूअण्णांनीच ह्यांच्यावर मारेकरी घातलेत; त्यांचं कधी चांगलं होणार नाही."

"आई, तू बोलत्येस ते खरं आहे का?" दादाच्या डोळ्यांत अंगार फुलला होता.

"त्यांच्याशिवाय अन्य कोणी या गावात हे असलं घाणेरडं काम करणार

नाही. ज्याने तरुणपणी आपल्या पहिल्या बायकोला जाळून मारलं, तो ह्यांच्यावर मारेकरी का नाही घालणार? परवा त्यांची नि ह्यांची रामनाकाच्या जमिनीवरून वाड्यात वादावादी झाली होती. त्या वेळी मोरूअण्णा ह्यांना 'बघून घेईन' असे म्हणाले होते. काल त्यांनीच रात्री मारेकरी घालून डाव साधला...'' नानी अश्रू पुसत म्हणाल्या.

"आई, मी याचा बदला घेईन!'' दादा त्वेषाने म्हणाला.

"बाळ, तू अजून लहान आहेस. जो वाईट कर्म करतो, त्याला सोमेश्वर त्याच्या कर्माची फळं भोगायला लावील.'' नानी त्याला समजावीत खालच्या आवाजात म्हणाल्या.

नारायण दादाच्या जवळ उभा होता. "नानी, नानांचं हे असं झाल्यापास्नं माज्या काळजाला आग लागलीय. ज्यानं असं केलंय, त्याच्या नरडीचा घोट घेटल्याबिगार मी ऱ्हानार न्हाय. माज्या नानांनी माझ्यासाठनं काय न्हाय केलंय! त्यांच्यामुळं माजी बायको-मुलं दोन घास खातात. माजं देवाला सांगणं हाय की, माजं जे आयुक्श ऱ्हाईलंय, त्ये नानांना दे...माजं काय बी म्हणणं न्हाय. पर नानांना लवकर बरं कर. त्ये या गावचे खोत हाईत. त्यांच्या बिगार या गावाला शोभा न्हाय.''

"नारायण, किती रे त्यांच्यावर जीव लावशील? अरे, तू त्यांच्या पाठचा भाऊ म्हणून का नाही जन्माला आलास?'' —नानी.

"नानी, त्ये माझे थोरले बंधूच हाईत. मला त्ये कंधी परका समजत न्हाईत.'' —नारायण.

"होय नारायण, तुझं बोलणं खरं आहे रे बाबा. तू त्यांचा धाकटा भाऊच आहेस.'' —नानी.

केळीच्या पानावर रक्तचंदनाचा लेप घेऊन वासंती आली नि ती नानींना खालच्या आवाजात म्हणाली,

"नानी, नानांच्या जखमांवर वैद्यांनी रगातचंदनाचा लेप लावायला सांगितलं व्हतं. मी लावू?''

"होय, पण सावकाश लाव. त्याचा त्यांना त्रास होता कामा नये. काळजी घे.''

"व्हय नानी, मी हलक्या हातानं लावीन. मंग त्यास्नी दुकनार न्हाय.''

वासंती ओणवी होऊन नानांच्या अंगावरील जखमांना हलक्या हाताने रक्तचंदनाचा लेप लावू लागली. डोक्यावरील जखमांना कुलकर्णी वैद्यांनी मलमपट्टी

केली होती. तिच्या हालचाली नानी, मुकुंदा, नारायण नि दादा पाहत होते.

तीन-चार दिवस मुकुंदा कामाच्या गडबडीत वासंतीला भेटला नव्हता. त्यामुळे आज काही झालं तरी तिला भेटायचंच, असं त्याने त्याच्या मनात ठरवून टाकलं होतं. वाड्यात तो तिच्याशी बोलण्याची संधीची वाट पाहत होता. ती तिचं काम आटोपून जेव्हा बाहेर पडली, तेव्हा तो सगळ्यांची नजर चुकवून तिच्या पाठोपाठ गेला नि तिला हळू आवाजात म्हणाला,

"वासंती, मी दुपारी आंघोळीला जाईन, तेव्हा तू मला बकुळीच्या झाडाजवळ भेटशील का?"

"व्हय." इकडे-तिकडे पाहत ती हळू आवाजात म्हणाली,

"मी वाट पाहतो." मुकुंदा तिच्या समोरून लगेच नाहीसा झाला.

रात्री नानांवर कुणी तरी मारेकरी घातले नि त्यात ते जखमी झाले आहेत, ही वार्ता गावात वाऱ्यासारखी पसरली नि त्यांना पाहण्यासाठी माणसं वाड्यात गर्दी करू लागली. नानांची दयनीय अवस्था पाहून स्त्री-पुरुषांचे डोळे पाणावले होते. नानांबरोबर अख्खा वाडा जखमी झाल्याप्रमाणे दिसत होता. गावात अफवांना ऊत आला होता. शंभर तोंडांनी माणसं शंभर गोष्टी बोलत होते. कुणाला धरबंद राहिला नव्हता. आभाळ सुन्न झालं होतं. जणू त्याचं काळीज कुणी तरी काढून नेलं होतं.

दुपार झाली होती. मुकुंदा आंघोळ करण्यासाठी खाडीकडे जाणारी पाऊलवाट तुडवीत होता. सकाळी त्याने वासंतीला बकुळीच्या झाडाखाली भेटायला सांगितलं होतं. 'ती आली असेल का?' ...त्याच्या मनात शंका आली होती. सकाळी त्याला तिच्या चेहऱ्यावर दुःखाचं सावट पडलेलं दिसत होतं. एरवी ती वाड्यात हसतमुख चेहऱ्याने काम करीत असायची. त्याचंसुद्धा कारण कळलं नव्हतं. तिचं दुःख जाणून घेण्यासाठी तो अधीर झाला होता.

मुकुंदा धापा टाकीतच बकुळीच्या झाडाखाली पोचला, तेव्हा त्याला धक्का बसला. वासंती अजून तिथे आली नव्हती. बकुळीचं झाड अगदी फुलारून आलं होतं. चारी दिशांना त्याचा सुगंध दरवळत होता. वाऱ्याच्या झोताबरोबर ते ठेंगणं झाड अगदी मुळापासून गदगद हलत होतं. मुकुंदा मनात विचार करू लागला... वासंती सकाळी आपल्याबरोबर 'येते' म्हणून खोटं तर बोलली नसेल ना? ती आपल्यापासून फारकत घेण्याचा विचार तर करीत नसेल ना? परंतु, सकाळी तिच्या चेहऱ्यावर तसं काही दिसलं नाही. कदाचित तिला इकडे येण्यासाठी

कोणताही बहाणा करता आला नसावा. ती तशी स्वभावाने फार साधी आहे. आपल्यावर तिचा भारी विश्वास. तिच्या सहवासात कसे दिवस गेले, ते कळलेच नाही. यापुढे आपण तिला अधिक सुखी करण्यासाठी निश्चित प्रयत्न करू. परंतु, हा समाज आपल्याला सुखाने जगू देईल का? ती तरुण आहे, विधवा आहे. तिच्याशी लग्न करण्यासाठी हा निर्दयी समाज आपल्याला कदापि परवानगी देणार नाही. काय वाट्टेल ते झालं तरी चालेल... आपण यापुढे तिच्याशीच लग्न करून संसार मांडायचा. पुढे काही विपरीत घडलं तरी बेहत्तर! प्रेम म्हणजे अळवावरचं पाणी नाही... ते जातपात, धर्म काही मानत नाही; हे या समाजाला ओरडून सांगायची आता वेळ आली आहे.

मुकुंदा विमनस्क होऊन बकुळीच्या झाडाखाली बसला होता. खाडीवर आंघोळीला जाण्याचंसुद्धा त्याला भान राहिलं नव्हतं. त्याचे डोळे वासंतीच्या वाटेकडे लागले होते. तिच्या दर्शनाने तो सुखावणार होता. डोळ्यांत प्राण आणून तो तिच्या वाटेकडे नजर लावून बसला होता. इतक्यात चमत्कार झाला. झुडुपामध्ये थोडी 'खसपस' झाली नि त्या झुडपाला वळसा घालून वासंती त्याच्या दिशेने झपझप चालत येत असताना त्याला ती दिसली. तिला पाहताच मुकुंदाला अत्यानंद झाला. त्याच्या मनाचं मोरपीस होऊन तो हवेत तरंगू लागला. ती अगदी जवळ आल्यावर त्याने तिला 'माझी वासंती ऽ' म्हणत कडकडून मिठी मारली नि तिच्या रसरशीत ओठांचं तिला काही कळायच्या आधी दीर्घ चुंबन घेतलं. त्यामुळे ती गुदमरून गेली. त्याच्यापासून ती थोडी दूर झाली. हाताच्या तळव्याने ओठ पुसून घेत मुकुंदा तिला म्हणाला,

"वासंती, तुला उशीर का गं झाला? मी तुझी या ठिकाणी किती वेळ वाट पाहत होतो."

"सांगत्ये. आधी आपण आडबाजूला बसू. या ठिकाणी आपल्याला कुणी तरी बगतील." वासंती बावरून म्हणाली.

"चल, बसू या."

मुकुंदाने तिचा हात हातात घेतला. तिच्या गोऱ्या, मऊसूत-उबदार हाताच्या स्पर्शाने तो रोमांचित झाला होता. तिच्या डोळ्यांत त्याला त्याचं भविष्य दिसत होतं. ते दोघे चालत जाऊन एका झुडुपाआड जाऊन बसले. सभोवार ऐन, किंजळ आणि साग इत्यादी झाडांची दाटी होती. त्यामुळे ते कोणाच्याही नजरेला पडू शकत नव्हते.

वाळलेल्या गवतावर दोघे हातात हात घेऊन बसले. मुकुंदाच्या सहवासात

वासंती स्वत:ला हरवून बसली होती. ती विधवा आहे, याचासुद्धा तिला विसर पडला होता. त्याच्या डोळ्यांत पाहत ती किनऱ्या आवाजात त्याला म्हणाली,

"मला यायला उशीर का झाला, हे तुमास्नी ठाव हाय का?"

"नाही."

"नानींनी मला नानांना पाजायला भाताची पेज बनवायला सांगिटली. तवा यायला उशीर झाला."

"मोरूअण्णाचं नाव फुटलंय. त्यांनीच त्यांच्यावर मारेकरी घातले होते, असं लोक म्हणतात."

"नाना देवमानूस हाईत. त्यास्नी झोलाईदेवी नक्की वाचवेल."

"वासंती, तुला ठाऊक नाही— नानांची काय परिस्थिती आहे ती. अगं, त्यांना मारेकऱ्यांनी खूप मारलंय. डोक्याला मोठी खोक पडून त्यातून खूप रक्तस्राव झालाय. आता ते फक्त जिवंत आहेत नि भाताची पेज चमच्यानं त्यांच्या घशात ओतली तर ते फक्त यांत्रिकपणे पितात. म्हणून मला त्यांची काळजी वाटते."

मुकुंदा वासंतीशी बोलत असूनही ती मात्र अगदी शून्यात हरवून गेल्यासारखी त्याला वाटत होती. अलीकडे तिच्या वागण्या-बोलण्यात बदल झाला होता, हे त्याला कळून चुकलं होतं. तिच्या मनातील वेदनेची सूक्ष्म छटा तिच्या गोऱ्यापान चेहऱ्यावर त्याला स्पष्ट जाणवत होती. प्रेमाचं माणूसच हे समजू शकतो ना? पण तिच्या मनातील दु:ख त्याला जाणून घ्यायचं होतं. तिचा हात हातात घेऊन तो अधिक घट्ट दाबून धरीत त्याने तिला विश्वासात घेत विचारलं,

"वासंती, तुला मला काही सांगायचं आहे का?"

"व्हय."

"मग सांग— मला ते जाणून घ्यायचं आहे. माझ्यापासून काहीही लपवून ठेवू नकोस."

"तुमच्यापासून ते लपवून ठेवता बी येनार न्हाई... पर तुम्हाला त्ये कसं सांगू, त्याचा मी मगापास्नं इचार करत्येय."

"वासंती, तू आता विचार करायचा सोडून दे. जे काही असेल, ते मला स्पष्टपणे सांग. आपण त्यावर तोडगा काढू."

वासंतीला त्याचा मनोमन आधार वाटू लागला. त्याच्यावर तिचा पूर्ण विश्वास होता. म्हणून तिने काहीही विचार न करता त्याला सर्वस्व बहाल केलं होतं. मात्र, आता त्याला सांगितल्याशिवाय तिच्यापुढे अन्य कोणताही पर्याय नव्हता.

ती त्याच्या पाणीदार डोळ्यांत पाहत गंभीर आवाजात म्हणाली,

"अवं, मला तुमच्यापास्नं दिस गेलेत. घरी समजलं, तर माझी काही धडगत न्हाई. माझे आई-वडील मला घरात सुदिक घेणार न्हाईत. काय करावं, त्येच मला कळत न्हाय बगा..."

तिचं बोलणं ऐकून मुकुंदा उडालाच. तारुण्याच्या धुंदीत दोघांच्या हातून नकळत गुन्हा घडला होता. पुढे अशी परिस्थिती निर्माण होईल याची त्यांना जाणीवही झाली नव्हती. तो आणि ती एकमेकांच्या प्रेमविश्वात आकंठ बुडून गेले होते. हातावर हात ठेवून एकमेकाला 'सोडणार नाही' म्हणून त्यांनी आणाभाकासुद्धा घेतल्या होत्या. उद्या गावात ही बातमी समजली, तर लोक त्यांना 'दे माय धरणी ठाय' करून सोडतील, हे नक्की होतं. प्रसंगाचं गांभीर्य ओळखून मुकुंदा विचार करीत होता नि वासंती त्याच्या चेहऱ्यावरचे उमटलेले भाव तिच्या तिरप्या नजरेनं त्याच्या नकळत टिपत होती. वाऱ्याच्या झोताबरोबर झाडावरची पानं हलत होती नि चित्रविचित्र रंगाचे पशुपक्षी फांद्यांवर बसून चिवचिवाट करीत होते; परंतु त्या दोघांना आता त्यात आनंद वाटत नव्हता. वरती पसरलेलं निळं आभाळसुद्धा त्या दोघांना सुन्न असल्यागत वाटत होतं.

वासंतीच्या खांद्यावर उजव्या हाताचा पंजा ठेवीत मुकुंदा तिला धीर देत म्हणाला,

"वासंती, तू घाबरू नकोस. यातून काही तरी मार्ग काढू.'

"तुमी काय मार्ग काडनार हाय, त्ये तरी मला सांगा—"

"वासंती, मी विचार केलाय... आपण हा गाव सोडून दूर निघून जाऊ. एखाद्या देवळात जाऊन आपण लग्न करू. या गावात आपल्याला लोक जगू देणार नाहीत. तुला नि मला त्याचा त्रास होईल. मी भिक्षुकी करीन नि घरप्रपंच चालवीन."

"अवं, आपल्याला लवकरात लवकर हे गाव सोडलं पाहिजे. उद्या माझं प्वॉट दिसू लागलं की, लोकांना त्याचा पत्त्या लागंल ...मंग?"

"हे बघ वासंती— आता वाड्यात जी परिस्थिती आहे, ती तुला ठाऊक आहेच. अशा परिस्थितीमध्ये नानांना सोडून जाणे मला शक्य नाही. आयुष्यभर मी स्वत:ला दोष देत राहीन. त्यापेक्षा थोड्या दिवसांनी आपण हा गाव सोडून दूर निघून जाऊ— ज्या ठिकाणी लोक आपल्याला ओळखणार नाहीत, अशा ठिकाणी मजेत राहू. सोमेश्वराची शपथ घेऊन तुला सांगतो की, मी कधीही तुला अंतर देणार नाही. तुझ्या जातीशी माझं काहीही देणं-घेणं नाही."

“माझा तुमच्यावं इस्वास हाय.” वासंती त्याला अधिक बिलगत म्हणाली.

“वासंती, तुला एका गोष्टीची आठवण आहे का?”

“कोणती गोष्ट?” वासंती प्रश्नार्थक चेहऱ्याने त्याच्याकडे पाहू लागली.

“अगं, तू मला पोहण्यामध्ये हरविणार होतीस ना? आता मी खाडीत पोहायला निघालोय. तू येत्येस मला पोहण्यामध्ये हरवायला?” मुकुंदा चेष्टेने तिला म्हणाला.

“आज न्हाय, पुन्नींदा कधी तरी.”

“घाबरलीस ना?” मुकुंदा तिची चेष्टा करीत तिला म्हणाला.

“मी घाबरायची न्हाय... मी तुम्हाला कंधी तरी नक्की हरवीन.” वासंती निश्चयाने त्याला म्हणाली.

“मग मी जाऊ पोहायला?”

“जावा, पर वाड्यात लवकर या. मी तुमची वाट पाहत्ये.” तिच्या डोळ्यांत काळजी होती.

मुकुंदा उठून उभा राहिला. तिच्या कपाळावर ओठ टेकवून तो खाडीच्या दिशेने निघून गेला. तो निघून गेल्यावर वासंती वाड्याकडे परतली. बकुळीचं झाड वाऱ्याने गदगद हलत होतं.

❑❑❑

१५.

आज वासंतीजवळ बसून आपल्याला मनमोकळेपणाने बोलता आलं, याचं समाधान मुकुंदाला झालं असलं तरी तिला दिवस गेलेले आहेत, हे जेव्हा त्याने तिच्या तोंडून ऐकलं; तेव्हा तो मनातून थोडा घाबरून गेला होता. नाना ठणठणीत बरे झाल्यावर आपण हा गाव कायमचा सोडायचा. वासंतीला घेऊन खूप दूर निघून जायचं. पुन्हा कधीही इकडे फिरकायचं नाही, असं त्याने मनातल्या मनात ठरवून टाकलं. विचार करीत तो खाडीजवळ केव्हा आला, हे त्यालादेखील कळलं नाही.

सूर्याच्या प्रखर किरणांनी खाडीतील पाणी चमचम करीत होते. वाऱ्याच्या मंद झुळकांनी पाण्यावर हलक्या-हलक्या लाटा तयार होऊन किनाऱ्यावर येऊन फुटत होत्या. दूरवर असलेल्या मच्छीमारी होड्या डोळ्यांना चेंडूएवढ्या आकाराच्या दिसत होत्या. खाडीच्या खोलवर पाण्यात बुडी मारून भोई जाळ्याने मासे पकडीत होते. त्यांचा तो रोजचा पोटा-पाण्याचा व्यवसाय होता. खाडीच्या किनारी भातमळे पसरले होते; परंतु त्यांतील भाताचे पीक शेतकऱ्यांनी कापून नेल्यामुळे ती शेतं एखाद्या विधवा बाईप्रमाणे उजाड दिसत होती. किनारी दलदलीच्या जागी हिरवीगार लव्हाळी नि झाडाझुडपं माजली होती. भरतीच्या वेळी पाणी आत शिरून खाडी किनाऱ्यावरची जमीन धुपून गेली होती.

पंढरपूरच्या विठोबाप्रमाणे मुकुंदा कमरेवर हात ठेवून पाण्यातील शेवाळं साठलेल्या एका खडकावर निसर्गाची शोभा पाहत उभा होता. निसर्गाची ती शोभा त्याच्या डोळ्यांना सुखावणारी असल्याने आपण या ठिकाणी कशाकरिता आलोय, याचादेखील त्याला क्षणभर विसर पडला. निसर्गाचं अनोखं लावण्य पाहून त्याच्या अंगात खुमखुमी आली. खोल पाण्यात उडी घेऊन खाडीचा तळ गाठण्यासाठी त्याने दोन्ही हात आकाशात उंच धरून माशाप्रमाणे पाण्यात सूर

मारला. तो बराच वेळ पाण्याबाहेर आला नाही. पाण्यातील खडक, जलचर प्राणी, झाडंझुडूपं पाहून झाल्यावर तो पाण्यावर येऊन भोपळ्याप्रमाणे तरंगू लागला. त्याच्या अंगात मोठा उत्साह संचारला होता. पाण्यात पालथं पडून तो उलटे हात मारीत पलीकडील किनाऱ्यावर जाऊ लागला. पलीकडील किनारा गाठल्यावर त्याने चंदेरी चमचमणाऱ्या वाळूत बसून थोडा वेळ विश्रांती घेतली.

त्याच्या गोऱ्यापान अंगावरून पाण्याचे थेंब निथळत होते. त्याच्या डोक्यावरील केसांतूनही पाण्याचे थेंब गळत होते. सूर्याच्या प्रकाशाने त्याच्या अंगावरील पाण्याचे थेंब चमचम करीत होते. अळवावरच्या पाण्याच्या थेंबांप्रमाणे त्याच्या अंगावरील पाण्याचे थेंब घरंगळत होते. मुकुंदाला आपलं पीळदार शरीर पाहून क्षणभर स्वत:चाच हेवा वाटू लागला. दीर्घ सुस्कारा सोडून तो पुन्हा उठून उभा राहिला नि पाण्यात मासा दिसल्यावर त्याला चोचीत पकडण्यासाठी आकाशातील पक्षी जसा तो झेपावतो, तसा त्याने पाण्यात पुन्हा सूर मारला. पाण्यात हात मारीत तो खाडीच्या अगदी मध्यभागी आला. छोटे-मोठे मासे त्याच्या अंगाला स्पर्श करून सुळ्कन पुढे निघून जात होते. त्या अनोख्या स्पर्शाने तो अगदी रोमांचित होत होता. त्यामुळे त्याच्या सर्वांगालाच गुदगुल्या होत होत्या. त्याला त्या माशांचा तो स्पर्श हवाहवासा वाटू लागला. त्याच्या अवती-भोवती पाणीच पाणी होतं. जणू तो मासा होऊन त्या खाऱ्या पाण्यात यथेच्छ डुंबत होता. पोहण्याचं सुख तो मनसोक्त अनुभवत होता नि त्याला पाण्यात राहणाऱ्या माशांचा मनोमन क्षणभर हेवा वाटू लागला. पाण्यावर हात मारीत तो किनाऱ्याला आला नि पाण्यात पाय सोडून पुन्हा त्या शेवाळलेल्या खडकावर जाऊन बसला.

पाण्यात न थांबता सलग हात मारीत किनाऱ्यावर आल्यामुळे तो दमला होता. तो खडकावर बसून जोरजोरात श्वास घेत होता. त्यामुळे त्याची छाती लोहाराच्या भात्याप्रमाणे वर-खाली होत होती. त्याच्या नाकपुड्या लाल होऊन फेंदारल्या होत्या. त्याच्या नाकातून पाणी गळत होतं. त्याने पाण्यात पाय सोडल्यामुळे छोटे-छोटे मासे त्याच्या पायाला लुचत होते. त्यामुळे त्याला बरं वाटत होतं. त्याने पायांना लुचणाऱ्या त्या मासोळ्यांना अजिबात प्रतिकार केला नाही. त्यांना तो मनसोक्त लुचू देत होता.

इतक्यात त्या खाडीच्या खाऱ्या पाण्यात गोंधळ उडाला. पाण्याच्या पृष्ठभागावरून काही तरी काळसर आकाराचं खडकासारखं दिसणारं धूड त्याच्या दिशेने येत असल्याचं त्याला दिसलं. त्यामुळे त्याच्या मार्गातील पाणी दोन दिशांना विभागात होतं. ते धूड वेगाने त्याच्या दिशेला येत असल्यामुळे त्याला

तिथून पळून जाण्याचंसुद्धा भान राहिलं नाही. डोळे फाडून तो त्या दिशेने पाहत होता. त्याच्या पायांना लुचणाऱ्या छोट्या-छोट्या मासोळ्यासुद्धा भीतीने पाण्यात सैरावैरा धावत सुटल्या होत्या. जणू त्यांच्यावर कराल मृत्यूचा घाला पडणार होता!

मुकुंदा आता सावध झाला होता. येणाऱ्या संकटाची त्याला चाहूल लागली होती. त्याच्याशी दोन हात करण्याची त्याने मनात तयारी केली. त्याचे पीळदार बाहू फुरफुरत होते. पाण्यात सोडलेले पाय त्याने लगेच वर घेतले. इतक्याचा पाण्याचा जोरदार फवारा सोडत काळ्या खडकाप्रमाणे पाठ असलेल्या मगरीने त्याच्यासमोर तोंडाचा जबडा उघडीत घूत्कार टाकला. मुकुंदा सावध होऊन लगेच मागे सरकला. त्या अक्राळ-विक्राळ मगरीच्या तोंडात खालच्या आणि वरच्या जबड्यात धारदार सुरीप्रमाणे दात होते नि ते त्याच्यावर रोखले होते. मगरीची पाठ जाड नि काटेरी होती. तिच्या शरीराचा मागचा भाग निमुळता होत गेला होता. पाण्यात सापडलेल्या शत्रूला ती कधी कधी तिच्या जाड, खडबडीत शेपटीने मारून जायबंदी करीत असे. तिच्या पोटावर पांढरे-पांढरे खवले होते. ते भयकारी धूड समोर पाहून मुकुंदा मनातून थोडा घाबरून गेला होता.

खाडीच्या पाण्यात मगरी आहेत, असं इतके दिवस तो ऐकून होता. नानांनी आणि गावातील लोकांनी आधी त्याला तसं सांगून सावध केलं होतं. एकट्या-दुकट्या माणसावर मगरी हल्ला करतात, असंही त्यानं त्यांच्याकडून ऐकलं होतं. पाण्यातील मगरींच्या कथा लोक तिखट-मीठ लावून सांगत. आजचा दिवस त्याच्यासाठी फार वेगळा होता. आज आपली गाठ पाण्यातील या भयानक मगरीशी पडणार आहे, असं त्याला स्वप्नातदेखील वाटलं नव्हतं.

मुकुंदा मदतीसाठी आजूबाजूला पाहू लागला, परंतु त्याच्या दुर्दैवाने उन्हाच्या रखरखाटात त्या ठिकाणी चिटपाखरूसुद्धा दिसत नव्हतं. दूरवर मच्छीमारी करणाऱ्या होड्या त्याला दिसत होत्या, परंतु त्यांच्यापर्यंत त्याचा आवाज पोहोचू शकला नसता. त्यामुळे त्याने ती आशा सोडून दिली होती. खाडीच्या किनारी असलेली मुकी झाडं आपली हिरवीगार पानं हलवीत त्यांला धीर देण्याचा प्रयत्न करीत होती. आभाळातून पक्ष्यांचा थवा जात होता. मुकुंदा असहायपणे सभोवार मदतीसाठी पाहत होता.

मुकुंदा मनात विचार करू लागला... पाण्यात आपण या भयानक प्राण्याशी दोन हात यत्किंचितही करू शकणार नाही. पाण्यात आपली ताकद तिच्यापुढे

तोकडी पडणार. कोणत्याही परिस्थितीत पाण्याच्या बाहेर काढून तिच्याशी दोन हात आपल्याला करावे लागणार. मगरीने त्याच्यावर आपले गारगोटीसारखे चमकणारे दोन्ही डोळे रोखले होते. तिच्या त्या भेदक डोळ्यांतून अंगार बरसत होता. मगरीचे ते इंगळासारखे लाल डोळे पाहून मुकुंदाला तिची क्षणभर भीती वाटली. त्या मगरीने जबडा वासून पाण्यात विद्युत वेगाने दोन-तीन वेळा डुबक्या घेतल्या. त्यामुळे तेथील पाणी ढवळून निघाले नि ते रक्ताप्रमाणे लाल भडक दिसू लागलं. आता ते धूड त्याच्या दिशेने त्याच्या घास घेण्यासाठी गरगर डोळे फिरवीत सरकू लागलं. मुकुंदा सावध होता. मगरीच्या हालचालीकडे त्याचं पूर्ण लक्ष होतं. त्याने तिला जवळ येऊ दिलं नि डोळ्याची पापणी लवते ना लवते तोच त्याने दोन-तीन ढांगा टाकून किनारा गाठला.

किनाऱ्याला पाय लागल्यावर त्याचा जीव भांड्यात पडला, परंतु त्याचा तो आनंद क्षणभरच टिकला. तो तिथून निसटल्यामुळे मगर त्याच्या दिशेने वेगाने येऊ लागली. तिला आपल्या दिशेने येताना पाहून मुकुंदाचंसुद्धा पित्त खवळलं. आता ती तरी या जगात राहील, नाही तर मी तरी राहीन... तिला यमसदनी पाठविण्यासाठी त्याने मनात चंग बांधला. मैदानात एक पैलवान दुसऱ्या पहिलवानाला जसं शड्डू ठोकून लढण्यासाठी आव्हान देतो, तसे मुकुंदा तिला ललकारीत मोठ्या आवाजात म्हणाला, "रांडच्ये, माझा तुला जीव घ्यायचाय? ये मग— नाही तुझा जबडा फासटून टाकला, तर मीसुद्धा बामणाची औलाद नाही. मी तुला घाबरून पळून जाणार नाही!"

हां-हां म्हणता ती मगर त्याच्या जवळ आली. मुकुंदाने भला मोठा दगड उचलून तिच्या पाठीत घातला. त्या मगरीला काहीच इजा झाली नाही. जणू तिच्या अंगावर झाडावरील वाळलेलं पान पडल्यासारखं तिला वाटलं असावं. किनाऱ्यालगत दगड-धोंडे पडले होते. मुकुंदा ते दगड उचलून मगरीच्या दिशेने त्वेषाने फेकू लागला. त्याचा प्रतिहल्ला इतका जबरदस्त होता की, क्षणभर ती मगर त्याच्यावर नजर रोखून जागेवरच थांबली. त्याने फेकलेला एक दगड नेमका मगरीच्या उजव्या डोळ्याला लागला नि तो फुटला. त्यातून लालभडक रक्त भळाभळा गळू लागलं. त्या वेदनांच्या कळा मगरीच्या मस्तकाला जाऊन भिडल्यावर ते काळं धूड जिवाच्या आकांताने तळमळू लागलं. उजवा डोळा फुटून गेल्यामुळे ते भयकारी धूड कलिकाळाप्रमाणे फारच विचित्र नि भयानक दिसू लागलं. आता त्या मगरीला खुन्नस चढली होती.

मुकुंदाचा दगडांचा मारा सुरूच होता. तोफगोळ्यातून जसे गोळे बाहेर

पडतात तसं तो त्या मगरीवर दगडांचा मारा करीत तिला नामोहरम करण्याच्या प्रयत्न करीत होता. तापलेल्या वाळूत त्याचं अंग भाजून निघत होतं नि वरून दगडांचा मारा होत असल्याने मगर जेरीस आली होती. आपण ही लढाई जिंकणारच, असं मुकुंदाला वाटत असताना ती मगर असह्य जीवघेण्या वेदना सहन करीत विद्युत् वेगाने त्याच्या दिशेने चालून आली नि तो धावण्याच्या तयारीत असताना तिने त्याच्या डाव्या पायाचा घोटा जबड्यात पकडला. आता जीवघेण्या वेदना सहन करण्याची त्याची बारी होती. मुकुंदाने चपळाई करून तिच्या तोंडात दगड घालून तिच्या तोंडातून त्याचा पाय काढून घेतला नि त्याने तिचा जबडा दोन्ही हातांच्या मिठीत अंगातील सर्व शक्तिनिशी दाबून धरला. त्याचा तो भीम पराक्रम पाहून आकाशात तळपणाऱ्या सूर्यालादेखील त्याचा अभिमान वाटू लागला. तापलेल्या रुपेरी वाळूत गरम रक्ताचा सडा पडला होता. आता मुकुंदाच्या डोळ्यांतूनसुद्धा त्वेषाने रक्त उतरलं होतं. तो इरेलाच पेटला होता. अंगातील सर्व ताकद एकवटून त्याने त्या मगरीचं तोंड वाळूत घुसळून काढलं. गरम धूळ हवेत उडाली. क्षणभर त्या दोघांनाही डोळ्यांत धुळीचे कण गेल्यामुळे काही करता आलं नाही. धूळ खाली बसल्यावर मुकुंद मगरीला पुन्हा घुसळून काढू लागला. त्यामुळे मगरीने त्याच्यावर सूड उगविण्यासाठी त्याची मान धारदार दात असलेल्या जबड्यात पकडली. जीवघेण्या वेदनांनी मुकुंद वाळूत टाचा घासू लागला. त्याने फोडलेली आर्त किंकाळी हवेत विरून गेल्यावर त्या मगरीने त्याला खोल पाण्यात ओढून नेलं.

दोन दिवसांनी मुकुंदाचे प्रेत जगबुडी खाडीकिनारी लागलं. मगरीने आणि पाण्यातील माशांनी त्याच्या शरीराचे लचके तोडले होते. त्यामुळे मुकुंदा ओळखूसुद्धा येत नव्हता, इतकं त्याचं शरीर विद्रूप झालं होतं. वासंतीला जेव्हा ही दुर्घटना समजली, तेव्हा ती मूर्च्छा येऊन एखाद्या वटवृक्षाप्रमाणे धपकन खाली कोसळली. बऱ्याच उशिरापर्यंत तिला शुद्ध आली नाही.

❑❑❑

१६.

नानांची तब्येत आणखी खालावली होती. रक्तस्राव थांबला असला तरी संपूर्ण अंग वेदनांनी ठणकत होतं. त्यामुळे ते अजून धड बोलू शकत नव्हते. नानी भाताची पेज करून त्यात मिठाचा खडा टाकून त्यांना चमच्याने भरवीत होत्या. त्यांचे डोळे पाणावले होते. नाना वेदना सहन करीत पलंगावर पडल्यापासून वाड्याची संपूर्ण रया निघून गेली होती. गावातील लोक नानांना पाहण्यासाठी येत नि त्यांना निपचित पडलेले पाहून दु:खी होऊन परत जात. गावात शिमग्याचा सणसुद्धा लोक अत्यंत साधेपणाने साजरा करीत होते.

सुदाम नानींना खालच्या आवाजात म्हणाला,

"नानी, नानांना लवकर बरं वाटावं म्हणून आमच्या वाडीनं काल झोलाईदेवीला कळा लावून साकडं घातलंन्."

"मी तुमचे ऋण कसे फेडू, तेच मला कळत नाही. यांना लवकर बरं वाटावं, म्हणून मी दिवस-रात्र काळजी करीत असते. अन्न गोड लागत नाही. मुकुंदा तरुण वयात निघून गेला. यांना अजून ते कळलं नाही. त्याच्यावर यांचा भारी जीव होता. गणेशाला सकाळी मी जास्वंदीचं फूल वाहताना एवढंच म्हणाले की —यांना लवकर बरं कर, म्हणून."

"नानी, देव आपली गाऱ्हाणी नक्की ऐकंल बगा. तुमी काळजी करू नका." नानींना धीर देत सुदाम म्हणाला.

"तुझ्या तोंडात साखर पडू दे.'—नानी उद्‌गारल्या.

सुदाम काही न बोलता थोडा वेळ निपचित पडलेल्या नानांकडे भकास डोळ्यांनी पाहत उभा राहिला. त्याला नानींना आणखी काही तरी सांगायचं होतं, परंतु तो लगेच बोलू शकला नाही. थोडा वेळ उभं राहून तो मनातल्या मनात शब्दांची जुळवाजुळव करू लागला. नंतर तो आवंढा गिळून नानींना म्हणाला,

"नानी, माझं तुमच्याकं येक काम होतं. त्ये माझं येकट्याचं काम न्हाय, त्ये समद्या गावाचंच हाय."

त्याचं बोलणं ऐकून नानी विचार करू लागल्या. हातातील पेजेचा रिकामा पेला नि चमचा त्यांनी जमिनीवर ठेवला. नानांच्या अंगावरचं पांघरूण त्यांनी सरळ केलं. त्यांच्या ओठांना लागलेले भाताचे कण त्यांनी आपल्या पदराने पुसून घेऊन ओठ कोरडे केले. नानींना दीर्घ सुस्कारा सोडून त्याला विचारलं,

"सुदाम, तुझं काय काम आहे, ते तू मला सांग. यांना बरे वाटेपर्यंत त्यांच्या कामात आता मलाच लक्ष घालावं लागणार आहे. दादाची अजून पोर-अक्कल आहे. एवढ्या लवकर मी त्याच्यावर जबाबदारी टाकू शकत नाही."

"नानी, त्याचं असं हाय..." मोकळा श्वास छातीत भरून घेत सुदाम पुढे बोलू लागला. "गावात आता शिमग्याचा सण सुरू हाय. पर्तेक वर्साच्या रिवाजापरमानं झोलाईदेवीची पालखी वाडी-वाडीत लोकास्नी दर्शन देत फिरत असत्ये. त्यासाठनं आमाला घरपट तीन पायली भात दिकून मिला हाय. गावात देवीची पालखी फिरत असताना त्याबरोबर फिरण्याचा मान गावच्या खोतांचा अस्तू. आता नानांना बरं वाटत न्हाय, तवा त्ये पालखीसंगट फिरू शकणार न्हाईत. खोत पालखी संगट नसल्यामुळं देवीचा कोप व्हईल नि त्याचा तरास आपल्या गावाला व्हईल. तवा त्याचं आता काय करायचं, हे मी तुमास्नी इचारायला आलू होतू. तुमी सांगाल त्या परमानं गाव करील."

सुदामचं बोलणं ऐकून नानी मनात विचार करू लागल्या. यातून काही तरी मार्ग त्यांना काढावाच लागणार होता. वाडवडिलांपासून चालत आलेली रीत बंद पडून जमणार नव्हती. खोतांच्या बरोबर गावातील आणखी काही मानकरी पालखीसोबत शिमग्याच्या सणात दर वर्षी फिरत असत. आया-बाया त्यांच्या पायांवर पाणी ओतून झोलाईदेवीची खणा-नारळांनी ओटी भरीत. कुणी नवस फेडून राणीछाप नाणं देवीच्या पुढ्यात ठेवीत. शिमग्याच्या सणात अख्खं गाव प्रसन्न, भक्तिमय नि उत्साही झालेलं असायचं. त्या उत्साहाला यंदा ग्रहण लागलं होतं.

नानी घसा खाकरून त्याला म्हणाल्या,

"सुदाम, तू त्याची बिलकुल काळजी करू नकोस. झोलाईदेवीची गावात पालखी फिरणार नि त्याच्या सोबत गावचा खोतसुद्धा फिरणार."

नानींचं ते बोलणं ऐकून गावचा पोलीस पाटील सुदाम त्यांच्याकडे तोंडाचा आ वासून पाहू लागला. नानी काय बोलतायत, हे त्याला क्षणभर काही

कळेचना. नाना जखमी होऊन पलंगावर पडल्यानंतर अतिदु:खाने नानींचं मनाचं संतुलन पार बिघडून गेलं वाटतं, असा त्याच्या मनात संभ्रम निर्माण झाला. आपलं बोलणं ऐकून सुदामच्या मनात संभ्रम निर्माण झाला आहे, हे त्याचा चेहरा पाहून एव्हाना नानींच्या लक्षात आलं होतं. त्या खुलासा करीत पुढे म्हणाल्या,

"सुदाम, माझा मोठा मुलगा गोपाळ, म्हणजेच दादा हासुद्धा या गावचा खोत आहे. तो गावात झोलाईदेवीच्या पालखीसोबत फिरेल. याला गावात कुणाचीच हरकत नसणार."

"मी सुदिक तुमास्नी हेच सांगणार होतू बगा... आता त्ये तुमच्याच त्वाँडातून आलं! याला गावात कुणाची हरकत न्हाय. दादा म्हंजी या गावचे भावी खोत हाईत. आमची काळजी मिटली. उंद्यापास्नं आमी गावात पालखी फिरवायला सुरुवात करणार हाव."

"मग मी दादाला आताच सांगून ठेवत्ये. तो पालखीसोबत गावात फिरेल."

"लई बेस!" सुदाम खुशीनं म्हणाला.

नानींचा निरोप घेऊन सुदाम वाड्याच्या बाहेर पडला. अंगावर घातलेल्या पांघरुणामुळे नानांचा जीव गुदमरू लागला. अंगावरील कपडे घामाने भिजल्यामुळे नाना अस्वस्थ होऊन नानींकडे नि:शब्दतेने पाहू लागले. त्यांच्या मनाची उलघाल एव्हाना नानींच्या लक्षात आली होती. नानींनी त्यांच्या अंगावरील पांघरूण हाताने बाजूला केलं नि पंच्याने त्या त्यांना वारा घालू लागल्या. त्या ठिकाणी नारायण धावतच आला. नानींच्या हातीतील पंचा हातात घेत तो त्यांना म्हणाला,

"नानी, तुमी आता थोडा आराम करा. मी नानांना पंचाने वारा घालतू. रातभर तुमच्या डोळ्याला डोळा नव्हता. मला समदं ठाव हाय."

"नारायण, त्यांचा जीव गुदमरत होता म्हणून पंचाने थोडा वारा घालीत होते."

"नानांना वारा घालायचं काम माजं हाय बगा. मी त्यांचा नोकर असलू तरी त्यांनी मला पाठचा भाव मानलाय. त्यांच्या आजारपणात मी त्यांची शेवा करणार न्हाय, तर कोण करणार?" नारायण पंचाने नानांना वारा घालीत म्हणाला.

"नारायण, किती रे त्यांना जीव लावशील? पुढच्या जन्मी तूच त्यांच्या पाठचा भाऊ होऊन या वाड्यात ये!"

"नानी, तुमी आक्शी माज्या मनातलं बोललात बगा. मी एक पण

केलाय, त्यो तुमास्नी आज सांगतू.''

''कोणता पण केलास, ते तरी कळू दे.''

''नानी, माझ्या घरात कुळदेव हाय. त्याची मी आता पूंजा करीत न्हाय. जोपावेतो नाना बरे व्हऊन हिंडाय-फिराया लागत न्हाईत, त्यो पावेत मी कुळदेवाला काळुखात ठिवणार हाय. नाना खडखडीत बरं झाल्यावरच मी त्या देवाची पूंजा करणार हाय. आता नानांना लवकर बरं करण्याची जिम्मेदारी माज्या कुळदेवाची हाय.''

''नारायण, मग माझी काळजी मिटली रे बाबा. त्यामुळे रात्री झोपसुद्धा लागत नाही. दादा रात्री उठतो. मला जागी पाहून त्याला आश्चर्य वाटतं. मी आजारी पडेन, म्हणून त्याला माझी काळजी वाटते.''

''नानी, हल्ली-हल्ली दादा खोत वाड्यातील कामात लक्ष घालायला लागलेत. काल त्यांनी कोठारात भात भरायला सोताहून मला मदत केली. वाड्यात गुरांच्या पुड्यात पाण्याच्या बादल्या भरून ठिवल्या. त्यांच्या सोभावात हळूहळू बदल व्हायला लागलाय.''

''नारायण, घरात एखादी चांगली-वाईट घटना घडली तर तिचा मुलांच्या मनावर परिणाम होतो, हे त्रिवार सत्य आहे. मला वाटतं, दादाच्या बाबतीतसुद्धा हेच घडलं असावं.''

नारायण हात बदलून दुसऱ्या हाताने नानांना वारा घालू लागला. नानांना कुलकर्णी वैद्यांनी 'बोलायचं नाही' असं सांगून ठेवलं होतं. त्यांना बोलताना त्याचा त्रास व्हायचा. नाना डोळे उघडे ठेवून भकास डोळ्यांनी एकसारखे पाहत राहत. ओल्या जखमांमुळे त्यांना असह्य वेदना होत. त्याहीपेक्षा त्या दुर्दैवी घटनेमुळे त्यांच्या मनावर खोल जखमा झाल्या होत्या, त्यांचा त्यांना अधिक त्रास होत असे. पाण्यातून काढलेल्या मासोळीगत ते पलंगावर तळमळत होते. यातून आपण वाचू शकणार नाही, असं त्यांना आता वाटत होतं. वैद्याने बोलायला बंदी केली असल्याने ते नि:शब्द होऊन पलंगावर पडून राहत. आधारासाठी नानींचा सुरकुत्यांनी भरलेला हात हातात घेत.

पंचाने वारा घालता-घालता नारायण खालच्या आवाजात नानींना म्हणाला,

''नानी, तुमच्या कानावर काय आलंय का?''

''नाही.'' नानी तोंडाचा चंबू करून त्याच्याकडे पाहू लागल्या.

नारायण इकडे-तिकडे पाहत गंभीर आवाजात म्हणाला,

''नानी, मोरूअण्णा काय आता जगत न्हाय.''

“का? काय झालं?” नानींच्या सुरकुत्यांनी भरलेल्या चेहऱ्यावर प्रश्नचिन्ह उमटलं होतं.

“अवं, काल सांजावलं होतं तवा त्यांच्याच बैलानं त्यांना मारलं. त्यांच्या प्वॉटात शिंगं गेल्यानं म्वॉप रगात गेलंय बगा त्यांच्या अंगातलं. सकाळी डोली करून त्यास्नी तालुक्याला लोकांनी नेलंय.”

“नारायण, करणी तशी भरणी. कुणाचं कधी वाईट चिंतू नये. यांच्यावर त्यांनी मारेकरी घालून त्यांना त्याचा फायदा झाला का? हे यातून बरे झाल्यावर नक्कीच त्यांच्या घरी बंदूक घेऊन गेले असते. ते आताशा गावात सगळ्यांना सांगत सुटले होते की, या घटनेमध्ये त्यांचा तसा काहीही संबंध नाही म्हणून. त्यांचं हे बोलणं धांदात खोटं आहे. अंजीर आणि उंबर यातील फरक न कळण्याइतके आपण वेडे आहोत का?” मोकळा श्वास घेऊन नानी पुढे बोलू लागल्या. “गरीब लोकांची अडचण ओळखून त्यांना मदत करायची नि नंतर ते पैसे त्यांच्याकडून दामदुपटीने व्याजाने वसूल करायचे. त्यांची शेती नि घरावर कब्जा करून त्यांना हे देशोधडीला लावणार! तो वर बसलाय ना— तो सर्व पाहत असतो रे बाबा. त्याच्या नजरेतून काहीही सुटत नाही. प्रत्येकाची वेळ यायला हवी. मोरूअण्णाला बैलाने मारलं, हे फक्त निमित्त आहे.”

“तरी राधाकाकी त्यास्नी हमेशा इरोध करायची. त्यापायी त्या दोगांचं घरात भांडान दिकून व्हायचं.”

“ती त्यांची लग्नाची दुसरी बायको. ती बाई तशी सरळ मनाची आहे नि पापभीरू आहे. ‘वाड्यात जायाचं नाही’ म्हणून मोरूअण्णांनी तिला बजावलं असलं, तरी ती त्यांची नजर चुकवून सणासुदीच्या दिवसांत वाड्यात येते. मला भेटते, पोटभर बोलते नि आल्यापावली परत फिरते. तिला मी कधीही दोष देणार नाही.”

“व्हय नानी. काल दोपारी मला त्या वाटेत भेटल्या होत्या नि नानांची तब्येत कशी हाय म्हणून इचारत होत्या. त्यास्नी नानांना भेटायला यायचं हुतं. त्यामंदी ही अशी घटना घडली.”

“मोरूअण्णांनी तिलासुद्धा फार छळलंय. तिने म्हणून त्यांच्या हाताखाली संसार केला. नवऱ्याच्या मनाविरुद्ध ती जरा जरी वागली की, ते लगेच ‘रांडेचेऽ’ म्हणत तिच्या अंगावर धावून जात. मोरूअण्णा म्हणजे साक्षात खवीस. त्यांना कुणाचं चांगलं झालेलं पाहवत नसे.”

नानींनी बोलणं थांबवलं. त्यांनी नानांकडे वळून त्यांना खालच्या आवाजात

विचारलं, "तुम्हाला शहाळ्याचं थोडं पाणी प्यायला देऊ का?"

नानींच्या तोंडाकडे पाहत नाना क्षीण आवाजात 'दे' म्हणाले. पितळेच्या तांब्यात दोन-तीन शहाळी कोयतीने फोडून त्याचं पाणी भरून ठेवलं होतं. नानांनी प्यायला पाणी मागितलं की, नानी भांड्यात पाणी ओतून ते भांडं त्यांच्या तोंडाला लावीत. पदराच्या टोकाने नानींनी आधी वाटी स्वच्छ पुसून घेतली. नंतर तांब्यातील शहाळीचं पाणी वाटीत ओतून ती वाटी त्यांनी नानांच्या तोंडाला लावली. दोन-तीन घोट पाणी पिऊन नानांनी तोंड बाजूला फिरवलं. नानींनी त्यांना पुन्हा एकदा हळू आवाजात 'हवं का पाणी?' म्हणून विचारलं. नाना काहीच बोलले नाहीत. जंगलातील वाघ जखमी होऊन जाग्यावर पडून राहावा, तशी नानांची गत झाली होती.

नारायण पंचाने त्यांना वारा घालीत होता. तो नानींना म्हणाला,

"नानी, आता नानांना वाईच शांत झोपू द्या. मी वारा घालत्योय. मंगशानी त्यास्नी प्यायला शहाळीचं पानी दिऊ."

"असं म्हणत्योस? ठीक आहे, झोपू दे त्यांना."

नानांचे पाय नानी चेपू लागल्या. ज्या ठिकाणी त्यांना मारहाणीच्या जखमा झाल्या होत्या, त्या ठिकाणी त्या हात लावीत नव्हत्या. नानांच्या पायांचे तळवे त्या हलक्या हाताने चोळीत होत्या. नानांच्या पायांवर हात फिरवीत त्या नारायणाला म्हणाल्या,

"नारायण, वासंती कशी आहे? वाड्यात चक्कर येऊन पडली, तेव्हा तिच्या बापाने तिला घरी नेलं; ती पुन्हा वाड्यात आलीच नाही. काळजी वाटते रे तिची. एक तर ती तरुण मुलगी. देव तरी तिची किती सत्त्व परीक्षा घेतोय, ते तूच बघ ना—"

"नानी, ती आता घरातून बाहेर पडत न्हाय. ती पुन्नींदा वाड्यात कामाला यील का न्हाय, त्ये आता तरी मला सांगता येनार न्हाय. नाना बरे झाले की, मी तिच्या घरी जाऊन तिची इचारपूस करून येतू. मंग मी तुमास्नी तिची खबरबात सांगतू."

"नारायण, तू नक्की तिच्या घरी जाऊन ये हो. नानीऽऽ नानीऽऽ करीत ती पोर दिवसभर माझ्या मागे असायची. कामाचा तिला कधी कंटाळा नसे. अंगणात सडा घालायचा असू दे किंवा वाळवण घालायचं असू दे— झाडाचं पान जसं वाऱ्यानं हलतं तशी ती दिवसभर हलत राहायची."

नारायण मनात विचार करीत होता. नानींना त्याला काही तरी गुप्त

बातमी सांगायची होती, परंतु ती बातमी सांगण्याचं धाडस त्याला होत नव्हतं. कदाचित हे नानींना ठाऊक असेल तर, अशी त्याच्या मनात शंका येत असे. परंतु आता नानींनीच आपणहून वासंतीचा विषय काढला होता, म्हणून आपण तिचा विषय काढायला हरकत नाही— असं त्याला वाटू लागतं. घसा खाकरून तो नानींना म्हणाला,

"नानी, तुमास्नी येक गोस्ट ठाव हाय का?"

"कोणती?"

"वासंतीचा मुकुंदावर भारी जीव होता. त्याच्या जाण्याने ती सैरभैर झालीय. तिला आता त्याच्यापासून दिस गेलेत. तिचा बापूस लई पिसाळलाय. तो काल तिच्या अंगावर हातात कुराड घेऊन धावून गेला होता. लोकांनी त्याला धरलं, म्हणून वासंती वाचली."

"काय सांगतोस तू! अरे, मला हे ठाऊक नव्हतं." नानी आश्चर्याने म्हणाल्या.

त्याचं बोलणं ऐकूण नानी मनातून गंभीर झाल्या. त्या विचार करीत होत्या. सुरकुत्यांनी भरलेल्या त्यांच्या चेहऱ्यावर चिंतेचं जाळं पसरलं होतं. त्या नारायणाकडे पाहत गंभीर आवाजात म्हणाल्या,

"नारायण, या वाड्याचे काही रीतीरिवाज आहेत; त्याला तडा गेलेले येथील मूळ पुरुषाला आवडत नाही म्हणतात. खरं-खोटं त्या ईश्वराला ठाऊक!"

नारायण पुढे काहीही बोलला नाही. पंचाने वारा घालून त्याचा हात दुखू लागे, तेव्हा तो हात बदलायचा. नानी पलंगावरून खाली उतरल्या नि त्या स्वयंपाकखोलीकडे काही न बोलता चालू लागल्या. नारायण त्या दिसेनाशा होईपर्यंत त्यांच्या पाठमोऱ्या आकृतीकडे विचारमग्न होऊन पाहत होता.

❒❒❒

१७.

आज होळी पौर्णिमेचा दिवस होता. आज वाड्यात झोलाईदेवीची पालखी येणार होती. वर्षातून एकदाच देवी आपल्या दारी येणार, म्हणून वाड्यात लगबग सुरू होती. अंगणात नक्षीदार रांगोळी काढून कारंजं सुरू केलं होतं. त्यातून पाण्याचे हजारो बारके तुषार हवेत उडून पुन्हा खाली पडत होते. तो नयनमनोहारी देखावा डोळ्यांना सुखावणारा होता. भरीस भर म्हणून की काय— हवेत उडालेले ते पाण्याचे तुषार सूर्यकिरणांमुळे इंद्रधनुष्याप्रमाणे रंगीबेरंगी दिसत होते. दरवाजाला नक्षीदार तोरण बांधलं होतं. प्रसन्न, भक्तिमय वातावरण अणु-रेणूंत भरून उरलं होतं. हातात पंचगव्याची वाटी घेऊन नारायणाने मोरपिसाने ते सर्वत्र शिंपडलं होतं. ताज्या फुलांचा घमघमाट सुटला होता.

पंचारतीचं तांब्याचं ताट घेऊन झोलाईदेवीच्या पालखीची वाट पाहत नानी थांबल्या होत्या. त्यांच्यासोबत वाड्यात काम करणारे स्त्री-पुरुष होते. नानींनी आज पैठणी नेसून नाकात सोन्याची नथ घातली होती. पायांत चांदीची जोडणी होती. गळ्यात वज्रटिका होता नि कमरेला त्यांनी चांदीचा कमरपट्टा घातला होता. डोक्यावर पदर घेऊन त्यांनी हातात पंचारतीचं ताट धरलं होतं. देवी येणार म्हणून पहारेकऱ्याने फाटक उघडं ठेवलं होतं.

ढोल-ताशांचा आवाज कानावर पडताच नानी सावध होऊन त्या दिशेला पाहू लागल्या. तो आवाज हळूहळू मोठा होऊ लागला. पालखी खांद्यावर घेऊन वाड्याच्या दिशेने भोई चालत येत होते. पालखीच्या सोबत थळश्री —म्हणजे देवीचे जे लोक मानकरी होते ते— चालत होते. त्यांच्यासोबत प्रत्येक वाडीतील माणसं होती. दादाला गावच्या प्रमुख खोताचा मान देण्यात आला होता. दादाने धोतर नि सदरा घालून त्यावर किमती काळा कोट घातला होता. त्याने डोक्यावर काळी टोपी घातली होती. गावचा खोत म्हणून तो पालखीच्या पुढे ऐटीत चालत होता. त्याचं ते

तरुण, देखणं रूप पाहून कुणाचीही त्याला नजर लागली असती. ढोल-ताशांचा आवाज आकाशात दुमदुमत होता. गुलालाने आकाश भरून गेलं होतं. माणसं देहभान विसरून जल्लोष करीत नाचत होती. वरून सूर्य आग ओकत होता, तरी त्यांना त्याची पर्वा नव्हती. 'झोलाईदेवीच्या नावानंऽऽ चांगभलंऽऽ' अशा आरोळ्या ठोकीत ते नाचत होते. जणू त्यांना त्या वेळी स्वत:चाच विसर पडला होता. त्यांनी दिलेल्या आरोळ्यांनी आकाश थरारून गेलं होतं. झोलाई-देवीची फुलांनी सजलेली पालखी वाड्याच्या दिशेने वाजत-गाजत येत होती.

पालखी वाड्यात शिरली, तेव्हा नानी हातात ताम्हण धरून लगबगीने पुढे झाल्या. नानींनी देवीची यथासांग पूजा करून देवीला पंचारतीनं ओवाळलं. खणा-नारळाने देवीची ओटी भरली. नानांना झोलाईदेवीला भेटण्याची तीव्र इच्छा होती. लोकांनी त्यांना एका लाकडी खुर्चीत धरून बसविले. चार-पाच दांडग्या लोकांनी ती खुर्ची अलगद उचलून देवीसमोर आणली. नानांनी विकल अवस्थेत देवीला दोन्ही हात जोडून मनोभावे नमस्कार केला. त्यांच्या डोळ्यांत असहायता होती. त्यांचे डोळे दु:खाने पाझरू लागले, तेव्हा ते पाहून सर्व जण हळहळले.

गावचा पांडू गुरव पुढे आला. त्याने नानांना देवीचा अंगारा लावला. मोरपिसाने त्यांच्यावर भारणी टाकत तो झोलाईदेवीला भसाड्या आवाजात मनसू लागला...

"माता झोलाई, गावचे खोत सीक हाईत. त्यास्नी तू लवकर बरं कर गो मायऽऽ. त्यांची इडा-पीडा काय असंल त्यी टळू दे... नि ते पुन्हा खडखडीत बरे होऊन कामधंद्याला लागू दे... देवी झोलाई, तू थोर हाईस... तुजी पिरती महान हाय... आमी तुजी अजान लेकरं... आमावर तुजी सावली हमेशा असू दे."

पांडू गुरवाचं मनसून झाल्यावर तेथील लोकांनी 'झोलाईदेवीच्या नावानंऽऽ चांगभलंऽऽ' करीत आरोळी ठोकली. तो त्यांचा आवाज गगनाला भेदून आरपार गेला. लुगडं नेसलेला तुक्या गावडे पायांतील घुंगरांचा 'छुम्‌छुम्' असा मजेशीर आवाज करीत पालखीच्या पुढे आला. त्याच्या जोडीला हातात तुणतुणं, डफ आणि टाळ घेतलेली माणसंसुद्धा होती. तुक्या गावडेने ओठावरची मिशी काढली होती. गळ्यात बायकांचे दागिने घालून, हातात हिरव्या रंगाच्या बांगड्या घातल्या होत्या. एखाद्या अनोळखी इसमाने त्याला त्या वेषात पाहिलं असतं तर तो त्याला 'बाई'च म्हणाला असता. पालखीसोबत चालताना तो बायकांगत चालायचा.

पायांतील घुंगरांचा आवाज करीत-करीत, तुक्या गावडे हवेत हात नाचवीत

वेडंवाकडं नाचू लागला. डफ, तुणतुणं आणि टाळ इत्यादी वाद्यं त्याला साथ करीत होती. तुक्याच्या अंगात आता साक्षात झोलाईदेवी संचारली होती. तो न थकता पायांतील घुंगरांचा 'छुमृछुम्' असा मजेशीर आवाज करीत भान हरपून नाचत होता. थोड्या वेळाने तो मोठ्या आवाजात झोलाईदेवीचं गाणं म्हणू लागला...

हे झोलाई माय
तुला ठाव हाय काय
ये धावुनि भक्ताच्या भेटीला
तुझ्यावाचुनि जीव ह्यो लागला झुरणीला ॥१॥
तुझी नजर राहू दे आम्हावरी
आमची भक्ती लागो तुझ्या चरणी
मेघ दाटुनि येऊ दे अंबरी
भातपिकाची होईल चांदी
मग होणार नाही खाण्याची वांदी ॥२॥
तुझे दोन डोळे रुप्याचे गो माये
नि तुझी जोडवी चांदीची गो माये
तुझा कंबरपट्टा हाय गो सोन्याचा
भक्ताला पावणारी, संकटाला धावणारी ऽ
समद्या दुनियेची तू माय झोलाई॥३॥

नाचून-नाचून तुक्याचे पाय थकले, तेव्हा तो नाचायचा थांबला. त्याचं संपूर्ण शरीर घामानं निथळत होतं. त्याच्या घशाला कोरड पडली होती. जमिनीवर बसून तो आधी वर तोंड करून घटा-घटा पाणी प्यायला. चेहऱ्यावरचा घाम लुगड्याच्या पदराने पुसून चेहरा कोरडा केला.

एव्हाना सूर्य माथ्यावर येऊन आग ओकत होता. पालखीसोबत फिरणाऱ्या लोकांचे जेवण वाड्यात तयार करून ठेवलं होतं. माणसं जेवायला बसली. आंबवणाच्या पानांच्या तयार केलेल्या पत्रावळ्या त्यांच्या पुढ्यात ठेवून त्यावर गरम भात, भाजी, उडदाचे पापड, लोणचं नि भातावर घट्ट वरण वाढण्यात आलं. भुकेली माणसं समोर वाढलेल्या गरम-गरम जेवणावर अक्षरशः तुटून पडली. त्यामुळे वाढण्याची धांदल उडाली. 'एऽ वरण आण', 'एऽये भात घेऊन ये' अशी पंगतीत बसून जेवणारी माणसं वाढप्यांना ओरडू लागली. नारायण कुणाला काय हवं, ते जातीने पाहत होता. त्याच्या मदतीला दादासुद्धा होता. पोटभर जेवून माणसं तृप्तीचे ढेकर देत उठली. मग त्यांनी झाडांच्या गार

सावलीत पान-तंबाखूच्या चंच्या सोडून निवांतपणे गप्पा मारायला सुरुवात केली. नाना जखमी होऊन आजारी पडल्यामुळे पंगतीत हजर नव्हते. त्या ठिकाणी त्यांची उणीव लोकांना भासत होती. दर वर्षी वाड्यात पालखी आल्यावर वाडा भडाभडा बोलायचा; आता तोच वाडा मुका आणि बहिरा झाल्याप्रमाणे लोकांना वाटत होतं.

उन्हाच्या झळा कमी झाल्यावर पुढच्या मुक्कामाला जाण्यासाठी भोई-लोकांनी 'झोलाईदेवीच्या नावानंऽऽ चांगभलंऽऽ' अशी मोठ्या आवाजात आरोळी ठोकीत पालखी उचलून खांद्यावर घेतली नि ढोल-ताशांच्या गजरात मुंगीच्या पावलांनी ती पालखी वाजत-गाजत पुढे-पुढे सरकू लागली.

नाना त्यांच्या खोलीत पलंगावर उताणे झोपले होते. त्यांनी दोन्ही डोळे मिटून घेतले होते. झोलाईदेवीचं दर्शन घेतल्यामुळे त्यांच्या सुरकुत्या पडलेल्या चेहऱ्यावर समाधान दिसत होतं. त्यांच्या मनाचं संतुलन ढासळल्यामुळे आता त्यांना जगण्यात मजा वाटत नव्हती. छातीच्या दोन-तीन बरगड्या तुटल्या होत्या. उजव्या पायाची नळीसुद्धा तुटली होती. वैद्याने त्यांना झाडपाल्याचे औषध लावून स्वच्छ कापडाने बांधून टाकलं होतं. काठीचा घाव डोक्यात वर्मी बसल्यामुळे डोकं बधिर होऊन ठणकत होतं. त्याच्या जीवघेण्या कळा ते सहन करीत निपचित पडून राहत. वाघाचं काळीज घेऊन जन्माला आलेले नाना अचानक झालेल्या प्राणघातक हल्ल्याने एकदम खचून गेले होते. कितीही प्रयत्न केला, तरी त्यांना मनाची उभारी मिळत नव्हती. त्यामुळे त्यांची तब्येत दिवसेंदिवस अधिकच खालावत होती. केळीचं पान उलगडत जावं तसं त्यांचं मन उलगडत होतं नि एकापाठोपाठ एक असे विचार त्यांच्या मनात येत होते.

नानी त्यांच्या खोलीत आल्या नि 'तुम्हाला काही हवं का?' म्हणून त्यांना विचारू लागल्या. नाना त्यांच्याकडे भकास नजरेने पाहत होते. निर्मलावर आपण आयुष्यभर नको ती बंधने घातली... तिच्या मनाचा आपण कधीही विचार केला नाही. अंगात ताकद आणि रग होती, भोळ्या-भाबड्या जनतेवर हुकूम गाजवायला खोती होती... त्या धुंदीत आपण निर्मलाच्या मनाचा विचार कधीही केला नाही. ती मात्र सगळे सहन करीत या वाड्यासाठी नि आपल्याला आयुष्यभर साथ देण्यासाठी मन मारून मेणबत्तीप्रमाणे जळत राहिली. पुढील जन्म मिळाला, तर मी ईश्वराकडे एकच विनंती करेन की, मला पुढील जन्मीसुद्धा निर्मला हीच बायको मिळू दे. या जन्मी मी तिच्यावर जो अन्याय केलाय, तो पुढील जन्मी दूर करण्याची संधी मला त्यामुळे मिळेल. माझं भाग्य थोर म्हणून मला तिच्यासारखी

गुणी बायको मिळाली!

नाना तोंडाने काहीच बोलले नाहीत, म्हणून नानी त्यांच्याजवळ जाऊन बसल्या. नानांनी त्यांचा सुरकुत्यांनी भरलेला हात हातात घेतला नि भकास डोळ्यांनी ते नानींकडे एखाद्या भ्रमिष्टागत पाहू लागले. नानींच्या लक्षात सर्व काही आलं होतं. त्यांच्या खोल गेलेल्या डोळ्यांची भाषा त्यांना कळत होती. वाऱ्याने विझणाऱ्या दिव्याला हाताची ओंजळ करून आडोसा द्यावा, तशा नानी त्यांच्या छातीवर प्रेमाने हात फिरवीत त्यांना आधार देत होत्या. का कुणास ठाऊक; आता नानींचासुद्धा धीर सुटत चालला होता.

थोड्या वेळाने नाना अगदी थकलेल्या आवाजात म्हणाले, "निर्मला, मला सुमाला नि तिच्या मुलांना पाह्यचंय. तू त्यांना निरोप पाठवून बोलावून घे."

त्यांचं बोलणं ऐकून नानींना प्रचंड यातना झाल्या. मोठ्या प्रयत्नांनी चेहऱ्यावर त्याचा काहीही मागमूस न दाखविता त्यांनी त्या मरणयातना सहन केल्या. मृत्यू समीप येऊन ठेपल्यावर माणसाला त्या मृत्यूची चाहूल लागते. त्याच्या डोळ्यांपुढे त्याचा मृत्यू दिसतो. त्या वेळी माणूस कसा बोलतो, तसं नाना आत्ता बोलले होते.

चेहऱ्यावर उसनं हसू आणीत नानी त्यांना थोडा धीर देत किनऱ्या आवाजात म्हणाल्या,

"आत्ताच तालुक्याला कोणाला तरी घोड्यावरून पाठविते नि सुमाला अन् तिच्या मुलांना बोलावून घेते. तुम्ही त्याची काहीही काळजी करू नका."

"निर्मला, आणखी एक गोष्ट मला तुझ्यासमोर कबूल करायला हवी." हृदयातून ओढून काढल्यागत नाना बोलले.

"कोणती?" नानींनी काळजीनं विचारलं.

"आयुष्यात मी तुझ्यावर खूप अन्याय केलाय... मी ते आज कबूल करतोय. मला तू क्षमा कर."

"असं वेड्यागत बोलू नका. तुम्हाला त्याचा त्रास होईल. झोपा पाहू आता निवांत. कुणी कुणावर अन्याय करीत नसतं. जसा प्रसंग येईल, तसा तो वागत असतो. यात काही गैर आहे, असं मला मुळीच वाटत नाही हो. तुम्ही मनाला यातना करून घेऊ नका."

"निर्मला, तू हे जे आता बोलत्येस— हा तुझा मोठेपणा. मी तुला कधीच समजू शकलो नाही."

"अहो, तुम्ही आता आजारी आहात. तुम्ही लवकर बरे व्हा; मग मी तुमच्याशी खूप-खूप बोलेन."

"निर्मला, तुला वाटतं, की मी या आजारातून बरा होईन असं?" नानांच्या डोळ्यांत पराजय दिसू लागला होता.

"माझी पूर्ण खात्री आहे. मी सोमेश्वराला नि केदारनाथाला तसा नवस बोललेय."

पाण्यात बुडणाऱ्या माणसाला वाटत असतं की, आपण पाण्यात बुडून मरणार नाही... कुणी तरी आपल्या मदतीला नक्की धावून येईल. नानी तसं त्यांच्याशी त्यांना धीर देत बोलत होत्या; परंतु नानांचं बोलणं ऐकून आतून त्या खचून गेल्या होत्या. त्यांचा धीर सुटत चालला होता. म्हणून नानांशी पुढे त्या काहीही बोलू शकल्या नाहीत.

"अहो, तुम्ही आता थोडा आराम करा. मी लिंबाचं लोणचं करायला घेतलंय. नंतर मी तुमच्याशी बोलायला येत्ये. नारायणाला पाठविते."

"तो कामात असेल... नको पाठवूस. मी पडतो."

नानी डोळ्याला पदर लावीत स्वयंपाकखोलीकडे निघून गेल्या. नानांनी डोळे मिटून घेतले. त्यांच्या हृदयाची धडधड तेवढी सुरू होती; बाकी सर्व शांत होतं.

❑❑❑

१८.

निरोप मिळताच नानांना पाहण्यासाठी नानांची मुलगी सुमन आणि जावई श्रीनिवास मुलांना घेऊन आले. नानांची खंगलेली तब्येत पाहून सुमनच्या डोळ्यांत टच्कन पाणी आलं. "आई, नाना बघ ना किती खंगलेले दिसतात!"असं म्हणून ती नानींच्या कुशीत शिरून ओक्साबोक्शी रडू लागली. तिच्या पाठीवर हात फिरवीत नानी तिला म्हणाल्या, "तू अशी हलक्या मनाची आहेस, म्हणून आम्ही आधी तुला निरोप पाठविला नाही. यांनी तुझी आठवण काढली, म्हणून मी लगेच घोडा घेऊन माणूस पाठविला."

"आई, मी नानांची तब्येत बरी झाल्याशिवाय माझ्या घरी जाणार नाही."

"तुझी मर्जी." नानी गंभीर आवाजात तिला म्हणाल्या.

सुमन आपल्याला पाह्यला आलीय म्हणून नाना कण्हत पलंगावर उठून बसले. त्यांचं शरीर फारच खंगून गेलं होतं. गालांवरची, छातीवरची हाडं स्पष्ट दिसत होती. त्यांचे खोल गेलेले डोळे निर्जीव दिसत होते. नाना अनिमिष नजरेने सुमनकडे पाहत होते. नानांचा हात हातात घेऊन सुमन अश्रू ढाळत होती. नानांनी तिच्या मुलांच्या पाठीवरून त्यांचा हात फिरविला. दोन शब्द जावयाशी बोलून ते पुन्हा पलंगावर आडवे झाले. आता त्यांचं मन तृप्त झालं होतं. आता त्यांना कसली आशा उरली नव्हती. पळून गेलेल्या मुलाचं दुःख ते कुणासमोर बोलून दाखवीत नसत. तो पुन्हा गावी परतून येईल, याचीसुद्धा आता त्यांना आशा उरली नव्हती. पलंगावर आडवं पडून विचार करीत असताना त्यांचा डोळा कधी लागला, हे त्यांनादेखील कळलं नाही.

मध्यान्ह रात्र उलटून गेली होती. बोचरा वारा गडद अंधाराला सोबत घेऊन धावत सुटला होता. जणू काळामिट्ट अंधार कळीकाळाचं रूप धारण

करून धरणीवर अवतरला होता. खाडीच्या किनारी बिळात कोल्हे शेपट्या घालून खेकडी बाहेर काढून दाताने नांगी 'कडाकडा' मोडून खात होते नि त्यांचं पोट भरल्यावर 'हुक्क्या हुऽईऽऽ हु क्क्या हुऽईऽऽ' अशा भयसूचक आरोळ्या ठोकीत होते. त्यांचा तो आवाज अंधाराला चिरून दूरवर ऐकू जात होता. झाडावरील घुबडाच्या घूत्काराने अंगावर सरसरून काटा उभा राहत असे.

संपूर्ण वाड्याला गडद अंधाराने अक्षरश: गिळून टाकलं होतं. अंथरुणावर पडल्या-पडल्या नानींचा लगेच डोळा लागला नव्हता. हल्ली-हल्ली घरातील सगळेच एकाच खोलीत नानांच्या सोबत झोपत असत. नाना रात्री उठून पाणी मागत असत, तेव्हा नानी झट्‌कन उठून त्यांच्या तोंडाला पाण्याची वाटी लावीत. नानींची झोप जागसुद होती. कुठे कसला आवाज कानावर पडला की, त्या लगेचच जाग्या होत असत. नाना कधी काय मागतील याचा नेम नव्हता, म्हणून त्या रात्री जाग्याच असत. त्याचा परिणाम हल्ली त्यांच्या तब्येतीवरसुद्धा दिसू लागला होता.

पहाटे-पहाटे नानींना झोप लागली होती. त्या झोपेत असताना त्यांना एक भयानक स्वप्न पडलं. नाना त्यांना सोडून देवाघरी कायमचे निघून गेले होते. नाना दु:खी आवाजात नानींना म्हणत होते, "निर्मला... मी तुला सोडून जातोय, याचं मला फार दु:ख होतंय. माझ्या पश्चात तू आता वाड्याची देखभाल कर. दादा अजून लहान आहे. चांगली मुलगी पाहून त्याचं लग्न कर. मी तुझी वाट पाहतोय. आता तुझी नि माझी पृथ्वीवर भेट पुढील जन्मी होईल."

त्या भयानक स्वप्नाने नानी दचकून जाग्या झाल्या. त्यांचं संपूर्ण अंग घामानं निथळत होतं. त्यांनी पट्‌कन दिवा लावला नि त्या नानांजवळ गेल्या. नानांचा हात हातात घेतल्यावर तो त्यांना गार नि लाकडागत लागला. त्यांचा श्वासोच्छ्वाससुद्धा थांबला होता. नाना सोडून गेल्याचं कळताच नानींनी 'धनीऽऽ' म्हणत मोठ्या आवाजात किंकाळी फोडली. त्या आवाजाने अख्खा वाडा लगेच जागा झाला.

सकाळी सूर्योदयानंतर नानांच्या देहाला जगबुडी खाडीच्या किनारी चंदनाच्या काष्ठांमध्ये अग्नी देण्यात आला. नाना हे जग सोडून गेल्यानंतर आता त्यांच्या आठवणी फक्त मागे उरल्या होत्या.

♦

नानांचं दिवस-कार्य झाल्यानंतर सुमन नवऱ्याला नि तिच्या मुलांना घेऊन तिच्या घरी निघून गेली. घरी जाताना नानींना रुद्ध कंठाने सुमन म्हणाली, "आई, नाना गेले; आता आम्हाला तुझाच आधार आहे. तू आता स्वत:ला जपायला हवंस. या वाड्याची तू आता मालकीण आहेस."

लेकीचं काळजाला हात घालणारं बोलणं ऐकताना नानी मनातून खूप अस्वस्थ झाल्या होत्या. समोर कुणी नसेल, तेव्हा त्या डोळ्यांतील अश्रूंना मुक्तपणे वाट मोकळी करून देत नि दुःखाचा निचरा होईपर्यंत रडत राहत. दादासमोर त्या कधी दुःख करीत बसत नसत. तो हळवा आहे; त्याच्या बालमनावर दुःखाचा ओरखडा उठू नये म्हणून नानी काळजी घेत. त्याच्या आवडी-निवडी जपत. घरात पुष्कळ नोकर-चाकर होते. त्यांचा नानींना आधार वाटत असे. नारायण त्यांचा खास विश्वासू नोकर होता. नाना निघून गेल्यामुळे तोसुद्धा कोलमडून गेला होता.

नानी भकास डोळ्यांनी छताकडे पाहत बैठकीच्या खोलीत एकट्याच बसल्या होत्या. तोंडातल्या तोंडात काही तरी असंबद्ध पुटपुटत होत्या. नारायण खांदे पाडून त्यांच्यासमोर जाऊन दुःखी चेहऱ्याने उभा राहिला. त्याच्या तोंडातून बराच वेळ शब्दच निघेना. नानीसुद्धा त्याला "नारायण, का आलास?" म्हणून विचारेनात. नानींनी छतावरची नजर काढून त्याच्यावर रोखली. त्यांच्या खोल गेलेल्या डोळ्यांत दुःख नि अगतिकता होती. त्या कोलमडून गेल्यात, हे नारायणाच्या ध्यानात आलं होतं. त्याचीसुद्धा त्यांच्यापेक्षा वेगळी परिस्थिती नव्हती.

नानींकडे स्नेहार्द्र नजरेने पाहत नारायण रुद्ध कंठाने त्यांना म्हणाला,

"नानी, मी उद्यापास्नं या वाड्यात येणार न्हाय. मी या वाड्याची लहानपनापास्नं शेवा केलीय. नानांनी मला त्यांचा धाकटा भाव समजला होता. मला त्यांनी माज्या अडी-अडचणीत म्वॉप मदत केली व्हती. त्यांचं माज्यावं म्पॉव उपकार हाईत. मी त्यास्नी कंधी इसरू शकणार न्हाय. त्ये आज मला पोरकं करून देवाघरी निंगून गेलेत. या वाड्यात आलू की मला त्यांची याद येत्ये. 'नारायणऽऽ नारायण' करीत त्ये मला दिसभर साद घालीत. आता मला तशी मायेनं कोण साद घालणार? त्यांच्या आठवणीनं मी वेडा झालोय. मला हा समदा वाडा सुना-सुना वाटाया लागलाय. माजा जीव या वाड्यात आता रमत न्हाय... तवा मला आता रजा द्या. मी उद्यापास्नं वाड्यात येनार न्हाय. तुम्ही सोताला जपा आन् दादांना आधार द्या. फकस्त येवडंच सांगण्यासाठी मी आता तुमच्याकडं आलुय."

नारायण झट्कन पुढे झाला नि त्याने नानींच्या पायांवर डोकं ठेवलं. थोड्या वेळाने तो गळणारे डोळे तळहाताने पुसत बैठकीच्या खोलीतून बाहेर पडला. नानी त्याच्या पाठमोऱ्या आकृतीकडे तो दिसेनासा होईपर्यंत भकास नजरेने पाहत राहिल्या.

❑❑❑

भाग
दोन

१९.

पूर्व दिशा गुलाल उधळल्याप्रमाणे रंगलेली दिसत होती. त्याच फिक्या रंगानं आभाळ सचैल न्हाल्यासारखं दिसत होतं. रात्री आभाळात चमचमणाऱ्या चांदण्या आता अदृश्य झाल्या होत्या. सह्याद्रीच्या दऱ्या-खोऱ्यांतून बोचरा वारा आपल्याच मस्तीत शीळ घुमवीत दण्णाट पळत होता. धुक्याने चिंब भिजलेली झाडावरील पानं वाऱ्याने हलत होती. रंगीबेरंगी पंखांची फडफड करीत घरट्यांतसुद्धा पाखरं जागी झाली नि ती मंजुळ आवाजात गाऊ लागली. त्या पक्ष्यांच्या गाण्याचा मंजुळ आवाज झाडा-पेडांत, दऱ्या-खोऱ्यांत घुमू लागला. एखाद्या ध्यानस्थ बसलेल्या ऋषीप्रमाणे सह्याद्रीच्या रांगा दिसत होत्या. तारुण्याने मुसमुसलेल्या एखाद्या नवतरुणीप्रमाणे कोवळ्या किरणांत सचैल न्हाण्यासाठी पृथ्वी अधीर झाली होती. त्यामुळे ती पूर्व दिशेकडे डोळे लावून बसली होती. अणू-रेणूंत उदंड उत्साह भरला होता. जणू पृथ्वीच्या पुनर्जन्माचीच घटिका अगदी समीप येऊन ठेपली आहे!

दवात भिजलेली तांबडी पाऊलवाट तुडवीत दादा खोत खाडीच्या दिशेने झपझप पावलं टाकत निघाले होते. दवात भिजलेल्या वाळलेल्या गवतामुळे चालताना त्यांच्या पायांना अभिषेक होत होता. त्यांच्या पायांत चामड्याच्या जाड वहाणा होत्या. अंगठ्याजवळ त्याला रंगीत तुरा होता. दवानं वहाणा भिजल्या होत्या. चालताना त्यांच्या भारदस्त शरीरामुळे त्यांच्या पावलांखालील मुरमाचे खडे झाडावरून पडलेल्या गिकलेल्या एखाद्या फळाप्रमाणे टच्कन फुटत होते. दादा खोतांच्या अंगावर सफेद सुती सदरा नि ढगळ अर्धी खाकी चड्डी होती. त्यांच्या डोळ्यांत निळी झाक होती. त्यांच्या भेदक डोळ्यांत कमालीचा आत्मविश्वास होता. त्यांच्या भारदस्त शरीराला शोभून दिसावा, असा त्यांचा खणखणीत आवाज होता. दादा खोत रागाने एखाद्यावर नजर रोखून बोलू लागले की, त्या बिचाऱ्याची बोलतीच बंद होत असे. त्याला वाटे की, आभाळात विजा चमकून त्यांचे तांडव नृत्य सुरू आहे.

दादा खोत बोलू लागले की, गावात मी-मी म्हणणारा मूग गिळून गप्प बसायचा. त्यांच्यापुढे तोंड उघडण्याची त्याची मुळी छाती होत नसे. त्यांच्या घरात पिढ्यान् पिढ्या खोतीचा वारसा चालत आला होता. त्यामुळे साहजिकच त्यांच्या आवाजात नैसर्गिक दरारा होता. दादा खोतांच्या आजोबांनी-पणजोबांनी गावात खोती केली होती; आता ते खोत होते. काळ कुणासाठीच थांबत नाही, तो झपाट्याने बदलत असतो.

तांबड्या पाऊलवाटेवरील ओलसर, दाट धुकं हळूहळू विरत होतं. त्यामुळे डोळ्यांसमोर गेलेली वेडीवाकडी पाऊलवाट, झाडंझुडुपं, उंच डोंगर, आकाश नि शेतमळे हळूहळू स्पष्ट दिसू लागले. दादा खोत जगबुडी खाडीकिनारी पोहोचले; तेव्हा सूर्याचा तेजस्वी, रक्तवर्णीय गोळा पूर्वेला डोंगराच्या पोटातून हळूहळू वर-वर सरकत होता. खाडीला भरती आली होती. भरतीच्या धवल लाटा एकामागून एक येत नि रुपेरी किनाऱ्याला येऊन फुटत होत्या. जणू त्या लाटांचा खाडीत पाठशिवणीचा खेळ सुरू झाला होता. खाडीच्या खाऱ्या, मचूळ पाण्यावर धुक्याचे धुवट थर पसरले होते. कुणाला वाटे की, ते धुक्याचे थर खाऱ्या पाण्यावर मस्तीत तरंगत आहेत. छोट्या-छोट्या होड्यांतून वल्हं मारीत मासेमारी करण्यासाठी भोई जात होते. हवेत कमालीचा गारवा होता, परंतु त्यांच्या अंगावर फक्त वीतभर लंगोटी लाज राखण्यासाठी होती. हवेतील गारठा पळविण्यासाठी त्यांच्या तोंडात जळकी विडी होती. तिचा धूर धुक्याच्या धुवट थरात बेमालूमपणे मिसळून गेला होता.

अंगातील सदरा काढून दादा खोत गुडघाभर पाण्यात जाऊन उभे राहिले. खाऱ्या, मचूळ पाण्यातील मासोळ्या त्यांच्या दोन्ही पायांना लुचू लागल्या. एक गोड, रोमांचित करणारी शिरशिरी त्यांच्या संपूर्ण अंगभर उठली. वाऱ्याने पाण्यावर उठलेल्या लाटा त्यांच्या पायांवर येऊन हलक्याशा आपटत होत्या. दाणा-पाणी शोधण्यासाठी निळ्या आभाळात इवल्याश्या चिमण्या त्यांच्या डोक्यावरून पंख फडफडवीत जात होत्या. त्यांचं प्रतिबिंब पाण्यात दिसत होतं.

'हरी ॐ... हरी ॐ' म्हणत दादा खोतांनी पाण्यात दोन-तीन डुबक्या घेतल्या नि ते हाताने अंग चोळू लागले. त्यांनी नाक धरून पाण्यात पुन्हा डुबक्या घेतल्या. पांढऱ्याशुभ्र, स्वच्छ पंचाने अंग कोरडं करून त्यांनी येताना आणलेली जास्वंदीची ताजी फुलं दोन्ही हातांच्या ओंजळीत घेतली. त्या फुलांचा घमघमाट सुटला होता. उगवत्या सूर्याच्या दिशेने जास्वंदीच्या ताज्या फुलांची ओंजळ धरून दादा खोत अर्धोन्मीलित नेत्रांनी तोंडातल्या तोंडात मंत्रपुष्पांजली म्हणू लागले...

"ॐ यज्ञेन यज्ञमयजन्त देवास्तानि धर्माणि प्रथमान्यासन्...

आविक्षितस्य कामप्रेर्विश्वेदेव: सभासद इति ॥''

मंत्रपुष्पांजली म्हणून झाल्यावर दादा खोत छातीत ताजी हवा भरून घेण्यासाठी थोडा वेळ थांबले नि पुन्हा ते तोंडात पुटपुटू लागले...

''ॐ केशवाय नम: ॐ नारायणाय नम: ॐ माधवाय नम:...

''बाबा, तुम्हाला या जगातून जाऊन बरीच वर्षे झाली. तुमच्या स्मृतिदिनी तुम्हाला भावांजली अर्पण करण्यासाठी मी या ठिकाणी प्रत्येक वर्षी येत असतो. त्यात अजूनही खंड पडला नाही नि पुढेही पडणार नाही. काळ झपाट्याने पुढे जात आहे. मधल्या काळात पुलाखालून बरेच पाणी वाहून गेले आहे. गोरे गेले नि त्यांच्या जागेवर काळे आले. सरकारने दिनांक ०१/०४/१९५७ ला कूळकायदा लागू केला नि त्यात आपल्या बऱ्याच जमिनी गेल्या. पिढ्यान् पिढ्या प्राणापलीकडे जपलेल्या आपल्या जमिनी शासनाच्या एका फतव्याने कुळांच्या घशात गेल्या. आपण नावालाच सात गावांचे खोत राहिलोय. आता शेतात उभ्या केलेल्या बुजगावण्याप्रमाणे खोताची परिस्थिती आहे. तुमच्या वेळी हांजी-हांजी करणारे कुळवाडी आता मुजोर झाले आहेत. त्यांना आता आपण काहीही करू शकत नाही. हा काळाचा महिमा आहे. समुद्राला एक वेळ थोपविणे सोपं आहे, परंतु काळाला थोपविणे कठीण.

''बाबा, मला ठाऊक आहे की, तुमचं या तांबड्या मातीवर किती प्रेम होते ते. झाडापेडांवर तुमचं निरतिशय प्रेम होतं. तोच वारसा मीही यापुढे चालविणार आहे. तुमची आठवण होत नाही, असा एकही दिवस माझ्या आयुष्यात अजूनपर्यंत उगवला नाही. त्या वेळी मला तुमचे विचार पटत नव्हते, परंतु आता ते मला पटतात. एकदा मी तुम्हाला न विचारता तुमची बंदूक घेऊन वानरं मारायला गेलो होतो. त्या वेळी माझा तुम्हाला खूप राग आला होता, मलाही आला होता. नंतर मला समजून चुकलं की, ती माझी अक्षम्य चूक होती. तुम्ही मला माफ केलंत, हा तुमच्या मनाचा केवढा मोठेपणा म्हणायचा!

''चंद्रशेखर घर सोडून गेल्याला आज बरीच वर्षे झाली. तो अद्याप गावी परतला नाही. त्यामुळे तुमच्या आत्म्याला ज्या यातना होत असतील, त्या मी समजू शकतो. तो केव्हा ना केव्हा तरी गावी नक्की परत येईल, असं मला वाटत आहे. तो गावी आल्यावर मी त्याला अंतर देणार नाही, हे मी या क्षणी तुमच्यासमोर कबूल करीत आहे.

''बाबा, तुमचा आशीर्वाद सदैव माझ्या मस्तकावर राहो, एवढीच माझी तुम्हाला नम्र विनंती आहे.''

दादा खोतांनी अत्यंत भावनाशील होऊन त्यांच्या हातातील ताज्या जास्वंदीच्या

फुलांची ओंजळ वाहत्या पाण्यात सोडली. उगवलेल्या तेजस्वी सूर्याला मनोभावे अर्घ्य देऊन नमस्कार केला नि ते पाण्याच्या बाहेर आले. सूर्याची कोवळी किरणं त्यांच्या गौरवर्णीय शरीरावर नाचत होती. पहाटे पडलेलं दाट धुकं आता सूर्यकिरणांनी पळवून लावलं होतं. अंगावर ओला पंचा घेऊन दादा खोतांनी पायांत वहाणा घातल्या नि ते वाड्याकडे जाणारी पाऊलवाट तुडवू लागले.

दादा खोत विचार करीत वाट तुडवीत होते. आता त्यांचा पावलांचा वेग वाढला होता. एखाद्या चलचित्रपटाप्रमाणे त्यांच्या वडिलांच्या आठवणी त्यांच्या डोळ्यांपुढून सरकत होत्या. दादा खोत चालताना त्या आठवणींत चांगले रमले होते. आभाळातील सूर्याचा लाल गोळा वर-वर सरकत होता. सूर्यकिरणांनी गवतावर पडलेले दवबिंदूंचे थेंब सुकून गेले होते. वाट खाचखळग्यांची होती. त्यामुळे चालताना त्याचा त्रास दादा खोतांना होत होता. दगड-धोंड्यांतून वाट काढत चालावं लागत होतं. मधेच वाट गायब होऊन ती पुढे मोकळ्या रानात दृष्टीस पडायची. तेव्हा तिच्या भेटीला शेताच्या बांधावरून चालत जावं लागत होतं. झाडा- झुडुपांतून चालत जाताना कसरत करावी लागत होती. पायाखालची वाट असल्याने त्याचं त्यांना काही वाटत नव्हतं. एखादी पाऊलवाट मधेच गायब व्हायची, परंतु पुढे ती सापडल्यावर त्याचा त्यांना आनंद वाटे.

दादा खोत आपल्याच तंद्रीत चालत असताना त्यांच्या कानावर 'टॉक् ऽऽ टॉऽऽक्' असा आवाज ऐकू येऊ लागला. तो आवाज ऐकून त्यांची पावलं जागच्या जागी थबकली. दादा खोत तो आवाज लक्ष देऊन ऐकू लागले. थांबल्यामुळे त्यांना तो आवाज स्पष्टपणे ऐकू येऊ लागला. कुणी तरी कुऱ्हाडीने झाडं तोडत आहे, हे त्यांना कळून चुकलं. त्या पाऊलवाटेच्या दोन्ही बाजूंनी दादा खोतांची जमीन होती. त्यांनी कुणालाही झाडं तोडण्यासाठी सांगितलं नव्हतं, हे त्यांना पक्कं ठाऊक होतं. आता तो झाडातोडीचा आवाज वाढला होता. दादा खोतांना न विचारताच कुणी तरी त्यांची झाडं त्यांच्या परोक्ष तोडत होतं.

झाडतोड करणाऱ्या चोरांना रंगेहात पकडून त्यांना शिक्षा करण्यासाठी दादा खोत त्या आवाजाच्या दिशेने शेताचे बांध तुडवीत जाऊ लागले. झाडतोडीचा आवाज ऐकून त्यांचा राग उफाळून आला होता. थोड्या वेळाने दादा खोत झाड तोडीच्या ठिकाणी पोहोचले. चार-पाच गडी हातातील परजलेल्या कुऱ्हाडीने उंच वाढलेली ऐनाची झाडं बुंध्यात घाव घालून तोडत होते. दादा खोत क्षणभर त्यांच्याकडे रागाने पाहत जागेवरच उभे राहिले. झाडं तोडणाऱ्या गड्यांचं लक्ष त्यांच्याकडे अजिबात नव्हतं, ते त्यांच्या कामात मग्न होते. त्यांच्या उघड्या अंगांतून घामाच्या

धारा लागल्या होत्या. त्यांच्या हातातील धारदार कुऱ्हाडी एखाद्या यंत्रागत जाडजूड ऐनाच्या बुंध्यात रुतत होत्या. बसलेल्या घावाने तो राखाडी रंगाचा ऐनाचा बुंधा थरथरत होता. जणू त्याच्या काळजावरच कुणी तरी निर्दयीपणे घाव घालीत होते!

तोंडावर आलेला घाम अंगावरील पंचाने पुसून ढगफुटी व्हावी तसे मोठ्या आवाजात दादा खोत कडाडले—

"रांडच्यांनो, माझी झाडं तुम्ही कुणाला विचारून तोडताय?"

वाघाची डरकाळी ऐकून झाडावरची वानरं भीतीने 'धप्पकन' जमिनीवर कोसळून पडावीत, तशा दादा खोतांचा आवाज ऐकून त्या गड्यांच्या हातातील कुऱ्हाडी गळून पडल्या. ते झाडं तोडणारे गडी आश्चर्याने नि भीतीने एकमेकांच्या तोंडाकडे पाहू लागले. अचानक कुणी तरी या रानात येऊन झाडं तोडताना आपल्याला हरकत घेईल, असं त्यांना स्वप्नातदेखील कधी वाटलं नव्हतं. दादा खोतांच्या डोळ्यांतून अंगार बरसत होता. त्यांचा तो आवेश पाहून त्या गड्यांच्या पोटात भीतीने गोळा उठला होता. आता आपली धडगत नाही, असं क्षणभर त्यांना वाटू लागलं. त्यांच्यासमोर काय बोलावं, हे कुणालाच समजेना.

त्यांची बोलती बंद झाल्याचे पाहून दादा खोत पुन्हा कडाडले,

"रांडच्यांनो, तुमची वाचा बसलीय का? मी तुम्हाला काय विचारतोय?"

आता आपली यातून मुळीच सुटका नाही, हे जाणून त्यांच्यामध्ये प्रचंड चुळबुळ सुरू झाली. 'आता काय करायचं?' म्हणून ते एकमेकांना नेत्रपल्लवीने विचारू लागले. दादा खोत अजून संतापाने थरथरत त्यांच्यासमोर उभे होते. त्यांतील एक कृश, काळा-सावळा नि दाढीचं खुंट वाढलेला पस्तिशीचा इसम दादा खोतांच्या समोर येऊन दीनवाणेपणाने उभा राहिला. दादा खोतांच्या नजरेला नजर भिडवण्याची त्याची हिंमत होत नव्हती. दादा खोतांनी त्याला दमात घेऊन विचारलं,

"कोण रे तू?"

"मी जानू हाय जी..."

"गाव कोणतं तुझं?"

"आम्ही सर्व जण... वडगावातनं आलाव जी."

जानूच्या तोंडातून शब्द कसेबसे बाहेर पडत होते. त्याचे ओठ विड्या ओढून काळे ठिक्कर पडले होते नि डोळे इंगळाप्रमाणे लाल भडक दिसत होते. त्याच्यावर नजर रोखून दादा खोत त्याला म्हणाले,

"ही जमीन माझी आहे. तुम्ही मला न विचारताच यातील झाडे चोरून तोडताय, म्हणून मी तुमच्याविरुद्ध तालुक्याच्या पोलीस स्टेशनमध्ये तक्रार देणार

आहे. अंधाऱ्या कोठडीची हवा खाल्ल्यावर मग तुम्ही असं चोरून कुणाची झाडं पाडणार नाहीत.''

पोलिसांचं नाव ऐकून बाकीचे त्याचे साथीदार त्याच्याभोवती गोळा झाले. आता आपली धडगत नाही, असं त्यांना वाटू लागलं. त्यांच्या डोळ्यांसमोर त्यांची छोटी-छोटी मुलं दिसू लागली.

जानू चार पावलं पुढे चालत आला नि दादा खोतांचे पाय धरून तो गयावया करीत त्यांना म्हणाला,

''खोतानूं, गरिबावं दया करा. आमास्नी पोलिसांच्या सवादी करू नका. आमची बी नकायेवडाली लेकरं हाईत. आमी तुरुंगात गेलू की, त्ये उपाशी मरतील...''

''मला न विचारता ही झाडं तुम्हाला कुणी तोडायला सांगितली? त्याचं तू मला नाव सांग—''

''रायबा गावड्यानं आमाला ही झाडं तोडायला सांगितलंन् जी. त्यो आम्हाला म्हणाला की, औंदा मला नवं कौलारू घर बांधायचं हाय. ही जिमीन माझी हाय. तवा तुमी घरासाठनं ही समदी झाडं पाडायची. त्यानं आमाला मजुरीनं ही झाडं तोडायला लावलीत. ही झाडं तुमची हाईत म्हनून आमाला ठाव न्हाय जी... न्हाय तर आमी या झाडांस्नी चुकून सुदिक कुराड लावलीन् नस्ती. आमची फसगत झाली... तवा येक डाव आमाला माफी द्या.''

यामध्ये कामगारांची काहीही चूक नाही, हे दादा खोतांच्या एव्हाना ध्यानात आलं होतं. त्यांना या ठिकाणी कामाला लावणारा रायबा गावडे होता. त्याची दया येऊन दादा खोताने त्याला या जमिनीतील गवत कापून नेण्याची परवानगी दिली होती. रायबाच्या गोठ्यातील गुरं गेली सात-आठ वर्षे या जमिनीवरील गवत खाऊन जगली होती. आता त्याची मजल यापुढे गेली होती. दादा खोतांना न विचारताच त्याने या जमिनीतील झाडं तोडायला मजुरीने गडी लावले होते. तो या जमिनीवर आता कब्जा करू पाहत होता, हे दादा खोतांच्या लक्षात आलं होतं; म्हणून त्यांचं पित्त खवळलं होतं. रायबा गावडे असा विश्वासघात करेल, हे तेव्हा दादा खोतांच्या ध्यानात आलं नव्हतं; नाही तर त्यांनी त्याला या जमिनीतील गवत कापून न्यायला मुळी परवानगीच दिली नसती.

दादा खोत आता पुढे काय पवित्रा घेतात याचा मनात विचार करीत ते गडी त्यांच्यासमोर असहायपणे उभे होते. त्यांच्या डोळ्यांत लाचारी आणि भीती होती. त्यांच्या तोंडातून शब्द फुटत नव्हता.

समोर उभ्या असलेल्या गड्यांवर जळजळीत नजर रोखून दादा खोत त्यांना

धारदार शब्दांत म्हणाले,

"मी एक वेळ तुम्हाला माफ करतो; तुम्ही पुन्हा मला या ठिकाणी दिसता कामा नये. कळलं?"

"न्हाय जी."— जानू गडबडीनं उत्तरला.

"माझा निरोप त्या रायबाला ताबडतोब सांगायचा."

"काय सांगू तुमचा त्याला निरूप?"

"त्याला म्हणावं, तुला दादा खोताने आत्ताच्या आत्ता असेल तसा वाड्यावर बोलावलंय."

"सांगतू जी."

"यात कसूर होता कामा नये."

"न्हाय होनार जी. आता आमी काम बंद करून लगीच त्याच्या घरला जातू. त्यो आता त्याच्या घरातच असंल."

"रांडच्यांनो, मग वाट कसली बघता? निघा पाहू."

वाघाने वर मान घालून डरकाळी फोडल्यावर जंगलातील प्राण्यांची भीतीने जशी गाळण उडते, त्याप्रमाणे ते गडी परजलेल्या कुऱ्हाडी खांद्यावर टाकून क्षणार्धात त्या ठिकाणाहून नाहीसे झाले. ते गडी दिसेनासे होईपर्यंत दादा खोत त्या ठिकाणी उभे होते. त्यांच्या डोळ्यांसमोर वाऱ्याच्या झुळुकीने ऐनाच्या झाडावरची हिरवीगार पानं सळसळत होती. जणू जीवदान मिळाल्याबद्दल ते दादा खोतांना मन:पूर्वक धन्यवाद देत होते. दादा खोत विचार करीत होते की, आज आपण आपल्या वडिलांच्या स्मृतिदिनी खाडीच्या पाण्यात पुष्पांजली अर्पण करायला गेलो, म्हणून ही चोरी पकडू शकलो; नाही तर या जमिनीत एकसुद्धा झाड आपल्याला पाह्यला मिळालं नसतं. रायबाने ती झाडं तोडून त्याच्या नव्या घरासाठी वापरली असती, तर आपण नंतर काहीही करू शकलो नसतो. आपल्या वडिलांनीच ही चोरी पकडण्यासाठी आपल्याला मदत केली, असं त्यांना वाटू लागलं. आपले वडील गेले नाहीत; ते सदैव आपल्यासोबत असतात, आपल्या मदतीला ते धावून येतात... म्हणून दादा खोतांचा त्यांच्या वडिलांबाबतचा असलेला आदर आणखी दुणावला.

दादा खोत विचार करीत वाड्याकडे जाणारी पाऊलवाट तुडवू लागले. कोरड्या पडलेल्या व्हाळातून ते वर आले नि पुन्हा शेताच्या बांधावरून चालू लागले. चालता-चालता त्यांचं लक्ष सहज सातविणीच्या झाडाकडे गेले. ते झाड चांगलं उंचपुरं नि देखणं होतं. जणू त्याला राजस रूपच लाभलं होतं. त्याचा बुंधा सरळसोट नि राखाडी रंगाचा होता. त्याची पानं हिरवीगार, जाडसर नि लांबट आकाराची होती.

त्यामुळे त्या झाडाच्या रूपात आगळी भर पडली होती. सातविणीच्या झाडाबद्दलची माहिती दादा खोतांनी एका दुर्मिळ पुस्तकात वाचली होती. त्या झाडाला लोक 'सप्तपर्ण' म्हणूनसुद्धा ओळखतात. दादा खोतांच्या मालकीच्या जमिनीत सातविणीची एकूण पाच झाडं होती.

तारुण्याने मुसमुसलेल्या तरुणीचं रूप अनिमिष डोळ्यांनी पाहावं, तसं दादा खोत त्या झाडाकडे मान वर करून पाहत होते. त्यांना वाड्याकडे जाण्याचंसुद्धा भान क्षणभर राहिलं नव्हतं. त्यांची पावलं त्या ठिकाणी अडखळली होती. इतक्यात त्यांचं लक्ष त्या राखाडी रंगाच्या झाडाच्या बुंध्याकडे गेलं. एक भला मोठा नाग त्या बुंध्याला वेटोळे घालून बसला होता. त्याची निमुळती जीभ वाऱ्याच्या झोताने वाळलेल्या गवताची काडी हलावी तशी हलत होती. त्याचे दोन डोळे गुंजेसारखे दिसत होते. त्याच्या अंगावर काळे केस होते नि ते वाऱ्याने हलत होते. जणू तो नाग दादा खोतांची वाट पाहत त्या ठिकाणी थांबला होता!

दादा खोतांची मान श्रद्धेने त्या नागापुढे झुकली. त्याच्यापुढे दोन्ही हात जोडून ते तोंडातल्या तोंडात पुटपुटले—

"बाबा, मी तुम्हाला ओळखलं आहे. आज तुम्ही मला नागाच्या रूपात दर्शन दिलंत, त्यामुळे माझे डोळे आनंदाने भरून आले आहेत. आता तुम्ही जिवाला त्रास घेऊ नका. तुमच्या ठिकाणावर जाऊन तुम्ही विश्रांती घ्या."

दादा खोत असे म्हणाले नि काय आश्चर्य... तो जहरी नाग बुंधा सोडून क्षणात मोकळ्या जागेत आला नि फूत्कार टाकीत दाट झुडुपांत नाहीसाही झाला! आपले वडील नागाच्या रूपात आपल्या जमिनींची राखण करतात... यापुढे शेतात दृष्टीस पडलेला साप मरायचा नाही, त्याला जीवदान द्यायचं— असा मनात पक्का निश्चय करून दादा खोत पुन्हा वाट तुडवू लागले.

दादा खोत बैठकीच्या खोलीत आरामखुर्चीत बसायच्या आधी त्यांनी पंख्याचे बटण दाबलं. पंख्याचा वारा खोलीत 'भराऽऽरा' पसरला. दादा खोत लाकडी आरामखुर्चीत बसून पंख्याचा वारा घेऊ लागले. थोड्या वेळाने त्यांनी घसा खाकरून बायकोला मोठ्या आवाजात हाक मारली—

"अनुराधाऽऽ मी आलोय गोऽ प्यायला पाणी आण."

"आलेऽऽ आलेऽऽ" स्वयंपाकखोलीतून आवाज ऐकू आला.

दादा खोत पंख्याचा वारा घेत आरामखुर्चीत निवांत बसले. पंख्याच्या वाऱ्याने त्यांच्या अंगावरील घाम सुकून गेला. त्यांना आता कसलीही घाई नव्हती. गिलावा

केलेल्या भिंतीवर गंगाधर खोतांचा घोड्यावर रुबाबात बसलेला फोटो फ्रेम करून लावला होता. त्यांच्या वडिलांच्या फोटोला ताज्या जास्वंदीच्या फुलांची माळ घातली होती. त्यांच्या डाव्या आणि उजव्या बाजूला देवादिकांचेसुद्धा फोटो फ्रेम करून लावले होते. राजा रविवर्मा यांनी काढलेली चित्रेसुद्धा त्या ठिकाणी लावली होती. देवडीत आध्यात्मिक आणि पौराणिक कथांवर आधारित पुस्तकं खच्चून भरली होती. दादा खोतांना वाचनाचा छंद होता. तो वारसा त्यांना त्यांच्या वडिलापासून मिळाला होता. काही काम नसेल त्या वेळी दादा खोत हातात पुस्तक घेऊन तासन् तास वाचत बसत. मग त्यांना काळ-वेळ याचं भानदेखील उरत नसे. रामदासस्वामींचा दासबोध, ज्ञानेश्वरी, तुकाराममहाराजांचे अभंग, एकनाथमहाराजांच्या ओव्या, भारुडं, इत्यादी तसेच रामायण, महाभारत पुस्तके त्यांनी अनेक वेळा वाचून काढली होती. दुसऱ्या एका देवडीत त्यांच्या औषधांच्या बाटल्या होत्या.

बसल्या-बसल्या दादा खोतांची नजर त्या सर्व वस्तूंवरून फिरत होती. अंगणातील कारंज्याकडे त्यांचं लक्ष गेलं, तेव्हा त्यांचा चेहरा दुःखाने काळवंडला. वाडा बांधला, तेव्हा ते कारंजं कामगारांनी परिश्रम घेऊन बांधलं होतं. नंतर त्यात बिघाड झाल्यामुळे ते बंद झालं. दादा खोतांनी दोन-तीन वेळा ते कारंजं दुरुस्त करण्यासाठी कामगार बोलाविले, परंतु त्याचा काहीही उपयोग झाला नाही. कारंजं दुरुस्त झालं नाही, त्याचं त्यांना खूप वाईट वाटलं. नंतर त्यांनी तो दुरुस्तीचा नाद सोडून दिला. त्याच्याकडे कधी नजर गेली, तर त्यांना त्याचं दुःख होई. आता तर त्यांना त्याची सवय झाली होती.

स्वयंपाकखोलीतून मंद पावलं टाकीत हातात तांब्या-भांडं नि साखरेची बशी घेऊन अनुराधा आल्या. दादा खोतांसमोर सागवानी लाकडाचं स्टूल होतं. त्यावर तांब्या-भांडं नि साखरेची बशी ठेवीत त्यांनी दादा खोतांना खालच्या आवाजात विचारलं,

"घरी यायला उशीर केलात?"

"एक निकडीचं काम होतं, म्हणून यायला थोडा उशीर झाला."

अनुराधा त्यांच्यासमोर असलेल्या लाकडी बाकावर बसल्या नि पदराने गळ्यावरील घाम पुसत त्यांनी त्यांना पुन्हा विचारलं,

"कसलं निकडीचं काम होतं?"

"अनुराधा, कूळकायदा झाल्यापासून कुळवाडी माजलेत. ते खोतांना आता विचारीत नाहीत."

"मला काहीही समजलं नाही? मला समजेल असं सांगा पाहू—"

"सांगतो." दादा खोतांनी चिमूटभर साखर तोंडात टाकून भांड्यात पाणी

घेऊन प्यायले. पंचाने तोंड पुसत दादा खोत पुढे म्हणाले,

"अगं अनुराधा, कुळवाडी आता पहिल्याप्रमाणे इमानी राहिले नाहीत. तो रायबा... आपल्या जमिनीत असलेली ऐनाची झाडं मला न विचारताच गडी लावून तोडीत होता. खाडीहून येताना मला त्या झाडतोडीचा आवाज ऐकू आला, म्हणून मी त्या जागेवर आता जाऊन आलो."

"काय लोकांचं धाडस आहे बघा! जमीन कुणाची, मालकी कुणाची नि ती झाडं तोडतो कोण! तुम्ही त्यांना चांगला दम द्यायला पाहिजे."

"अनुराधा, मी त्यांना असा हाग्या दम देऊन आलोय; पुन्हा ते गडी कुऱ्हाडी घेऊन त्या ठिकाणी झाडं तोडायला चुकूनही जाणार नाहीत. ते गडी या गावातील नव्हते."

"मग?"

"अगं, ते वडगावचे होते. त्या गड्यांची काहीएक चूक नव्हती. खरी चूक रायबा गावड्याचीच. त्याला मी त्यांच्याकडे निरोप देऊन वाड्यावर भेटायला बोलावलंय. तो नक्की येईल."

"सातविणीचा माळ तसा इथून लांब आहे. आपण सहसा तिकडे जात नाही. म्हणून त्याने ती झाडं तोडायचं धाडस केलं असावं, असं मला वाटतं."

"तुझं म्हणणं खरं आहे, परंतु झाडतोडीचा आवाज लपून राहतो का? तो अर्ध्या मैलावरसुद्धा ऐकू जातो. थोड्या वेळाने गणपतला सातविणीच्या माळावर ती झाडं पाहून यायला पाठवतो, म्हणजे त्याची काळजी मिटली."

"गणपतला आज मी रिकाम्या खोल्या झाडण्याच्या कामाला लावलंय. अहो, त्या खोल्यांमध्ये पारव्यांनी शिटा टाकून घाण करून टाकली आहे. त्याचा घाणेरडा वास संपूर्ण वाड्यात पसरला होता."

"अनुराधा, मोकळ्या खोल्या असल्या की कुणी ना कुणी तरी त्यात राहतं. आपल्या लग्नाच्या आधी या वाड्यात दुपारी आणि रात्री पायली-पायलीचा भात शिजायचा. दहा-पंधरा गडी वाड्यात नुसते कामाला होते; नि त्यात आले- गेले आणखी वेगळे. तेव्हा वाडा नुसता बोलायचा बघ. आता काळ बदलला; त्याला आपण काय करणार?"

"लक्ष्मी आणि गणपत सकाळपासून नुसते खोल्या झाडतायत. आज त्यांचं काम काही पूर्ण होणार नाही."

थोडा वेळ दोघं काही न बोलता गप्प बसली. छतावर पंखा गरगर फिरत होता. त्यामुळे उकाडा तितकासा जाणवत नव्हता. बाहेर कडक ऊन पडलं होतं नि वाऱ्याचा मागमूससुद्धा नव्हता. त्यामुळे वाड्याकडे सहसा कुणी इतक्यात फिरकणार

नव्हते. दादा खोतांच्या नकळत त्यांच्या चेहऱ्यावरील भाव उघड्या डोळ्यांनी अनुराधा टिपत होत्या. दादा खोतांच्या चेहऱ्यावरील भाव एकसारखे बदलत होते. कूळकायद्याने त्यांची झोप उडाली होती.

बायकोच्या चेहऱ्याकडे पाहत काळजीच्या सुरात दादा खोत म्हणाले,

"अनुराधा, म्हातारी मेल्याचं मला अजिबात दुःख नाही, परंतु काळ सोकावता कामा नये. आपल्या काही जमिनी कूळकायद्यात जरी गेल्या असल्या, तरी अजून शंभर एकर जमीन आपल्या नावे आहे. उद्या त्यांची देखभाल कोण करील? कुळं ही अशी!"

त्यांना धीर देत अनुराधा किनऱ्या आवाजात म्हणाल्या,

"अहो, तुम्ही त्या जमिनींची आताच काळजी करू नका. आपला अवधूत आपल्या पश्चात त्या जमिनींची देखभाल करील हो."

"तुझी खात्री आहे तशी?"

"हो, माझी तशी खात्री आहे."

दादा खोत पत्नीच्या मताशी सहमत झाले नाहीत. त्यांचं बोलणं ऐकून दादा खोतांचा चेहरा नैराश्याने झाकोळून गेला. अवधूतची डॉक्टर होण्याची इच्छा होती. तो हुशार आणि बुद्धिमान होता, म्हणून दादा खोतांनी डॉक्टर होण्यासाठी त्याला अनुमती दिली. त्यासाठी त्यांनी पाण्यासारखा पैसा खर्च केला. आपला मुलगा आज डॉक्टर होतोय, याचं त्यांना केवढं अप्रूप वाटत होतं. त्याचं शिक्षण पूर्ण होऊन त्याला वैद्यकीय व्यवसाय करण्यासाठी सर्टिफिकिट मिळालं, तेव्हा दादा खोत त्याला म्हणाले,

"अवधूत, आपण आपल्या वाड्यातच तुझा दवाखाना सुरू करू. म्हणजे वाड्यात माणसं येऊ-जाऊ लागतील नि या गावच्या लोकांची सोयसुद्धा होईल."

दादा खोतांचं बोलणं उडवून लावीत अवधूत त्यांना म्हणाला,

"बाबा, या गावंढ्या गावात प्रॅक्टिस करण्यासाठी मी कष्ट घेऊन डॉक्टर बनलो नाही. मी तालुक्याला माझा दवाखाना सुरू करणार आहे. भारतीचं नि माझं तसं आधी बोलणं झालंय.'

"तू शहाणा नि तुझी बायको भारती दीड शहाणी!" दादा खोत त्वेषाने त्याला म्हणाले.

"बाबा...'

"पुढे काहीएक बोलू नकोस. गावातील गोर-गरिबांची सोय होईल, म्हणून मी तुला डॉक्टर केला नि तू तालुक्याला प्रॅक्टिस करणार म्हणतोस? त्याचा मला नि

या गावातील लोकांना काय उपयोग?''

''बाबा, मला नवा दवाखाना उघडण्यासाठी पैसे हवेत.''

''तुला मी एक छदामसुद्धा देणार नाही.''

दादा खोत त्याला जसे बोलले, तसे ते वागलेसुद्धा. नवा दवाखाना उघडण्यासाठी त्यांनी अवधूतला एका नव्या पैशाचीसुद्धा मदत केली नाही. भारतीचे वडील त्याच्या मदतीला धावून आले. त्यांनी त्याला आर्थिक मदत केली, हे जेव्हा दादा खोतांना कळलं; तेव्हा ते मनातून अस्वस्थ झाले. सोयऱ्यापुढे मुलानं नाक घासलं. त्यामुळे खोताची इभ्रत काय राहिली? दादा खोतांच्या मनाला ते खूप लागलं, परंतु मुलांच्या हट्टापायी त्यांना काहीही करता आलं नाही.

दादा खोत आवंढा गिळून म्हणाले,

''अनुराधा, तू म्हणत्येस तसं झालं तर, त्याचा मला फार आनंद होईल; परंतु तशी परिस्थिती सध्या तरी नाहीये. त्याचा या जमिनीत मुळीच जीव गुंतत नाहीये. तो बरा, की त्याचा तो तालुक्याचा दवाखाना बरा. आजतागायत त्याने माझ्याकडे कोणत्याही जमिनीची चौकशी केली नाही. रानातील झाडंमाडं विकून मी त्याला डॉक्टर केला नि तो त्यातच रमला बघ.''

''अहो, दवाखान्याच्या त्या व्यापात शेताकडे जायला त्याला वेळ तरी कुठे मिळतो? कधी बायको-मुलांना घेऊन आला, तर सगळी चौकशी करीत असतो. आता तो गावी आला की, मीच त्याला घेऊन आपल्या शेताकडे फिरून येत्ये.''

अनुराधाचं बोलणं ऐकून दादा खोतांना त्यांची गंमत वाटली. गालांत छद्मी हसत ते म्हणाले,

''अनुराधा, तू त्याची आई आहेस म्हणून तू असं बोलत्येस. पण एक लक्षात ठेव— तू त्याच्या जन्माला पुरणार नाहीस. आता तुझे डोळे उघडले नाहीत, तर त्याचा तुला एक ना एक दिवस नक्कीच पश्चात्ताप होईल. या तांबड्या मातीवर, झाडापेडांवर माया केलेली कधी वाया जात नाही, ही काळ्या दगडावरची रेघ आहे. ही परशुरामाची पवित्र भूमी आहे. आपल्या वाडवडिलांनी पोटच्या मुलाप्रमाणे या जमिनीवर माया केली. त्यांना कधीही काही कमी पडलं नाही. ते वैभवात जगले नि वैभवात मेले. आपण त्यांचा तो वारसा पुढे न्यायला नको का? त्याची जाण आपण ठेवली नाही, तर आपल्याला नरकातसुद्धा जागा मिळणार नाही.''

वाद शेवटच्या स्तराला जाऊन पोचला होता. शब्दाला शब्द वाढत गेला, तर दादा खोतांना स्वत:वर ताबा ठेवता येत नाही; ते कमालीचे क्रुद्ध होतात नि असंबद्ध बडबडू लागतात, हे अनुराधाला ठाऊक होतं. अशा वेळी त्या पुढे वाद

घालीत नसत. गप्प बसून राहत किंवा विषयांतर करून बोलत; तेही जमलं नाही, तर सरळ उठून स्वयंपाकखोलीत जात. मग तो विषय तिथेच संपायचा. दादा खोत मनात काही ठेवीत नसत. दोघांचा स्वभाव आता एकमेकांना चांगला माहीत झाला होता. त्यामुळे गोष्टी वरच्या स्तराला कधीच जात नसत.

अनुराधा बसल्या ठिकाणावरून उठत त्यांना म्हणाल्या,

"अहो, मी तुम्हाला चहा करून आणत्ये."

स्टुलावर ठेवलेली साखरेची बशी घेऊन अनुराधा मंद पावलं टाकीत स्वयंपाकखोलीकडे निघून गेल्या. त्या उठून गेल्यावर दादा खोत दोन्ही हात डोक्याच्या मागे घेऊन आरामखुर्चीत नीट बसले नि मनाचा निचरा होण्यासाठी रामदासस्वामींचा श्लोक खालच्या आवाजात म्हणू लागले...

"मना सज्जना भक्तिपंथेची जावे।
तरी श्रीहरी पाविजे तो स्वभावे ।।
जनी निंद्य ते सर्व सोडूनि द्यावे ।
जनी वंद्य ते भावे करावे ।।"

एक दिवस अवधूतला त्याची चूक कळून येईल, तो आपलं म्हणणं ऐकून तालुक्याचा दवाखाना बंद करून वाड्यात त्याचा दवाखाना सुरू करेल... हे एक दिवस नक्की घडेल. दादा खोतांना मनातून वाटू लागलं. आपण त्या दिवसाची डोळ्यांत प्राण आणून वाट पाहू. तसं त्याचं आपल्यावर प्रेम आहे. एकदा तो आपल्याला 'बाबा, आता तुमचं वय झालंय, तेव्हा तुम्ही कमी साखरेचा चहा प्या, नाही तर तुम्हाला मधुमेह होईल.' असं काळजीने म्हणाला होता. आता तो तरुण आहे. काही गोष्टी त्याच्या झट्‌कन लक्षात येणार नाहीत. आपण त्याचा राग करून चालणार नाही. त्याच्या चुका आपण पोटात नाही घालणार, तर कोण घालणार? तो तरुण आहे, त्यामुळे निर्णय घेताना तो घाई करतो.

तरुणपणी आपणसुद्धा तसे हूडच होतो. मित्रांना गोळा करून खाडीवर पोहायला जाणे, पैज लावून नारळ-पोफळीच्या झाडावर चढणे, पत्ते कुटणे इत्यादी धंदे आपणसुद्धा केले आहेत. एकदा एका मित्राच्या नादी लागून सोमेश्वराच्या देवळात जाऊन चोरून चिलीमसुद्धा ओढली. जेव्हा आपली चोरी उघडकीला आली, तेव्हा आईने आपल्याला पाठीशी घातलं नसतं तर नानांच्या हाताने आपलं थोबाड चांगलं रंगलं असतं.

एकदा दादा खोत गणू भटजीच्या मुलासोबत तालुक्याला जाण्याच्या गडबडीत

होते. आरसा समोर धरून ते कंगव्याने केसांचा भांग पाडीत असताना नारायण त्यांच्याकडे नानांचा निरोप घेऊन आला नि त्यांना "तुमास्नी नानांनी लगीच बलीवलंय" म्हणाला. केसांचा भांग पाडून दादा खोत दबक्या पावलांनी बैठकीच्या खोलीत आले. नाना ढुंगणावर हात घेऊन शतपावली घालीत होते. नानांजवळ जाऊन दादा खोत त्यांना खालच्या आवाजात म्हणाले,

"बाबा, तुम्ही मला बोलावलंत?"

"होय, मी तुला बोलावलं होतं." नाना सागाच्या खुर्चीत बसत म्हणाले.

"बाबा, आज जरा मी घाईत आहे. मी आता गणू भटजींचा मुलगा शारंगधर याच्यासोबत तालुक्याला निघालो होतो. आपण नंतर बोलू की—"

त्याचं बोलणं ऐकून नानांना राग आला नि त्यांच्या सुरकुत्या पडलेल्या कपाळावरच्या रेषा रागाने तट्ट फुगल्या. आवाज मोठा करून नाना त्यांना म्हणाले,

"दादा, कसले रे तुला भिकेचे डोहाळे लागलेत? अरे, तू सात गावचा खोत आहेस नि नको ते धंदे करायला लागलास? तो गणू भटजींचा मुलगा शारंगधर वाया गेलाय. सोमेश्वराच्या देवळात तो चोरून गांजा ओढतो. त्याच्या तू नादी लागलास? अशानं तुझं कधीही भलं होणार नाही."

"बाबा, तुम्ही माझं थोडं ऐकून घ्या, मग तुम्ही मला बोला."

"तू मला काहीएक सांगू नकोस. तुला काय म्हणायचंय, ते मला ठाऊक आहे. माझी आता केसं पिकलीत. यापुढे तू असले धंदे बंद केले नाहीस, तर तुला माझ्या वडिलोपार्जित मिळकतीतील एक छदामसुद्धा मिळणार नाही. मृत्युपत्र करून मी माझी संपूर्ण मिळकत शासनाला दान करून टाकीन नि गळ्यात धोंडा बांधून जगबुडी खाडीत स्वत:ला जलार्पण करीन. पुढे आणखी जगण्याची माझी इच्छा नाही. कळलं?"

"बाबा, मी तुमच्या पाया पडतो. असं अमंगळ नका हो बोलू. जीवाला खूप यातना होतात. हवं तर तुम्ही माझं तोंड तुमच्या पायातील खेटरानं फोडा."

दादा खोतांच्या डोळ्यांत पाणी आलं होतं.

"दादा, तुला तुझी चूक कळून चुकली; माझं आता काहीएक म्हणणं नाही." नाना शांत होत म्हणाले.

"बाबा, यापुढे मी तुम्हाला त्रास होईल असं मुळीच वागणार नाही. मी या गावचा खोत आहे, याची मला पूर्ण जाणीव आहे. तुम्ही मला माफ करा."

"दादा, बापाचं हृदय काय असतं, हे तुला आज मुळीच कळणार नाही; ते तुला तू बाप झाल्यानंतरच कळेल हो. मी तुला बोललो, ते तुझ्या भल्यासाठीच. त्यात

माझ्या मनात द्वेषभावना बिलकुल नाही. जगातला कोणताही बाप आपल्या मुलाचं अहित चिंतणार नाही. तुला तुझ्या जबाबदारीची जाणीव व्हावी, एवढ्यासाठीच मी तुझ्यावर रागावलो होतो. माझा आशीर्वाद तुझा पाठीशी सदैव असेल— मग मी या जगात असेन किंवा नसेनसुद्धा!'' नाना मन मोठं करीत म्हणाले.

दादा खोत भरल्या डोळ्यांनी नानांच्या खोलीतून बाहेर पडले नि नारायणकडून शारंगधरला 'मी तालुक्याला येत नाही' म्हणून तातडीचा निरोप पाठविला. आता व्रात्यपणा कमी करून शेतीवाडीत लक्ष घालायचं, असा दादा खोतांनी त्याच वेळी निश्चय केला. नानी त्यांच्यामागे मूकपणे उभ्या होत्या. त्यांनी दादा खोतांच्या पाठीवर मायेने हात ठेवला. त्या हाताच्या स्पर्शाची भाषा दादा खोतांना कळली. ''आईऽऽ'' म्हणून ते नानींच्या गळ्यात पडून आसवं गाळू लागले. नानी त्यांच्या पाठीवर थोपटत त्यांना धीर देत होत्या. थोड्या वेळाने नानांच्या खोलीतून गीतेतील श्लोक त्यांच्या कानावर पडू लागला—

''वासांसि जीर्णानि यथा विहाय ।
नवानि गृह्णाति नरो पराणि ॥
तथा शरीराणि विहाय जीर्णानि ।
अन्यानि संयति नवानि देहि ॥...''

आता ती घटना दादा खोतांच्या डोळ्यांपुढे एखाद्या चलच्चित्राप्रमाणे दिसत होती. भूतकाळातील त्या घटनेच्या आठवणीत दादा खोत रमले होते. इतक्यात त्यांच्या कानावर ''चहा घ्या—'' म्हणून अनुराधाचे शब्द पडले. आवाजाच्या दिशेने पाहत दादा खोत त्यांना गमतीने म्हणाले, ''गो अनुराधा, माझ्या चहामध्ये साखर कमी टाकलीस ना? माझ्या डॉक्टर मुलाने मला तसं सांगितलंय— त्याचं मला ऐकायलाच हवं.''

''अहो, तुमचा चहा मी नेहमी कमी साखर टाकूनच करीत असते म्हटलं.''

''मग ठीक आहे. आण माझा चहा इकडे—''

चहाच्या कपातून गरम वाफा लवलवत होत्या. थकवा कमी करण्यासाठी दादा खोतांनी गरम चहाचा कप तोंडाला लावला. पहिला घोट घशात उतरल्यावर त्यांना खूप बरं वाटलं. अनुराधा त्यांच्या पुढ्यात उभ्या राहिल्या होत्या. उघड्या डोळ्यांनी त्या त्यांच्या शरीराच्या हालचाली निरखत होत्या. दादा खोतांनी चहा पिऊन संपवला. चहाची रिकामी कप-बशी अनुराधाच्या हाती देत ते म्हणाले,

''अनुराधा, चहा अगदी फर्मास होता बघ. मला आलेला थकवा कुठल्या कुठे

पळून गेला!''

''हो का?''

''मी खरं ते तुला सांगितलं.''

''आज दुपारच्या जेवणाला थोडा उशीर होईल.''

''का बरं?''

''मी एकटीच स्वयंपाकाच्या खोलीत आहे. लक्ष्मी खोल्या झाडत्येय. चांगुणा परसवनात मिरच्या तोडत्येय. म्हणून थोडा उशीर होईल म्हटलं.''

''मला चालेल.''

''तुम्ही वाट पाहाल म्हणून मी सांगितलं.''

अनुराधा पुन्हा थोड्या घुटमळल्या. दादा खोतांनी त्यांना विचारलं,

''आता काय बरं काम आहे?''

''अहो, आज संध्याकाळी अवधूत बायको-मुलांना घेऊन येणार आहे. तुम्हाला मगाशी सांगायचंच राहून गेलं बघा. हल्ली-हल्ली मला विस्मरण होऊ लागलंय.''

''हो का? काय म्हणत्येय त्याची प्रॅक्टीस?''

''तो घरी आल्यावर तुम्हीच त्याला विचारा की! तो तुम्हाला सगळं सांगेल.''

''अनुराधा, तू त्याला जन्म दिलेली आई आहेस. तुझ्याशी जसं तो मोकळेपणाने बोलेल, तसं तो माझ्याजवळ बोलणार नाही.''

''अहो, मला एवढं माहिताय की, त्याने तुमच्याशी कसलाही आडपडदा न ठेवता बोलायला हवं.''

''अनुराधा, तू फार भोळी आहेस.'' कातरलेली ओली सुपारी तोंडात टाकत दादा खोत म्हणाले.

''मला कळलं नाही हो— तुम्हाला नेमकं काय म्हणायचं आहे त्ये?''

''कळेल हो तुला. ते जाऊ दे. शलाका शाळेत गेली का?''

''आज ती जरा लवकर शाळेत गेली. तुम्ही खाडीवरून आलात त्याच्या थोडी आधी ती शाळेत गेली. बोर्डाची परीक्षा जवळ आलीय ना— तिला दहावीचा जादा तास घ्यायचाय म्हणत होती. गेल्या वर्षी तिच्या विषयात सर्व मुलं पास झाली. यंदासुद्धा तिला तिच्या विषयाचा १००% निकाल लावायचाय.''

''अनुराधा, ती फार जिद्दी मुलगी आहे. तशीच हुशारसुद्धा आहे. कोणतेही काम ती जीव ओतून करत्ये. परवा हेडमास्तर देसाई म्हणत होते की, तिच्यामुळे हायस्कूलचा बोर्डाचा निकाल चांगला लागतो.''

''हो का! आता ती शाळेत चांगली रमलीय.''

शलाका बी. ए., बी. एड. चांगल्या गुणांनी उत्तीर्ण झाल्यावर दोन वर्षांपूर्वी दादा खोतांनी त्यांच्या तोलामोलानाचं श्रीमंत स्थळ पाहून तिच्या लग्नाचा बार दणक्यात उडवला होता. शलाका तिच्या सासरी नांदायला गेल्यावर दादा खोत निश्चिंत झाले. दुर्दैवाने काही दिवसांतच तिचं लग्न मोडलं. देवा-ब्राह्मणाला साक्षी ठेवून शलाकाने ज्याच्या गळ्यात विश्वासाने वरमाला घातली होती, तो तिचा पती सुनील हा नपुंसक निघाला. मधुचंद्राच्या दिवशीच त्याचं बिंग फुटलं, तेव्हा तो तिच्या समोर एखाद्या अपराध्यासारखा उभा राहिला होता. त्याच्यावर जळजळीत नजर रोखून शलाकाने करड्या भाषेत त्याला विचारलं, "मला तुम्ही का फसविलंत? माझ्या आयुष्याचं मातेरं करून तुम्ही काय मिळवलंत?"

"शलाका, मी तुझा अपराधी आहे... तू मला माफ कर. आई-वडिलांच्या हट्टापायी मी तुझ्याशी लग्न करायला तयार झालो; नाही तर मी आयुष्यभर अविवाहित राहिलो असतो."

"यापुढे तुमचं नि माझं नवरा-बायकोचं नातं उरलं नाहीये. मी माझ्या माहेरी जाते."

शलाका सुंदर होती नि बुद्धिमान होती. ती तिची बॅग घेऊन तडक माहेरी निघून आली. अनुराधाने तिला खोदून-खोदून विचारल्यावर शलाका तिच्या गळ्यात पडून रडत म्हणाली. "आईऽऽ माझं लग्न मोडलं गंऽऽ सुनील हा पुरुष नाहीये; मग मी सासरी का राहू, सांग ना?" दोघी मायलेकी बऱ्याच उशिरापर्यंत आसवं गाळीत बसल्या. अगदी दुःखाचा निचरा होईपर्यंत त्यांनी एकमेकींना सोडलं नाही. दादा खोत आणि अनुराधा तिला धीर देऊन तिच्यामागे खंबीर उभे राहिले. गेल्या वर्षी गावच्या हायस्कूलमध्ये एका रिक्त जागेवर तिला शिक्षिकेची नोकरी मिळाली होती. ती हळूहळू सावरत होती.

स्वयंपाकाची आठवण झाल्यावर अनुराधा घाई करीत दादा खोतांना म्हणाल्या,

"अहो, मी वेंधळ्यासारखी तुमच्याशी बोलत काय बसल्येय! मला स्वयंपाकाला लागायला हवं. शलाका दुपारी जेवायला घरी येणार आहे. जाताना तसं ती मला सांगून गेलीय."

अनुराधा घाई-गडबडीने स्वयंपाकाच्या खोलीकडे निघून गेल्या. दादा खोत बैठकीच्या खोलीत पंख्याची हवा खात एकटेच बसले होते. सूर्य हळूहळू आकाशात पुढे-पुढे सरकत होता. वाऱ्याच्या एखाद्या चुकार झुळुकीने उंच झाडावरची पानं हलत होती. उनाड गुरं झाडाच्या गार सावलीत बसून रवंथ करीत होती. झाडाच्या फांद्यांवर बसून पाखरं चिवचिवत होती नि इवलाश्या चोची त्यांच्या पंखांत खुपसत होती.

उन्हाचा कडाका हळूहळू वाढत होता.

कडक उन्हाच्या झळा सहन करीत रायबा गावडे दादा खोतांना भेटण्यासाठी तांबड्या गाडीरस्त्याने येत होता. तो वाड्याच्या फाटकाजवळ आला, तेव्हा दादा खोतांनी त्याला पाह्यलं नि ते आरामखुर्चीत सावरून बसले. रायबा आता सत्तरीकडे झुकला होता. त्याच्या डोक्यावरचे केस नि दाढी पिकली होती. त्याच्या गालावरची हाडं नि छातीवरच्या बरगड्या डोळ्यांनी स्पष्ट दिसत होत्या. त्याचे डोळे खोबणीत गेले होते. त्याच्या अंगावर मळका ढगळ सदरा नि कमरेला वीतभर लंगोटी होती. काठीच्या आधाराने चालत तो पायरीजवळ आला. त्याने हातातील काठी भिंतीला उभी केली नि पायांतील तुटक्या चपला पायरीजवळ सोडल्या. दरवाजातून आत आल्यावर दोन्ही हात आदराने जोडून दादा खोतांना 'राम-राम' केला. म्हाताऱ्याच्या पोटात भीती होती.

"ये रायबा, बैस." तोंडावरची रेष हलू न देता दादा खोत म्हणाले.

म्हातारा भिंतीला पाठ टेकून जमिनीवर उकिडवा बसला. त्याच्या राकट, सुरकुत्या पडलेल्या चेहऱ्यावर लाचारी आणि अपराधीपणाचे संमिश्र भाव उमटले होते. दादा खोतांनी त्याला बसायला सांगितलं, म्हणून त्याला थोडं बरं वाटलं. दादा खोत विचार करीत होते. म्हाताऱ्याला त्यांच्या चेहऱ्याकडे पाहण्याचं धाडस होत नव्हतं. म्हणून तो पायाच्या अंगठ्याकडे पाहत होता.

"रायबा, मी तुला निरोप पाठवून का बोलावून घेतलंय, हे तुला ठाऊक आहे का?" दादा खोतांनी म्हाताऱ्याला थोड्या दमात घेत विचारलं.

"व्हय जी." म्हातारा अडखळत म्हणाला.

"तुझ्या गुरा-वासरांना खायला गवत नाही म्हणून तू माझ्याकडे सात-आठ वर्षांपूर्वी हात जोडीत आला होतास, हे तुला आठवतं का?"

"खोतानू, व्हय. मी तुमच्याकं तवा आलू होतू."

"तेव्हा मला तुझी दया आली. नानांपासून आपले संबंध चांगले आहेत, म्हणून मी माझ्या मालकीच्या जमिनीतलं सातविणीच्या माळावरचं गवत कापून तुला न्यायला सांगितलं होतं."

"व्हय. मला तुमी तवा गवात कापून न्यायला सांगीटलं हुतं."

"त्या वेळी मी तुझ्यावर उपकार केले, त्याची तू आज त्या जमिनीतील माझी झाडं तोडून परतफेड करतोस? माझ्या जमिनीतील झाडं तू कोणाची परवानगी घेऊन तोडत होतास, याचं तू मला आधी उत्तर दे पाहू—" दादा खोतांचा आवाज आता

थोडा वाढला होता.

दादा खोतांच्या मोठ्या आवाजातलं बोलणं ऐकून म्हातारा आणखी घाबरला. त्यांच्यासमोर काय बोलावं, हे आधी त्याला सुचेचना. त्याचे ओठ थरथरू लागले. तो बसल्या जागेवरून झट्कन उठला नि दादा खोतांचे पाय धरून तो गयावया करीत त्यांना म्हणाला,

"खोतानू, चुकी झाली. यात माजी काय बी चुकी न्हाय. माज्या लेकानं माळावरच्या जमिनीत लाकडं तोडायला मजुरीनं गडी लावलं होतं. औंदा त्याला कौलारू नवं घर बांदायचं हाय."

रायबा म्हाताऱ्याचं बोलणं ऐकून दादा खोत थोडा वेळ विचार करू लागले. त्याच्या बोलण्यावर त्यांचा विश्वास बसला होता. म्हातारा खरं तेच बोलत होता.

"तू त्याला खोतांच्या जमिनीतील लाकडं तोडायची नाहीत, म्हणून का नाही सांगितलंस? का तुझी फूस त्याला होती?"

"न्हाय बा! मी त्याला लाक सांगून बगिटलं, पर त्यो माझं झॅट ऐकेना. तवा मी काय करू?"

"माझ्या मालकीची झाडं मला त्याने न विचारता पाडली, म्हणून मी त्याची तक्रार पोलीस स्टेशनला करू शकतो." दादा खोत कायद्यावर बोट ठेवत म्हणाले.

"खोतानू, असं नका करू. तुमी आमचं मायबाप. मी माझ्या लेकाला सांगतू. त्यो माझं ऐकील."

"मी काय म्हणतो, ते नीट ऐक."

"आयकतो जी."

"पुन्हा माझ्या जमिनीत तुम्ही पाऊल टाकायचं नाही."

"आयच्यान्! आमी पुन्नींदा तुमच्या जिमिनीत पाय टाकणार न्हाय."

"एक वेळ मी तुम्हाला माफ करतो."

"खोतानू, गरिबावं तुमचं म्पॉव उपकार झाले बगा."

"तू आता तुझ्या घरी जाऊ शकतोस."

"येतू जी." म्हातारा बसल्या जागेवरून हात टेकत वर उठत म्हणाला.

रायबा हातात काठी नि पायांत चपला घालून फाटकाच्या बाहेर पडला. रायबाचा मुलगा दौलत आडदांड आहे, तो म्हाताऱ्याचं काही ऐकून घेणार नाही; उलटपक्षी तो म्हाताऱ्याला दमदाटी करील... दादा खोत विचार करू लागले.

❑❑❑

२०.

रायबा घरी दमून गेला नि सुनेला मोठ्या आवाजात ओरडून म्हणाला,

"साईत्रीऽऽ प्यायला वाईच तांब्यातनं पानी आन. घशाला लई सोस पडलाय."

सावित्रा माजघरात वाईनीवर भात कांडत होती. हातातील काम बाजूला ठेवून ती पाण्याचा तांब्या घेऊन बाहेर आली. सुनेच्या हातातील तांब्या घेऊन रायबा वर तोंड करून घटाघटा पाणी पिऊ लागला. त्याच्या गळ्यावरील शिरा तो पाणी पीत असताना डोळ्यांना स्पष्ट दिसत होत्या. तिच्या हातात रिकामा तांब्या देत त्याने त्याच्या मुलाची चौकशी करीत सुनेला विचारलं,

"दौलत, घरात न्हाय?"

"ते बलाट्यात लाकडं भरत्यात."

"त्याच्यापाय माझं डोस्कं फिरायची पाली आलीय."

म्हातारा तळहातावर तंबाखू मळू लागला.

"मामंजी, काय झालं वं?"

"काय व्हायची आता बाकी हाय? गावाचा खोत त्यो. त्याच्याशी आपुन टक्कर घेऊ?"

म्हाताऱ्याने मळलेली तंबाखू अलगद दाढेखाली ठेवली नि त्याने त्याचे दोन्ही तळहात एकमेकांवर घासले. इतक्यात उन्हाच्या झळा सोसत दौलतसुद्धा घरात शिरला. सावित्राने नवऱ्यालासुद्धा प्यायला पाणी आणून दिलं. पाणी पिऊन दौलत थोडा वेळ शांत बसला नि रायबाकडे वळून त्याने त्याला खालच्या आवाजात विचारलं,

"खोतानं कशाला बलीवलं होतं?"

"तू मोट्टा पराकरम केलं व्हतास, म्हनून त्यानं मला बक्सीस घ्यायला बलीवलं होतं." रायबा त्याच्याकडे रागाने पाहत म्हणाला.

“म्हाताऱ्या, नीट काय त्ये सांग— उगाच येडंवाकडं काय बोलू नकुस. तुजी पैल्यापास्नं आलेली सवं काय जात न्हाय बग.” दौलत नाराजीने म्हणाला.

“कसली रं माझी सवं? आरं, म्या तुजा बाप हाय!”

“म्या तुला चांगल्यापनी इचारत्युय की, खोतानं तुला कशाला बलीवलं होतं म्हनून; तं तू लगीच भांडायला लागलास. म्हातारा झालास म्हनून तुझं डोचकं फिरलंय व्हय?”

त्याचं बोलणं ऐकून रायबाचं पित्त आणखी खवळलं. त्याच्या खोबणीत गेलेल्या डोळ्यांतून अंगार बाहेर पडू लागला नि रागाने त्याचे लिबलिबीत ओठ थरथरू लागले. तो आवाज मोठा करून त्याला म्हणाला, “आरं, आपल्या गुरांना खायाला गवात न्हवतं म्हनून मी खोताच्या हाता-पाया पडून सातविणीच्या माळावयनं चारा कापून आनीत हुतो. आन् तू त्यांना न इचारता त्यांची झाडं तोडत्योस? आरं, हे पाप हाय... त्ये आपल्याला पचायचं न्हाय. आपली बी लेकरं हाईत. तुला मी किती सांगितलं की, झाडं पाडू नकुस म्हनून. पर तू माझं झॅट ऐकलं न्हाईस. आता तो खोत त्या जमिनीत आपल्याला पाऊल ठिवायला देनार न्हाय. आता गुरास्नी कुठनं चारा कापून आनत्योस?”

म्हाताऱ्याचं बोलणं ऐकून दौलतला त्याचा राग आला. सावित्रा पाण्याचा रिकामा तांब्या घेऊन उभी होती. ती मनातून घाबरली होती. म्हाताऱ्याचा आवाज ऐकून म्हातारी कमरेत वाकत दाराच्या चौकटीजवळ येऊन घाबरीघुबरी होऊन उभी राहिली होती.

“म्हाताऱ्या, आता खोती गेली. सरकारनं नवा कायदा केलाय. कसेल त्याची जमीन, म्हनून. आपली त्या जमिनीत सात-आठ वरीस वहिवाट हाय. तवा कायदा आपल्या बाजूनं हाय!”

“तुजा कायदा घाल चुलीत! खोताचा हात आपुन धरू शकणार न्हाय. त्यो कुठं नि आपुन कुठं. वाडवडील त्यांच्या अन्नावर गावात जगले. त्यांच्याशी आपुन बेईमानी केली, तर आपुन नरकात जाऊ. मान्सानं लई ऊतमात करू न्हे. माजं तू वाईच आईक. तुझ्यापरास म्या म्वॉप पावसाळे बगीटलं हाईत.” म्हाताऱ्याचा आवाज खाली आला होता नि आता तो घोगरा झाला होता.

दौलत त्याचं बोलणं ऐकून घेण्याच्या मनःस्थितीमध्ये नव्हता. म्हाताऱ्याची कीव करीत तो त्याला म्हणाला,

“म्हाताऱ्या पैलं दिस आता गेलं. आता नवा जमाना आलाय. खोतांनी आपल्या जिवावर गावात मजा केली. आपुन उनातानात राबायचो, तवा हे घरात तूप-

रोटी खात खोतीणसंगट गुलूगुलू बोलत. त्यांनी लई आपल्याला नाडलं. खोटं-नाटं कागद करून आपल्या जमिनी बळकावल्या. आता तरी आपुन शहानं झालं पाह्यजे. ह्या म्होरं तू मला इरोध करू नकुस. मी बगतो काय करायचं त्ये.''

''म्हंजी, तू माजं ऐकनार न्हाईस?''

''त्ये आता मी तुला काय सांगत न्हाय. जवाचं तवा बगता यील. तू आता उनातनं चालत आलास. दमला असचील. दोन घास खा नि निवांत तमाकू खात पड. लई बी दगदग करू नकुस.''

मुलगा आपलं ऐकत नाही, याचं म्हाताऱ्याला खूप वाईट वाटलं. खोताबद्दलचं त्याचं बोलणं ऐकून म्हातारा मनातून उदास झाला. 'मुलाला मी समजावून सांगतो— एक वेळ तुम्ही त्याला माफ करा', असं म्हाताऱ्याने दादा खोतांना गयावया करीत सांगितले होते. ते शब्द नि दादा खोतांचा रुद्रावतार आठवून त्याच्या मनाची आणखी घालमेल होऊ लागली. त्याच्या सुरकुत्या पडलेल्या राकट चेहऱ्यावर चीड, भीती आणि काळजी याचे संमिश्र भाव उमटले होते. म्हातारा त्या तिरीमिरीने बसल्या जागेवरून ताड्कन उठला नि तो उन्हात जाऊन आभाळाकडे भकास डोळ्यांनी पाहत बसला. सावित्रा, म्हातारी आणि दौलत त्याच्याकडे डोळे फाडफाडून पाहू लागले. बऱ्याच उशिराने सुनेने आणि म्हातारीने त्याची समजूत घातली अन् त्याला घरात घेऊन आले. दौलत मूग गिळून बसला होता. त्याला म्हाताऱ्याचा राग आला होता.

❑❑❑

२१.

रात्र झाली होती. वाड्यात विद्युत दिवे पेटले होते. सगळ्यांची जेवणं झाली होती. बैठकीच्या खोलीत दादा खोत, अनुराधा आणि अवधूत बोलत बसले होते. कामवाली लक्ष्मी भांडी घासत होती नि भारती तिच्या मुलांना झोपवीत होती. शलाका तिच्या खोलीत दिव्याच्या उजेडात वाचत बसली होती. तिला वाचनाचा छंद होता. गो. नी. दांडेकर, श्री. ना. पेंडसे आणि सानेगुरुजी हे तिचे आवडते लेखक होते. या लेखकांचं जेवढं साहित्य मिळवून वाचता येईल, तेवढं ती वाचत असे. रिकामा वेळ असेल, तेव्हा ती पुस्तक उघडून वाचत बसे. रात्री वाचल्याशिवाय तिला मुळी झोप लागत नसे. आता ती गो. नी. दांडेकर यांनी भाक्रा-नानगल धरण प्रकल्पावर लिहिलेली 'आम्ही भगीरथाचे पुत्र' ही सुंदर कादंबरी अगदी तल्लीन होऊन वाचत होती. तिची साडी पायाच्या ढोपरापर्यंत आली होती. त्यामुळे केळीच्या खांबाप्रमाणे तिचे गोरे, पुष्ट पाय विजेच्या दिव्याच्या उजेडात दिसत होते. वाचनात शलाका इतकी तल्लीन झाली होती की, तिला त्याची गंधवार्तासुद्धा नव्हती. तिच्या गोऱ्या चेहऱ्यावरचे भाव क्षणाक्षणाला बदलत होते. नियतीने तिच्या आयुष्यात तिला दुःख, यातना दिल्या होत्या. त्या दुःखातही सुख कसं मानायचं, हे तिला वाचनामुळे समजून चुकलं होतं आणि जीवन जगणं ही एक कला आहे, याची शिकवण तिला साहित्याने दिली होती. त्यामुळे शलाका रात्री डोळ्यांत झोप उतरेपर्यंत वाचन करीत राह्यची. तिच्या जगण्याचा जणू मूलमंत्रच तिला सापडला होता.

बोचरी थंडी हवेत जाणवू लागली होती. बाहेर चांदण्यांच्या प्रकाशात वाऱ्याने हलणारी झाडं, अंगण, तुळशीवृंदावन डोळ्यांना दिसत होतं. कातरलेल्या ओल्या सुपारीचा बोकाणा तोंडात घालीत दादा खोतांनी खालच्या आवाजात त्यांच्या मुलाला विचारलं,

"अवधूत, तुझी प्रॅक्टीस कशी चाललीय?"

“बाबा, अजून तसं मला काही सांगता येणार नाही. व्यवसायात जम बसायला थोडा वेळ लागतोच.”

“तुझा व तुझ्या बायको-मुलाचा खर्च भागतो का?”

“होय बाबा. तसे आमच्या पोटापुरते आम्हाला पैसे मिळतात. हल्ली वैद्यकीय पदवी मिळाली की, लोक लगेच दवाखाना उघडून प्रॅक्टीस सुरू करतात. त्यामुळे व्यवसायात जिकडे-तिकडे स्पर्धा सुरू आहे. त्याला वैद्यकीय क्षेत्र सुद्धा अपवाद नाही. त्या स्पर्धेत टिकून राहणं, हे आजच्या घडीला फार महत्त्वाचं आहे.”

मुलाने त्याच्या सासऱ्याकडून पैसे घेऊन दवाखाना घातला, हे दादा खोतांच्या फार जिव्हारी लागलं होतं. त्यामुळे त्यांचा स्वाभिमान दुखावला होता. अवधूतने गावी दवाखाना उघडला असता, तर त्याला जेवढा पैसा लागला असता तेवढा पैसा त्यांनी मुलासमोर ओतला असता; परंतु ते झालं नाही. दादा खोत ती घटना विसरू म्हणता विसरू शकत नव्हते.

“अवधूत, तुला मी त्या वेळी सांगत होतो की, वाड्यात तुझा दवाखाना सुरू कर म्हणून; परंतु तू माझं ऐकलं नाहीस. लोकांचं वाड्यात येणं-जाणं वाढलं असतं तर आता जो वाडा सुना-सुना वाटतो, ते जाऊन त्याला शोभा आली असती बघ. आता बोलून त्याचा काय उपयोग?”

अवधूत आवंढा गिळून दादा खोतांना म्हणाला,

“बाबा, मला जेव्हा वाटेल की, आता तालुक्याची प्रॅक्टीस पुरे झाली— आता आपल्या गावी जावं; तेव्हा एका क्षणाचा विलंब न लावता मी गावी दवाखाना सुरू करेन. आता तुम्ही माझ्या वैद्यकीय शिक्षणासाठी एवढा पैसा खर्च केलात, तो वसूल नको व्हायला? ते पैसे गावी वसूल झाले नसते, म्हणून मी तालुक्याला दवाखाना काढण्याचा निर्णय घेतला.”

अनुराधा त्याला म्हणाल्या,

“अवधूत, त्यांचं म्हणणं बरोबर आहे रे. तुझी गरज तालुक्याला नाहीये... तुझी खरी गरज इथे गावंढ्या गावात आहे.”

“आई, मला तुमचं म्हणणं पटतंय. परंतु या क्षणाला मी तो निर्णय घेऊ शकत नाही. माझ्या काही अडचणी आहेत, हे तुम्ही समजून घ्या.”

“आज जसा तू गावी आलास, तसा मुलांना घेऊन आठ-पंधरा दिवसांनी गावी येत जा. तुझ्या मुलांना आम्हाला नीट बघता येईल... आमचा त्यांना लळा लागेल.” अनुराधा त्याला समाजावीत म्हणाल्या.

दादा खोत त्याच्या चेहऱ्याकडे पाहत थोड्या गंभीर आवाजात त्याला म्हणाले,

"अवधूत, तू गावी याच्यासाठी यायचं की— तुला येथील जमीन-जुमल्याची, झाडापेडांची माहिती मिळेल. आणि आता कुळं पाहिल्याप्रमाणे प्रामाणिक राहिली नाहीत. शासनाने अतिरिक्त जमीन कायदा कलम २९ लागू केला, तेव्हा मी आपली एकत्र खात्यावर असलेली जमीन फोडली नि कुटुंबातील प्रत्येकाच्या नावे नवी खाती पाडली; म्हणून आपली जमीन वाचली, नाही तर आता आपल्याकडे फक्त पंचावन्न एकर जमीन त्या कायद्याप्रमाणे राहिली असती बघ. दिवसेंदिवस शासनाचे नव-नवीन कायदे होतात. त्यांचा फटका आपल्यासारख्या जमीनदारांना बसतो."

"बाबा, कायदा झाला की त्याला पळवाटासुद्धा असतात. मला ते ठाऊक आहे."

"आज त्या रायबा गावडे मुलाने आपल्याला न विचारता सातविणीच्या माळ्यावर झाडं पाडायला गडी आणले होते."

"मग?" अवधूतच्या चेहऱ्यावर प्रश्नचिन्ह निर्माण झालं होतं.

"मी चांगला दम दिलाय." दादा खोत म्हणाले.

"बाबा, मी तुमच्या जागी असतो ना— साल्यांची चामडी लोळवली असती! यांना दया दाखवून काहीही उपयोग नाही." अवधूत आवेशाने म्हणाला. त्याला शांत करीत दादा खोत म्हणाले.

"अवधूत, तो एक मूर्ख आहे; परंतु त्याच्या वाडवडिलांनी आपल्या वाड्याची चाकरी केली आहे. त्यांचे ऋण आपण विसरता कामा नयेत. म्हणून दम देऊन त्यांना सोडून द्यायचं असतं. आपल्यालासुद्धा याच गावात राह्यचं आहे. ताणून धरण्यात काहीही फायदा नाही."

"बाबा, यामुळे त्यांना आणखी अवसान नाही का मिळणार? तुम्ही तिकडे किती वेळा दुर्लक्ष कराल? म्हणून त्याचा जाग्यावरच बंदोबस्त करायला हवा. रोग होण्याच्या आधी त्याचं निदान झालं, तर त्याचा हमखास फायदा होतो."

"अवधूत, मी तुझ्याएवढा शिकलो नाही. माझा धाकटा भाऊ चंद्रशेखर परागंदा झाला, म्हणून वडिलांनी मलासुद्धा पुढे शिकू दिलं नाही. त्यामुळे तुझी डॉक्टरी भाषा मला रे कशी कळणार?" दादा खोत गालात हसत म्हणाले,

आपलं म्हणणं त्यांच्या लक्षात आलंय, पण ते तसे दाखवीत नाहीत— असं अवधूतला वाटत होतं. रात्र वाढत होती. त्या तिघांचं बोलणं काही केल्या संपत नव्हतं. शलाका दिवा मालवून झोपी गेली होती. अवधूत अनुराधाकडे पाहत म्हणाला,

"आई, मी उद्या जाणार आहे."

“अरे, आलास तसा आणखी दोन दिवस थांब.”

“दवाखाना बंद करून चालणार नाही.”

“पुन्हा कधी येशील?”—अनुराधा.

“आत्ताच सांगू शकत नाही.”

“मी तुला लिंबाचं लोणचं करून ठेवत्ये. तुला ते फार आवडते— मला ठाऊक आहे.”

“आईऽऽ”

“काय?”

“आई, लिंबाचं लोणचं कसं करतात, हे भारतीलासुद्धा शिकव. तिला लोणचं घालायला येत नाही.”

“मी शिकवीन हो तिला.”

“आईऽऽ”—अवधूत अडखळत म्हणाला.

“आता काय?”

“आपल्याकडे नाचणीचं पीठ आहे का?”

“आहे. का?”

“अगं, भारतीच्या वडिलांना रक्तदाबाचा आजार आहे. रक्तदाब आटोक्यात ठेवण्यासाठी नाचणीची भाकरी ते खातात. त्यांची आपल्याप्रमाणे शेतीवाडी नाही. म्हणून त्यांनी नाचणी किंवा नाचणीचं पीठ आठवणीने आणायला सांगितलं होतं बघ.”

“आहे आपल्याकडे नाचणीचं पीठ. देते तुला सकाळी. त्यांना घेऊन ये आपल्या गावी, नाचणीची भाकरी खायला.”

“मी त्यांना एक दिवस नक्की घेऊन येईन. माझं लग्न झाल्यानंतर ते आपल्याकडे एकदाही आले नाहीत.”

माय-लेकराचं बोलणं ऐकत दादा खोत शांत बसले होते. त्यांनी त्यांच्या बोलण्यात भाग घेतला नाही. अवधूतचे सासरेबुवा आपल्याकडे का येत नाहीत, हे त्यांना पक्कं ठाऊक होतं; परंतु आपलं बोलणं ऐकून अवधूतला वाईट वाटेल, म्हणून ते मूग गिळून गप्प बसले होते. डोळे पेंगुळले तसे झोपण्यासाठी ते तिघेही उठले.

❑❑❑

२२.

आज शुक्रवार होता. आठवड्याच्या प्रत्येक मंगळवारी आणि शुक्रवारी सुलभाला भेटण्यासाठी दादा खोत तिच्या घरी जात. गेल्या वीस वर्षांपासून त्यांचा हा नेम आजतागायत सुरू होता. यामध्ये अजून तरी खंड पडला नव्हता. सुलभा गणू भटजींची मुलगी. गणू भटजींचा मुलगा शारंगधर हा दादा खोतांचा बालमित्र. वडील हयात असताना नाटक कंपनीत काम करण्यासाठी शारंगधर घरातून निघून गेला, तो आजतागायत गावी परतला नव्हता. सुलभाचं लग्न केळशीचा दामोदर पेंडसे याच्याशी झालं होतं. दोन मुलं झाल्यावर तो क्षयरोगाने वारला. पांढऱ्या पायाची म्हणून सासू-सासऱ्याने तिला घरातून बाहेर काढलं. निराधार, दुःखी-कष्टी होऊन सुलभा गावी आली. वडील वारलेले, भाऊ नाटक कंपनीत निघून गेलेला... घरात फक्त तिची वयस्कर आई. पुढे तीसुद्धा आजारी पडून वारली. छोट्या दोन मुलांना कशी जगवू— म्हणून सुलभाला प्रश्न पडला. तेव्हा मित्राची बहीण म्हणून दादा खोतांनी तिला मदतीचा हात दिला, तो आजतागायत कायम आहे. गावात त्यांच्या संबंधांबद्दल लोक कुजबुज करीत, परंतु उघड बोलण्याची कुणाची छाती होत नव्हती.

आठवड्यातील दोन दिवस अनुराधा फार अस्वस्थ होत. आता त्यांना त्याची सवय झाली होती. परंतु 'तिच्याकडे जाऊ नका' असं म्हणण्याचं धारिष्ट्य त्यांच्या अंगी मुळीच नव्हतं. दादा खोत आज सकाळी वाड्याच्या बाहेर पडताना अनुराधाने चेहरा पाडून दादा खोतांना एवढंच विचारलं— "आज संध्याकाळी तुम्ही परत येणार आहात का?" म्हणून. तिच्या डोळ्यांतील वेदना पाहत दादा खोत त्यांना म्हणाले, "हो, मी येणार आहे. माझं जेवण तयार करून ठेव." अनुराधा त्यांना पुढे एका शब्दाने काही विचारलं नाही. त्यांच्या चेहऱ्यावरील सुरकुत्या दुःख आणि वेदनांनी अधिक गडद दिसू लागल्या होत्या. सुलभाचं नाव त्या कधीही त्यांच्या मुलांसमोर घेत नसत. मुलांना ते आवडत नाही, हे त्यांना मुलांच्या हल्लीच्या वागण्या-बोलण्यातून

दिसून येत होतं. तेवढी एक उणीव सोडली, तर दादा खोतांना नाव ठेवायला कुठलीही जागा नव्हती.

दादा खोत बारीक काड्यांच्या चटईवर उताणे झोपले होते. त्यांच्या अंगावर फक्त रेघा-रेघांची अर्धी चड्डी होती. सुलभा त्यांच्या अंगावर ओणवी होऊन राईच्या तेलाने त्यांच्या अंगाला मालिश करीत होती. तिचे मऊसूत हात त्यांच्या अंगावर सराईतपणे फिरत होते. तिचा त्या हातांचा आश्वासक स्पर्श त्यांना हवाहवासा वाटत होता. जणू त्यांच्या अंगावर मोरपीसच फिरत होतं. सुलभाच्या सहवासात दादा खोत चिंता, दु:ख, यातना इत्यादी विसरून जात. सुलभा त्यांना भरभरून सुख देत होती नि घेतसुद्धा होती. पडवीत कामवाली शांता चुलाण्यावर दादा खोतांच्या अंघोळीसाठी एका मोठ्या जर्मनच्या पातेल्यात पाणी गरम करीत होती. पडवी धुराने भरून गेली होती. त्या धुराने शांताचा जीव गुदमरून गेला होता. डोळे पुसत ती हातात फुंकणी घेऊन चूल फुंकू लागली. इतक्यात सुलभा तिला मोठ्या आवाजात ओरडली—

"शांताऽऽ धूर झालाय गोऽऽ"

"काकी, चुलीत जाळ झालायऽऽ आता धूर कमी व्हईल." हातात फुंकणी धरून शांता ओरडून म्हणाली.

दादा खोत डोळे चोळत हसत-हसत सुलभाला म्हणाले, "गो सुलभा, तुझी कामवाली वेंधळी आहे बघ नुसती. तिला चूल फुंकता येत नाही, तर ती नवऱ्याचा संसार कसा करणार?"

"अहो, तिला वेंधळी कोण म्हणेल? हुशार आहे म्हटलं ती!"

"सुलभा, तू तिची मालकीण— म्हणजे तुझी कामवाली हुशारच असणार."

"पुरे. मला नका हरभऱ्याच्या झाडावर चढवू." सुलभा गालांत हसत म्हणाली.

दादा खोत विचार करू लागले... सुलभाने आयुष्यात किती तरी दु:खं झेलली होती, परंतु त्या दु:खाची छाया तिने कधी तिच्या चेहऱ्यावर पडू दिली नाही. वाडीत-गावात लोक तिच्याबद्दल कुत्सित बोलत. तिच्याकडे दादा खोतांची रखेल म्हणून पाहत. त्या नजरा सहन करण्याची आता तिला जणू सवय झाली होती. दादा खोतांसमोर तिने कधी त्याबद्दल अवाक्षर काढलं नाही. दु:खाला हसत-हसत कसं सामोरं जावं, हे कुणीही तिच्याकडून शिकून घ्यावं. सुलभा आपल्या आयुष्यात आली नसती, तर आपल्या आयुष्यात नक्की काही तरी उणीव राहिली असती. जागा-जमीन, मुलं-बायको यात आपलं आयुष्य खर्ची पडलं असतं.

दादा खोतांच्या उजव्या पायातील बोटांत निमुळती बोटं घालीत सुलभाने

त्यांना किनऱ्या आवाजात विचारलं,

"मंगळवारी मी तुमची किती वाट पाहत होते... तुम्ही आलाच नाहीत! त्यामुळे उगाच जिवाला घोर लागला होता. आज तुम्हाला दारात पाहिलं नि माझ्या मनातील शंका-कुशंका दूर झाल्या बघा."

"सुलभा, मंगळवारी अवधूत त्याच्या बायको-मुलांना घेऊन आला होता. मी इकडे आलेलं त्याला आवडत नाही. अजून तो तसा काहीएक बोलला नाही, पण म्हणून मीच इकडे आलो नाही बघ. खरंच तू मंगळवारी वाट पाहत होतीस?" तिच्या डोळ्यांत पाहत दादा खोतांनी विचारलं.

"मी कशाला खोटं बोलू? तुम्ही आला नाहीत, म्हणून मी रात्री फक्त ग्लासभर पाणी पिऊन तुमचा विचार करीत झोपले."

"एवढा तू माझ्यावर जीव लावत्येस? अगो, आता मी म्हातारा झालोय!"

"अहो, असं काय म्हणता? काय तुम्ही मला आयुष्यात कमी केलंत? मला नवं घर बांधून दिलंत. तोंडी खरेदीने माझ्या नावे दहा एकरांची जमीन केलीत. त्यात नारळ, आंबे, फणस लावून मी वर्षाला नगदी पैसे वसूल करते. लागेल तसा पैसा-अडका मला तुम्हीच देता ना? आणि पुन्हा हे सगळं लोकांची बदनामी सहन करून अन् बायको-मुलांच्या मर्जीविरुद्ध. एवढं माझ्यासाठी कुणी केलं नसतं? मी देव कधी पाहिला नाही... प्रत्येक सोमवारी नि महाशिवरात्रीला सोमेश्वराच्या दर्शनाला मी जात असते; पण तुम्हाला मी खरं सांगू का— माझ्या दृष्टीने तुम्हीच माझे दैवत आहात! देवा-ब्राह्मणाला साक्ष ठेवून मी ज्याच्याशी लग्न लावलं, तो माझा पती अल्पजीवी ठरला. मी तुम्हाला बिनलग्नाचं जवळ केलंत, याबद्दल मला कधीही खंत वाटली नाही. मी स्वत:ला कधी त्यावरून दोष दिला नाही."

"हा तुझ्या मनाचा मोठेपणा आहे." दादा खोतांच्या डोळ्यांत तिच्याबद्दल अपार करुणा दिसत होती.

"तुम्ही माझ्या जगण्याला बळ दिलंत, म्हणून पाप-पुण्याचा विचार करीत बसायला मला कधी सुचलं नाही. तुम्ही नसता, तर माझ्या आयुष्याला पोतेऱ्याचीसुद्धा किंमत कुणी दिलीन् नसती हो! आज मी जी उभी आहे, ती केवळ तुमच्यामुळेच. म्हणून तुम्ही माझे दैवत आहात." पायाच्या पोटऱ्या चोळीत सुलभा म्हणाली.

"अनुराधा म्हणत होती..."

"ताई काय म्हणत होत्या?" सुलभाने सावध होऊन विचारलं.

"ती म्हणत होती की, तुम्ही तिच्या नावे जमीन करायला नको होती— माझ्या मुलांना ते आवडणार नाही म्हणून."

"मग तुम्ही काय म्हणालात?"

"मी तिला स्पष्ट शब्दांत सांगितलं की, माझ्या भानगडीत नाक खुपसायचं नाही म्हणून. जमीन माझ्या नावे आहे; तिचं काय करायचं, हे ठरविण्याचा अधिकार फक्त माझा आहे."

"तुम्ही ताईंना असं तोडून बोलायला नको होतं. त्या फार चांगल्या आहेत."

"सुलभा, हे तू बोलत्येस?"

"होय, मीच बोलत्येय. गेल्या वर्षी अनंता तापाने आजारी पडला होता. मी सोमेश्वराच्या देवळात गेले होते, तेव्हा ताईंनी अनंताच्या तब्येतीची आस्थेने चौकशी केली. मला त्याची काळजी घ्यायला सांगितली नि त्याला पाहण्यासाठी त्या माझ्या घरी येऊनसुद्धा गेल्या."

"हे तू मला कधी बोलली नाहीस ते?"

"कधी तो विषय निघाला नाही. माझ्या विसरभोळेपणामुळे तो राहूनही गेला असेल. एखादी व्यक्ती मुळातून कधी वाईट नसते. माझ्याशी त्या कशाही वागल्या तरी मी त्यांना कधीही दोष देणार नाही. त्यांच्या ठिकाणी समजा मी असते, तर तशीच वागले असते."

"तुम्ही दोघी-बहिणी-बहिणी शोभताय खऱ्या!"

दादा खोत सुस्कारा सोडत म्हणाले.

"अहो, ती माझी थोरली बहीणच आहे!" सुलभा प्रेमानं म्हणाली.

दादा खोत उठले नि चटईवर पुन्हा पालथे झोपले. सुलभा हलक्या हाताने राईच्या तेलाने त्याची पाठ चोळू लागली. तिच्या हाताचा उबदार स्पर्श दादा खोतांना हवाहवासा वाटत होता नि त्यामुळे त्यांच्या रंध्रारंध्रांत ताजं, उष्ण रक्त खेळू लागलं होतं. दुःखाचा निचरा होऊन आनंदाच्या झुल्यावर ते बेहोशीत झुलत होते.

पाठ चोळून घेत दादा खोत सुलभाला म्हणाले,

"सुलभा, कल्पना आता बरी आहे ना?"

सुलभाच्या मुलीचं नाव कल्पना. ती अनंतापेक्षा वयाने मोठी. दिसायला गोरी असली तरी डोक्यानं ती थोडी मतिमंद होती. तिचं लग्न बरेच दिवस जुळत नव्हतं. दादा खोतांनी पुढाकार घेऊन तिचं लग्न जुळवलं. तिच्या लग्नाचा खर्च दादा खोतांनीच केला, परंतु ती मतिमंद असल्यामुळे नंतर तिचा सासरी छळ होऊ लागला. तिची सासू सांगायची की, कल्पना काम करता-करता कसला तरी विचार करीत असते. हातातील काम हातातच ठेवते— मग भांडी घासायचं असो किंवा कपडे धुवायचे असो. सकाळी उठवल्याशिवाय उठत नाही. चेहरा कधी हसरा नाही. सदान् कदा

तिच्या चेहऱ्यावर बारा वाजलेले. नवरा मुलगा चांगला होता. तो तिला सांभाळून घ्यायचा.

मानेजवळ हात फिरवीत सुलभा त्यांना म्हणाली,

"हो, आता कल्पना बरी आहे. तिच्यावरचा सासूचा राग अजून गेला नाही, पण तिला मुलगा झाल्यापासून सासूचा स्वभाव आता थोडा बदलला आहे. मी आठ दिवसांपूर्वीच तिच्या घरी जाऊन आले."

"सुलभा, कल्पना मतिमंद आहे. आपण थोडं नमतं घेतलेलं बरं."

"अहो, मी त्यांना काहीही बोलत नाही. माझी मुलगी मतिमंद आहे, याची मला पूर्ण कल्पना आहे. ते परिस्थितीने गरीब असले तरी आता ते पूर्वीप्रमाणे तिच्याशी वागत नाहीत."

"चला— तिला मूल झाल्यामुळे तिचा संसार मार्गी लागला म्हणायचा. त्या सोमेश्वराची कृपा म्हणायची! तो सगळं पाहत असतो." दादा खोत सुटकेचा निःश्वास टाकत म्हणाले.

दारात कुणी तरी डोकावलं म्हणून सुलभाने वळून पाहिलं. दाराच्या चौकटीत अनंता उभा होता. त्याला आत बोलावीत सुलभा "ये रे अनंताऽऽ" असं म्हणाली, परंतु तो तिथे थांबला नाही. "आई, मी नंतर येतो—" म्हणून तो आल्या पावली मागे वळला. सुलभाचा आवाज हवेत विरून गेला.

"कोण, अनंता का?"— दादा खोत.

"होय."

"मग तो असा परत का गेला?"

सुलभाने त्यांच्या प्रश्नाला झट्कन उत्तर दिलं नाही. ती विचार करीत होती. अनंताच्या आताच्या कृतीचा तिला मनातून राग आला होता. सुलभाला त्याला पुढे शिकवायचं होतं, परंतु तो दहावीच्या पुढे जाऊ शकला नाही. ब्राह्मणवाडीत तो उनाड मुलांच्या नादी लागला होता. उनाडक्या करीत गावात फिरण्याशिवाय तो काही काम करीत नसे. सुलभाला त्याची काळजी वाटत होती. म्हातारपणीचा आधार म्हणून ती त्याच्याकडे पाहत असे, परंतु त्याचे उद्योग पाहून ती मनातून उदास झाली होती. कैक वेळा तिने त्याला समजावून पाहिलं, परंतु त्याचा उपयोग झाला नाही. हल्ली-हल्ली तो दादा खोतांचासुद्धा राग-राग करीत होता. तो लहान होता तेव्हा 'काकाऽऽ काकाऽऽ' म्हणत त्यांच्याकडे जाई. त्यांच्या केसांतून तो हात फिरवी. बोबड्या बोलात तो त्यांच्याशी बोलायचा. दादा खोतसुद्धा त्याचे लाड करीत असायचे. त्याला वर्षातून दोनदा नवे कपडे आणायचे. आता-आता तो त्यांच्याशी फारसं बोलतही नसायचा.

उलट, त्यांचा तो मनातून द्वेष करू लागला होता.

सुलभा उदासपणे म्हणाली,

"त्याला आता शिंगं फुटलीत. जाऊ द्या— मी त्याच्याकडे लक्ष देत नाही."

"सुलभा, त्याच्याकडे दुर्लक्ष करून चालणार नाही. तू त्याच्याकडे आता नीट लक्ष दे." दादा खोत चटईवरून उठून बसत म्हणाले.

पडवीच्या दिशेने पाहत सुलभाने शांताला ओरडून विचारलं,

"गो शांताऽऽ पाणी तापलं का?"

"व्हय. अंगुळीला काडू पानी?"

"काढ."

परसदारी म्हैसकेळी लावल्या होत्या. त्याच्या शेजारी कापा फणसाचं एक झाड होतं. केळीच्या बुंध्याजवळ अंघोळीसाठी काळ्या दगडाची चिप ठेवली होती. त्या मोठ्या चिपेजवळ शांताने दादा खोतांच्या अंघोळीसाठी गरम पाण्याच्या दोन बादल्या भरून ठेवल्या.

अंघोळीसाठी उठताना दादा खोत सुलभाला म्हणाले,

"सुलभा, दुपारी जेवायला काय करणार आहेस?"

"तांदळाच्या घावण्या करत्ये. कालच तांदळाचं पीठ भिजवून ठेवलंय. नाचणीच्या भाकऱ्या, वांग्याचं भरीत— आणखी तुम्हाला काय हवं असेल, त्ये सांगा."

"आणखी मला काही नको; बस्स झालं."

"संध्याकाळी राहणार आहात का? पुरण-पोळी करीन म्हणते."

"नाही. मी संध्याकाळी वाड्याकडे जाणार. मी येणार आहे म्हणून अनुराधाला बोललोय."

त्यांचं बोलणं ऐकून सुलभा मनात थोडी निराश झाली खरी, परंतु तिने तसं तिच्या चेहऱ्यावर दाखविलं नाही. दादा खोत अंघोळीसाठी दगडाच्या चिपेवर बसल्यावर तिने त्यांना एखाद्या लहान मुलाला अंगाला साबण लावून जशी अंघोळ घालतात तशी अंघोळ घातली. त्यांची अंघोळ झाल्यावर त्यांचं ओलं डोकंसुद्धा तिने टॉवेलने स्वच्छ पुसून कोरडं केलं. अंघोळ झाल्यानंतर दादा खोतांना खूप प्रसन्न आणि ताजंतवानं वाटू लागलं. ते झोपाळ्यावर जाऊन बसले नि झोके घेऊ लागले. तोंडातल्या तोंडात तुकाराममहाराजांचा अभंग म्हणू लागले...

"लेकरांचे हित। वाहे माऊलीचे चित्त
ऐसी कळवळ्याची जाती। करी लाभाविण प्रीती..."

इतक्यात सुलभा दबक्या पावलांनी त्यांच्याजवळ आली नि गरम दुधाचा

पेला त्यांच्या समोर धरून ती त्यांना म्हणाली,

"दुपारच्या जेवणाला अजून वेळ आहे, गरम-गरम दूध आणलंय— ते प्या नि झोपाळ्यावर बसून निवांत झोके घ्या. मी स्वयंपाकाचे पाहते."

"यात साखर टाकलीस?"

"होय."

"किती चमचे?"

"जास्त नाही हो, फक्त एकच छोटा चमचा साखर टाकलीय."

"ठिकाय. अवधूतने मला जास्त साखर खायला मनाई केलीय. त्याचं मला ऐकावं लागणार."

"तुमचा मुलगा डॉक्टर आहे, म्हणून तुम्हाला त्याचं ऐकावंच लागणार." सुलभा हसत-हसत म्हणाली.

"हो ना. तो डॉक्टर आहे, म्हणून मी त्याचं ऐकतो." दादा खोतसुद्धा गालातल्या गालात हसू लागले.

दादा खोतांनी गरम दुधाचा प्याला तोंडाला लावला. ते मजेने गरम दुधाचे घुटके घेऊ लागले. दूध पिऊन संपल्यावर तो रिकामा प्याला सुलभाकडे देत म्हणाले. "व्वा, दुधाची काय मस्त चव होती!" रिकामा प्याला हातात घेऊन सुलभा स्वयंपाकघराकडे वळत त्यांना म्हणाली, "आता तुम्ही निवांत झोके घेत बसा. मी स्वयंपाकाचे बघत्ये."

दुपारी जेवण झाल्यावर दादा खोतांनी पलंगावर पडून वामकुक्षी घेतली. सूर्याची तिरीप कमी झाल्यावर ते वाड्याकडे जाण्याची तयारी करू लागले.

❑❑❑

२३.

सांजवेळ झाली होती. अनंता दुपारी जेवायलासुद्धा घरी आला नव्हता, म्हणून सुलभा त्याची काळजी करीत होती. शांता हातात झाडू घेऊन केरवारा करीत होती. ती कामात असली की, कुणाशी तसं बोलायची नाही. आपलं काम भलं, की आपण भलं— असा तिचा स्वभाव होता. एका हातात झाडू नि दुसरा हात पाठीवर ठेवून ती कचरा काढीत होती. सुलभा तिला ओरडून म्हणाली,

"शांताऽऽ एऽऽ शांताऽऽ"

"जी?"

"केर काढून झाल्यावर दोन खेपा पाण्याच्या बावीवरून आण. घरात पाणी नाही."

"व्हय, जात्ये कचरा काढून."

"लवकर जा— सांज झालीय."

शांता भांडी घेऊन बाबीवर पाण्याला गेल्यावर सुलभाने देवापुढे समई लावून उदबत्ती लावली. देवाला नमस्कार करून ती पुन्हा झोपाळ्यावर येऊन बसली नि अनंताची वाट पाहू लागली. इतक्यात वाऱ्याचा झोत यावा तसा अनंता घरात घुसला. त्याच्या पाठोपाठ सुलभाही घरात आली. त्याला ती मोठ्या आवाजात विचारू लागली—

"अनंता, अरे, दुपारी घरी जेवायला का नाही आलास? मी तुझी किती वाट पाहिली."

अनंताने तिच्या प्रश्नाचं उत्तर दिलं नाही. तो मोरीत जाऊन हात-पाय धुऊ लागला. चुळा टाकून तो बाहेर आला. सुलभा त्याचं जेवणाचं ताट करू लागली. टॉवेलने हात-पाय पुसून अनंता तोंडातून चकार न काढता चौरंगी पाटावर जेवायला बसला. त्याच्या पुढ्यात ताट मांडून सुलभा त्याच्यासमोर मांडी घालून बसली. ताट समोर आल्यावर अनंता खाली पाहून मुकाट जेवू लागला. सुलभा त्याच्या शरीराच्या

हालचाली निरखत होती. दादा खोतांचे शब्द तिला आठवले... “सुलभा, त्याच्याकडे दुर्लक्ष करून चालणार नाही; तू त्याच्याकडे आता नीट लक्ष दे.” तिच्या मनात विचार येऊ लागला... या दोन मुलांसाठी मी किती खस्ता खाल्ल्या, लोकांची बदनामी सहन केली; पण त्यांना दारिद्र्याची झळ पोहोचू दिली नाही. या मुलांना त्याची जाणीव असेल का? हा मोठा झाल्यावर आपल्याला त्याचा आधार वाटेल, असं वाटत होतं... पण का कुणास ठाऊक, आता मला माझीच भीती वाटू लागलीय. लोकांनी केलेली बदनामी मी एक वेळ सहन करीन, परंतु माझ्या मुलांनी माझा केलेला दुस्वास मी सहन करणार नाही. घाई-घाईत जेवताना अनंताला ठसका लागला. त्याच्या तोंडाला पाण्याचा तांब्या लावीत सुलभा त्याला म्हणाली,

“सावकाश जेव बाळ— घाई करू नकोस.”

पोटात पाणी गेल्यानंतर त्याचा ठसका थांबला. तो पुन्हा खाली पाहून घास घेऊ लागला.

सुलभा त्याला मगाचाच प्रश्न विचारीत म्हणाली, “अनंता, दुपारी जेवायला का नाही आलास?”

या वेळी अनंता जेवायचा थांबला नि सुलभाकडे रागाने पाहत म्हणाला,

“नाही आलो; का?”

“मी तुझी वाट पाहत होते. कुठे गेला होतास?”

“मित्रांच्या बरोबर खाडीवर पोहायला.” अनंताने तोंडात घास कोंबला.

“अनंता, खाडीवर पोहायला जाऊ नकोस. त्या पाण्यात मगरी आहेत. बऱ्याच वर्षांपूर्वी एक घटना आहे. वाड्यात मुकुंद सहस्रबुद्धे म्हणून एक तरुण दफ्तरी म्हणून गंगाधर खोतांकडे नोकरी करीत होता. तो दुपारी खाडीवर पोहायला जायचा. एके दिवशी एका मगरीने त्याची मान पकडून त्याला खोल पाण्यात ओढत नेलं. दुसऱ्या दिवशी त्याचं प्रेत किनाऱ्याला लागलं होतं. म्हणून तू खाडीवर पोहायला जाऊ नकोस. माझं ऐक.”

“मला मगरीने नेऊ दे पाण्यात... जगून तरी काय करू?” अनंता त्वेषाने म्हणाला.

त्याचे ते बोलणे ऐकून सुलभाला धक्का बसला. तो असं काही म्हणेल, असं तिला मुळीच वाटलं नव्हतं. तिच्या डोळ्यांत टच्कन पाणी आलं. ती त्याला रुद्ध कंठाने म्हणाली,

“असं अमंगळ का रे तू बोलतोस? मी तुला काय कमी केलंय या घरात? तुझे हवे तसे लाड मीच पुरवते ना या घरात? असं काळजाला घर पडण्यासारखं

तू कुठे बोलायला शिकलास?''

''मला कुठे शिकायला जावं लागत नाही; मी आता कुक्कुलं बाळ नाही, मला कळतंय सगळं!''

''अरे, तू कितीही मोठा झालास तरी माझ्या दृष्टीने तू माझा बाळच आहेस बघ. मी तुला जन्म दिलेली आई आहे.''

वचावचा खाऊन अनंताने जेवण संपविले. सुलभाने त्याचं खरकटं ताट उचलून विसळण्यासाठी मोरीत नेऊन ठेवलं. अनंता झोपाळ्यावर बसून झोके घेऊ लागला. त्याचा चेहरा गंभीर दिसत होता. थोड्या वेळाने तो झोपाळ्यावरून उठला नि माजघरात जमिनीवर फतकल मारून बसला. सुलभा उभी राहून त्याच्या हालचाली निरखत होती. त्याची लक्षणं तिला ठीक दिसत नव्हती. हल्ली-हल्ली तो तऱ्हेवाईक वागत होता. त्याच्याजवळ बसत सुलभाने त्याला मायेने विचारलं—

''अनंता, तुला बरं वाटत नाही का? तू धड जेवलासुद्धा नाहीस.''

''आई, मी बरा आहे. मला काय धाड भरलीय?''

''मग तू असं का वागतोस?''

''कसा वागतो मी, तू सांग ना—''

''तुझं चित्त थाऱ्यावर नाही. तुला मला काही तरी सांगायचं आहे... तू मला बेलाशक सांग; मी तुला काही बोलणार नाही.''

अनंता थोडा वेळ आढ्याकडे भकास नजरेने पाहत होता. नंतर तो सुलभाकडे पाहत म्हणाला,

''आई, खरंच तुला वाईट वाटणार नाही?''

''नाही मला वाईट वाटणार.''

''सांगू?''

''सांग— तुला काय सांगायचंय ते.''

अनंता गंभीर आवाजात तिला म्हणाला.

''आई, दादा खोत मला या घरात आलेले आवडत नाहीत. तू त्यांना घरी येऊ नका, म्हणून का नाही सांगत?''

त्याचं बोलणं ऐकून तिला घेरी आल्यासारखं वाटू लागलं; परंतु सुलभाने स्वत:ला सावरलं. त्याच्याकडे जळजळीत नजरेने पाहत ती त्याला मोठ्या आवाजात म्हणाली,

''अनंता, कुणाबद्दल बोलतोस हे— त्या देवमाणसाबद्दल? अरे, तू ज्या घरात राहतोस, जे अन्न खातोस, तुझ्या अंगावर जे कपडे आहेत— ते सगळं त्यांचं आहे. आजपर्यंत त्यांनीच आपल्याला सर्व गोष्टी पुरवल्या आहेत; नाही तर उपाशी

पडून आपण मरून गेलो असतो. कुणाला आपली दया आली नसती. त्यांच्याबद्दल तू असं अभद्र बोलतोस? तुला शरम वाटायला पाहिजे.''

''आई, मला शरम वाटायच्या आधी ती तुला वाटायला पाहिजे. चार-चौघांत मला मान वर करून बोलण्याची छाती होत नाही. माझे मित्रसुद्धा माझी टिंगल करतात; मला ते सहन होत नाही. असं कुढत मी किती दिवस जगू?''

''अनंता, आता पुढे एक शब्द जरी बोललास, तर मी तुझं थोबाड फोडीन. तुला जन्म देण्यापेक्षा मी वाझुंटी राहिली असते, तर फार बरं झालं असतं!''

''आई, तुला मी आता स्पष्ट शब्दांत सांगतो— दादा खोत घरी असतील, तेव्हा मी घरात पाऊल टाकणार नाही.''

...आणि अनंता दाणदाण पाय आपटत एखाद्या झंझावाताप्रमाणे पुन्हा घराच्या बाहेर पडून निघून गेला. त्याच्या पाठीमागून सुलभा त्याला ''अनंता ऽऽ ए अनंता ऽऽ'' अशी आर्त स्वरात हाका मारू लागली. तिचा आवाज हवेतच विरून गेला. अनंताने मागे वळून पाहिले नाही. जणू त्याला तिच्या हाका ऐकूच येत नव्हत्या. तो बाहेर निघून गेल्यावर दु:खाने सुलभा किती तरी वेळ रडत बसली होती. पाण्याचे हंडे खाली ठेवून शांता तिच्या जवळ आली नि आपुलकीने तिची चौकशी करीत म्हणाली,

''काकी, तुमी का रडताव?''

''अशीच.''

''तुमी रडू नका, न्हाय तर मला बी रडायला यील.'' शांता दु:खी स्वरात सुलभाला म्हणाली.

''शांता...''

''जी?''

''तू निपुत्रिक आहेस, ते फार चांगलं आहे बघ.''

''असं का बोलताव?''

''ते तुला नाही कळणार. माझं हृदय जळतंय, त्याच्या यातना मला होतात... मी काय करू? पोटचा मुलगा माझं काही ऐकून घेत नाही. त्याचं बोलणं ऐकून माझ्या काळजाला घरं पडतात बघ.''

''काकी, मी ठार अडाणी हाय. मला काय कळत न्हाय. पर म्या तुमास्नी हात जोडून सांगत्ये की, कंची गोस्ट मनाला लावून घेऊ नका. माजा कारभारी दारुड्या हाय. मला मुलं होत न्हाय म्हनून त्यो मला रोज दारू पिवून दांडकतो. मी त्याचा रोज मार खात्ये नि सकाळी तुमच्याकं कामाला येत्ये.''

“शांताऽऽ”

“जी.’

“बाईचा जन्मच वाईट. नशिबाचे भोग भोगल्याशिवाय त्यातून आपली सुटका नाही.” दुःखाचा निःश्वास सोडत सुलभा म्हणाली.

❑❑❑

२४.

आज दोन ऑक्टोबर, गांधीजयंती. शाळेत कार्यक्रम असल्याने शलाका आज नेहमीपेक्षा लवकर उठली होती. तिला तिचे केस शॅम्पू लावून धुवायचे होते, परंतु शाळेत जायला त्यामुळे उशीर होईल म्हणून तिने केस न धुता अंघोळ केली. लिंबू कलरची साडी नेसून तिने केस विंचरून बकुळीच्या ताज्या फुलांचा गजरा तिने तिच्या केसांत माळला. त्या फुलांचा घमघमाट खोलीभर सुटला होता. साडीवर अत्तराचा फवारा मारला. आरशासमोर उभी राहून ती तोंडावर पावडरचा पफ हलक्या हाताने फिरवू लागली. तिचे डोळे टपोरे होते. भुवया धनुष्याकृती होत्या. हसताना तिच्या गालावर सुंदर खळी पडायची. शलाका क्षणभर आपल्या सुंदर रूपाचा हेवा वाटू लागला. तिच्या अंगातील चोळी तिने नेसलेल्या साडीच्या रंगाचीच असल्यामुळे तिचं लावण्य आणखीन उठून दिसत होतं. शलाकाने घाईघाईत देवघरात जाऊन देवाचं दर्शन घेऊन देवाला दोन्ही हात जोडून नमस्कार केला. नंतर दादा खोतांच्या आणि अनुराधाच्या पायाला हात लावीत 'नमस्कार करते हं' म्हणत ती पायांत चपला घालून रस्त्याला लागली. तिची धांदल पाहून तिच्या आई-वडिलांना तिची गंमत वाटली.

हायस्कूलच्या पटांगणामध्ये मुलं-मुली जमत होती. आज अभ्यास नसल्यामुळे मुलांच्या चेहऱ्यावर आनंद दिसत होता. एकमेकांशी बोलत ते पटांगणामध्ये उभे होते. मुली घोळक्या-घोळक्याने उभ्या राहून चिवचिवत होत्या. प्रत्येकीने वेणीमध्ये लाल रंगाची रिबीन बांधली होती. ती लाल रंगाची रिबीन डोळ्यांना उठून दिसत होती. जणू प्रत्येक विद्यार्थिनीच्या डोक्यात लाल रंगाचं जास्वंदीचं सुंदर फूलच उमललं होतं अन् ते पाहणाऱ्याचं लक्ष वेधून घेत होतं. मुलींपेक्षा मुलांच्या बोलण्याचा आवाज कानांना स्पष्ट ऐकू येत होता. दिन्या, वश्या, परशा अशा इरसाल हाका मारीत मुलं बोलत होती नि इकडे-तिकडे पाहून एकमेकाला ढकलत होती. त्यांचा

गोंधळ उडाला होता.

स्टाफरूममध्ये शिक्षक आणि शिक्षिका जमल्या होत्या. त्यामध्ये शलाकासुद्धा होती. देसाई मॅडम शलाकाला आनंदाने म्हणाल्या, ''व्वा मॅडम, तुमची साडी फारच छान आहे.'' शलाकाने फक्त गालात हसून त्यांच्या बोलण्याला दाद दिली. हायस्कूलचे हेडमास्तर हे त्यांचे पती होते. त्यांच्याशेजारी एक तरुण बसला होता. देसाईसर घसा खाकरून म्हणाले, ''मी सरांची ओळख करून देतो हं. हे माझ्या शेजारी बसले आहेत ना, ते संजय भागवत सर आहेत. कालच ते आपल्या हायस्कूलमध्ये हजर झाले आहेत. त्यांचा विषय इंग्रजी आहे. ते सर्व विषयांत वरच्या श्रेणीत उत्तीर्ण झाले आहेत. आता प्रत्येक शिक्षकाने त्यांना आपली ओळख करून द्या.''

देसाईसर बोलायचे थांबले नि त्यांनी पाण्याचं भांडं तोंडाला लावलं. त्यांच्याबद्दल माहिती ऐकून सगळे शिक्षक भागवतसरांच्याकडे कौतुकमिश्रित नजरेने पाहू लागले. शलाका त्यांचा तो रुबाब डोळ्याने पाहत होती. सगळ्या शिक्षकांनी आपली ओळख करून दिली. तिची वेळ आली, तेव्हा ती दोन्ही हात जोडून गालात गोड हसत आपली ओळख करून देत म्हणाली, ''नमस्कार भागवतसर, मी शलाका दामले. माझा विषय मराठी आणि हिंदी आहे.''

तिच्याबद्दल अधिक माहिती देत हेडमास्तर म्हणाले,

''यांना सांस्कृतिक कामात विशेष रस असल्याने शाळेत सांस्कृतिक कार्यक्रम असेल तेव्हा आम्ही त्याची जबाबदारी त्यांच्यावरच टाकतो. त्यांचा गळाही गोड आहे आणि त्या गातातसुद्धा छान.''

''व्वा, छान!'' भागवतसरांनी त्यांचं बोलणं ऐकून दाद दिली.

''तुम्हाला ऐकून आनंद वाटेल की, भागवतसरांनासुद्धा सांस्कृतिक कार्यक्रमाची आवड आहे नि आजच्या कार्यक्रमाचं सूत्रसंचालन तेच करतील नि दामले मॅडम विद्यार्थ्यांना मार्गदर्शन करण्यासाठी बोलतील.'' —देसाईसर.

आयत्या वेळी हेडमास्तरांनी शलाकावर जबाबदारी टाकली होती. ती क्षणभर गडबडली खरी, नंतर तिने स्वत:ला सावरलं. महात्मा गांधींच्या देशसेवेची तिला तशी चांगली माहिती होती नि विद्यार्थ्यांसमोर कसं बोलावं, याचं ज्ञान तिच्याकडे होतं. थोड्याच वेळात मैदानात सर्व मुलं जमली. शिपायांनी मुलांसमोर टेबल-खुर्च्या मांडल्या. शिक्षक-शिक्षिका स्थानापन्न झाल्या. देसाईसरांनी शलाकाला प्रार्थना म्हणण्यासाठी हाताने इशारा केला. शलाका मुलांसमोर उभी राहून प्रार्थना म्हणू लागली. तिच्या मागून मुलं-मुली दोन्ही हात जोडून गोड गळ्याने प्रार्थना म्हणू लागली.

''खरा तो एकचि धर्म

जगाला प्रेम अर्पावे
जगी जे दीन पददलित
तया जाऊन उठवावे...''

प्रार्थना झाल्यावर भागवतसर कार्यक्रमाचे सूत्रसंचालन करण्यासाठी उठले. मुलांनी टाळ्यांच्या गजरात त्यांचं स्वागत केलं. त्यांच्या गोड वाणीने मुले मंत्रमुग्ध झाली. भागवतसर खणखणीत वाणीत म्हणाले, ''आता गांधीजयंतीच्या निमित्ताने ज्या मुलांना भाषण करायचं आहे, त्यांनी आपलं भाषण पुढे येऊन करावे. आधी आठवी इयत्तेपासून सुरुवात होईल.'' सर खुर्चीत बसल्यावर आठवी इयत्तेत शिकणारी मुले पुढे जात नि हाताची घडी करून 'पूज्य गुरुजनवर्ग आणि माझ्या बालमित्रांनो, मी जे सांगणार आहे, ते तुम्ही शांत चित्ताने ऐकून घ्यावे, अशी माझी नम्र विनंती आहे.' अशी भाषणाला सुरुवात करून पाठ केलेली वाक्यं धडाधड बोलून आपल्या जागी जाऊन बसत. मुलीसुद्धा लाजत-लाजत समोर येत नि भाषण करून जाग्यावर जाऊन बसत.

मुलांचं भाषण संपल्यावर भागवतसर उठले नि पुढे येऊन मोठ्या आवाजात म्हणाले,

''आता मुलांची भाषणं संपली आहेत. आता दामले मॅडम दोन ऑक्टोबरच्या निमित्ताने मार्गदर्शनपर भाषण करतील; तेव्हा कुणीही गडबड करायची नाही, शांतपणे भाषण ऐकायचं.''

भागवत सरांच्या बोलण्यामुळे जादू झाली. त्या ठिकाणी कमालीची शांतता पसरली. मानेला हलकासा झटका देऊन शलाका बसल्या जागेवरून झट्‌कन उठली. तिचा चेहरा प्रसन्न होता. तिने स्मित हास्य केल्यामुळे तिच्या गालावर सुंदर खळी पडली होती. तिचे पाणीदार डोळे कमालीचे बोलके होते. भागवतसर तिच्या हालचाली डोळ्यांच्या कोपऱ्यातून निरखीत होते. शलाका मंद पावलं टाकत पुढे आली नि मुलांसमोर प्रसन्न चेहऱ्याने उभी राहिली, तेव्हा मुलांनी टाळ्या वाजवून त्यांचा आनंद व्यक्त केला. घसा खाकरून शलाकाने बोलायला सुरुवात केली.

''आज दोन ऑक्टोबर आहे, ते पुन:-पुन्हा सांगण्याची गरज नाहीए. बऱ्याच मुला-मुलींनी गांधीजींच्या कार्याबद्दल माहिती दिली. ती माहिती त्यांनी फार चांगली दिली आहे. महात्मा गांधीजींनी आयुष्यभर सत्याची कास कधीच सोडली नाही. युद्ध न करता किंवा हातात तलवार न घेता त्यांनी आपल्याला स्वातंत्र्य मिळवून दिलं. दिडशे वर्षांच्या गुलामगिरीतून त्यांनी आपली सुटका केली, म्हणून आपण त्यांना महात्मा ही पदवी दिली. सध्याच्या असुरक्षित वातावरणात आपल्याला महात्मा

गांधींचेच विचार तारू शकतील. त्यांच्या विचारांशिवाय आपल्याला आता पर्याय उरला नाही. गांधीजींनी उपेक्षित समाजाकडे अधिक लक्ष दिलं. अस्पृश्यांना त्यांनी 'हरिजन' ही पदवी दिली. साधं राहणीमान आणि उच्च विचारसरणी हे त्यांच्या आयुष्याचं संचित होतं. आजच्या दिवसाचे निमित्त साधून गांधीजींचे विचार तुम्ही आचरणात आणावेत, एवढंच मला तुम्हाला सांगायचं आहे.''

शलाका भाषण संपवून तिच्या खुर्चीत पदराने कपाळावरचा घाम पुसत बसली. तिचं भाषण ऐकून सगळे मंत्रमुग्ध झाले होते. हेडमास्तर देसाई तिच्याकडे कौतुकमिश्रित नजरेने पाहत होते. मुलांना टाळ्या वाजवायचंदेखील भान राहिलं नव्हतं. नंतर मुलांनी तिचं भाषण ऐकून टाळ्यांचा पाऊस पाडला. शेवटी त्यांना सांगावं लागलं की, आता तुम्ही टाळ्या वाजवायच्या थांबवा म्हणून. आणखी काही वक्त्यांची भाषणं होऊन कार्यक्रम आटोपला.

शिक्षक-शिक्षिकांसाठी चहाचा कार्यक्रम ठेवला होता. चहाचा घोट घेता-घेता भागवतसर शलाकाकडे कौतुकमिश्रित नजरेने पाहत म्हणाले.

''चांगलं झालं तुमचं भाषण. सगळ्यांना तुमचं भाषण आवडलं.''

''तुम्हाला आवडलं की नाही माझं भाषण? तशी मी भाषणाची कधी तयारी करून येत नाही.''

''मला आवडलं तुमचं भाषण.'' —भागवतसर.

''थँक्स त्याबद्दल.'' शलाकाने तोंडाला चहाचा कप लावला.

''मघाशी देसाईसरांनी तुमच्याबद्दल मला आणखी माहिती दिली.''

''हो का? सरांनी माझ्याबद्दल तुम्हाला काय माहिती दिली?'' गालात गोड हसत शलाकाने त्यांना विचारलं.

''ते म्हणाले की, तुमचं मराठी साहित्याचं वाचन चांगलं आहे. त्यामुळे भाषणात त्याचा तुम्हाला फायदा होतो.''

''तसं म्हणाल तर मला वाचनाचा छंद आहेच. मिळतील तेवढी पुस्तकं मी वाचून काढते. पण भाषण तर मी मराठी शाळेत शिकत होते, तेव्हापासून करत्ये.''

''मराठी साहित्यातील कोणती कोणती पुस्तकं तुम्ही वाचलीत? मला सुद्धा वाचन करण्याचा छंद आहे, म्हणून मी तुम्हाला विचारतोय.'' हातातील रिकामा चहाचा कप टेबलावर ठेवीत भागवतसर म्हणाले,

कुणी पुस्तकाबद्दल बोलू लागले की, शलाकाला अगदी राहवत नसे. किती बोलू, किती नको, असं तिला वाटत असे.

मनात पुस्तकांची आणि लेखकांची नावे आठवून ती म्हणाली,

"गो. नी. दांडेकरांची बहुतेक सर्व पुस्तकं मी वाचली आहेत. माझे ते आवडते लेखकसुद्धा आहेत. लक्ष्मीबाई टिळक यांनी लिहिलेले 'स्मृतिचित्रे' हे आत्मचरित्र, तसेच गोदावरी परुळेकरांचं 'जेव्हा माणूस जागा होतो', 'बनगरवाडी' वाचली. तशी यादी बरीच मोठी आहे. आठवून सांगण्यात वेळ निघून जाईल." शलाका हसत-हसत म्हणाली.

तिच्या हसण्यात भागवतसरसुद्धा सामील झाले. शिक्षक आपसात गप्पा मारीत चहापान करीत होते. आज कुणालाच शिकवायचं नव्हतं. विद्यार्थी आपापल्या घरी केव्हाच निघून गेले होते. शिक्षक आपसात अनेक विषयांवर बोलत होते.

शलाकाकडे पाहत भागवतसर तिला म्हणाले, "मॅडम, तुम्ही शिवाजी सावंत यांचं 'मृत्युंजय' हे पुस्तक वाचलंत का? अहो, ते अप्रतिम पुस्तक आहे. मी दोन-तीन वेळा ते पुस्तक वाचलंय. अजून ते मला एकदा वाचायचं आहे."

"भागवतसर, ते पुस्तक मिळविण्यासाठी मी खूप प्रयत्न केले, पण अजून मला ते मिळाले नाही. तुमच्याकडे ते पुस्तक आहे का?"

"माझ्याकडे ते पुस्तक आहे. पण येताना ते ओझं होईल म्हणून मी आणलं नाही. शाळेला सुट्ट्या पडल्यावर मी घरी जाईन, तेव्हा ते पुस्तक जरूर आणीन."

"सर, घेऊन या ते पुस्तक. मी वाचून ते तुम्हाला परत करीन. माझ्याकडे ठेवणार नाहीए."

शलाका गालात हसली, तेव्हा तिच्या गालावर सुंदर खळी पडली. भागवतसरांच्या नजरेतून ते सुटलं नाही.

"यापुढे मराठी पुस्तकावर मला तुमच्याशी बोलायला आवडेल."

"मलाही आवडेल म्हटलं. दिवसभर मुलांच्या पुढे घसा फोडून कंटाळा येतो, तो कंटाळा तरी निघून जाईल." —शलाका.

"मॅडम, तुम्ही नोकरीला कधी लागलात?"

"गेल्याच वर्षी मी लागले. हे माझं नोकरीचं दुसरं वर्ष. नंतर आपण कधी तरी निवांत बोलू. नाही तर तुम्ही असं करा ना— आमच्या घरी तुम्ही चहा घ्यायला या. मी माझ्या बाबांची तुमच्याशी ओळख करून देते. आमचं घर तुम्ही पाहाल त्या निमित्ताने."

"मॅडम, मी तुमच्या घरी चहा घ्यायला अवश्य येईन."

"आजच संध्याकाळी या. मी वाट पाहत्ये."

"ठिकाय."

चहापानाचा कार्यक्रम आटोपल्यानंतर शलाका पिसासारखी तरंगतच वाड्याकडे

निघून गेली. तिचं भाषण ऐकून बऱ्याच जणांनी तिचं मुक्तकंठाने कौतुक केलं. त्यामुळे तिला खूप आनंद वाटत होता. नोकरीमुळे तिच्या दुःखाची धार आता बोथट होऊ लागली होती. तिलासुद्धा आता त्याची कल्पना येऊ लागली होती. भागवतसर आपल्याकडे चहाला येणार आहेत, त्यांचं आपण घरी स्वागत कसं करायचं, याचा विचार करीतच ती पायाखालचा रस्ता तुडवीत होती.

❒❒❒

२५.

बैठकीच्या खोलीत दादा खोत जामानिमा करून ऐटीत खुर्चीत बसले होते. सकाळी गांधीजयंतीचा कार्यक्रम आटोपून घरी आल्या-आल्या शलाकाने त्यांना 'बाबा, आपल्याकडे संध्याकाळी हायस्कूलमध्ये नवीन आलेले भागवतसर चहाला येणार आहेत' असं सांगितलं होते. त्यामुळे दादा खोतांनी वाडा सोडला नव्हता. जामानिमा करून ते पितळीच्या नक्षीदार अडकित्त्याने ओली सुपारी कातरून फक्कन तोंडात टाकत होते. शलाका तिच्या खोलीत आरशासमोर उभी राहून तोंडाला पावडर लावीत होती. भागवतसरांच्यासाठी झाडावर चढून गणपत शहाळी काढत होता नि अनुराधा कांदापोह्यांची स्वयंपाकघरात तयारी करीत होत्या. कामवाली लक्ष्मी कांदा, मिरची विळ्यावर चिरीत बसली होती. भागवतसर येणार म्हणून अख्खा वाडा कामाला लागला होता. जणू दूरचा पाहुणा खूप दिवसांनी वाड्यात येणार होता नि त्याचं आनंदानी स्वागत करण्यासाठी वाडा सज्ज झाला होता.

दादा खोत सुपारी चघळत आरामखुर्चीत निवांत बसले होते. त्यांचं लक्ष फाटकाकडे होते. इतक्यात त्यांना फाटकाजवळ एक देखणा तरुण वाड्यात येत असताना दिसला. दादा खोत डोळे विस्फारून त्याच्याकडे पाहू लागले. त्यांची पक्की खात्री झाली की, शलाकाने सांगितलेले हेच ते भागवतसर असावेत. दादा खोत आरामखुर्चीत सावध होऊन बसले नि शलाकांच्या खोलीच्या दिशेने पाहत मोठ्या आवाजात तिला साद घालीत म्हणाले,

"गो शलाकाऽऽ, भागवतसर आलेत. तू बाहेर ये."

त्यांचा आवाज ऐकून शलाका धावतच दिवाणखान्यात आली. तोपर्यंत भागवतसरांची स्वारी दाराजवळ येऊन ठेपली होती. त्यांना पाहून दादा खोत त्यांचे स्वागत करीत मोठ्या आवाजात त्यांना म्हणाले,

"या भागवतसर, आम्ही सर्व तुमचीच वाट पाहत होतो."

“नमस्कार.” भागवतसर गालात हसत म्हणाले.

“बसा ना.” शलाका लाकडी खुर्चीकडे बोट दाखवीत म्हणाली, “मला थोडा उशीर झाला इकडे यायला, त्याबद्दल तुमची आधी माफी मागतो.” सागवानी खुर्चीत बसत भागवतसर नम्रपणे म्हणाले.

“अहो, चालायचंच. यात कसली माफी मागताय? शलाका म्हणाली की, भागवतसर आपल्या हायस्कूलमध्ये नवीनच आले आहेत नि त्यांना मी चहासाठी घरी बोलावलंय. म्हटलं, बरं झालं; निदान त्या निमित्ताने आपली ओळख तरी होईल.” —दादा खोत.

इतक्यात गणपत त्या ठिकाणी आला. त्याच्या हातात एक काचेचा प्याला होता. त्या प्यालात त्याने शहाळीचे मधूर पाणी आणलं होतं. सरांच्या पुढे तो काचेचा प्याला धरून गणपत त्यांना आग्रह करीत म्हणाला,

“सर, तुमच्यासाठनं आताच शहाळी फोडून त्याचं पानी गलासात आनलंय. त्ये प्या तुम्ही. तुमास्नी बेस वाटंल बगा.”

भागवतसरांना त्याच्या डोळ्यांत आग्रह दिसला. अवमान न करता त्यांनी तो प्याला हातात घेतला नि तोंडाला लावला. शहाळीच्या गोड पाण्याचा घुटका त्यांच्या घशाखाली उतरल्यावर त्यांना खूप बरं वाटलं. इतक्यात अनुराधा हसतमुखाने दिवाणखान्यात आल्या. अनुराधाची ओळख करून देत शलाका सरांना म्हणाली, “ही माझी आई.”

“नमस्कार आई.” —भागवतसर.

“नमस्कार.”

“अनुराधा, तुझा नाश्ता झाला की नाही?” —दादा खोत.

“झालाय. आणत्ये.”

“आई, सावकाश घेऊन या. मला तशी घाई नाही.” —भागवतसर.

“सर, तुम्ही आधी कांदापोहे खा. मग तुम्हाला आमची शलाका संपूर्ण वाडा फिरवून दाखवेल. हा वाडा माझ्या आजोबांनी पेशवाईत बांधला. त्याला त्या वेळी रुपये नऊ लाख खर्च आलाय. ह्या वाड्यासारखा वाडा तुम्हाला अख्ख्या तालुक्यात पाह्यला मिळणार नाही. आमच्याकडे खोती होती, तेव्हा वाड्यात नोकर-चाकर भरपूर. आली-गेली माणसं भरपूर. सण असल्याप्रमाणे माणसं वाड्यात जमत होती. आता काळ बदलला. माणसं बदलली. कूळकायद्याने आमच्या बऱ्याच जमिनी कुळांकडे गेल्या. धान्याने भाताची कोठारं नुसती भरायची. आता ती रिकामी आहेत. ती कोठारं आमचे गडी आता फक्त झाडायलाच उघडतात बघा. हा काळाचा महिमा.

त्याला कोण काय करणार?''

"बाबा, बाहेरून वाडा पाहून मी मनात एकदम खूश झालो. असा भव्य वाडा मी उभ्या आयुष्यात कुठेही पाह्यला नाही.'' काचेचा रिकामा ग्लास गणपतकडे परत देत भागवतसर म्हणाले.

"अहो, तुम्ही फक्त या वाड्याचे बाह्यरूप पाहिलंत; अजून आतल्या खोल्या कुठे पाहिल्यात? आमच्या वाडवडिलांनी वाडा बांधला, तेव्हा दोन-तीन कोसांवरून पाटाने वाड्यात पाणी आणलंय. तेच पाणी आम्ही आता पितोय. त्यांनी बांधलेला पाण्याचा पाट प्रत्येक वर्षी आम्हाला साफ करता येत नाही, हे आमचं दुर्दैव आहे बघा.''

शलाका मधेच सरांना माहिती देत म्हणाली.

"सर, वाड्यात तळघरात एक भुयार होतं. ते भुयार जवळजवळ एक किलोमीटर लांबीचं तरी होतं, म्हणतात. बऱ्याच वर्षांपासून त्याचा कोणी वापर करीत नसल्यामुळे त्या भुयारात आता फक्त मातीचे ढिगारे साचले आहेत.''

"ऐकावं ते नवलंच म्हणायचं!'' सरांच्या चेहऱ्यावर आश्चर्याचे भाव उमटले होते.

"सर, तुम्हाला आमचा वाडा संपूर्ण फिरवून दाखविणार आहे. त्याआधी गरम कांदापोहे खाऊन घ्या.'' —शलाका.

गणपतने त्यांच्या पुढ्यात लाकडी स्टूल ठेवलं नि त्यावर कांदापोह्याची बशी ठेवली. त्यावर बारीक खोबरं नि कोथिंबीर टाकली होती. पिवळ्या धमक, ताज्या लिंबाच्या दोन फोडी होत्या.

"हे काय, मी एकटाच खाणार? आणि तुम्ही?'' —भागवतसर.

"बाबा दुपारच्या आणि रात्रीच्या जेवणाच्यामध्ये काहीच खात नाहीत. तुमच्यासोबत आम्ही चहा घेतो. तोपर्यंत तुम्ही सुरुवात करा. संकोच करू नका.'' शलाका त्यांना आग्रह करीत म्हणाली.

शलाकाच्या आग्रहामुळे भागवतसरांच्या मनातील संकोच कमी झाला होता. वाड्यातील माणसं एवढ्या आपुलकीने आपल्याला खाऊ-पिऊ घालतील, असं त्यांच्या आधी ध्यानी-मनीसुद्धा आलं नव्हतं. आज सकाळी शलाकाला शाळेत ते पहिल्यांदाच भेटले होते. ते कोण, कुठले; त्यांचं गाव कोणतं, हे त्यांनी अजून काहीच तसं विचारलं नव्हतं. 'अतिथी देवो भव' याप्रमाणे त्यांनी त्यांचं आतिथ्यशील स्वागत केलं होतं. त्यामुळे भागवतसर मनात भारावून गेले होते. गिलावा केलेल्या भिंतीवर लावलेले फोटो डोळ्यांनी पाहत ते गरम कांदापोहे खाऊ लागले. खाताना

ते छतावर टांगलेली सुंदर, नक्षीदार झुंबरंसुद्धा पाहत होते. काय पाहू, किती पाहू— असं त्यांना वाटत होतं.

बोलत-बोलत भागवतसरांनी कांदेपोहे खाऊन संपविले. पाणी प्यायल्यानंतर त्यांनी चहाचा गरम कप तोंडाला लावला. आलं टाकून चहा केल्यामुळे त्याची लज्जत आणखी वाढली होती. सरांनी चहाचा रिकामा कप खाली ठेवल्यावर दादा खोत शलाकाकडे पाहत म्हणाले,

"शलाका, आता तू सरांना आपला संपूर्ण वाडा फिरून दाखव. तळघरातील भुयार लांबून दाखव बरं का. पुढे जाऊ नकोस. मातीचे ढिगारे नि कोळिष्टकानं ते भुयार भरून गेलंय, म्हणून तुला मी सांगितलं."

"बाबा, मला ते ठाऊक आहे. सरांना मी ते लांबूनच दाखविणार आहे." मग सरांकडे वळून ती म्हणाली, "या सर, मी तुम्हाला आमचा वाडा दाखविते."

भागवतसर बसलेल्या खुर्चीतून उठले नि शलाकाच्या मागून दमदार पावलं टाकीत चालू लागले. आता दिवाणखान्यात दादा खोत एकटेच सागवानी लाकडाच्या खुर्चीत बसून होते. अनुराधा स्वयंपाकखोलीत गेल्या होत्या नि गणपत अंगणात पडलेला पालापाचोळा वाढवणाने गोळा करीत होता. दादा खोत बसल्या जागेवरून उठले नि दिवाणखान्यात शतपावली घालू लागले. शतपावली घालताना ते तोंडातल्या तोंडात रामदासस्वामींचे मनाचे श्लोक म्हणू लागले.

"मना सज्जना भक्तीपंथेचि जावे।
तरी श्रीहरी पाविजेतो स्वभावे ।।
जनी निंद्य ते सर्व सोडोनि द्यावे ।
जनी वंद्य ते सर्व भावे करावे ।।"

दादा खोत शतपावली घालीत असताना भोईवाडीतील चार-पाच माणसं त्यांना भेटायला आली. दादा खोतांना नमस्कार करून ते बाकड्यावर अदबीने बसले. दादा खोत खुर्चीत बसले नि घसा खाकरून त्यांनी एकाला विचारलं,

"नामदेव, कसं येणं झालं वाड्यावर?"

"खोतानूं, वाईच काम हाय तुमच्याकं."

"रांडच्या, बोल. तू बोलल्याशिवाय मला काय कळणार आहे का?" दादा खोत हसत म्हणाले.

"त्याचं असं हाय... पर्तेक वर्सी आमी होड्यांची शर्यत लावतू. त्याच्या उद्घाटनाचा नारोळ तुमच्या हातानं देतू. तवा त्याचं तुमास्नी आवताण देण्यासाठनं आमी आलाव. गावातील समद्या देवळात नारोळ दिलाय नि समद्या गावाला तसं

कलावा बी केलाय. तवा आमच्या इनंतीला मान देऊन उद्या तुमी यायचं.''

दादा खोत मनात विचार करू लागले... होड्यांची शर्यत प्रत्येक वर्षी व्हायची. फार पूर्वीपासून ती प्रथा गावात चालत आली होती. गावच्या खोताने नारळ दिल्यावरच शर्यतीच्या होड्या पाण्यात लोटल्या जायच्या. काही वेळा आपसातील वाकडीकीमुळे भांडण व्हायची. कधी कधी डोकी फुटायची. मग तो वाद पुन्हा गावातच यायचा.

दादा खोत त्यांना स्पष्ट शब्दांत सांगत म्हणाले,

''नामदेव, मी एका अटीवर यायला तयार आहे.''

''खोतानू, ती अट कोणती?''

''ऐका— तिथं भानगडी होता कामा नये. रांडच्यांनो, तुम्ही एकमेकांची डोकी फोडता, पण ते आम्हाला निस्तरायला लागतं. मग होड्यांच्या शर्यती घेऊन उपयोग काय? मला तुम्ही सांगा पाहू.''

त्या सर्वांचे चेहरे आता पाहण्यासारखे झाले होते. ते एकमेकांच्या तोंडाकडे पाहू लागले होते. आता काय बोलावं, हा त्यांना प्रश्न पडला होता. भोईवाडीतील भांडणं-मारामाऱ्या त्यांना ठाऊक होत्या.

जगू मिंडे त्यांना आश्वासन देत खालच्या आवाजात म्हणाला,

''खोतानू, या वर्सी तसं काय बी होनार न्हाय. मी तसं तुमास्नी शबूद देत्यो. त्याची जिम्मेदारी आमची. तुमी फकस्त आमचा मान राका. तुमी आल्याबिगार कार्यक्रमाला शोभा न्हाय बगा. तवा आमची तुमास्नी हात जोडून इनंती हाय. तुमी कार्यक्रमाला येऊन त्याची शोभा वाढवा.''

''ठिकाय, मी येतो.'' दादा खोतांनी ताणून धरलं नाही.

दादा खोतांचा होकार ऐकून त्यांच्या चेहऱ्यांवर आनंद पसरला. ते जाण्यासाठी उठून उभे राहिले. जगू मिंडे त्यांना पुन्हा एकदा म्हणाला,

''खोतानू, आमी तुमची वाट बगतू.''

''तुम्हाला मी शब्द दिलाय.''

आलेली मंडळी खूश होऊन वाड्याबाहेर पडली. इतक्यात भागवतसर आणि शलाका दिवाणखान्यात आली. संपूर्ण वाडा फिरून पाहिल्याचं समाधान सरांच्या चेहऱ्यावर दिसत होतं. एखादी अद्भुत वस्तू पाह्यल्याचं सुख सरांनी अनुभवलं होतं. दादा खोतांनी त्यांना हसत-हसत विचारलं,

''काय, आवडला का आमचा वाडा?''

''बाबा, मला तुमचा वाडा फार आवडला. मी त्याची कल्पनाही करू शकत

नाही. स्थापत्यशास्त्र एवढं विकसित झालं नसताना कसं त्या वेळी या वाड्याचं बांधकाम केलं असावं, असा मला आता प्रश्न पडलाय.''

''तुम्हाला जसं प्रश्न पडलाय, तसा मलाही तो प्रश्न पडलाय. वाडवडिलांची पुण्याई आमच्या पाठीशी आहे. त्यांचं ऋण आम्ही विसरू शकत नाही.''

''बाबा, हा वाडा पाहून मी ह्या वाड्याच्या प्रेमातच पडलो बघा.''

''तुम्हाला कधी वेळ मिळेल, तेव्हा तुम्ही गप्पा मारायला आमच्याकडे येत जा. आता आपली ओळख झालीय.''

''अवश्य येईन.'' —भागवतसर.

बाहेर संध्याछाया पडली होती. भागवतसर निरोप घेऊन त्यांच्या मुक्कामी जाण्यासाठी वाड्याच्या बाहेर पडले. ते दिसेनासे होईपर्यंत त्यांच्या पाठमोऱ्या आकृतीकडे शलाका डोळे विस्फारून पाहत उभी होती. दादा खोतांच्या नजरेतून ते सुटलं नाही.

❑❑❑

२६.

जगबुडी खाडीत आज होड्यांची शर्यत आयोजित केल्यामुळे भोईवाडीत उजाडल्यापासून धांदल उडाली होती. तुंबाड, कर्जी, सवणस, धामणदिवी, सोनगाव इत्यादी गावांतून शर्यतीत भाग घेण्यासाठी होड्या आल्या होत्या. प्रत्येकाच्या चेहऱ्यावर जबरदस्त आत्मविश्वास होता. काळारोम, राकट चेहऱ्यांवर शर्यत जिंकण्याची ईर्षा दिसत होती. शर्यत जिंकणाऱ्याला चांदीची ढाल, रुपये पाचशे एकावन्न आणि खोतांच्या हस्ते मानाचा फेटा बांधून त्याची गावातून वाजत-गाजत मिरवणूक काढण्यात येणार होती.

जगबुडीचं काळंभोर, मचूळ पाणी संथ वाहत होतं. सूर्यप्रकाशाने पाणी चमचमत होतं. जणू पाण्यातील लहान-मोठे मासे पाण्याच्या पृष्ठभागावर तरंगत आहेत. किनाऱ्याला शर्यतीत भाग घेतलेल्या चौदा-पंधरा होड्या नांगर टाकून उभ्या होत्या. अंगात लाल रंगाचा आखूड सदरा घातलेले नि कमरेला रंगीबेरंगी रुमाल नसलेले भोई डोळ्यांत तेल घालून त्यांच्या होड्यांची पाहणी करीत होती. खालपासून अगदी वरपर्यंत होडीचं सुकाणू डोळ्यांखालून घालत होते. न जाणो, सुकाणू मधेच मोडलं किंवा होडीत पाणी भरून होडी बुडाली, तर घेतलेली मेहनत फुकट जायाची. होड्यांच्या शर्यती जिवावरसुद्धा बेतल्या होत्या, तरीही प्रत्येक वर्षी शर्यती व्हायच्याच. त्या शर्यतीत उत्साह अगदी ठासून भरलेला असे. प्रतिस्पर्ध्याला चारी मुंड्या चीत करण्याची मनात ईर्षा असे; भले त्यासाठी कोणतीही किंमत मोजावी लागली तरी बेहत्तर— असाच प्रत्येकाच्या चेहऱ्याचा नूर होता. निळं आभाळ होड्यांच्या शर्यती पाहण्यासाठी कमालीचं अधीर झालं होतं. एखाद्या कसबी चित्रकाराने कॅनव्हासवर हातातील कुंचल्याने आडवे-तिडवे फराटे मारावे तद्वत् आभाळ दिसत होतं. त्याचं प्रतिबिंब खाडीच्या पाण्यात पडलं होतं नि वाऱ्यानं उठलेल्या धवल लाटा लहान मुलाप्रमाणे हळूहळू धावत येऊन किनाऱ्यावर रुपेरी वाळेत फुटत होत्या.

दादा खोत अगदी वेळेवर जामानिमा करून भोईवाडीत पोचले. सरपंच, पोलीस पाटील आणि ब्राह्मणवाडीत राहणारे बंडूकाकासुद्धा हजर होते. बंडूकाकांना त्या ठिकाणी पाहून दादा खोतांना आश्चर्याचा धक्का बसला. महसूल खात्यातून तहसीलदार या पदावरून ते गेल्याच महिन्यात निवृत्त झाले होते. त्यांचे जुने घर दुरुस्त करून घेऊन त्यात ते त्यांच्या बायकोसह राहू लागले होते. नोकरी करीत असताना ते केव्हा तरी वर्ष-सहा महिन्यांतून एकदा गावी येत नि लगेच नोकरीच्या ठिकाणी जात. त्यामुळे त्यांचा नि गावचा संपर्क राहिला नव्हता. महसूल खात्यात काम केल्यामुळे त्यांना कायद्याचं ज्ञान होतं.

पुळणीत मंडप घालून त्यात खुर्च्या, टेबलं ओळीनं मांडून ठेवली होती. टेबलावर चांदीची गदा, मानाचा फेटा, नारळ, सुपारी इत्यादी सामान ठेवण्यात आलं होतं. बंडूकाकांच्या खुर्चीजवळ बसून दादा खोत त्यांना नम्रपणे म्हणाले,

"नमस्कार बंडू काका! कशी आहे तब्येत?"

"उत्तम."

"तुम्हाला पाहून खूप बरं वाटलं."

"काल ही मंडळी निमंत्रण द्यायला घरी आली होती, त्यामुळे मला नाही म्हणता आलं नाही. खोताकडे 'नाही' हा शब्द नसावा, असं माझं प्रांजळ मत आहे." —बंडूकाका.

"बरोबर आहे तुमचं म्हणणं. आम्ही यांचं कौतुक करायचं नाही, मग कुणी करायचं? हार-जीत ही होणारच. आता हरलेला माणूस पुढच्या वर्षी जिंकणार नाही कशावरून?" —दादा खोत.

"समजा, या ठिकाणी एखादी भागनड झाली तर ती सोडवणार कोण? त्यामुळे गावचा खोत या ठिकाणी हवाच."

"काळ बदलला, माणसं बदलली; परंतु अजूनपर्यंत खोताच्या शब्दाला या गावात किंमत आहे. यापुढे कुणी सांगावं?"

"तुम्ही माझ्या मनातील बोललात." —दादा खोत.

दोघेही खोत मंडपात बोलत बसले होते. बंडूकाकांना पान खाण्याची सवय होती. आता त्यांच्या तोंडात पानाचा तोबरा भरला होता. टापटिपीच्या बाबतीत बंडूकाका कमी पडत. कपड्यांना इस्त्री असो किंवा नसो— त्यांना काही फरक पडत नसे. जेवतानासुद्धा बंडूकाका वचावचा करीत जेवत. पान खाण्याचीसुद्धा तीच तऱ्हा. तोंडानं दोन्ही बाजूने पानाचा लाल रंगाचा ओघळ गेल्यावर काका तो बोटानं पुसून घेत. दादा खोतांना त्यांचं ध्यान पाहून मनात थोडी गंमत वाटली. बंडूकाकांच्या ते

गावीही नव्हतं.

स्त्रिया नऊवारी लुगडं नेसल्या होत्या नि त्यांनी गळ्यात सोन्याचे दागिने घातले होते. होड्यांना हळद-कुंकू लावून त्या ओवाळीत होत्या. काही स्त्रिया उगाच इकडून तिकडे मिरवत होत्या. एव्हाना पुळणीत जत्रा लोटली होती. जणू तो माणसांचा महासागरच होता. रंगीबेरंगी कपड्यांतील माणसं बघावं तिकडे दिसत होती. लहान मुलं मात्र शिंपल्या वेचण्यात दंग झाली होती. शिंपल्या वेचून ते दगडाने त्या फोडीत. होड्यांची पूजा पार पडली होती. हातात सुकाणू घेऊन स्पर्धक आपापल्या होडीमध्ये शर्यत जिंकण्याचा आत्मविश्वासाने इशारा मिळण्याची वाट पाहत होते.

नामदेव भोई वाडीचा प्रमुख होता. त्याच्या डोक्याला त्रिकोणी टोपी नि अंगात रंगीत आखूड सदरा होता. त्याच्या कमरेला लाल रंगाचा रुमाल होता नि त्याच्या चेहऱ्यावर आनंदाचं उधाण आलं होतं. तो दोन्ही हात जोडीत मंडपात आला नि म्हणाला,

"खोतानू, होड्यांची पूंजा झालीय. आता फकस्त तुमच्या हातानं नारोळ वाडवला की, शर्यतीच्या होड्या पाण्यात सोडू. तवा मानाचा नारोळ तुमच्या हातानं फोडावा. अशी तुम्हाला माझी इनंती हाय."

दादा खोत नारळ फोडण्यासाठी उठले. त्यांना मधे अडवीत बंडूकाका म्हणाले,

"दादा खोत, हे जमणार नाही."

"का नाही जमणार? मी गावचा खोत आहे.

"मीसुद्धा या गावचा खोत आहे. या आधी पुष्कळ वेळा तुम्ही हा मान घेतलात, आता तो मान माझा आहे." पानाची पिंक टाकून बंडूकाका म्हणाले.

बंडूकाकांच्या बोलण्याचा दादा खोतांना राग आला. झोपाळ्यावर आनंदाने झोके घेत असताना एखादा दाण्कन जमिनीवर आपटावं, तसं दादा खोतांची आता गत झाली होती. ते बंडूकाकांच्याकडे वळून मोठ्या आवाजात त्यांना म्हणाले,

"बंडूकाका, तुम्ही गावचे खोत आहात, हे मला मान्य आहे. पण इतके दिवस तुम्ही गाव सोडून परगावी नोकरी करीत होतात. मी याच गावात राहिलो. त्यांच्या सुख-दु:खात सामील झालो. त्यांच्या अडी-अडचणीला मदत करण्यासाठी मी धावलो. तुम्ही तेव्हा आला नाही नि आज असा अचानक तुम्ही तुमचा मान हवाय म्हणताय? ते कसं शक्य आहे?"

"दादा खोत, मी गाव सोडून नोकरी करायला गेलो म्हणून माझा हक्क डावलता येणार नाही. पिढ्यान्‌पिढ्या ही चालत आलेली रीत आहे. तेव्हा तुम्ही

सन्मानाने माघार घेतलीत, तर फार बरं होईल.''

''मी माघार का घेऊ? तुम्हाला जसं यांनी आमंत्रित केलंय, तसं मलासुद्धा आमंत्रित केलंय. तेव्हा तुमचा हा वाद निरर्थक आहे.''

''दादा खोत, हा वाद निरर्थक ठरविण्याचा अधिकार तुम्हाला या ठिकाणी कोणी दिला? मला जरा सांगा पाहू—'' बंडूकाका आता इरेस पेटले होते.

दोन खोतांमध्ये वाद सुरू झाला होता. कुणी माघार घेण्यास तयार होईनात. भांडणाला अचानक तोंड फुटलं होतं. त्यामुळे होड्यांची शर्यत होणार की नाही, याबद्दल प्रत्येकाच्या मनात प्रश्नचिन्ह निर्माण झालं होतं. खोतांच्या तोंडाकडे पाहत भोई अगतिकपणे उभे होते. त्यांच्यातील वाद असेल तेव्हा खोत मध्यस्थी करून तो वाद मिटवीत; परंतु आता दोन खोतांमधील वाद कसा मिटवायचा, असा त्यांना प्रश्न पडला होता. वेळ वाया जात होता. नारळ फोडल्याशिवाय शर्यतीला सुरुवात होणार नव्हती. लोक आळीपाळीने एकमेकांच्या तोंडाकडे खिन्नपणे पाहत होते.

दोन खोतांमध्ये मानपानावरून वाद पेटला होता. त्यामुळे भोईलोकांचे रापलेले चेहरे अगदी पाहण्यालायक झाले होते. नामदेव एका बाजूला गावच्या सरपंचांना घेऊन चर्चा करीत होता. यातून काही तरी तोडगा निघेल, अशी सगळ्यांना खात्री वाटत होती. नामदेवाजवळ बोलणं संपवून गावचे सरपंच दगडू दळवी मंडपात आले नि अजीजीच्या सुरात म्हणाले,

''तुमी दोघंही खोत आमच्यापरास ज्ञानाने, मानाने थोर हाव. तुमचा मान ठेवून गावानं यातून असा तोडगा काडला हाय की, दादा खोतांच्या हातून मानाचा नारोळ वाडवून शर्यतीची सुरुवात करायची नि जो ही शर्यत जिंकेल त्याला बंडूकाकांच्या हस्ते मानाचा फेटा बांदून चांदीची गदा द्यायची. आमची ही इनंती मान्य करावी, म्हनून गावाच्या वतीनं मी तुमास्नी हात जोडून इनंती करतु. हा वाद म्होरल्या वर्सी व्हवू नये म्हनून येत्या अमुस्याला मोडा हाय त्या दिशी गावच्या झोलाईदेवीच्या देवळात बैठक घेऊ नि त्यातून योग्य तो मार्ग काढू.''

गावच्या सरपंचांच्या बोलण्यात खोट नव्हती. त्यांनी दोन्ही खोतांना योग्य तो मान दिला होता. त्यामुळे आणखी वाद निर्माण होण्याचा प्रश्नच निर्माण होत नव्हता. दादा खोत आणि बंडूकाका आळीपाळीने एकमेकांच्या चेहऱ्याकडे पाहत होते. त्यांना तो तोडगा मान्य होता, परंतु आधी तसं कोणी बोलायचं, हा प्रश्न होता. आणखी वेळ व्यर्थ जाऊ नये म्हणून बंडूकाका बसल्या जागेवरून उठले नि पँटीच्या खिशातील रुमालाने चेहरा पुसत म्हणाले,

''गावच्या सरपंचाने आता जो तोडगा आम्हाला सुचवला आहे, तो मला

मान्य आहे. परंतु पुढील वर्षी हा वाद पुन्हा निर्माण होऊ नये म्हणून झोलाईदेवीच्या देवळात बैठक घेऊ नि सामोपचाराने त्यावर निर्णय घेऊ.''

बंडूकाकांनी तहसीलदार म्हणून नोकरी करीत असताना गावात अनेक वाद मिटवून कायदा आणि सुव्यवस्था राखण्यासाठी प्रयत्न केले होते. त्यामुळे त्यांनी पुढे ताणून धरलं नाही. दोन्ही खोतांना तोडगा मान्य असल्याचे समजताच लोकांच्या चेहऱ्यावर पुन्हा आनंदाच्या उकळ्या फुटल्या. 'झोलाईदेवीच्या नावानंऽऽ चांगभलंऽऽ अशी कर्णकर्कश आरोळी उठली नि ती थोड्या वेळाने हवेत विरून गेली. दादा खोत दमदार पावलं टाकीत मानाचा नारळ देण्यासाठी चालू लागले.

जगबुडी खाडीचं विशाल पात्र होड्या अंगाखांद्यावर मिरविण्यासाठी उतावीळ झालं होतं. आभाळात तळपणारा सूर्यदेखील होड्यांची शर्यत पाहण्यासाठी उत्सुक झालेला दिसत होता. फुलं, अबीर-गुलाल वाहून दादा खोतांनी नारळ वाढविल्याक्षणी नामदेवाने हातातील लाल रंगाचा रुमाल हवेत दोन-तीनदा फडकविला. इशारा मिळताच स्पर्धकांनी दात-ओठ चावून आपापल्या होड्या पाण्यात लोटल्या नि हातात सुकाणू घेऊन ते होड्या वल्हवू लागले. डांबराने रंगविलेल्या होड्या पैलतीर गाठण्यासाठी वाऱ्याबरोबर स्पर्धा करीत पाण्यात सुसाट वेगाने पाणी कापत जाऊ लागल्या. किनाऱ्यावरची गर्दी स्पर्धकांना आरोळ्या ठोकून प्रोत्साहन देत होती. 'आरं राजा बिगीनं वल्हव...' ...'लेका शंकऱ्याऽ जा म्होरं'... 'शाब्बास रंऽ गड्या' असे अनेक आवाज किनाऱ्यावरून उठू लागले.

स्पर्धकांच्या अंगांतून घाम निथळत होता. एखादा विषारी नाग जमिनीवरून सुसाट धावत जावा तशा होड्या पाण्यातून वेगाने जात होत्या. उडालेल्या गोंधळामुळे एरवी पाण्यात निर्भय फिरणाऱ्या मासोळ्या घाबरून खबदाडीत जाऊन लपल्या होत्या. जो कोणी स्पर्धक पैलतीर गाठून अलीकडील किनाऱ्याला प्रथम येईल, तो विजेता ठरणार होता. त्यासाठी स्पर्धक जिवाची बाजी लावत होते. प्रत्येकाच्या मनामध्ये स्पर्धा जिंकण्याची प्रचंड ईर्षा होती. हातातील वल्हं मारताना त्यांचा चेहरा खाडीच्या पाण्याच्या पृष्ठभागावर टेकल्यागत दिसत होता. खाडीतील पाणी अगदी ढवळून निघालं होतं. इतक्यात दोघं-तिघांच्या होड्या पाण्यात बुडाल्या नि ते पाण्याच्या लोंढ्याबरोबर वाहत जाऊ लागले. ते हृदयद्रावक दृश्य पाहून किनाऱ्यावर आणखी गोंधळ उडाला. काहींचे सुकाणू तुटले नि त्यांच्यासुद्धा होड्या पाण्याच्या झोताबरोबर वाहत जाऊ लागल्या.

इतर स्पर्धकांना थांबायला वेळ नव्हता. त्यामुळे त्यांना मदत करण्याचा प्रश्नच निर्माण होत नव्हता. ज्यांच्या होड्या पाण्यात उलटल्या, सुकाणू तुटले; ते

या स्पर्धेतून बाद झाले होते. आता त्यांनी फक्त आपला जीव वाचवून किनाऱ्याला यायचं होतं. सर्वच स्पर्धक पट्टीचे पोहणारे असल्याने ती स्पर्धा कुणाच्या जीवावर बेतण्याची सुतराम शक्यता नव्हती.

किनाऱ्यावर हजर असलेली माणसं नाचत होती, ओरडत होती. त्यांच्या आनंदाला उधाण आलं होतं. त्या शर्यतीत आता फक्त ८-९ होड्याच उरल्या होत्या. पलीकडचा किनारा गाठून ते परत फिरले होते. आता मात्र ती शर्यत जिंकण्यासाठी त्यांच्या डोळ्यांत खुन्नस चढली होती. एखाद्या महापुरात पाण्याचा लोंढा जसा वेगाने येतो तशा त्या होड्या किनारा गाठण्यासाठी जिवाचं रान करीत होत्या. लोकांची उत्कंठा क्षणा-क्षणाला शिगेला पोचत होती. कोण जिंकणार, कोण हरणार, हे थोड्याच वेळात कळणार होतं. ज्याचं नशीब थोर— तो आजची शर्यत जिंकून खोताच्या हाताने मानाचा फेटा बांधून घेऊन चांदीच्या गदेचा मालक होईल, असा प्रत्येक जण मनात विचार करीत होता. त्यासाठी प्रत्येकाने श्वास रोखून धरला होता.

शर्यतीच्या होड्या खाडीच्या अगदी मधोमध आल्या होत्या. वारा रों रों करीत वाहत होता. त्यामुळे होड्यांना आणखी हेलकावे बसत होते. शंकर पारधीची होडी गणू मिंडेच्या होडीमागे होती. आजची शर्यत गणू मिंडे जिकणार अशी प्रत्येकाला खात्री वाटत असताना शंकर पारध्याने अंगातील सर्व ताकदीनिशी वल्हं मारीत होडी त्याच्यापुढे काढली. आता तो इरेस पेटला होता. आता गणू मिंडे त्याचा पाठलाग करू लागला. पाठीमागे वाघ लागल्याप्रमाणे शंकर पारधी जिवाच्या आकांताने तोंडात झोलाईदेवीचं नाव घेत वल्हं मारू लागला. पाण्यात वल्हं मारून-मारून त्याच्या तोंडात आतडी आली होती. त्याचं संपूर्ण शरीर घामानं निथळत होतं. धनुष्यागत त्याचं शरीर पाण्यावर वाकलं होतं. हातात आलेला घास निसटून जातो की काय, अशी भीती गणू मिंडेला आता वाटू लागली होती.

पाणी कापत-कापत शंकर पारधी किनाऱ्याला पोचला नि लोकांनी एकच गलका केला. तरण्याबांड तीन-चार गड्यांनी शंकर पारधीला उचलून घेतलं. 'शंकर पारधीचा विजय असो' असा एकच गलका किनाऱ्यावर दुमदुमू लागला. अबीर गुलालाने आभाळ माखून गेलं नि गर्दीतून कानठळ्या बसणाऱ्या आरोळ्या एका पाठोपाठ एक अशा उठू लागल्या. शंकर पारधीच्या तोंडातून शब्द फुटत नव्हता. त्याला जोराची धाप लागली होती. आजच्या कार्यक्रमाचा तो नायक होता. नशीब त्याच्यावर जाम खूश होतं. सर्वांच्या साक्षीने शंकर पारधी आज विजेता ठरला होता. त्याची बायको लक्ष्मीने त्याला पंचारती करून ओवाळलं. त्याच्या तोंडात साखर

घालून ओणवी होऊन ती त्याच्या पाया पडली. एखादी लढाई जिंकल्यागत शंकर पारधी बायकोच्या तोंडाकडे पाहत होता. लक्ष्मीच्या दोन्ही डोळ्यात नवऱ्याचं शौर्य मावत नव्हतं.

बंडूकाकांच्या हस्ते त्याला चांदीची गदा बक्षीस देऊन त्याला मानाचा फेटा बांधण्यात येणार होता. इतक्यात खाडीच्या मधोमध ज्यांच्या होड्या बुडाल्या होत्या, ते स्पर्धक धापा टाकीत त्या ठिकाणी येऊन पोचले. त्यातील एक जण छातीत ताजी हवा भरून घेतल्यावर बंडूकाकांना म्हणाला,

"काका, बक्सीस देऊ नका. यात दगाबाजी झालीय. आमच्या होड्या बुडाल्या नस्त्या. कुणी तरी त्याला मधोमध भोक पाडून त्यात मेण भरून ठिवलं होतं. तवा त्याचा तपास झाला पाह्यजे. आमाला ह्ये मंजूर न्हाय."

"आमच्या बी सुकानू मधोमध मोडल्या. त्यात बी कुणी तरी दगाबाजी केलीय. झोलाईच्या देवळात जाऊ. देवीम्होरं नारोळ ठिवून कळा लावू. मंग तुमी बक्सीस देण्याचा कार्यक्रम पार पाडा, तोवस्सर न्हाय. आमी हे व्हऊ देनार न्हाय. ज्यानं दगाबाजी केलीय, त्याला शिक्षा झालीच पाह्यजे." काश्या भोई त्वेषाने म्हणाला.

पुन्हा वादाची ठिणगी पडल्यामुळे लोक निराश झाले. त्यांच्या आनंदावर विरजण पडलं होतं. आता बंडूकाका काय निर्णय घेतात, याकडे सगळ्यांचे लक्ष लागून राहिले होते. बंडूकाका थोडा वेळ मनात विचार करू लागले नि घसा खाकरून त्यांनी बोलायला सुरुवात केली.

"लोकहो, शंकर पारधीने ही होड्यांची शर्यत जिंकली, हे आपण सगळ्यांनी पाह्यलंय. त्याला बक्षिसापासून वंचित ठेवणे योग्य होणार नाही. त्याचं बक्षीस त्याला मिळायला पाहिजे. याचा जो काही वाद असेल तो आपण नंतर चर्चा करून सोडवू. तेव्हा या कार्यक्रमाला कुणी आडकाठी करू नये, असं माझं मत आहे."

दादा खोत त्यांची री ओढीत म्हणाले,

"बंडूकाकाचं म्हणणं अगदी योग्य आहे. शर्यत म्हटली की त्यात अडचणी या येणारच. त्या गृहीत धरायला हव्यात. तेव्हा हा बक्षीस समारंभाचा कार्यक्रम या मंडपात पार पडणारच. माझी विनंती आहे की, या कार्यक्रमाला कुणी गालबोट लावण्याचा प्रयत्न करू नये."

खोतांचा विचार सगळ्यांना पटला. आता बक्षीस समारंभ पार पडणार म्हणून सगळ्यांच्या चेहऱ्यावर आनंद दिसू लागला. तक्रार करणाऱ्या लोकांनी धुसफुस करीतच तिथून काढता पाय घेतला. बंडूकाकांच्या हस्ते शंकर पारधीला चांदीची गदा

देऊन त्याला मानाचा फेटा बांधण्यात आला. बैलगाडी फुलांनी सजवून सपत्नीक त्याची गावातून ढोल-ताशाच्या गजरात मिरवणूक काढण्यात आली. अबीर-गुलालाने आभाळ माखलं होतं नि आरोळ्या-शिट्यांनी संपूर्ण वातावरण अगदी दुमदुमून गेलं. दार-खिडक्यातून लोक मिरवणूक पाहत उभे होते. लोकांच्या कौतुकाने शंकर मोरपिसाप्रमाणे हवेत तरंगत होता. त्याची छाती गर्वाने फुगली होती.

झोलाईच्या देवळाजवळ मिरवणूक संपली, तेव्हा दादा खोतांनी वाड्याकडे जाणारी वाट धरली. अबीर-गुलालाने त्यांच्या अंगावरील कपडे माखले होते. त्यांच्या तोंडावर आणि डोक्यावरसुद्धा गुलाल उडाला होता. त्यांचं ते ध्यान अगदी पाहण्यासारखं झालं होतं. खिशातील रुमाल काढून दादा खोतांनी चेहरा पुसून घेतला, कपडे झटकले नि पुन्हा ते रस्त्यावरून चालू लागले. कोकमाच्या झाडाखाली तीन-चार मुलं होल्ट्याने पिकलेली कोकमं पाडून खात होती. त्यांची तोंड कोकमं खाऊन लाल झाली होती. एकमेकाला ढकलाबुकल करीत ते होल्टा फेकून कोकमं पाडीत होते. दादा खोतांनी त्यांच्याकडे एकदाच पाहिले. पुन्हा त्यांनी त्यांची नजर त्या मुलांकडे वळविली नाही. संपूर्ण गावासमोर बंडूकाकांनी आज त्यांना मानापानावरून रोखलं होतं. तो घाव त्यांच्या जिव्हारी लागला होता. इतक्या दिवसांत त्यांना गावात तसं कुणी रोखलं नव्हतं. दादा खोत मनामध्ये त्याचाच विचार करीत चालत होते. मघाचा रस्ता सोडून आता ते पाखाडीवरून चालत होते. ती पाखडी शंकराच्या देवळासमोरून वाड्याकडे जात होती.

वाटेत शंकराचं देऊळ लागल्याने दादा खोत शंकराचं दर्शन घेण्यासाठी देवळात शिरले. त्यांनी दोन्ही हात जोडून शंकराला नमस्कार केला. इतक्यात त्यांचं लक्ष भिंतीजवळ हातात शंख घेऊन उभा असलेल्या अनंताकडे गेले. त्यांना थोडं आश्चर्य वाटलं. दादा खोतांना पाहून अनंताने त्याची नजर दुसरीकडे वळविली. तो आपला तिरस्कार करतोय, हे दादा खोतांच्या चट्‌कन लक्षात आलं. देवळात आलेली ही ब्याद कधी एकदा बाहेर पडून जाते, असे भाव त्याच्या चेहऱ्यावर उमटले होते. दादा खोतांच्या सावलीचाही तो मनातल्या मनात द्वेष करायचा.

दादा खोतांनी त्याची चौकशी करीत त्याला मायेने विचारलं,

"अनंता, अरे एकटाच देवळात काय करतोस?"

"माझी कुणी कशाला चौकशी करायची?" अनंता गुर्मीतच त्यांना म्हणाला.

"अरे, तुला घर नाही का?"

"नाही."

"असं वेड्यागत काय म्हणतोस?"

“होय, मी वेडा आहे. मला वेड लागलंय.” अनंता दुरुत्तरे देत होता.

दादा खोत त्याला समजून घेत होते. हा पुढे सुलभाला आणखी अडचणीत आणेल, असं त्यांना वाटू लागलं.

“असं एकट्याने कधी देवळात बसू नये. बरं दिसत नाही ते.”

“मला कुणी शहाणपणा शिकवू नये. काय करायचं नि काय करायचं नाही, हे मला समजतं. तेवढी अक्कल मला देवाने दिलीय.”

“मोठ्या माणसांशी असं कुणी बोलतं का?”

“मोठ्या माणसांनी चुका करायच्या नि आम्हाला शहाणपणाच्या गोष्टी शिकवायच्या— हे मला कळतंय म्हटलं.” अनंता आवाज मोठा करून म्हणाला.

“अरे, तू अजून लहान आहेस. लहान मुलांनी मोठ्या माणसाचा मान ठेवायचा असतो.”

“ते मी पाहीन.” अनंता उद्धटपणे म्हणाला.

“तुला माझं बोलणं आवडत नाही?”

“नाही.”

“का?”

“मला सांगता येत नाही.”

“तुला सांगावं लागेल.”

“नाही सांगितलं तर? तुम्ही मला काय कराल?”

त्याच्या प्रश्नाला दादा खोत उत्तर देऊ शकले नाहीत. त्यांना त्याचा मनस्वी राग आला होता. अशी दुरुत्तरे त्यांना अजूनपर्यंत कुणी दिली नव्हती आणि हा कालचा मुलगा त्यांच्या डोळ्यांत डोळे घालून त्यांना जाब विचारल्याप्रमाणे त्यांच्याशी मोठ्या आवाजात बोलत होता.

“आईसमोर मी तुम्हाला कधी काही विचारू शकलो नाही.” अनंता दादा खोतांवर नजर रोखून म्हणाला.

“मग?”

“मला तुम्हाला आता एक प्रश्न विचारायचा आहे. तुम्ही त्याचे उत्तर द्याल का?”

“तू मला प्रश्न विचार. त्याचं उत्तर द्यायचं किंवा नाही, हे मी ठरविणार.”

“मग विचारू प्रश्न?”

“बेलाशक विचार.” दादा खोत त्याला अनुमती देत म्हणाले.

“तुम्ही माझ्या घरी येता-जाता आईच्या हातचं जेवण जेवताय. मग तुमचं नि

माझं नातं काय आहे ते मला तुम्ही सांगता?''

दादा खोत त्याच्या प्रश्नाचं झट्कन उत्तर देऊ शकले नाहीत. ते थोडे गडबडले खरे. ज्या प्रश्नांचं उत्तर आपण देऊ शकत नाही, नेमका तो प्रश्न हा मुलगा मला विचारेल, असं त्यांना स्वप्नातदेखील वाटलं नव्हतं. याच्याशी आपण नाहक बोलणं उकरून काढलं. तो देवळात एकटाच बसला होता, तेच योग्य होतं, असं आता त्यांना वाटू लागलं.

''तुम्ही स्वत:ला या गावचे खोत म्हणविता आणि तुम्ही माझ्या एवढ्याशा प्रश्नाचे उत्तर देऊ शकत नाही— तुम्ही कसले खोत?''

''हे बघ, तुझ्या प्रश्नाचे उत्तर मी नंतर कधी तरी देईन. आता मला घरी जायला उशीर झालाय.''

''तुम्ही माझ्या प्रश्नाचे उत्तर द्यायचं टाळताय. माझ्या ते ध्यानात आलंय.''

''हे बघ, तू आता घरी जा पाहू. सुलभा तुझी घरी वाट पाहत असेल.''

''या देवळात फक्त खोतांनी तेवढं यायचं नि इतरांनी यायचं नाही, असा अजूनपर्यंत या गावाने कायदा केला नाही.''

''तुझ्याशी बोलणं व्यर्थ आहे. मी आपला जातोच कसा—''

''माझ्याशी तुम्हाला बोलता येत नाही.'' अनंताने त्यांना तोडीस तोड उत्तर दिलं.

दादा खोत दाणदाण पाय आपटीत देवळाच्या बाहेर पडले. अनंता त्यांच्या पाठीमागे जोरजोरात शंख वाजवू लागला. त्याचा आवाज दूरवर ऐकू जाऊ लागला. आतडी तोंडात येईपर्यंत तो शंख जोरजोरात फुंकत होता. जणू तो त्याच्या मनातील राग शंख फुंकून व्यक्त करीत होता.

आजचा उगवलेला दिवस दादा खोतांसाठी मुळीच चांगला नव्हता. कार्यक्रमाच्या मंडपात एक तर त्यांना विरोध करून बंडूकाकांनी त्यांचं डोकं आधीच खाल्लं होतं. ती घटना पुसटशी होईपावेतो अनंताने त्यांना उलटे-सुलटे प्रश्न विचारून मनस्ताप दिला होता. तो मनस्ताप सहन करण्यापलीकडे दादा खोत काहीच करू शकले नाहीत. त्यांनी त्याच्यासमोर आपला पराभव मान्य केला होता.

उद्विग्न मन:स्थितीमध्ये दादा खोत वाड्यात शिरले. बायकोला ''अनुराधाऽऽ'' अशी हाक मारून ते दिवाणखान्यात पंख्याची हवा खात बसले. थोड्याच वेळात हातात पाण्याचा तांब्या नि पेला घेऊन अनुराधा बैठकीच्या खोलीत आल्या. त्यांचं ध्यान पाहून त्यांना हसू आलं. अनुराधा आपल्याला हसतील, हे त्यांच्या ध्यानात आलं होतं. भांड्यात पाणी ओतून दादा खोत ते घटाघटा प्यायले. पोटात पाणी

गेल्यावर त्यांना थोडं बरं वाटू लागलं. सकाळपासून त्यांना खूप थकवा आला होता.

कार्यक्रमाची चौकशी करीत अनुराधाने त्यांना विचारलं,

"कसा झाला होड्यांच्या शर्यतीचा कार्यक्रम?"

"नेहमी सारखाच. वाद झाला, तो आम्ही सामोपचाराने मिटवला. नशीब, आज कुणी कुणाचं डोकं फोडलं नाही ते. नाही तर मला साक्षी द्यायला तालुक्याला जावं लागलं असतं."

"हल्ली कुणी कुणाचं मुळी ऐकूनच घेत नाहीत. त्यामुळे वादाला तोंड फुटतं."

"तू म्हणत्येस ते अगदी बरोबर आहे. पण माझ्या आता एक गोष्ट लक्षात आली की..."

"कोणती गोष्ट?"

"खोतांच्या बोलण्याला अजूनही गावात मान आहे. कालौघात सगळंच काही संपलं नाहीए."

"अहो, सरकारने कुळासाठी कितीही कायदे करू देत; परंतु कायदा केला की, माणसाचा स्वभाव बदलत नाहीए."

"अनुराधा, परक्या माणसाचं एक वेळ ठीक आहे गं. परंतु आपलीच माणसं जर आपल्या वाईटावर उठत असतील तर?"

"मला कळलं नाही हो, तुम्हाला नेमकं काय म्हणायचं आहे ते?" अनुराधाच्या चेहऱ्यावर प्रश्नचिन्ह निर्माण झालं होतं.

"सांगतो. त्याचं असं आहे अनुराधा की, मागच्या महिन्यात बंडूकाका रिटायर्ड होऊन गावी आलेत. आता त्यांना उपरती झालीय."

"नेमकं काय घडलं, ते तरी सांगा ना!"

"आज जगबुडी खाडीत होड्यांच्या शर्यती होत्या, हे तुला माहिताय. प्रत्येक वर्षी शर्यतीत शुभारंभाचा नारळ फोडण्याचा मान गाव आपल्याला द्यायचा. त्याला बंडूकाकांनी आज विरोध केला."

"का बरं?"

"त्यांचं म्हणणं होतं की, तो मान त्यांचा आहे. नोकरी निमित्ताने ते परगावी होते म्हणून त्यांचा खोतीचा अधिकार जात नाही असं त्यांचं म्हणणं आहे. हा माणूस दिसतो तसा नाहीए. तो आतल्या गाठीचा आहे. गावी आल्यावर तो आता स्वस्थ कधी बसणार नाही मुळी. ते आता आपल्या कुळांना जागं करून आपल्या विरुद्ध भडकावतील. आपल्याजवळ ते समजा गोड बोलले, तरी त्यांच्या मनातील डाव

आपण कधीच ओळखू शकणार नाही. मी त्यांना माझ्या लहानपणापासून ओळखतोय.''

''आपली कुळं कुणाचं ऐकून घेणार नाहीत. तुम्ही उगाच काळजी करू नका.''

''अनुराधा, या भ्रमात राहून आता आपल्याला जमणार नाही. काळ बदलला आहे. लोक स्वार्थी नि आपमतलबी झाले आहेत. पूर्वीचा प्रामाणिकपणा आता तसा लोकांकडे चुकून राहिला नाही. फायदा होत असेल, तर लोक त्यांचं का नाही ऐकणार?''

दादाखोत मघापासून अस्वस्थ का होते, याचं खरं कारण आता अनुराधाला कळलं होतं. दादाखोत तसं चुकीचे काहीही बोलत नव्हते. त्यांच्या मनातील भीती कमी करण्यासाठी आणि त्यांना थोडा धीर देण्यासाठी त्या त्यांना म्हणाल्या,

''अहो, त्याची आताच कशाला काळजी करायची? ज्या वेळी तसा समजा प्रश्न निर्माण होईल, त्या वेळी पाहू काय करायचं ते. आता तुम्ही उठा नि मोरीत जाऊन आधी अंघोळ करा पाहू. गुलालाने तुमचे कपडे नि अंग माखून गेलंय.''

''उठलोच बघ.''

दादाखोत मोरीच्या दिशेने सावकाश पावलं टाकीत जाऊ लागले. त्यांच्या मागून अनुराधा संथ पावलं टाकीत चालू लागल्या.

❑❑❑

२७.

संध्याकाळ झाली होती. सुलभा देवाची समई लावीत होती. अनंता भकास चेहऱ्याने झोपाळ्यावर येऊन बसला होता. देवाची समई करीत असताना सुलभाचं संपूर्ण लक्ष त्याच्याकडे होतं. अधून-मधून तिची नजर त्याच्या चेहऱ्यावर खिळायची. तेव्हा तिच्या काळजाला टचाटचा सुया टोचायच्या. त्याला आनंदी ठेवण्यासाठी ती हरतऱ्हेने प्रयत्न करीत होती, परंतु तिला अजून त्यात म्हणावं तसं यश आलं नव्हतं. देवांचाही देव, अनंता कोटी ब्रह्मांड नायक श्री गजानन आपल्याला यात नक्की मदत करेल, असं तिला अगदी मनापासून वाटत असे. रोज संध्याकाळी गणपतीची आरती म्हटल्याशिवाय ती तोंडात पाण्याचा थेंबसुद्धा घेत नसे. तिची गणपतीवर अपार श्रद्धा होती.

समई लावल्यावर तिने धूप जाळून उदबत्त्या लावल्या. ती गणपतीसमोर दोन्ही हात जोडून गोड गळ्याने आरती म्हणू लागली—

"तू सुखकर्ता तू दु:खहर्ता विघ्नविनाशक मोरया ।
संकटी रक्षी शरण तुला मी, गणपती बाप्पा मोरया ।।धृ।।
मंगलमूर्ती तू गणनायक, वक्रतुंड तू सिद्धिविनायक ।
तुझिया दारी आज पातलो, देई चित्त मज ध्याया ।।१।।
तू सकलांचा भाग्यविधाता, तू विद्येचा स्वामी दाता ।
ज्ञानदीप उजळून आमुचा । निमवी नैराश्याला ।।२।।
तू माता, तू पिता जगी या, ज्ञाना तू सर्वस्व जगी या ।
पामर मी वर उणे भासती, तुझी आरती गाया ।।३।।
मंगलमूर्ती मोरया । गणपती बाप्पा मोरया ।।"

गणेशाची आरती म्हणून झाल्यावर सुलभा बाहेर आली नि अनंताला घाई करीत म्हणाली,

"अनंता, ये लवकर. देवाच्या पाया पड. देव तुला चांगली बुद्धी देईल."

अनंताच्या मनावर तिच्या बोलण्याचा काहीही परिणाम झाला नाही. तो 'ढिम्म' बसून होता. त्याचे डोळे कोठे तरी हरविले होते. जणू तो ठार बहिरा नि मुका झाला होता. त्याने तिला प्रतिसाद दिला नाही, म्हणून सुलभा पुन्हा एकदा त्याला ओरडून म्हणाली,

"अरे, मी तुला काय सांगत्येय? ऐकू आलं नाही का तुला? ये, देवाच्या पाया पड."

"कशाला पडू देवाच्या पाया? मला नाही पडायचं."

"अरे, असं वेड्यागत काय म्हणतोस? असं नाही म्हणायचं कधी."

"आई, मी वेडा आहे का?" सुलभाच्या नजरेला नजर भिडवून अनंताने तिला प्रश्न विचारला.

"नाही, तू खूप शहाणा आहेस. तुला वेडा म्हणून कोण म्हणालं?"

"तू आत्ता मला म्हणालीस ना!"

"अरे, ते मी तुला अशीच म्हणाले बघ. मांजरीचे दात कधी तिच्या पिल्लांना लागत नाहीत बघ."

"आणि तेसुद्धा मला मगाशी देवळात वेडा म्हणाले."

"ते म्हणजे कोण रे? त्यांचं नाव-गाव काय आहे की नाही?"

"हो, आहे ना— त्यांचं खूप मोठं नाव आहे आणि ते तुला चांगलं ओळखतात."

त्याचं तिरसट बोलणं ऐकून सुलभाची उत्कंठा आता शिगेला पोचली होती. ती त्याला घाई करीत म्हणाली,

"अनंता, त्यांचं नाव कळेल का मला?"

"त्यांना सगळे दादाखोत म्हणतात नि ते आपल्या घरीसुद्धा येतात!"

सुलभाला त्याच्या बोलण्याचा राग आला, परंतु तसं तिने तिच्या चेहऱ्यावर दाखविलं नाही. एखाद्या अनोळखी माणसाबद्दल बोलावं तसा तो तिच्यासमोर बोलत होता. 'हा कार्टा नक्कीच त्यांना उद्धट काही तरी बोलला असेल', असं तिला वाटू लागलं.

तिने त्याला पुढे विचारलं,

"ते तुला असे का म्हणाले, मला सांगशील का तू?"

"मी देवळात एकटाच बसलो होतो, म्हणून."

"मग त्यांचं काही चुकलं नाही. तू एकटाच कशाला देवळात बसायचंस? मला सांग तू."

"आई, तू माझं काही न ऐकून घेता, त्यांचं म्हणणं बरोबर आहे— असं तू कशी म्हणालीस?"

त्याच्याशी पुढे बोलत बसलो की, आपल्या मनाला आणखी यातना होतील. हा कार्टा आता लहान-थोर— काही कुणालाच ओळखत नाही. त्याचं बोलणं मधेच तोडत सुलभा त्याच्या दंडाला धरून म्हणाली,

"चल, देवाच्या पाया पड."

त्याला घेऊन सुलभा देवघरात आली. एखाद्या लहान मुलाला जसं देवाच्या पाया पडायला लावतात, तसं तिने त्याला बळे-बळे देवाच्या पाया पडायला लावलं. तो पाया पडल्यावर तिने त्याच्या कपाळावर बोटानं अबीराचा टिळा लावला नि त्याच्या हातावर प्रसाद म्हणून तिने चिमूटभर साखर ठेवली. अनंताने तोंडात साखर टाकून नि भांड्यात पाणी घेऊन तो प्यायला. त्याच्या डोळ्यांत देवाबद्दल बिलकुल श्रद्धा नव्हती, त्याचं तिला अगदी वाईट वाटत होतं. ती मात्र देवाला रोज दुर्वा वाहून गणपतीसमोर तुपात दिवे जाळायची नि अनंताला 'देवाच्या पाया पड' म्हणून तिला सांगावं लागत होतं. परिस्थितीने दिलेल्या यातनांपेक्षा पोटच्या मुलांनी दिलेल्या यातना अधिक वेदनादायी असतात, हे सुलभाला आता कळून चुकलं होतं. तिने त्याला स्पष्ट विचारलं,

"तू त्यांना काही बोलला तर नाहीस ना?"

"मी त्यांना कशाला काय बोलू? मी त्यांना माझ्या मनातील एक प्रश्न फक्त विचारला. त्या प्रश्नाचं त्यांना उत्तर देता आलं नाही."

अनंताने असा कोणता बरे दादा खोतांना प्रश्न विचारला असेल की, त्या प्रश्नाचं उत्तर त्यांना देता आलं नसावं? तिच्या मनात विचारांचा गोंधळ सुरू झाला होता.

खालच्या आवाजात तिने त्याला विचारलं,

"अनंता, कोणत्या प्रश्नाचं त्यांना उत्तर देता आलं नाही बरं? काय विचारलंस तू त्यांना, मला सांग पाहू—"

"आई, माझा प्रश्न तसा सोपा आहे, पण त्यांना तो अवघड वाटला. मी त्यांना एवढंच विचारलं की, तुमचं नि माझं नातं काय आहे? त्याचं उत्तर मला ते न देताच देवळाच्या बाहेर पडले."

"अनंता, सगळीच नाती काही सांगण्यासारखी नसतात. तू आता काही लहान नाहीस. तुला आता कळायला हवं. कुणाला काही विचारण्याआधी त्याच्या मनाचा विचार करायला हवा. ते आता आपल्याकडे आल्यावर तू त्यांची आधी माफी माग."

“मी त्यांची माफी का मागू?”

“मी सांगत्ये म्हणून. मी तुझी जन्म दिलेली आई आहे, एवढं तू लक्षात ठेव.”

“आई, तुला एक सांगू?”

“सांग.’

“मी त्यांची माफी मागणार नाही. चूक नसताना मी त्यांची माफी का मागू?”

सुलभाच्या डोळ्यांत आता पाणी आलं होतं. गळ्यात दाटून आलेला हुंदका देत ती झट्‌कन त्याच्यापासून बाजूला झाली नि माजघरात जाऊन तिने डोळ्यांतील आसवांना वाट मोकळी करून दिली. अनंता मात्र बसल्या जागेवरून उठला नाही.

❒❒❒

२८.

शलाकाला आज सुट्टी होती. त्यामुळे ती आज थोडी उशिरानेच उठली होती. एरवी ती लवकर उठायची. अंघोळ झाल्यावर तिने आरशासमोर बसून वेणीफणी केली. नाश्ता केला. नाश्त्यासाठी आज बदामाचा शिरा होता. बदामाचा शिरा तिच्या आवडीचा पदार्थ होता. घरातील कामाला ती कधी हात लावायची नाही. त्यासाठी घरात नोकर होते. स्वयंपाकाचं तिची आई बघायची. शलाका फक्त तिची नोकरी सांभाळायची. घरातील कामांना तिला कधीही हात लावावंसं वाटायचं नाही. तिला कुणी हे कर, ते कर— असं म्हणायचंदेखील नाही. त्यामुळे तिचं आणखी फावलं होतं. तिचा जेव्हा मूड असेल, तेव्हा ती अनुराधा स्वयंपाक करीत असताना तेथे जायची नि "आई, तुला मी कांदा-मिरची चिरून देऊ?" अशी लाडे-लाडे म्हणायची. अनुराधाला तिचं बोलणं ऐकून बरं वाटायचं. त्या तिला 'माझी शहाणी पोर' म्हणत तिचं कौतुक करीत. कधी हसत-हसत म्हणत, "शलाका— मी करत्ये गं सगळं, तू तुझ्या खोलीत वाचत बैस." शलाका आईला कधी-कधी लटक्या रागात म्हणायची,

"आई, तू मला स्वयंपाकाला हात लावू देत नाहीस. मग मला स्वयंपाक करायला कसं येईल? तू मला सांग पाहू—"

"शलाका, तशी तुझ्यावर वेळ येणारच नाहीये. आपल्या घरात नोकर आहेत."

"तू मला नेहमी असंच म्हणत्येस."

अनुराधाला वाटायचं की— आपली पोर नाजूक आहे, तिला स्वयंपाकाच्या कामाचा त्रास होईल. याचा परिणाम असा झाला की, तिचा आणि स्वयंपाकखोलीचा संबंध फक्त खाण्यासाठी उरला होता. ती सासरी गेली होती, तेव्हा तिथेसुद्धा स्वयंपाकाला बाई होती; म्हणून तिचं बिंग फुटलं नाही. आणखी थोडे दिवस ती सासरी राहिली असती, तर तिचे बिंग नक्की फुटले असते. परंतु तसं होणं नव्हतं.

त्या आधीच तिने सासरच्या लोकांशी भांडून माहेरची वाट धरली होती. बरेच दिवस ते दुःख, त्या यातना काट्यासारख्या तिच्या काळजाला टचाटचा टोचत होत्या नि ती पाण्यातून काढलेल्या मासोळीगत दिवस-रात्र तळमळत असे. मनातील दुःख कुणाला सांगावं, असा तिच्यासमोर प्रश्न पडायचा. म्हणून ती कुणाशीच बोलत नसायची. पुस्तकात डोकं खुपसून बसायची.

सुनील... तिचा पती दिसायला गोरापान, अगदी देखणा होता. त्याचा स्वभाव तसा वाईट नव्हता. घरात नोकर-चाकर होते. सासरी तिला कसलीही ददात नव्हती. शलाकासमोर लक्ष्मी अगदी हात जोडून उभी होती, परंतु शलाकाला निसर्गाने एक स्त्री म्हणून जन्माला घातलं होतं. तिला मन होतं, स्त्रीसुलभ भावना होत्या. त्या तिच्या भावना जाणून घेऊन तिला सुखी करणारा पती तिला हवा होता; परंतु दुर्दैवाने सुनील त्यात कमी पडायचा. त्याचं नपुंसकत्व त्याच्या आड येत होतं. जो पती लैंगिक सुख देऊ शकत नाही, त्याच्याकडे राहून आपलं आयुष्य कशाला खर्ची घालायचं— असा विचार शलाकाच्या मनात आल्यावर तिने त्याच क्षणी घर सोडून जाण्याचा कठोर निर्णय घेतला होता. त्याचा तिला नंतरसुद्धा पश्चात्ताप झाला नाही. भूतकाळातील त्या कटू आठवणींची धार आता थोडी बोथट झाली होती.

शलाका बसल्या जागेवरून झट्कन उठली नि तिने तिच्या साड्यांचं लोखंडी कपाट उघडलं. धुतलेल्या चार-पाच साड्या नि ब्लाऊज बाहेर काढून तिने ते कपाट पुन्हा बंद केलं. तिच्या सुदैवाने आज वीज होती. ती कधी गुल होईल, याचा नेम नव्हता. टेबलावर स्वच्छ धुतलेली चादर पसरून तिने इस्त्री लावली. चार-पाच मिनिटांतच इस्त्री चांगली गरम झाली. आधी तिने तिच्या आवडत्या लिंबू कलरच्या साडीला इस्त्री करण्याचे ठरविले. ती नाजूक हाताने हळुवारपणे त्या साडीला इस्त्री करू लागली. इस्त्री करीत असताना शलाका फारच आनंदी मूडमध्ये होती. एकीकडे हाताने इस्त्री करीत असताना ती तोंडातल्या तोंडात 'जगाच्या पाठीवर' या मराठी चित्रपटातील 'तुला पाहते रे तुला पाहतेऽ. जरी आंधळी मी तुला पाहते' हे गाणं गुणगुणत होती. जणू तिला हिरे-माणकांचं मोठं घबाड गवसलं होतं.

दादाखोत तिच्या खोलीजवळून बैठकीच्या खोलीकडे निघाले होते. तिच्या तोंडातून बाहेर पडलेलं गाणं ऐकून त्यांना थोडं आश्चर्य वाटलं. फार दिवसांनी तिच्या तोंडातून गाणं बाहेर पडत होतं. शलाकाचं त्यांच्याकडे मुळीच लक्ष नव्हतं. ती आपल्याच तंद्रीत होती. जणू तिला आता संपूर्ण जगाचाच विसर पडला होता. फार

दिवसांनी आपली मुलगी आनंदी मूडमध्ये आहे, हे डोळ्यांनी पाहून दादाखोत मनात सुखावले. त्यामुळे त्यांची ईश्वरावर असलेली श्रद्धा आणखीनच दृढ झाली. दुःखामागून सुख नि सुखामागून दुःख देऊन ईश्वर माणसाची परीक्षा घेतो आणि त्याच्या कसोटीमध्ये जो टिकून राहील, तोच जीवनात यशस्वी होतो— असं त्यांना त्या क्षणी वाटलं.

दादाखोत चार पावलं पुढे चालत गेले नि तिच्यासमोर उभे राहत त्यांनी तिला हसत-हसत विचारलं,

"शलाका, आज शाळेला सुट्टी आहे वाटतं?"

"बाबा, आज शाळेला सुट्टी आहे. म्हटलं, आज सगळ्या साड्यांना इस्त्री करून ठेवायची; म्हणजे मग आठवडाभर काळजी नाही. त्यात आपल्या ग्रामीण भागात कधी वीज असते नि कधी नसते. मग बिनइस्त्रीची साडी कशी नेसायची, हा प्रश्न पडतो." शलाका गालात गोड हसत म्हणाली.

"व्वाऽ फारच छान! रिकाम्या वेळात माणसाने अशी कामे करावीत." लेकीचं कोडकौतुक करीत दादाखोत म्हणाले.

"बाबा, शिक्षक नीटनेटके वागले, तर त्याचा परिणाम मुलांवरसुद्धा होतो. कारण मुलं ही मोठ्यांचं अनुकरण नेहमी करीत असतात."

"शलाका, काही गोष्टी मुलांकडूनसुद्धा शिकण्यासारख्या असतात. घरी आई-वडिलांचं ते एक वेळ ऐकणार नाहीत; परंतु शाळेतील शिक्षकांनी एखादी गोष्ट त्यांना सांगितली, तर ती मुलं त्यांचं हमखास ऐकणार. आमच्या वेळी आमची गणितं चुकली किंवा आम्ही गृहपाठ केला नाही, तर शिक्षक हाताची बोटं तुटेपर्यंत जाडजूड रूळ हातावर मारीत. पायाचे अंगठे धरायला लावीत. शंभर-शंभर उठाबशा मारायला लावीत. आता तसं काहीच नाही. म्हणून हल्लीच्या मुलांना शिक्षकांची भीतीच मुळी वाटत नाही."

"बाबा, तुम्हाला ठाऊक असेल किंवा नसेलही— हल्ली मुलांना मारायचं नाही, म्हणून सरकारने फतवा काढलाय."

"असे फतवे काढूनच आज शिक्षणक्षेत्रात बजबजपुरी माजलीय." दादाखोत किंचित आवाज चढवून म्हणाले.

आपण उगाच मोठ्या आवाजात बोललो, असं नंतर दादाखोतांना वाटू लागलं. ते उघड्या डोळ्यांनी लेकीच्या हालचाली पाहत होते. तिची पुस्तके तिने देवडीत व्यवस्थित रचून ठेवली होती. पलंगावर पसरलेल्या बेडशीटला एकही सुरकुती पडली नव्हती. उशांचे अभ्रे स्वच्छ धुतलेले होते नि खिडक्यांवर सोडलेले

पडदे बदलले होते. पूर्वीपेक्षा आता तिची खोली नीटनेटकी दिसत होती, हे त्यांच्या नजरेतून सुटलं नाही. काही का कारण असेना— आपल्या मुलीचा स्वभाव थोडा-थोडा बदलत आहे, असं त्यांना मनातून वाटू लागलं आणि हीच गोष्ट त्यांना सुखावणारी होती. 'आपल्या शलाकाचं आपल्या— पश्चात कसं होईल?' याची ते नेहमी काळजी करीत. ती काळजी आता थोडी कमी झाली होती.

दादाखोत आवंढा गिळून म्हणाले,

"काय म्हणतात आमचे शाळेचे हेडमास्तर देसाईसर?"

"बाबा, ते फार चांगले आहेत. ते मला सांभाळून घेतात. माझ्या कामावर त्यांचा विश्वास आहे."

"ते चांगले आहेत, याबद्दल माझं काही म्हणणं नाही; परंतु ते संस्थेच्या हातातील कळसूत्री बाहुली बनता कामा नयेत."

"बाबा, तुमचं म्हणणं बरोबर आहे. संस्थेच्या दबावाखाली ते काही गोष्टी त्यांच्या मनाला पटल्या नाही तरी करतात."

"त्या गोष्टी त्यांनी करू नयेत, असं माझं वैयक्तिक मत आहे."

"मग संस्था त्यांना उद्या नोकरीतून काढूनसुद्धा टाकेल, ही भीती त्यांच्या मनामध्ये असल्याने ते त्यांच्या मनाविरुद्ध काही गोष्टी करतात." शलाका इस्त्री केलेल्या साडीची छान घडी करत म्हणाली.

"ते असं करू शकणार नाहीत."

"बाबा, सत्तेपुढे शहाणपण खरंच चालत नाही, असं मागं तुम्हीच म्हणाला होतात ना?" शलाका त्यांना आठवण करीत म्हणाली.

"खरं आहे पोरी. सत्तेपुढे खरंच शहाणपण चालत नसते. कधी कधी वेळ आली की, मूर्खाचेसुद्धा पाय धरावे लागतात!"

थोडा वेळ कुणी काही बोललं नाही. शलाकाचा हात यांत्रिकपणे तिच्या साडीवरून फिरत होता. दादाखोत उघड्या डोळ्यांनी तिच्या शरीराच्या हालचाली निरखत होते. वाऱ्याची एक थंडगार झुळूक त्यांच्या अंगावर येऊन सुळ्कन निघूनसुद्धा गेली. त्यामुळे त्यांना त्यांच्या अंगावर मोरपीस फिरल्याचा भास झाला. घड्याळात अकरा वाजून पाच मिनिटे झाली होती. दादाखोत खोलीत आल्यामुळे शलाकाला बरं वाटत होतं. खूप दिवसांनी आज ती त्यांच्याशी मनमोकळेपणाने बोलत होती. त्यामुळे तिचं मन उल्हसित झालं होतं.

काही तरी आठवल्यागत करून शलाका त्यांच्याकडे वळून म्हणाली, "बाबा, बरी मला आठवण झाली बघा— नाही तर मी विसरूनच गेले होते. मग

तुम्ही मला 'वेंधळी कुठली' म्हणाला असतात!''

''कसली तुला आठवण झाली, ते आधी सांग पाहू?''

''बाबा, देसाईसरांनी काल अगदी आठवणीने तुम्हाला सांगायला सांगितलं होतं... पण मी ते विसरून गेले बघा.''

''काय सांगायला सांगितलं होतं त्यांनी?''

''त्यांनी तुम्हाला सांगायला सांगितलं होतं की, एकदा वेळ काढून शाळेत या. आमचं काम बघा. काही उणिवा असतील, तर आम्हाला लगेच सांगा; आम्ही त्या दूर करण्याचा प्रयत्न करू. पुष्कळ दिवस तुम्ही शाळेला भेट दिली नाहीत— असंही ते म्हणत होते. संस्थाचालकांच्या इतकेच ते तुमच्या मताला किंमत देतात. तसं मला त्यांच्या बोलण्यावरून तरी जाणवलं.''

''मी तुझ्या शाळेत जरूर येईन. तू उद्या शाळेत गेल्यावर त्यांना सांग.''

''बाबा, त्यांना खूप आनंद वाटेल.''

''शलाका, मलासुद्धा शाळेत यायला आनंद वाटेल. ते हायस्कूल आपल्या गावाचं आहे, ही एकच भावना माझ्या मनात आहे बघ. गावचा खोत म्हणून माझंही कर्तव्य आहे ना?''

''बाबा, देसाईसरांनी माझ्यावर आणि भागवतसरांवर एक जबाबदारी सोपविली आहे. ती जबाबदारी आम्ही दोघं निश्चित पार पाडू, असा त्यांचा ठाम विश्वास आहे.''

''असं? कोणती जबाबदारी त्यांनी तुमच्यावर सोपविली आहे?''

''बाबा, मुलांच्या संख्येप्रमाणे शाळेत खोल्या नाहीत. वर्ग कमी पडतायत. त्यामुळे आमचा शाळेसाठी नव्या खोल्या बांधण्याचा विचार आहे. संस्थाचालक म्हणाले की, तुम्ही लोकवर्गणी जमवा नि शाळेसाठी खोल्या बांधा. ती वर्गणी जमविण्याची जबाबदारी त्यांनी आमच्यावर टाकली आहे आणि आम्ही दोघांनीही ती आनंदाने उचलली आहे. तुमचं काय मत आहे?''

''तू योग्य तेच केलंस.'' दादाखोत तिला शाबासकी देत म्हणाले.

''वर्गणी गोळा करण्यासाठी आम्हाला फिरावं लागणार.''

''माझी त्याला काहीही हरकत नाहीये.'' दादाखोतांशी बोलत-बोलत शलाकाने चार-पाच साड्यांची इस्त्री केली. आता तिच्या ब्लाऊजना तेवढी इस्त्री करावयाची होती. इस्त्रीचं काम पूर्ण झाल्यावर ती आज दिवसभर घरातच वाचत बसणार होती. तिने काल संध्याकाळी घरी येताना हायस्कूलच्या लायब्ररीमधून दोन-तीन पुस्तकं आणली होती. आज तिला विद्यार्थ्यांच्या गृहपाठाच्या वह्या तपासायच्या नव्हत्या किंवा

परीक्षेच्या उत्तरपत्रिकाही तपासायच्या नव्हत्या. अख्खा दिवस तिचाच होता. ती तिच्या मनाला वाट्टेल तेवढा वेळ तिच्या मर्जीप्रमाणे घालवू शकत होती. खेडेगाव असल्याने येथे एखादा बाग-बगीचा नव्हता किंवा एखादं चित्रपटगृह नव्हतं. पुस्तक— वाचनातून तिला जेवढा आनंद मिळणार होता, तेवढा आनंद ती आज उपभोगणार होती.

दादाखोत घसा खाकरून तिला म्हणाले,

"भागवतसर आपल्याकडे येणार होते; ते आले नाहीत. तू त्यांना पुन्हा एकदा आठवण का करीत नाहीस?"

"बाबा, ते संकोच करतात, असं मला त्यांच्या बोलण्यातून जाणवलं."

"त्यात कसला संकोच करायचा? त्यांची अजून या गावात तशी कुणाची ओळख नसणार, म्हणून त्यांना संकोच वाटत असेल."

"तरीसुद्धा बाबा, मी त्यांना पुन्हा एकदा आठवण करत्ये." शलाका म्हणाली.

"शलाका न पेक्षा तू असं का नाही करीत—"

"काय करू?"

"तू त्यांना आपल्याकडे जेवायलाच घेऊन ये ना. त्यांच्याशी आपल्याला निवांत गप्पा तरी मारता येतील."

"बाबा, तुम्ही अगदी माझ्या मनातलं बोलतात बघा! मीसुद्धा तुम्हाला तेच सांगणार होते. त्यासाठी आपल्याला आधी दिवस नि वेळ ठरवावी लागेल."

"ते तूच ठरव नि तूच त्यांना जेवायला घेऊन ये. ती तुझी जबाबदारी." दादाखोत हसत म्हणाले.

"बाबा, तुम्ही सगळी जबाबदारी माझ्यावरच ढकलताय!" शलाकासुद्धा त्यांना हसत-हसत म्हणाली.

"शलाकाऽ"

"काय बाबा?"

"येत्या गुरुवारी संकष्टी आहे. त्यांचा उपवास असेल. तो उपवास सोडण्यासाठी त्यांना आपल्या घरी घेऊन ये."

"व्वाऽ छान! म्हणजे संकष्टीच्या दिवशी एका ब्राह्मणाला अन्नदान केल्याचं पुण्य तरी आपल्या पदरात पडेल."

"पोरी, तू हुशार आहेस." दादाखोतांनी तिचं तोंडभरून कौतुक केलं.

"मी मुलगी कुणाची आहे— दादाखोतांची आहे!"

मुलीचं मोकळं-ढाकळं बोलणं पाहून दादाखोत मनातून आणखी थोडे सुखावले.

उन्हानं सुकून गेलेल्या झाडाला वसंत ऋतूत नवी पालवी फुटावी, तशा तिच्या आयुष्यात घटना घडत होत्या. समुद्राला उधाण आल्यागत शलाका बोलत होती.

"बाकी आपण नंतर बोलू. त्या दिवशी तू स्वयंपाकात विशेष असा कोणता पदार्थ करणार आहेस?" दादाखोतांनी तिला विचारलं.

"बाबा, मी जेवण करण्यात अगदी 'ढ' आहे, हे तुम्हाला माहीत आहे. मी आईलाच पदार्थ करायला सांगणार आहे. पण तिला मी कोणता विशेष पदार्थ करायला सांगू?"

"तुला जो पदार्थ आवडेल, तो तू तिला करायला सांग."

"मला आवडून काय उपयोग; सरांना तो आवडायला नको?"

"आवडेल त्यांना— मी सांगतो."

"मग ठिकाय."

"आता काही अडचण?"

"आता काहीही अडचण नाही." शलाका उत्साहानं म्हणाली.

"तुझं इस्त्रीचं काम झाल्यावर मला एक ग्लास कोकम सरबत तयार करून आण. कोकम सरबत तब्येतीला चांगलं, म्हणून मी रोज एक ग्लास कोकम सरबत पिणार आहे."

"आणत्ये हं बाबा. तुम्ही तोपर्यंत बैठकीच्या खोलीत निवांत बसा."

"आधी तुझं हातातील काम आटप." दादाखोत तिला मिस्किलपणे म्हणाले.

दादाखोत मंद पावलं टाकत बैठकीच्या खोलीत आले नि आरामखुर्चीत निवांत बसून राहिले. मेजावर पितळी अडकित्ता नि कातरलेली ओली आर्धी सुपारी होती. सुपारी तोंडात टाकावी म्हणून दादाखोत अडकित्ता हातात घेऊन ओली सुपारी कातरू लागले. डाव्या तळहातावर त्यांनी कातरलेली सुपारी फक्कन तोंडात टाकली. ओल्या सुपारीची चव तोंडभर रेंगाळू लागल्यावर दादाखोतांनी अडकित्ता पुन्हा मेजावर ठेवून दिला नि ते विचार करीत शांत बसले. त्यांच्या डोक्यावर पंखा भिरभिरत होता. त्याची हवा अंगाला लागत होती.

हातात काही काम नसेल, तेव्हा मनात अनेक साधक-बाधक विचार येत असतात. दादाखोतांचंही आता तसंच झालं होतं. झाडाला पाणी घातल्यावर ते अधिक जोमानं वाढावं, तसा शलाकाच्या स्वभावात झालेला बदल त्यांना दिसू लागला होता आणि तो बदल कुणामुळे झाला, हेसुद्धा त्यांना ठाऊक झालं होतं. शलाकाच्या तोंडात सकाळ-संध्याकाळ आता भागवतसरांचंच नाव येत होतं. त्यांचं नाव ऐकून ती अधिक उत्तेजित होत असे. तिच्या भुवया ताणायच्या नि

डोळ्यांची बुबुळं हलायची. भागवतसर कोण, कुठले... त्याचं लग्न झालंय का, या सगळ्याचा छडा त्यांना अद्याप लागला नव्हता. त्यांचं एक मन म्हणत होतं की, शलाकाला आपण वेळीच आवरायला हवं. उद्या तो दगाबाज निघाला, तर तिला आगीतून उठून फुफाट्यात पडल्यासारखं होणार आहे. गोड बोलणारी माणसं फार धोकादायक असतात, तशीच वेळ आली तर ते आपलं खरं रूप दाखवितात; एरवी ते जगात मुखवटा घालून वावरत असतात, त्यामागे त्यांचा स्वार्थ दडलेला असतो.

तारुण्याने मुसमुसलेली माणसं सारासार विचार करीत नाहीत. भविष्यकाळातील धोके ओळखण्याच्या भानगडीत ते पडत नाहीत. दिव्यावर झेप घेणाऱ्या पाखरासारखी त्यांची ती अवस्था असते नि एकमेकांशिवाय त्यांना अन्य जग दिसतच नाही. दुर्दैवाने त्यात ठोकर बसली की, ते स्वत:ला सावरू शकत नाहीत— कोलमडून पडतात. आपण शलाकाला बाप या नात्याने या धोक्याची सूचना जरूर द्यायला हवी. आपलं घराणं मोठं आहे... त्याला बट्टा लागता कामा नये. आपण या गावचे खोत आहोत, हे आपण कायम ध्यानात ठेवायला हवं. वाऱ्याने दिवा विझायच्या आधी त्याच्या भोवती दोन्ही हातांची ओंजळ धरायला हवी.

परंतु, त्यांचं अंतर्मन असा विचार करीत होतं की— माणसाने कुणाच्या सुखाच्या आड येऊ नये. त्याच्याइतकं पाप जगात अन्य कुठलंही नाही. कोमेजलेलं फूल पाण्याच्या थेंबाने टरारून वाढावं तसं तिचं जीवन बदलून गेलं आहे. ती आपली मुलगी आहे. तिला आयुष्यभर दुःखाच्या खाईत लोटायचं का? चंद्रालासुद्धा दाग असतो. या कलियुगात परस्त्रीचा किंवा परपुरुषाचा लोभ झाला नाही, अशी एखादी तरी व्यक्ती शोधून सापडेल का? आपण आपल्या खोती घराण्याची टिमकी सारखी वाजवतो; त्याचा इतिहास गावाला ठाऊक आहे. अनंताने नाही का, आपल्याला शंकराच्या देवळात धडधडीत 'तुमचं नि माझं नातं काय' म्हणून विचारलं, तेव्हा त्या चिमुरड्यासमोर आपली बोलती बंद झाली. हे आपण का बरं विसरून गेलो? उद्या शलाकाने आपल्याकडे बोट दाखविले, तर आपण तिला त्याचं उत्तर देऊ शकू का?

खोताच्या घराण्यात जन्माला आल्यावर पुरुषांनी तेवढी शिंदळकी करायची नि स्त्रीला मात्र बंधनं घालायची. त्या बाळा खोताला अजून लोक विसरले नाहीत. तो या गावात पौरोहित्य करायचा, लोकांना ज्योतिष सांगायचा नि जादूटोणासुद्धा करायचा. भोळ्या-भाबड्या तरुण बाया त्याच्याकडे देवस्की करण्यासाठी यायच्या, तेव्हा तो त्यांची योनिपूजा करायचा नि त्या बायांना भोगायचा. त्यात अनेक बाया विधवा असायच्या, लग्न झालेल्या असायच्या नि तरुणी— लग्न न झालेल्या मुलीसुद्धा असायच्या. गाणगापूर, पंढरपूर, तुळजापूर या ठिकाणी तो देवदर्शनाला

म्हणून बायकांना घेऊन जायचा नि त्याच ठिकाणी त्यांची वासलात लावायचा. शेवटी काय झालं त्याचं? पाप कधी लपून राहत नाही. पाण्यात सोडलेला बुडबुडा हा पाण्याच्या बाहेर येतोच. बाळा खोताची शंभरी भरली नि तो पोलिसांच्या हाती सापडला. आज तो येरवड्याच्या तुरुंगात जन्मठेपेची शिक्षा भोगतोय. करणी तशी भरणी!

आणखी दुसरं उदाहरण आपल्याला देता येईल. पुरुषोत्तम खोत भजन-कीर्तन करायचा. प्रवचनं सांगायला तालुकाभर फिरायचा. त्याचे काळे धंदे आपल्याला ठाऊक का नव्हते? लोकांवर आपण मोठे उपकार करतो, या आविर्भावात तो गरीब लोकांना व्याजाने पैसे द्यायचा नि ते पैसे तो दामदुप्पट व्याज लावून वसूलसुद्धा करायचा. बायकांना घरी कामाला बोलवायचा. त्याच्या हौसेसाठी तो त्यांचा शारीरिक छळ करी. अमानवी व्यवहार करायला त्याला फार आवडे. त्यात त्याला आसुरी आनंद मिळे. त्याच्याकडे कामाला गेलेली बाई किंवा मुलगी त्याच्या तावडीतून कधी सुटली नाही. त्याच्या बायकोला हे जेव्हा समजलं, तेव्हा तिने बावीत उडी घेऊन जीव दिला. बायको मेली, त्याचं दुःख त्याला झालं नाही; परंतु वाईटाचा शेवटच हा वाईटच असतो. नियती कधीही चूक करीत नाही नि प्रत्येकाला त्याच्या पापाचे फळ हे भोगायला लावतेच लावते. पुरुषोत्तम खोताला शेवटी गावातील बायकांनी जगबुडी खाडीत बुडवून मारले. पाण्यातील माशांनी लचके तोडून त्याचं प्रेत विद्रूप करून ठेवलं होतं. परमेश्वरा, असं मरण कुणालाही देऊ नकोस रे बाबा! फार वाईट ते.

"बाबा, कसला विचार करताय तुम्ही?" दादाखोतांसमोर कोकम सरबताचा ग्लास घेऊन गोड हसत शलाका उभी होती. कोकम सरबतामुळे काचेचा ग्लाससुद्धा तांबडा दिसत होता. दादाखोतांनी मिटलेले डोळे उघडले. झोपेतून जागं झाल्याप्रमाणे त्यांना आता वाटत होतं. तिच्या डोळ्यांतील हसू पाहून क्षणभर त्यांच्या मनातील चिंता, काळज्या दूर झाल्या. तिचा निर्विकार चेहरा पाहून आपण तिच्याबद्दल मनात किती दुष्ट विचार करीत होतो, म्हणून त्यांना त्याचा आता पश्चात्ताप होऊ लागला. मनातील जळमटं दूर सारून ते तिला हसत-हसत म्हणाले,

"बेटा, तसं काही नाही. क्षणभर डोळे मिटून निवांत बसलो होतो. त्यामुळे खूप बरं वाटलं बघ."

"मी तुमच्यासाठी कोकम सरबत करून आणलंय, ते घ्या— तुम्हाला आणखी बरं वाटेल."

"आण बरं." दादाखोतांनी हात पुढे केला.

दादाखोतांनी कोकम सरबताचा ग्लास तोंडाला लावला नि 'व्वा फार छान!' असं ते तिला म्हणाले. ते ऐकून शलाका खूश झाली. ती लगेच त्यांना म्हणाली, ''बाबा, मी जेवणात ढ असले, तरी मला कोकम सरबत बनवायला येत म्हटलं!'' दादाखोतांनी मिटक्या मारीत तो ग्लास पिऊन संपविला. आता त्यांना खूप हलकं-हलकं वाटू लागलं होतं. जणू त्या कोकम सरबाताला अमृताचीच चव आली होती!

❑❑❑

२१.

कातरलेली सुपारी चघळत दादाखोत शिसवी पलंगावर ताजं वर्तमानपत्र डोळ्यांना सोनेरी फ्रेम असलेला चष्मा लावून वाचत होते. मेजावर एका बाटलीत कमळाची चार-पाच ताजी फुलं ठेवली होती. त्यांचा सुवास खोलीत दरवळत होता. गावात आता एस. टी.ने वर्तमानपत्राचे ताजे अंक येत असत. त्यामुळे बाहेर होत असलेल्या घडामोडींची गावात बसून माहिती मिळे. वाड्यात वर्तमानपत्र आलं की, आधी दादाखोत बाकीची सर्व कामे बाजूला ठेवून वर्तमानपत्र वाचून काढीत. त्याशिवाय त्यांना मुळी चैन पडत नसे. खून, दरोडे, बलात्कार आणि गलिच्छ राजकारणाच्या बातम्या वाचल्यावर दादाखोतांचा मस्तकशूळ उठायचा.

अख्खं वर्तमानपत्र वाचून झाल्यावर दादाखोतांनी डोळ्यांवरील सोनेरी काड्यांचा चष्मा हाताने काढून तो बाजूला ठेवला नि वामकुक्षी घेण्यासाठी ते पलंगावर 'ॐ श्री स्वामी समर्थ' म्हणत आडवे झाले. पडल्या-पडल्या त्यांचा डोळा लागला. बाहेर ऊन मी म्हणत होतं. कामवाली लक्ष्मी जेवणाची खरकटी भांडी घासून झाल्यावर अंगणात वाळवण घालून बसली होती. चटईवर सफेद कापड अंथरून त्यावर शेंगदाणे, कडधान्ये, सुपारी आणि काजूच्या ओल्या बिया हाताने तिने पसरून ठेवल्या होत्या. हातात लांबुडकी मेसाची काठी घेऊन लक्ष्मी कावळ्या-चिमण्यांना हाकलत बसली होती. तिच्या तोंडातून भर उन्हात 'हाऽऽहाऽऽहूऽऽहूऽऽ' असा चित्रविचित्र आवाज निघत होता. रस्त्यावर तर चिटपाखरूसुद्धा दृष्टीस पडत नव्हतं. दुपारच्या वेळी अख्खी ब्राह्मणवाडी सामसूम झाली होती.

हरणटेंभ्याची उंच टेकडी आपली निमुळती मान जिराफाप्रमाणे उंच करून जगबुडी खाडीत आपलं रूप पाहण्याचा प्रयत्न करीत होती. हरणटेंभा जंगली झाडांनी माजलं होतं. झाडीत ससे, भेकर, रानडुक्कर, रानमांजर इत्यादी जंगली प्राण्यांचा वावर असायचा. हरणटेंभ्यावर जंगल माजल्यामुळे पारध करणाऱ्यांची त्या ठिकाणी

वर्दळ असायची. झोलाईदेवीला कौल लावून गावकरी हरणटेंभा पिंजून काढायचे. माणसं पाठीला भाकऱ्या बांधून रानात शिकारीच्या आशेने फिरत. त्यांच्या कानठळ्या बसणाऱ्या शिट्या नि हाकाऱ्यांनी हरणटेंभ्याला कापरं भरत असे.

सूर्य पश्चिमेला कलला होता. झाडांच्या सावल्या एकमेकांत मिसळून लांबल्या होत्या. निवाऱ्याला बसलेली उंडगी गुरं आता लोकांच्या परसवणात शिरून लावलेल्या भाज्यांना तोंड लावीत होती. एखादा इसम हातात काठी घेऊन 'गोऽ तुला खाल्लंन् वाघानंऽऽ' करीत त्या गुरांचा दात-ओठ खाऊन धपाटा धरीत होता. त्याच्यापुढे मुकी जनावरं भीतीने हंबरत दण्णाट पळत होती. दारं-खिडक्या सताड उघडून माणसं आता आत-बाहेर करीत होती.

वामकुक्षी घेऊन दादाखोत उठले होते. वामकुक्षी घेतल्यामुळे त्यांना आता बरं वाटत होतं. मोरीत जाऊन त्यांनी चुळा टाकून तोंड धुतलं. अनुराधाने गॅस पेटवून चहा टाकला. त्यात आल्याचा थोडा तुकडासुद्धा टाकला. दादाखोतांना आलं टाकून केलेला चहा आवडायचा. दादाखोतांनी अंगात सुती कापडाचा सैलसर सदरा घातला. आरशासमोर उभे राहून त्यांनी पिकलेल्या केसांचा छान भांग पाडला. डोक्यावर उगवलेले पांढरे केस आरशात पाहून दादाखोत मनात म्हणाले, 'आपण आता तरुण राहिलो नाही... आपण म्हातारे झालो.' बेसावध असताना कुणी तरी अंगावर झडप घालावी, तसे आता त्यांना पांढरे केस पाहून वाटत होते.

हातातील कंगवा जाग्यावर ठेवत दादाखोत म्हणाले,

"अनुराधा, चहा आण पाहू लवकर—"

"आणत्ये हंऽ" अनुराधा चहा गाळीत म्हणाल्या.

अनुराधाने ओळखलं की, स्वारी आता बाहेर कोठे तरी निघाली आहे. दादाखोत बाहेर निघाल्यावर इतकी वर्षे त्यांच्यासोबत संसार करूनसुद्धा 'कोठे निघालात?' म्हणून त्यांना विचारण्याचं कधी मुळी धाडस झालं नाही. वाड्यात आर्थिक सुबत्ता होती. दिमतीला नोकर-चाकर होते. नारळ, पोफळी, काजू कलमांच्या बागा होत्या. त्यात गडी दिवस-रात्र राबत होते. कसल्याही गोष्टीची त्यांना ददात नव्हती. उलट, त्यांच्या माहेरी अठरा विश्वं दारिद्र्य होतं. खाण्याचे वांदे होते. त्यांना एक भाऊ होता. तो गांजाळू होता. तो कामधंदा काही करायचा नाही. वाईट मित्रांच्या संगतीने चोवीस तास गांजा ओढत राह्यचा. वडील रागाने बोलल्यावर तो घर सोडून परागंदा झाला. त्याचा अद्यापही पत्ताच लागला नाही. भावाच्या दु:खाची ओली जखम अजूनही त्यांच्या मनात ठसठसत होती.

चहा घेतल्यानंतर दादाखोतांना ताजंतवानं वाटू लागलं. सुपारी कातरून

त्यांनी ती तोंडात टाकली नि देवडीत अडकित्ता ठेवून ते खालच्या आवाजात म्हणाले,

"अनुराधा, मी आज घरात नाहीये."

"अवधूत आज वाड्यात वस्तीला येणार आहे; त्याला मी काय सांगू?"

"तो आता कुक्कुलं बाळ नाही."

"त्याला त्याचा राग येईल.'

"मग मी काय करू?"

अनुराधाला थोडं गरगरल्यासारखं वाटू लागलं. नंतर त्यांनी स्वत:ला सावरलं नि अंगात त्राण आणीत त्या कातर आवाजात म्हणाल्या,

"अहो, मुलं लहान होती तेव्हा ठीक होतं; आता आपली मुलं मोठी झालीत. त्यांना तुम्ही तिकडे गेलेले आवडत नाही. यापुढे तरी तिकडे जाणे कमी करावं, असं मी तुम्हाला हात जोडून सांगते."

त्यांच्या बोलण्याचं दादाखोतांना थोडं आश्चर्य वाटलं. इतक्या दिवसांत त्यांनी त्यांच्यासमोर कधीच तोंड उघडलं नव्हतं.

"अनुराधा, आज तू हे बोलत्येस?"

"होय, नाइलाजाने मला बोलावं लागलं."

"आश्चर्य आहे!"

"अहो, इतके दिवस मी बोलले नाही... तुमचा संसार करावा, तुमच्या मुलांना जन्मास घालावं— या एकाच वेडापायी मी मूग गिळून गप्प बसले. तुम्ही गावचे खोत आहात, गावचे अन्नदाते आहात. तुमचा या गावात मान मोठा आहे. तुमच्या हौसेला मोल नाही. हे मला कळतंय हो. खोतांच्या कुलीन बायका कधी घराला बेइज्जत होऊ देत नाहीत; मग भले त्यांच्या जिवाचे काहीही होतो. मीसुद्धा आज इतकी वर्षे तेच केलं. घेतला वसा कधी टाकला नाही. व्रतस्थपणे तुमचा संसार केला. मुलांना मोठं केलं. त्यांना शिक्षण दिलं. तुमच्यावर माझा पूर्ण विश्वास होता, म्हणून हे सगळं माझ्या हातून घडलं. त्या वेळी तुमच्यावरचा माझा विश्वास उडाला असता, तर मी गळ्यात धोंडा बांधून जगबुडी खाडीत स्वत:ला झोकून दिलं असतं."

"अनुराधा, तू माझा संसार केलास— हे ठीक आहे; परंतु एखाद्या व्यक्तीला अर्ध्या वाटेवरून सोडून देणे, हे माझ्या स्वभावात मुळी बसत नाही. तिच्या मनाला काय वाटेल, याचा कधी तू विचार केलास? ज्या गोष्टीचा बभ्रा आता झालाय, त्या गोष्टीची आता खंत करून काय उपयोग? अवधूतला मी डॉक्टर केला. त्याच्या

शिक्षणासाठी पाण्यासारखा पैसा खर्च केलाय. पंख फुटल्यावरच माणसाला उपरती होते, हे तू आधी लक्षात ठेव.'' दादाखोत उसळून म्हणाले.

''मागच्या वेळी तो मला म्हणाला होता...''

''काय म्हणाला होता तो?''

''बाबा, तिकडे जायचे बंद झाल्यावरच मी गावी येण्याचा विचार करीन.''

''हे शक्य नाही.'' दादाखोत हट्टाने म्हणाले.

''अहो, एक विनंती करत्ये.''

''हं.''

''माझा एक वेळ विचार करू नका, पण आपल्या मुलांचा तरी तुम्ही विचार करा.''

''अनुराधा, मी तुला एकदा सांगितलं की, ते शक्य नाही म्हणून.''

''मी हात जोडत्ये... पदर पसरते.'' अनुराधाच्या डोळ्यांत पाणी आलं होतं.

''अनुराधा, तू माझी लग्नाची बायको आहेस. देवा-ब्राह्मणासमोर मी तुझ्यासोबत अग्नीला फेऱ्या घातल्यात, ते तुला कधीच अंतर न देण्यासाठी. सुलभा माझी लग्नाची बायको नाही; पण ज्या दिवशी मी तिच्या घरी जाणार असेन, त्या दिवशी मला पाह्यल्याशिवाय तोंडात पाण्याचा थेंबसुद्धा ती घेत नाही. तू हवं तर याला पाप म्हण. परंतु एक लक्षात ठेव— या जगात चांगल्या गोष्टीची सुरवात नेहमी वाईट गोष्टीपासून झाली आहे. तू महाभारत वाचलं आहेस. धनुर्धारी कर्णसुद्धा पापातून जन्माला आला होता. त्या कुंतीने चोरून पाप केलं होतं; त्यातून महापराक्रमी, दानशूर कर्णाचा जन्म झाला, हे जगाला ठाऊक आहे. सुलभा माझ्यासाठी खूप करत्ये. आज इतक्या वर्षांत माझ्यावरील तिचं प्रेम मी म्हातारा झालो तरी तिळभरसुद्धा कमी झालेलं नाहीये, हे मला माझ्या तोंडावाटे तुला सांगायचं नव्हतं; परंतु सांगण्याची वेळ आली.''

''अहो, कुंतीने लग्नापूर्वी पाप केलं होतं... पण आयुष्यभर ती त्या दुःखात कापरासारखी जळत राहिली. तिचा मुलगा असलेला महारथी कर्णसुद्धा तिचा द्वेष करीत होता. जे सुख ब्रह्मदेवाने बांधलेल्या लग्नबंधनात आहे, ते सुख अन्य कशातच नाही.''

''अनुराधा, तुझं म्हणणं खरं आहे; परंतु आता ती वेळ निघून गेली आहे... धनुष्यातून बाण सुटून गेला आहे! गेलेला वेळ नि धनुष्यातून सोडलेला बाण कधीही परत येत नाही. आयुष्यात मी तुला दुःख दिलंय, तेव्हा मी तुझा

अपराधी आहे. कुणाच्याही शरीरावर बंधनं घालणं सोपं आहे, परंतु कुणाच्या मनावर बंधन घालणं कठीण आहे. मी आता सुलभाला अंतर देऊ शकत नाही— मग जग काहीही म्हणो, मला त्याची पर्वा नाही.''

"आणि तुम्ही तिला अंतर द्यावं, अशी माझीसुद्धा इच्छा नाहीये.''

"अनुराधा, तू हे बोलत्येस?''

"होय, मीच बोलत्येय.''

"आश्चर्य आहे!''

"त्यात कसलं आलंय आश्चर्य?''

"अनुराधा, तुझ्यासारखी समजूतदार बायको मला मिळाली, हे माझे पूर्वजन्मीचे पुण्य आहे, असं मी मानतो. तू मला समजून घेतलं नसतंस तर...''

"अभद्र काहीही बोलू नका.''

"येतो गं मी.''

"---''

पायांत चपला घालून दादाखोत पायठणी उतरून रस्त्याला लागले. ते दिसेनासे होईपावेतो अनुराधा भरल्या डोळ्यांनी त्यांच्या पाठमोऱ्या आकृतीकडे एखाद्या भ्रमिष्टागत दरवाजाजवळ पाहत उभ्या होत्या. स्वयंपाकखोलीकडे जाण्याचं भानसुद्धा त्यांना उरलं नव्हतं. अवधूत घरी आल्यावर त्याला काय सांगायचं, कसं सांगायचं— हा प्रश्न त्यांना पडला होता. एखाद्या जहरी भुंग्याप्रमाणे तो प्रश्न त्यांचा मेंदू पोखरत होता.

♦

सुलभाचं घर जवळ येऊ लागलं तसा दादाखोतांनी पायांचा वेग आणखी थोडा वाढवला. चार-पाच वर्षांपूर्वी दादाखोतांनी तिला नवीन कौलारू घर बांधून दिलं होतं. घराच्या मागे नारळ-पोफळीची बाग होती. अंगणात तुळस होती. तिच्या घराजवळून पाण्याचा पाट वाहत होता. सुपारीच्या झाडाचा बुंधा तोडून त्याची पन्हळ केली होती. ती पन्हळ पाण्यासाठी पाटाला लावली होती. त्या पन्हळीमधून पाटातलं स्वच्छ, कावळ्याच्या डोळ्यागत असलेलं पाणी सिमेंटनं बांधलेल्या टाकीत येऊन पडत होतं. टाकीला दोन नळ बसविले होते. कपडे धुण्यापासून ते भांडी घासण्यापर्यंत टाकीतील पाण्याचा उपयोग होई. पिण्यासाठी पाणी मात्र बावीवरून आणावं लागत असे.

दादाखोत तुळशीच्या कट्ट्याजवळ आले, तेव्हा त्यांच्या कानावर सुलभा देवघरात लक्ष्मीस्तोत्र म्हणत असल्याचा आवाज पडला. देवासमोर हात जोडून

सुलभा गोड गळ्याने लक्ष्मीस्तोत्र म्हणत होती.

लक्ष्मीस्तोत्र संपूर्ण म्हणून झाल्यावरच दादाखोतांनी घरात पाऊल टाकलं. देवाला नमस्कार करून सुलभा बाहेर आली नि तिने त्यांना माठातलं थंड पाणी प्यायला आणून दिलं. पाणी पिऊन झाल्यावर दादाखोत रिकामा ग्लास तिच्या हातात देत म्हणाले,

"आज अवधूत घरी येणार आहे."

"हो का?"

"अगो सुलभा, त्याला ना— मी इकडे आलेलं आवडत नाही. आता त्याला शिंगं फुटलीत ना!"

"अहो, मीसुद्धा माझ्या मुलाप्रमाणे त्याच्यावर प्रेम करते. अनंतामध्ये नि त्याच्यात मुळीच कधी भेदभाव करीत नाही; तरी तो कधी जाता-येता भेटला, तर माझ्याशी एक अक्षरही बोलत नाही किंवा माझ्याकडे वळूनही पाहत नाही."

"सुलभा, जाऊ दे. तू त्याचा विचार करू नकोस. काही गोष्टी विसरून जायच्या असतात. त्या कधी मनात ठेवू नयेत." दादाखोत तिची समजूत घालीत म्हणाले.

दादाखोतांनी अंगातील सदरा काढून तो दांडीवर टाकला. उघड्या अंगाने ते पलंगावर बसले. गोठ्यात गाई आंबोणासाठी हंबरत होत्या. गडी आंबोण घेऊन गोठ्याकडे जात होता.

दादाखोतांच्या डोळ्यांत पाहत सुलभा म्हणाली,

"लोकांना आपलं सुख पाहवत नाही. ते त्याला एकाचे दोन करून सांगतात, त्यामुळे तो बिथरतो. तो लहान असताना मी त्याला खाऊ-पिऊ घातलंय. त्याला मी देवासमोर रामरक्षा कशी म्हणायची, ते शिकविलंय. तुम्ही तालुक्यात दोन-दोन दिवस कामासाठी जात होतात, तेव्हा अनुराधाताई त्याला माझ्याकडे आणून सोडायच्या. मी म्हणते, हे सगळं कसा तो विसरून गेला?"

"सुलभा, त्या वेळी तो लहान होता; आता तो डॉक्टर झालाय."

"अहो, त्या वेळी मी निराधार होते. तुम्ही मला आधार दिला नसता, तर मी मुलांना घेऊन कुठेही निघून गेले असते किंवा जिवाचं बरं-वाईटसुद्धा करून घेतलं असतं."

"सुलभा, जे विधिलिखित असतं, ते कधी चुकत नाही. आपण मारे म्हणतो— हे करू नि ते करू."

थोडा वेळ दोघे शांत बसले. नंतर त्या शांततेचा भंग करीत सुलभा म्हणाली,

“अहो, तुमच्याकडे माझं काम आहे.”

“बोल.”

“कल्पना १५ तारखेला गावी येणार आहे.”

“मग— ?”

“तिला सोन्याच्या बांगड्या बनवायच्या आहेत. मागे मी तिला तसं कबूल केलंय. तिने तसं सासरी सांगितलंय.”

“ठिकाय. आपण तिची इच्छा पूर्ण करू. तिला नाराज करायचं नाही. ती खुशाल आहे ना?”

“ती आता अगदी मजेत आहे. मला तिची काळजी नाही. सुरुवातीला तिने खूप छळ सहन केला.”

दादाखोत सुलभाजवळ निवांत बोलत बसले होते. दादाखोत घरी आल्यामुळे सुलभाला आनंद झाला होता. तो आनंद तिच्या चेहऱ्यावरसुद्धा दिसत होता. जणू ते किती तरी दिवसांनी तिच्याकडे आले होते!

❒❒❒

३०.

रस्त्यावरची तांबडी धूळ वाऱ्याने उडत होती. रस्ता निर्मनुष्य झाला होता. तोंडओळख आता मिटली होती. जगबुडीवरून धावत आलेला अल्लड वारा हरणटेंभ्याच्या भोवतीने पिंगा घालीत होता. सागाची सुपाएवढाली पानं वाऱ्याने हलत होती. एखादा कुळवाडी हातात कंदील नि काठी घेऊन पाखाडी चढताना दिसत होता. तालुक्याहून सुटलेली बस गावात मुक्कामाला आली होती. अवधूत त्याच्या बायको-मुलांना घेऊन आला होता.

नातीला कडेवर उचलून घेत अनुराधाने आधी तिच्या गालाचे पापे घेऊन तिला गुदमरून टाकलं नि त्या तिला गोड आवाजात म्हणाल्या,

"अगं लबाडे, आजीची तुला आज आठवण झाली का? रानातील पिकलेली करवंदं तुला खायला आवडतात ना? आपण उद्या हरणटेंभ्यावर जाऊ नि मस्त पिकलेली करवंदं खाऊ."

"बाबा म्हणतात की, तिथे वाघोबा आहे म्हणून." ती चिमुरडी भीतीने म्हणाली.

"अगं, मी त्या वाघाला सांगेन की, माझ्या नातीला तू घाबरवू नकोस— तू वाघदरीकडे निघून जा; नाही तर तुझं नाव आम्ही आमच्या देवबाप्पाला सांगू हं. तो तुला शिक्षा करील. मग वाघ आपल्याला काहीच करणार नाही." अनुराधा नातीला खूश करीत म्हणाल्या.

"वाघोबाची जिरलीऽऽ वाघोबाची जिरलीऽऽ!" ती चिमुरडी श्रद्धा जोरजोराने टाळ्या पिटू लागली.

"आई, ती लबाड आहे. तुला ती भंडावून सोडेल." अवधूत हसत-हसत म्हणाला.

"असू दे रे. तिला पाहून माझं पोट भरलंय बघ. नातीनं आजीला त्रास

द्यायचा नाही, तर मग कोणाला द्यायचा? तू आजोबा होशील, तेव्हा तुला कळेल हो.''

हातातील सामानाच्या पिशव्या जमिनीवर ठेवून अनुराधाच्या पाया पडत ''आई, नमस्कार करते हं—'' असं भारती म्हणाली.

''सूनबाई, आयुष्यमान हो. दोघांनी जख्ख म्हातारे होईपर्यंत सुखाने संसार करा.'' अनुराधाने तिला आशीर्वाद दिला.

रात्रीची जेवणं झाली होती. दूध-भात खाऊन अवधूतची मुलगी श्रद्धा आणि छोटा मुलगा निखील पलंगावर झोपी गेला होता. अवधूत मांडी घालून रामदासस्वामींचा 'दासबोध' ग्रंथ तल्लीन होऊन वाचत होता. मंद पावलं टाकीत अनुराधा त्याच्यासमोर जाऊन उभ्या राहिल्या. अवधूत वाचनात मग्न असल्याने त्याच्या ते लक्षात आलं नाही. अनुराधाच्या साडीचा पदर पंख्याच्या वाऱ्याने उडू लागल्यावर त्याचं त्यांच्याकडे लक्ष गेलं.

अनुराधाकडे पाहत अवधून स्मित हास्य करीत म्हणाला,

''आई, बैस ना— भारती करेल सगळं.''

''माझी नात झोपली वाटतं? किती गोड मुलगी आहे! तू तिला माझ्याकडे ठेव, म्हणजे मला तिची सारखी आठवण होणार नाही रे! अरे, या वयात दुधापेक्षा दुधावरच्या सायीला आम्ही अधिक जीव लावणार बघ. तिच्या बरोबर हसत-खेळत माझा दिवस मजेत निघून जाईल.''

''आई, तुला ठाऊक असेल की, आम्हा दोघांनाही तिच्याशिवाय करमत नाही.''

''अवधूत, आपला एवढा मोठा वाडा आहे... पण त्या वाड्यात राह्यला माणसं नाहीत. तू इथे येऊन राहा. इथे तुझा दवाखाना उघड. आम्ही दोघं आता तुला किती दिवसांचे सोबती आहोत? तू आमचा एकुलता एक मुलगा आहेस. म्हातारपणी सर्व दुःख सहन करता येईल, परंतु पोटचा मुलगा नजरेआड असल्याचं दुःख कधी सहन करता येत नाही रे.''

''आई, मी तुझं दुःख समजू शकतो.''

''तू नेहमी असंच म्हणतोस नि गप्प बसतोस.''

''आई, माझ्या काही अडचणी आहेत; त्या तुला ठाऊक आहेत.''

''अरे, तू माझं एक वेळ ऐकू नकोस; पण त्यांचं तरी ऐकशील का नाही? त्यांनी तुझ्या शिक्षणासाठी एवढा खर्च केला, तेव्हा त्यांच्याही काही अपेक्षा असतील.

त्याचा तू विचार कर. नेहमी-नेहमी मी तुला तेच ते किती वेळा सांगू?''

"आई, तुला खरं सांगू का—?''

"सांग.'' अनुराधा त्याच्या डोळ्यांत पाहत म्हणाल्या.

"तुला माझा राग येईल.''

"नाही येणार मला तुझा राग.''

"ऐकायचंय?''

"हो, मला ऐकायचंय.''

"आई, खरं सांगायचं म्हणजे— मला बाबांचा स्वभाव आवडत नाही. या वयात त्यांनी तिकडे जायला नको होतं. त्यांना ते शोभत नाही. त्यामुळे आपली समाजात नाचक्की होतेय. लोक तोंडासमोर बोलत नाहीत, पण पाठीमागून बोलतात. हे सगळं पाहण्यापेक्षा-ऐकण्यापेक्षा मी दूर राहिलेलाच बरा, असं मला वाटतंय.'' अवधूतने मान खाली घातली.

अनुराधा त्याला त्वेषाने म्हणाल्या,

"अवधूत, तू हे कोणाबद्दल बोलतोस? प्रत्यक्ष जन्म दिलेल्या बापाबद्दल बोलायला तुला लाज कशी वाटत नाही? तुझ्या मनात असा दळभद्री, अभद्र विचार आलाच कसा? चंद्राला दाग आहे म्हणून आपण चंद्राला कधी वाईट म्हणतो? ते या गावचे खोत आहेत. अनवधनाने त्यांच्या हातून काही चुका झाल्या असतीलही. तू त्यांचा मुलगा असून त्याचा डंका वाजवितोस? तुझ्या वडिलांबद्दल असं तू पुन्हा माझ्यासमोर कधी बोलायचं नाही. मला ते मुळी आवडणार नाही. त्यांच्या चारित्र्यावर शिंतोडे उडविण्याचा तुला अधिकार नाही. हे एका ब्राह्मणाचं घर आहे. घरातील अब्रू चव्हाट्यावर मांडायला हे काही कुण्या कुळवाड्याचं घरं नाहीए— समजलास?''

अनुराधाचा त्रागा पाहून अवधूतला आश्चर्य वाटलं. तो त्यांच्याकडे भुवया ताणून पाहू लागला. त्याला काय बोलावं, हे थोडा वेळ सुचलं नाही.

थोड्या वेळाने तो भानावर आला नि अनुराधाला म्हणाला,

"आई, तुझ्या आयुष्याची एवढी प्रतारणा होऊन– सुद्धा तू असं बोलत्येस?''

"अवधूत, तू हे काय बोलतोस? तुला वेड तर लागलं नाही ना? कसली माझ्या आयुष्याची प्रतारणा झाली म्हणतोस? या घरात मला काय कमी आहे? या गावची खोतीण आहे मी. मी माझ्या घरात फार सुखी आहे म्हटलं. माझ्या पाठच्या बहिणींची लग्नंसुद्धा ह्यांनी चांगली स्थळं पाहून अन् स्वत:चा पैसा खर्च करून लावून दिलीन्. धन-धान्य, पैसा-अडका नि दागदागिने माझ्याकडे भरपूर

आहे. कशाचीही ददात नाही मला. मी नुसती ऐश्वर्यात लोळत्येय. मग अशा देवमाणसाला मी वाईट म्हणून कसं बरं बोलेन? तूच मला सांग. तू चांगला शिकलेला मुलगा आहेस.''

''माझं बोलणं ऐकून तू मनाला वाईट वाटून घेऊ नकोस. मी मागे बाबांना बोललोय की, भविष्यात माझा विचार बदलेलसुद्धा म्हणून. पण आताच ते मला शक्य नाहीये.'' नमतं घेत अवधूत म्हणाला.

''तू त्यावर विचार कर. मीसुद्धा तू लगेच इथे राह्यला ये, असं म्हणत नाही.'' त्याला धीर देत अनुराधा म्हणाल्या.

''आई, आम्ही उद्या सकाळी पहिल्या गाडीने तालुक्याला जाणार आहोत.''

''अरे, परवा आपल्या घरी शिमग्याची पालखी येणार आहे.''

''आई, दवाखाना बंद करून चालणार नाही. तुम्ही इथे आहात; मग आम्हाला काळजी कसली?''

''तुझी मर्जी.'' अनुराधा मनातून थोड्या खट्टू झाल्या. त्या पुढे काही बोलल्या नाहीत. मघापासून त्याच्याशी बोलून त्यांच्या घशाला कोरड पडली होती. वाड्यात सगळीकडे सामसूम झाली होती. अजस्र हरणटेंभ्याला काळोखाने कधीच गिळून टाकलं होतं. काळोखाच्या भेसूर हुंकाराने कलिकाळालासुद्धा कापरं भरलं होतं.

❒❒❒

३१.

गावात शिमग्याच्या सणाचा दणका उसळला होता. अमावास्या आणि पौर्णिमेला जशी जगबुडी खाडीला भरती यायची, तशी लोकांच्या आनंदाला भरती आली होती. पोटा-पाण्याच्या उद्योगासाठी मुंबईला असणारे चाकरमानी घरोघरी आले होते. त्यामुळे नव्या-जुन्या वादाला तोंड फुटून त्याचा कधी कधी भडका होत असे. वाद, चर्चा, बाचाबाचीमध्ये शिमग्याचा सण लोक साजरा करीत होते.

शिमग्याच्या दिवसांत गावात पालखीतून प्रत्येकाच्या भेटीला झोलाईदेवी त्याच्या घरी जात असे. हा रिवाज गावात पिढ्यान् पिढ्या चालत आलेला होता नि तो यापुढेही असाच चालणार होता. भोळ्या-भाबड्या लोकांची झोलाईदेवीवर अपार श्रद्धा होती. झोलाईदेवीसमोर लोक खोटं बोलत नसल्यामुळे गावातील कोणताही न्याय-निवाडा, वाद, चर्चा इत्यादी झोलाईदेवीच्या देवळात होत असे. देवीचं पाणी कडक होतं. त्यामुळे लोक खोटं बोलायला धजत नसत. खोटं बोलल्यावर देवी आपल्याला शिक्षा करेल... आपला नांगराचा बैल मरेल किंवा आपल्या मुला-बाळांना त्याचा जबर फटका बसेल, अशी भीती त्यांच्या मनात असे. म्हणून लोक झोलाईच्या देवळात नारळ हातात घेऊन खरं तेच बोलत असत. दोन वेळच्या जेवणाला मोताद असणारा एखादा गरीब असो किंवा पैशाच्या राशीवर लोळणारा एखादा श्रीमंत असो; झोलाईदेवीपुढे असा कसलाच भेदभाव नसायचा.

आज वाड्यात पालखी येणार होती. काल संध्याकाळी त्याची खबर वाड्यात मिळाली होती. अंगणात छान रांगोळी काढली होती. दरवाजाला तोरण बांधलं होतं. गुढी उभारली होती. जामानिमा करून दादाखोत पालखीची वाट पाहत होते. अनुराधाने नऊवारी लुगडं नेसून गळ्यात किमती दागिने घातले होते. ते नुसते लखलखत होते. हातात चांदीचे तबक घेऊन त्या झोलाईदेवीच्या पालखीची वाट पाहत होत्या. या सगळ्यामुळे चेहरा प्रसन्न दिसत होता. चेहऱ्यावरील सुरकुत्या दागिन्यांच्या तेजात

फिक्या पडल्या होत्या. अख्खा वाडा सजून-धजून पालखीची वाट पाहत होता. तुळशीच्या पानांने वाड्यात सगळीकडे गोमूत्र शिंपडल्याने वाडा पवित्र झाला होता.

शलाका आज छान नटली होती. तिने आज तिच्या आवडीची किमती साडी नेसली होती. केसांत बकुळीच्या फुलांचा गजरा माळला होता. गळ्यात दागिने घातले होते. पाहणाऱ्याला वाटे की, ही स्वर्गातली अप्सरा जणू पृथ्वीतलावर थेट उतरली आहे! अनुराधाला तिला पाहून वाटे की, ह्या नाजूक कळीला कुणाची दुष्ट नजर न लागो.

शलाका नटून-थटून इकडून तिकडे, तिकडून इकडे अशी मिरवत होती. दादाखोत दिवाणखान्यात येरझाऱ्या मारीत तिच्या हालचाली निरखत होते. शलाका त्यांच्याजवळ झपझप पावलं टाकीत आली नि त्यांना किनऱ्या आवाजात म्हणाली,

"बाबा, मी रांगोळी छान काढलीय ना?"

"मला आवडली तुझी रांगोळी." दादाखोत रांगोळीकडे पाहत म्हणाले.

पालखी ज्या ठिकाणी उतरणार होती, त्या ठिकाणी गाईच्या शेणानं सारवलं होतं नि तिथे शलाकाने छान रांगोळी काढली होती. पंचगव्य शिंपडून ती जागा शुचिर्भूत केली होती. चारी दिशांना जास्वंदीची सुगंधी लालभडक फुलं पसरवून ठेवली होती. देवळातील पवित्र मूर्तीकडे पाहावं तसं दादाखोत रांगोळीकडे डोळे विस्फारून पाहत होते.

"बाबा, अजून कशी पालखी येत नाही?" शलाका अधीर होऊन म्हणाली.

"शलाका, देवी वर्षातून एकदाच प्रत्येकाच्या दारी जाते. त्यामुळे नवस फेडायला, ओटी भरायला वेळ जातोच. आपण या गावचे जरी खोत असलो, तरी मधली घरे वगळून पालखी थेट वाड्यात कशी येईल? देव सगळ्यांना सारखाच."

"बाबा, माझं म्हणणं तसं मुळीच नव्हतं."

"मग?"

"बाबा, हे लोक उगाच वेळ घालवितात. चहा-पाणी करतात, पान-तंबाखू खातात. काहीही घाई करीत नाहीत."

"या कामात घाई करून जमत नाही. नि भोई लोकांनासुद्धा काही बोलता येत नाही. ते देवीचे मानकरी आहेत. त्यांचा मान मोठा आहे."

"त्यांना या गावात आपणच आणलंय ना?" शलाकानं विचारलं.

"आपण जरी त्यांना या गावात आणलं असलं तरी त्यांचा जो मान आहे, तो आपण त्यांना द्यायलाच हवा. समजा— उद्या त्यांची एकी झाली नि काही वाद

निर्माण झाला, तर ते आपल्या हिताचं मुळीच होणार नाही, हे मी तुला माझ्या अनुभवातून सांगतोय.''

''परंतु त्यांच्यामुळे लोकांचा वेळ फुकट जातो, त्याचं काय?''

''शलाका, शिमग्याच्या सणात वेळेपेक्षा लोकांच्या भावनांना अधिक महत्त्व आहे.''

''कुणी तरी बोलायला हवं; त्याशिवाय त्यांना कळणार नाही.''

''कोण बोलणार त्यांना? पूर्वी ते लोक ऐकत. आता ते पाठीमागून कुरबुर करतात. या कूळकायद्याने गावचा खोत म्हणजे शेतात उभं केलेलं एक बुजगावणं राहिलंय. धड त्याला चालता येत नाही, की एक शब्द बोलताही येत नाही. त्यामुळे 'मौनम् सर्वार्थसाधनम्.' कळलं का तुला मला काय म्हणायचंय ते?''

''बाबा, मला कळलं तुम्हाला काय म्हणायचंय ते.''

''त म्हणजे ताकभात ओळखणारी तू— तुला काय सगळंच सांगायला हवं?''

''माझी पोर हुशार आहे म्हटलं!'' नाकातील सोन्याची नथ उजव्या हाताने सरळ करीत अनुराधा म्हणाल्या.

सगळ्यांच्या नजरा वाटेकडे लागल्या होत्या. इतक्यात कानांवर ढोल-ताशांचा आवाज ऐकू येऊ लागला. 'झोलाईदेवीच्या नावानंऽऽ चांगभलंऽऽ' अशी आरोळी ठोकत भोई पालखी नाचवीत रस्त्यावरून येत होते. त्यांच्या मागून माणसं गप्पा मारीत चालत होती. प्रत्येकाचं कपाळ अबीर-गुलालाने माखून गेलं होतं. मुखात देवीची नाव होतं. कानात वारं शिरलेल्या वासराप्रमाणे काळारोम चेहरा असलेले भोई झोलाईदेवीची पालखी नाचवीत वाड्याकडे येत होते. त्यांच्या आनंदाला उधाण आलं होतं. आभाळ अबीर-गुलालाने नुसतं माखून गेलं होतं. कर्णकर्कश आरोळ्यांनी झाडावरची पाखरं भीतीने पंख फडफड करीत होती. उंच झाडांनासुद्धा कापरं भरलं होतं. टाळ-झांजांच्या आवाजाने अवघा परिसर दुमदुमून गेला होता. पालखीपुढे चालणाऱ्या 'नाच्या'च्या बायकी हावभावांनी माणसं नुसती पागल झाली होती. नाच्या पालखीपुढे ढुंगण हलवीत दात विचकत चालत होता. त्याने त्याच्या ओठावरील मिशा वस्तऱ्याने काढल्या होत्या, त्यामुळे तो बाईसारखा दिसत होता. गंगावन घालून त्याने केसांत बकुळीच्या फुलांचा गजरा माळला होता. त्याच्या पायांतील घुंगरांचा 'छुम्छुम्' असा नादमधुर आवाज कानांवर पडत होता.

वाड्यासमोर असलेल्या अंगणात सारवलेल्या ठिकाणी देवीची पालखी भोयांनी खाली उतरवली. नथीचा आकडा सांभाळीत अनुराधाने देवीची पूजा केली. तिची

खणा-नारळाने ओटी भरली, नवस बोलला नि गावचा तुक्या गुरव कानात बोटं घालून झोलाईदेवीला मोठ्या आवाजात गाऱ्हाणं घालू लागला...

"बाय म्हाजे, तुला समदं कळतं. तू या गावची राखनदारीन. तुजं समदीकडं डोळं. वाड्यात सुकशांती लाभू दे. इडा-पीडा टळू दी. काय संकट आलं तर तू त्याचा बाहेरच्या बाहीर नायनाट कर. या वाड्याचा मालक परगावी हाय. त्याच्या लेकरा-बाळांना सुकी ठीव. त्याच्या धंद्यात बरकत दी. नि तू त्याच्याकडून पर्तेक वर्सी अशीच शेवा करून घे. काय चुकलं-माकलं असलं, तर बाय माजी— त्ये तू प्वॉटात घे गं मायऽऽ. तुजी आमी अजान लेकरं हाव."

तुक्या गुरवाने गाऱ्हाणं घातल्यावर ढोल-ताशा नि झांजा-चिपळ्यांचा पुन्हा एकदा दणका उठला. अबीर-गुलाल हवेत उधळला गेला नि भोयांनी मोठ्या आवाजात "झोलाईदेवीच्या नावानंऽ चांगभलंऽऽ." अशी गगनभेदी आरोळी ठोकली.

दमदार पावलं टाकीत दादाखोत पालखीसमोर उभे राहत मोठ्या आवाजात म्हणाले,

"पांडू, आता वाड्यासमोर दर वर्षीच्या रिवाजाप्रमाणे फक्कड नाच व्हायला पाह्यजे. मी नाचाला रुपये एकशे एक बक्षीस देतोय."

पांडू अगदी शांतपणे त्यांना म्हणाला,

"खोत, वाड्याम्होरं नाच होणार न्हाय."

"का?" दादाखोतांना आश्चर्याचा धक्का बसला.

"पालखीला उशीर होत्योय म्हनून— सोळा आणे गावानं तसं ठरीवलंय बगा. गावचा हुकूम आमी मोडणार न्हाय." पांडू बेफिकीरीने म्हणाला.

"पांडू, तू हे कुणाला सांगतोस? या गावच्या खोताला तू हे सांगतोस? शिमग्यात देवीची पालखी खोताच्याच अंगणात दर वर्षी नाचते, हे तुला मी सांगायला हवं का? ते काही जमणार नाही. माझ्या अंगणात पालखी नाचायला पाहिजे. हवं तर मी बक्षिसाची रक्कम आणखी वाढवीन."

"खोतानू, पैशाचा सवाल न्हाय."

"मग?" दादाखोतांचा पारा आता चढला होता.

"—गावचा प्रश्न हाय."

"मी या गावचा खोत आहे; माझा हुकूम आहे!"

"---"

प्रसंग अगदी बाका निर्माण झाला होता. दादाखोत प्रक्षुब्ध झाले होते.

पालखीचे भोई आणि गावकरी खाली माना घालून अगतिकपणे उभे होते. खोतांच्या वाड्यासमोर पालखी नाचवावी, तर सोळा आणे गावाला त्याचा जाब द्यावा लागला असता; न नाचवावी, तर खोतांच्या रोषाला बळी पडावं लागत होतं. 'इकडे आड नि तिकडे विहीर' अशी त्यांची गत झाली होती.

दादाखोतांच्या रागाचा पारा आणखी थोडा चढला. आवाज चढवून ते म्हणाले,

"रांडच्यांनो, तुम्ही तुमची तोंडं शिवून घेतलीत का? गावचा खोत सांगूनही तुम्ही ऐकत नाही? याचे परिणाम वाईट होतील, एवढं लक्षात ठेवा. या गावात तुम्हाला आम्ही आणलंय. आमच्या अन्नावर तुमचे वाडवडील जगले. ज्याचं तुम्ही खाल्लंन् त्याच्यावर तुम्ही उलटलात? आमचा मान ठेवायचा सोडून गावाची भीती आम्हाला दाखविताय? अरे, असे कसे तुम्ही बेईमान झालात रे? खाल्लेल्या अन्नाचीसुद्धा तुम्हाला जाणीव राहिली नाही! अरे, सिंह जरी म्हातारा झाला तरी तो जंगलचा राजाच म्हणून ओळखला जातो की रे! एकजात स्साले सगळेच डरपोकऽ"

अनुराधा मनातून घाबरल्या होत्या. शलाकासुद्धा भांबावली होती. दादाखोतांना त्यांनी एवढं प्रक्षुब्ध झालेलं कधी पाहिलं नव्हतं. अनुराधा त्यांची समजूत घालीत म्हणाल्या,

"अहो, तुम्ही एवढं मनाला लावून घेऊ नका. आपल्या अंगणात झोलाईदेवीची पालखी नाचली नाही, म्हणून काहीही बिघडत नाही. गावाने ठरविलं आहे; यांना बोलून त्याचा काय उपयोग?"

"अनुराधा, तुला यातलं काय ठाऊक नाही. खोताची कशी फजिती करायची, हे या लोकांना बरोबर माहीत असतं बघ."

"तुम्ही घरात चला— आपण यावर निवांत बोलू."

"अनुराधा, वरातीमागून घोडं नाचवून काय उपयोग?"

दादाखोत रागाने थरथर कापत उभे होते. अनुराधा आणि शलाका त्यांच्यासमोर असहायपणे उभ्या होत्या. 'झोलाईदेवीच्या नावानंऽ चांगभलंऽऽ केदाराच्या नावानं चांगभलंऽऽ' म्हणत भोयांनी खांदा देऊन पालखी उचलली. पुन्हा ढोल-ताशांच्या गजरात माणसांचा जथा वाड्याच्या बाहेर पडून रस्त्याला लागला.

अनुराधा आणि शलाकाने दादाखोतांच्या हाताला धरून त्यांना आत आणलं. अंगणातील रांगोळी विस्कटून गेली होती. जास्वंदीची फुलंसुद्धा आता कोमेजून गेली होती. ढोल-ताशांचा ऐकू येणारा आवाज कमी-कमी होत गेला. आता तर तो ऐकू येण्याचासुद्धा थांबला होता. गावापुढे अपमान झाल्याने दादाखोतांच्या ते खूप जिव्हारी लागलं.

आत आल्यावर त्यांनी रागाने अंगातील मलमलीचा सदरा काढून पलंगावर

फेकून दिला. कानांत घातलेले अत्तराचे बोळे काढले नि कपाळाला लावलेला गोपीचंदनाचा टिळा तळहाताने पुसून टाकला. मनातील आग शांत करण्यासाठी त्यांनी ताजं वर्तमानपत्र डोळ्यांसमोर धरलं, परंतु त्यातसुद्धा त्यांचं लक्ष लागेना; तेव्हा त्यांनी त्या वर्तमानपत्राचा चोळामोळा करून कोनाड्यात फेकून दिला.

काळीज थंड करण्यासाठी ते तांब्यातील पाणी घटाघटा प्यायले नि पंखा जोराने सुरू करून त्याखाली वारा घेत बसून राहिले. दादाखोत तोंडातल्या तोंडात रामदासस्वामींचा श्लोक पुटपुटू लागले...

"नको रे मना क्रोध हा खेदकारी
नको रे मना काम नाना विकारी
नको रे मना लोभ अंगीकारू
नको रे मना मत्सरु दंभ भारू..."

तापलेल्या लोखंडावर पाणी पडून ते बर्फागत थंड व्हावं, तसे दादाखोत आता शांत झाले होते. पितळेचा अडकित्ता हातात धरून त्यांनी ओली सुपारी कातरली नि तळहातावर जमलेली सुपारी तोंडात टाकली. ओल्या सुपारीची लज्जतदार चव त्यांच्या तोंडात मस्तपैकी रंगू लागली. आता त्यांचा मघाचा राग पाऱ्याप्रमाणे उडून गेला होता.

संध्याकाळ झाली होती. दादाखोत वामकुक्षी घेऊन उठले. मोरीत गेले नि तोंड धुऊन पुन्हा ते पलंगावर येऊन पुस्तक वाचत बसले. मघाचा प्रसंग ते विसरले होते. दादाखोत वाचनात मग्न असताना लक्ष्मी कामवाली हातात चहाचा फुला-फुलांचा रंगीत ट्रे घेऊन सावकाश पावलं टाकीत त्यांच्याजवळ आली. पावलांच्या आवाजाबरोबर तिच्या हातातील हिरव्या बांगड्याचा 'किण किण' असा नादमधुर आवाजसुद्धा ऐकू येत होता. चहाच्या कपातून गरम-गरम वाफा निघून त्या वलयांकित होऊन वर-वर जात होत्या.

लक्ष्मी खालच्या आवाजात त्यांना म्हणाली,

"खोतानू, च्या आनलाय."

"अनुराधा कुठे गेली?"

"त्या साकर टाकून गुलकंद करत्यात. त्यास्नी मी मंगाशी गुलकंद करायला गुलाबाची फुलं तोडून आनूनशान दिलीत. शलाकाताई त्याच्या पाकळ्या काडाया लागल्यात."

"अस्सं... अस्सं!" दादाखोतांनी चहाचा कप तोंडाला लावला.

चहाचा पहिला घुटका घेत दादाखोतांनी तिला विचारलं,

"लक्ष्मी, तुझ्या नवऱ्याचा काही निरोप, पत्र आलं की नाही? चाकरमाने शिमगा आणि गणपतीशिवाय घराची आठवण काढत नाहीत बघ."

"म्या त्यास्नी तीन-चार पत्तुर धाडली व्हती बगा, पर त्यातलं यकाचं बी उत्तर आलं न्हाय. आमी जगलू की मेलू, याची बी त्यांनी कंधी कुणाकडनं चवकशी केलंन् न्हाय. लोकांच्या हाता-पाया पडून डाळं करून पाच मणाची भातशेती केली हुती; तवा शंकर दिवाळ्याने मला स्पष्ट सांगितलंन्– म्होरल्या वर्सी तुझं नि माझं डाळं काय जमायचं न्हाय म्हनून. मी येकटी. माज्याकं नांगराचा बैल न्हाय. तवा लोकांच्या हाता-पाया मला पडाव्या लागतात. माज्या पदरात माजी नकायेवडाली दोन पोरं हाईत."

"लक्ष्मी, तू भोळी आहेस. त्यानं तिकडे एखादी बाई ठेवली, तर ते तुला कसं कळणार? मुंबईत बायकांना काय तोटा?"

"त्यांनी तिकडं बाई ठेवलीन् तरी माजं काय बी म्हन्नं न्हाय. मी बाईमाणूस; बाप्याला कशी रोखू?"

"अशानं त्याला मोकळं रान मिळेल."

"माज्या डोळ्याआड त्यांनी रामाचं राज्य करू दी— मी काय तिकडं बगायला जाणार न्हाय."

"लक्ष्मी, तू मोठी समजूतदार आहेस बघ. तुझ्या नवऱ्याने नशीब काढलं!"

"त्ये वं कसं?" तोंडाचा चंबू करून लक्ष्मीने विचारलं.

"तुझ्यासारखी त्याला समजूतदार बायको मिळाली ना!" दादाखोत तिच्याकडे चहाचा रिकामा कप देत म्हणाले.

ट्रेमध्ये चहाचा रिकामा कप घेऊन लक्ष्मी स्वयंपाकखोलीच्या दिशेने निघून गेली. शलाका आणि अनुराधा स्वयंपाकाच्या खोलीत साखर अन् गुलाबाच्या फुलांच्या पाकळ्या यांचं एकत्र मिश्रण तयार करून गुलकंद तयार करीत होत्या. दादाखोत पलंगावरून उठले नि पाठीमागे हात घेऊन ते शतपावली घालू लागले.

एखादी मन उदास करणारी घटना कधी-कधी विसरू म्हणता विसरता येत नाही. जहरी नागाच्या शेपटीवर पाय पडल्यावर तो नाग जसा त्वेषाने 'फुस्स' करीत फणा काढून त्याच्या शेपटीवर उभा राहतो, तसं त्यांच्या मनात एक सारखा विचार येत होता. दुपारची ती घटना त्यांना आठवत होती. दादाखोत कष्टी होते. तो अपमान त्यांच्या जिव्हारी लागला होता. पालखीचं दर्शन घेण्यासाठी अवधूतला सांगूनसुद्धा तो गावी आला नव्हता. तो त्याच्या सासऱ्याच्या नि बायकोच्या मताने वागतो— बापाचा द्वेष करतो, असं दादाखोतांना मनातून वाटत होतं. दादाखोत शतपावली घालायचे

थांबले. ते सुपारी चघळीत खुर्चीत शांत बसले.

थोड्या वेळाने शलाका दिवाणखान्यात तिचं काम संपवून सावकाश पावलं टाकीत आली. आवंढा गिळून ती दादाखोतांना म्हणाली, “बाबा, तुम्ही इथे एकटेच बसलात?”

“होय.”

“मला वाटलं, तुम्ही कुणाशी तरी बोलत बसले असणार. म्हणून मी जरा आईला गुलकंद तयार करण्यासाठी मदत करीत होते.”

“शलाका, बरं केलंस. ती एकटी किती करणार? ती फार काम करत्ये बुवा.”

“बाबा, आई कामाचा कधीच कंटाळा करीत नाही. घरात कितीही पाहुणे आले, तरी ती स्वत: पोळ्या लाटायला बसणार.”

“शलाका, बरी आठवण झाली बघ—”

“कसली?”

“भागवतसर कधी आपल्याकडे जेवायला येणार आहेत? तू माझा निरोप त्यांना सांगितलास का?”

“बाबा, मी तुमचा निरोप त्यांना सांगितलाय. आता शाळेला सुट्या पडल्यात— होळीच्या सणाच्या. त्यामुळे ते त्यांच्या गावी गेलेत. गावाहून परत आल्यावर ते आपल्याकडे जेवायला येणार आहेत.”

“बरं केलंस.”

“बाबा, तुम्हाला एक सांगू काय?”

“सांग ना—”

“देसाईसरांचं आता त्यांच्याशिवाय पान हलत नाही. देसाईसरांचा आता त्यांच्यावर विश्वास बसलाय.”

“कोणतेही काम जीव ओतून केलं की, त्याची दखल घेतली जाते नि त्याचं फळसुद्धा चांगलं मिळतं. भागवतसर त्याला अपवाद नाहीत.”

दादाखोतांनी भागवतसरांची मनापासून स्तुती केल्यामुळे शलाकाला खूप बरं वाटलं. तिलासुद्धा सर आता मनापासून आवडू लागले होते. शाळेत तास नसेल, तेव्हा ती त्यांच्याशी बोलत बसत असे. तिच्या गालावरची पडलेली खळी पाहून भागवतसर वेडावून जात.

❑❑❑

३२.

दिवाणखान्यात दादाखोत त्यांची दुनळी जुनी बंदूक साफ करीत एकटेच बसले होते. ती बंदूक त्यांच्या वडिलांची— म्हणजेच गंगाधर खोतांची होती. दादाखोतांनी त्या बंदुकीला वेळच्या वेळी तेल-पाणी देऊन सुस्थितीत जतन करून ठेवली होती. त्यांची जगबुडी खाडीच्या किनारी खलाटीची शेती होती. रब्बीच्या हंगामात ते त्यात तूर, पावटा, वाल इ. पिके घेत. जंगलातील रानडुकरे रात्रीची शेतात येऊन ती फस्त करून जात असत. घेतलेली मेहनत वाया जायची. दादाखोत गड्याला सोबत घेऊन एखाद्या दिवशी रात्रीच्या वेळी शेतात वस्तीला जात नि काडतुसाच्या बंदुकीने डुक्कर मारीत. मारलेलं डुक्कर कुळवाड्यांना त्याचं मटण खाण्यासाठी देत. डुक्कर एकटं-दुकटं कधी शेतात येत नसे; त्यांचे कळप असत. एका रात्री ते शेतच्या शेत फस्त करून जात. शेताची दशा पाहून शेतकरी डोक्याला हात लावून बसत. काल संध्याकाळी खलाटीच्या शेतात गणपत जाऊन आला, तेव्हा तो दादाखोतांना म्हणाला, "दादा, डुकरं लई पिसाळलीत. त्यांचा बंदुबस्त कराया होवा." तेव्हा दादाखोतांना बंदुकीची आठवण झाली होती. आज रात्री बंदूक घेऊन शेतात वस्तीला जाण्याचा बेत त्यांनी केला होता. दादाखोत कापसाच्या बोळ्याने बंदुकीच्या सांध्यांत तेल सोडत होते.

दादाखोत त्यांच्या कामात मग्न असताना त्यांच्या कानावर "जय जय रघुवीर समर्थ" असा आवाज पडला. हातातील काम थांबवून दादाखोतांनी त्यांची मान दरवाजाच्या दिशेने वळविली. दरवाजाच्या चौकटीजवळ केस-दाढी पिकलेला नि अंगात भगवी वस्त्रं घातलेला एक बैरागी उभा होता. त्याच्या गळ्यात रुद्राक्षांच्या माळा होत्या. कपाळावर नि हाताच्या दंडांवर भस्माचे पट्टे होते. त्याचा गौरवर्णीय चेहरा उन्हाने रापला गेला होता नि त्याचे खोल गेलेले डोळे दादाखोतांवर खिळले होते. जणू तो त्यांना पूर्वीपासूनच ओळखत होता! शुष्क ओठांवर ओलसर जीभ

फिरवून पुन्हा एकदा त्या बैराग्याने "जय जय रघुवीर समर्थऽऽ" तशी हाळी दिली. त्या आवाजात दुःख, यातना ठासून भरली होती. जणू ती तो दादाखोतांसमोर ओतत होता. दादाखोतांनी त्याला आपादमस्तक न्याहाळीत आवाज मोठा करून विचारलं,

"कोण तुम्ही?"

त्या साधू-बैराग्याची नजर दादाखोतांच्या चेहऱ्यावर खिळली होती. त्याची ती रोखलेली नजर पाहून क्षणभर दादाखोतसुद्धा संभ्रमात पडले. किती तरी दिवसांनी भेटल्याप्रमाणे हा साधू आपल्याकडे असं नजर रोखून का पाहत आहे? त्याच्या मनात काही स्वार्थ तर नसेल ना?... असे एक ना अनेक प्रश्न दादाखोतांच्या मनात आले होते, परंतु त्यांनी चेहऱ्यावर तसं काही दाखविलं नाही. दादाखोतांचा आवाज कानावर पडताच त्या साधूचे डोळे भरून आले. त्याचे ओठ थरथर कापू लागले. दवानं अख्खं झाड चिंब भिजावं तसा तो साधू दुःखाने गदगदत होता. थोड्या वेळाने त्याला कंठ फुटला.

"दादा... तू मला ओळखलं नाहीस?"

"नाही. कोण तू?"

"दादा... मी तुझा पाठचा भाऊ चंदू! लहानपणी मी घरातून पळून गेलो होतो... आज किती तरी वर्षांनी आपण पुन्हा भेटतोय!"

साधूच्या तोंडातून बाहेर पडलेले शब्द ऐकून दादाखोत पाण्यात पडलेल्या ढेकळाप्रमाणे विरघळून गेले. त्यांना त्या आवाजाची आता ओळख पटली होती. चेहरा बदलला असला, तरी त्यांनी चंदूचा आवाज ओळखला होता. त्यांचे दोन्ही डोळे आनंदाने भरून आले. बसल्या जागेवरून दादाखोत झट्‌कन उठले नि "माझा चंदूऽ माझा चंदूऽऽ" म्हणत त्यांनी आवेगाने त्यांना घट्ट आलिंगन दिलं. किती तरी वेळ दोघांनी एकमेकाला बाहूंत जखडून ठेवलं होतं. जणू ते दोघे शरीराने एक झाले होते! थोड्या वेळाने दोघेही एकमेकांपासून अलग झाले. पाठचा भाऊ भेटल्यामुळे दादाखोत खूप आनंदित झाले होते. डोळ्यांतून ओघळणारे आनंदाचे अश्रू तळहाताने पुसत दादाखोत सद्‌गदित होऊन म्हणाले,

"चंदू... किती वर्षांनी आपण दोघे भेटतोय!"

"त्याला फार वर्षं झाली... तू मला विसरूनसुद्धा गेला असशील!"

"नाही रे चंदू... मी तुला कसं विसरणार? अरे, तू माझा पाठचा भाऊ आहेस!" दादाखोत त्याच्या नजरेत नजर गुंतवत म्हणाले.

"दादा, तू मला विसरणार नाहीस, याची मला पूर्ण खात्री होती."

"एवढ्या वर्षांनी तुला तुझ्या दादाची आठवण झाली का रे? तुझी आठवण

यायची, तेव्हा माझ्या हृदयाला आग लागायची की रे! सांग— ते दु:ख मी कसं सहन केलं असेल? माझ्या मनातील दु:ख मी कुणाला सांगणार? आई-बाबा होते, तेव्हा वेगळी गोष्ट होती. आईच्या कुशीत शिरून निदान तेव्हा मला डोळे गाळून दु:ख तरी हलकं करता येत होतं. त्यांच्या पश्चात सुख, मानमरातब भोगला; परंतु कधी तुझी आठवण झाली की, याचा वाटेकरी मी एकटाच नाहीये, असं सारखं वाटायचं.''

''दादा, मी घरातून पळून गेल्यावर तुम्हाला ज्या यातना भोगाव्या लागल्या असतील... त्या मी समजू शकतो. आपली पुन्हा तोंडभेट होईल, असं मला कधी वाटलंच नव्हतं.''

''चंद्रू... मला काही कळलं नाही...?''

''सांगतो—'' ताजा श्वास छातीत भरून घेत चंद्रशेखर पुढे बोलू लागले. ''दादा, आई-बाबा माझ्या स्वप्नात येऊन म्हणाले की— बाळ चंदू, तू गावी जाऊन तुझ्या दादाची भेट घेऊन ये. ही एकच इच्छा तू आमची पूर्ण कर. तुला भेटण्यासाठी मी त्यांना स्वप्नात वचन दिलं. तुला भेटण्यासाठी मी त्यांना पाच-सहा महिन्यांपूर्वी तसं वचन दिलं होतं, परंतु इकडे येण्याचा योग जुळून येत नव्हता. आज जाऊ, उद्या जाऊ असं करता-करता शेवटी एकदाचा तो योग जुळून आला. गाडी-घोडा आम्हाला वर्ज्य असल्याने मजल-दरमजल करीत पायी चालत आलोय.''

दादाखोतांचं लक्ष त्यांच्या पायांकडे गेले. दोन्ही पाय धुळीने माखले होते नि त्यांवर थोडी सूज आली होती. धुळीचे भरलेले नि सुजलेले पाय पाहून दादाखोत दु:खी झाले. ते घाई करीत त्याला म्हणाले,

''चंद्रू, नंतर आपण निवांत बोलत बसू— आधी तुला मी तुझ्या वहिनीची ओळख करून देतो. चल तू माझ्याबरोबर—''

चंद्रशेखरच्या हाताला धरून दादाखोत त्याला स्वयंपाकखोलीत घेऊन आले. अनुराधा गॅस पेटवून पोळ्या लाटत होत्या. पावलांचा आवाज ऐकून त्यांनी मागे वळून पाहिलं. त्यांच्या मागे दादाखोत नि चंद्रशेखर उभे होते. अंगावर भगवी वस्त्र घातलेल्या नि जटाधारी साधूमहाराजांना स्वयंपाकखोलीत पाहून अनुराधा क्षणभर गोंधळून गेल्या. हा काय प्रकार आहे, म्हणून त्या दादाखोतांकडे भांबावून पाहू लागल्या. अनुराधाला अधिक वेळ अंधारात न ठेवता दादाखोत म्हणाले,

''अनुराधा, तू यांना ओळखलंस काय?''

''नाही हो— कोण आहेत ते?''

''अगं, हे या वाड्याचे अर्धे मालक आहेत! आपल्या लग्नाला हे हजर नव्हते, म्हणून तू त्यांना ओळखलं नाहीस.''

अनुराधा क्षणभर मनात विचार करू लागल्या. त्यांना त्याचा उलगडा झाला नाही. त्यांची पुढे आणखी परीक्षा न घेता दादाखोत म्हणाले,

"अनुराधा, हा चंद्रशेखर— माझा धाकटा भाऊ. लहानपणी आम्ही तालुक्याला शिकायला होतो, तेव्हा हा पळून गेला होता... तो आज किती तरी वर्षांनी वाड्यात परत आलाय!"

अनुराधा झट्कन पुढे झाल्या. डोक्यावर पदर घेऊन त्या चंद्रशेखरच्या पायांना हात लावीत "नमस्कार करत्ये हं—" म्हणाल्या.

"अनुराधा, तो पायी प्रवास करून खूप दमलाय. त्याची आधी अंघोळीची व्यवस्था कर. त्याला पोटभर जेवायला वाढ. नंतर आपण त्याच्याशी निवांत बोलत बसू."

चंद्रशेखर अंघोळीला निघून गेल्यावर दादाखोत बैठकीच्या खोलीत येऊन आरामखुर्चीत बसले. पितळेच्या नक्षीदार अडकित्त्याने त्यांनी ओली सुपारी कातरून तोंडात टाकली. ओल्या सुपारीची चव त्यांच्या तोंडभर रेंगाळू लागली. हातातील अडकित्ता आणि कातरलेली अर्धी सुपारी मेजावर ठेवून दादाखोत विचार करू लागले...

चंदूने काय दशा करून घेतली, आपल्या जिवाची! जन्माला येऊन त्याने काय कमावले? प्रपंच करून त्याला ईश्वरभक्ती करता आली असती. आपण नाही का केली? त्याच्यासारखं मी ईश्वराचं चिंतन करण्यासाठी घरातून पळून गेलो असतो, तर या वाड्याची तर लोकांनी माती केली असती. या गावात एक इंचभरसुद्धा जमीन आपल्या मालकीची राहिली नसती. शेकडो एकर जमीन कुळांनी घशात घातली असती. पण चंदूसारखे भिकेचे डोहाळे आपल्याला लागले नव्हते, म्हणून ईश्वरकृपेने जमिनी वाचल्या. गंगाधर खोतांचा वारस अजून या गावात आब राखून आहे. अजूनही या वाड्याकडे वाकड्या नजरेनं पाहण्याची कुणाची हिंमत होत नाही.

आज इतक्या वर्षांनी चंदू गावात आलाय, तर त्याने नक्की काही तरी विचार केला असावा. त्याने जर त्याची जमिनीची निम्मी वाटणी मागितली, तर ती त्याला देण्यावाचून गत्यंतर नाही. तो लहानपणी घर सोडून पळून गेला, म्हणून त्याचा हक्क डावलला जात नाही. परंतु, साधू-बैराग्याला जमिनीचा काय उपयोग? तो जमीन मागणार नाही. आपण उगाच तसा विचार का करावा? आता लगेच त्याला विचारणंसुद्धा योग्य होणार नाही. तो मनातून दुःखी होईल, दुखावला जाईल. एवढी वर्षे घर सोडून त्याने कमी का दुःख भोगलं असेल? किती झालं तरी तो आपल्या

रक्ताचा पाठचा भाऊ आहे. इथून पुढे आपण त्याच्या दु:खात वाटेकरी होऊ, म्हणजे आई-बाबांच्या आत्म्याला तरी शांती मिळेल...

दादाखोत अर्धोन्मीलित डोळ्यांनी विचार करीत होते. इतक्यात शलाका त्यांच्याजवळ येऊन त्यांना "बाबाऽऽ बाबाऽऽ" म्हणून खालच्या आवाजात साद घालू लागली. झोपेतून जागं व्हावं तसे तिच्या आवाजाने दादाखोतांनी अर्धवट मिटलेले डोळे दचकून उघडले. तिच्याकडे भांबावलेल्या नजरेने पाहत त्यांनी तिला विचारलं,

"काय झालं?"

"बाबा, काहीही झालं नाही. मी तुम्हाला तीन-चार हाका मारल्या. इतका कसला विचार तुम्ही करीत होतात?"

"तुला काय ठाऊक नाही?"

"मला काहीही ठाऊक नाहीये. मी आत्ताच शाळेतून येत्येय."

"अगं, या वाड्याचा मालक आलाय!"

दादाखोतांचं बोलणं ऐकून शलाकाच्या मनात गोंधळ निर्माण झाला. तिला काहीच समजलं नाही. एखाद्या वेड्यागत ती त्यांच्याकडे भांबावलेल्या नजरेनं पाहू लागली. आज आपले बाबा असे का बोलतात? एक ना अनेक प्रश्न तिच्या मनात निर्माण झाले होते. ती त्यांच्या आणखी थोडं जवळ जात म्हणाली,

"बाबा, तुम्ही काय बोलताय, हे मला समजलं नाही? तुम्ही मला ते नीट सांगा पाहू—"

दादाखोत गालांत हसले नि पुढे थोडं झुकून ते तिला म्हणाले,

"शलाका, तुला ठाऊक असेलच की, मला एक पाठचा भाऊ आहे नि तो लहानपणी घर सोडून पळून गेला आहे— म्हणून?"

"बरं, मग?" शलाका उत्सुकतेने म्हणाली.

"अगं, तोच चंदू आता परत आलाय!"

"बाबा, ते कसं शक्य आहे? काकांना परागंदा होऊन बरीच वर्षे होऊन गेलीत. इतक्या दिवसांत त्यांची काहीच खबरबात नव्हती नि आज असं अचानक... त्यांचं नाव घेऊन कुणी तोतया तरी वाड्यात आला नसेल ना? मला त्याची शंका येत्ये."

तिचं बोलणं ऐकून दादाखोत खो-खो हसत तिला म्हणाले,

"वेडे, मी त्याला ओळखू शकणार नाही का? त्याचा तो आवाज अजूनही माझ्या मनात रुंजी घालत्योय. त्याचा चेहरा उन्हाने नि वयपरत्वे बदलला असला, तरी मी तो ओळखू शकतो. माणूस सर्व काही विसरून जाईल, परंतु तो

आपल्या रक्ताची ओळख कदापि विसरू शकत नाही. तू आधी तुझ्या मनातील शंका काढून टाक पाहू—''

''बरं बाबा, मी चुकले. मी तुमच्यासमोर तशी शंका घ्यायला नको होती.''

''तो गेलेल्याला आता बरीच वर्षे झाली, म्हणून तुझ्या मनात आलेली शंका रास्तच होती.''

''बाबा, कोठे आहेत माझे काका? मी त्यांना कधी एकदा पाहत्येय, असं मला झालंय!''

''तो अंघोळीला गेलाय. त्याचं जेवण झाल्यावर आपण बोलत बसू.''

''मी माझ्या खोलीत जात्ये.''

''बरं.''

तिची पाठ वळताच दादाखोत मनात म्हणाले, 'वेडी पोर! नको ती शंका मनात आणत्ये.' खोल निःश्वास सोडून ते आढ्याकडे मूकपणे पाहू लागले. त्यांची नजर त्या नक्षीदार काचेच्या झुंबरावर खिळली. जणू त्यांनी ते कधीही पाहिलं नव्हतं! वातावरणात उकाडा वाढला होता. पंखा गरगर फिरत होता, तरी जिवाची उलघाल होत होती. दादाखोतांच्या जवळ येत त्यांना खालच्या आवाजात गणपत म्हणाला,

''दादा, तुमास्नी काय हवं का, म्हनून वैनी इचारतात.''

''गणपत, मला काही नको रे. माझा चंदू आज पुन्हा या वाड्यात आल्यामुळे माझं पोट भरलंय बघ. त्याची अंघोळ झाली का?''

''दादा, ते अंगुळीला बावीवं गेलेत.''

''का?''

''बाईमान्सांम्होरं अंगुळी करायला त्यास्नी शरम वाटत्ये.''

''अरे, ते कुणी परके नाहीत— या वाड्याचा मालक आहे तो!''

''मी म्वॉप त्यास्नी सांगितलं...''

''बरं... बरं...'' दादाखोत हसत-हसत म्हणाले.

दादाखोत क्षणभर बोलायचे थांबले. गणपत त्यांच्या चेहऱ्यावरील भाव नजरेनं टिपत त्यांच्यासमोर उभा राहिला होता. नंतर त्याने त्यांना विचारलं,

''दादा, आज रात्री डुकराच्या शिकारीला तुरीच्या शेतात जायचं ना? म्हंजी... मला तशी तयारी करायला.''

''रांडच्या, आज माझा चंदू किती दिवसांनी वाड्यात आलाय! त्याला सोडून

आपण डुकराच्या शिकारीला जायचं?''

"मंग कंधी?''

"आताच मी त्याचं काहीही सांगू शकत नाही.''

"मंग मी माझ्या कामाला जातू. गोठ्यात मना गुरांस्नी पानी दावायचं हाय. भाताची कोठारं स्वच्छ झाडायची हाईत. म्वॉप कामं हाईत.''

"तू जा, तुझं काम कर. चंदूची अंघोळ झाली की, मला सांगायला ये.''

"व्हय जी.''

रात्रीची जेवणं झाली होती. भिंतीवरील घड्याळात नऊ वाजून तीस मिनिटे झाली होती. ट्युबलाईटच्या दुधेरी प्रकाशाने बैठकीची खोली उजळून निघाली होती. बाहेर गडद रात्र अणू-रेणूंत पाझरत होती. मंद वारा वाहत असल्याने दिवसभर होणारी जिवाची काहिली थोडी कमी झाली होती. आकाशात दूरवर इवलाशा दिसणाऱ्या चांदण्या लुकलुकत होत्या. सुपात दाणे दिसावेत तशा त्या दिसत होत्या. स्वयंपाकघरात अनुराधा आवराआवर करीत होत्या. चंदूकाकांबरोबर मनसोक्त गप्पा मारून शलाका तिच्या खोलीत पुस्तक वाचत बसली होती. तिच्या अंगावर राखाडी रंगाचा गाऊन होता. दादाखोत त्यांच्या आरामखुर्चीत ओली सुपारी चघळत बसले होते. त्यांच्यासमोर चंद्रशेखर बसले होते. दोघेही एकमेकांकडे पाहत विचार करीत होते. आज किती तरी वर्षांनी ते दोघे दिवाणखान्यात असे निवांत आमने-सामने बसले होते.

याच दिवाणखान्यात नाना हातात छडी घेऊन त्यांना अभ्यास करायला बसवीत. एकदा चंद्रशेखरला नानांनी दिलेलं गणित सोडविता आलं नाही, तेव्हा नानांनी त्याला झुंबराखाली पायांचे अंगठे धरायला लावले होते नि तो हलू नये म्हणून त्यांनी त्याच्या पाठीवर फूटपट्टी ठेवली होती. त्याचं ते ध्यान पाहून दादाखोत दगडी पाटीच्या आड तोंड लपवीत खीऽखीऽऽ करून हसत सुटले होते. तेव्हा चंद्रशेखरला त्यांचा भारी राग आलेला. त्या दिवसापासूनच त्याचं शिक्षणावरचं मन उडालं ते कायमचंच.

चंद्रशेखरना त्या घटनेची आठवण झाली होती. त्यामुळे त्यांच्या डोळ्यांत टच्कन पाणी आलं. दादाखोतांच्या नजरेतून ते सुटलं नाही. दादाखोत खालच्या आवाजात त्यांना म्हणाले,

"चंदू, रात्री डोळ्यांतून पाणी काढणं बरं नाही...''

"दादा, मला बाबांची आठवण झाली रे! मी तरी काय करू?''

"आता डोळ्यांतून पाणी काढायला आपण लहान का आहोत? आता आपण दोघे म्हातारे झालो आहोत. दुःख मनात लपवून ठेवायचं असतं अन् सुख तोंडावर दाखवायचं असतं. मी तुझ्यापेक्षा वडील असलो, तरी माझ्यापेक्षा तुला दुःख सहन करण्याची कला चांगली अवगत आहे. जीवनाला अध्यात्माची जोड देऊन तू आयुष्यभर दुःखाचं मूळ शोधण्याचा प्रयत्न केला आहेस." दादाखोत त्याची समजूत घालत म्हणाले.

"दादा, तुझं म्हणणं खरं आहे रे... तरी मीसुद्धा एक माणूस आहे. मलासुद्धा मन आहे. तुझ्या म्हणण्याप्रमाणे मी जरी आयुष्यभर दुःखाचं मूळ शोधण्याचा प्रयत्न केला असला, तरी त्यात मी अजून तरी यशस्वी झालो नाही. मी स्वतःला पूर्णपणे जिंकू शकलो नाही. मला तुझ्यासमोर हे प्रांजळपणे कबूल करावंच लागेल." चंद्रशेखर त्यांच्या डोळ्यांत पाहत म्हणाले.

थोडा वेळ कुणी कुणाशी बोललं नाही. दिवाणखान्यात शांतता नांदत होती. भिंतीवरील पाल अशुभ चीत्कारत होती नि बाहेर गडद अंधारात रातकिडे भेसूर गात होते. शांततेचा भंग करीत दादाखोत घसा खाकरून म्हणाले,

"चंदू, तू घर सोडून गेल्यावर आईने अन्न-पाणी सोडलं होतं. आम्ही सगळे थोड्या दिवसांनी सावरलो, परंतु तिला त्या धक्क्यातून सावरायला बराच अवधी लागला होता. तिने तुझा एकसारखा धोशा लावला होता."

"दादा, माझ्यामुळे तिने फार सहन केलं. मी करंटा आहे... मी तिला कसलंही सुख देऊ शकलो नाही. उलट, माझ्यामुळे तिला खूप दुःख सहन करावं लागलं. मी चुकलो तर बाबा मला रागवायचे. कधी-कधी ते माझ्यावर हातसुद्धा टाकीत. परंतु, आईने माझ्यावर कधीही हात उगारला नाही; उलट तिने माझे अपराध पोटात घातले. आपण जगबुडी खाडीत बाबांच्या नकळत पोहायला जायचो. तेव्हा आईला आपण 'बाबांना सांगू नकोस' म्हणून बजावायचो. आईने आपली वर्दी बाबांकडे कधीही दिली नाही. आपले अपराध पोटात घालून तिने आपल्यावर मायेची सावली धरली."

"चंदू, तू घर सोडून गेल्यावर गावोगाव खूप फिरला असशील... तुला अनेक संकटांचा सामना करावा लागला असेल; त्या तुझ्या आठवणी मला तू सांग."

"दादा, तुला माझी जीवनकहाणी ऐकायचीय?"

"होय."

घर सोडल्यानंतर आपण किती दुःख सहन केलं, किती अडचणींना तोंड दिलं... हे सारं दादाखोतांना सांगण्याची चंद्रशेखरलाही इच्छा होती. ती इच्छा आता

दादाखोतांच्या तोंडातून बाहेर पडली होती, त्यामुळे त्यांना थोडं बरं वाटलं. चंद्रशेखरने दीर्घ नि:श्वास सोडून गूढ-गंभीर वातावरणात बोलायला सुरुवात केली...

♦

...दादा, मी शिकून तालुक्याचा मामलेदार व्हावा, अशी बाबांची इच्छा होती. परंतु माझं मन पुस्तकी शिक्षणातून उडालं होतं; माझी ओढ आध्यात्मिक क्षेत्राकडे होती. हे विधिलिखित असावं, असं आता मला वाटतंय. घरातून जायच्या आधी तीन-चार दिवस मी अस्वस्थ होतो. तू मला त्याबद्दल दोन-तीन वेळा विचारलंस. मी तुला माझं पोट दुखतंय म्हणून खोटं-खोटं सांगितलं, कारण तुला माझा संशय येऊ नये म्हणून. मी तुला पळून जाणार आहे म्हणून नुसतं सांगितलं असतं, तरी तू मला जाऊ दिलं नसतंस याची मला खात्री होती. म्हणून मी तुला त्याचा थांगपत्ता लागू दिला नाही. तुम्ही मला सर्वत्र शोधत होतात, पण मी तुम्हाला सापडलो नाही. मी तुम्हाला कसा सापडणार? तुम्ही मला आपल्या पाहुण्या-रावळ्यांच्या गावी शोधत होतात. मी घरातून बाहेर पडलो, तो थेट बंदरावर जाऊन पोचलो. कुठे जायचंय, हे मला त्या वेळी काहीही ठाऊक नव्हतं. फक्त दूर निघून जायचंय, एवढं ठाऊक होतं. तुला नि मला खाऊसाठी बाबा पैसे देत. ते मी तुझ्या नकळत साठवून ठेवले होते. लाँचमध्ये बसलो नि एक आण्याचं तिकीट फाडून अंजनवेल बंदरावर उतरलो. तिथे पाहिलं, तर मच्छीमारी होड्या समुद्राच्या पाण्यावर तरंगत होत्या. शेकड्यांनी होड्या होत्या. बंदरावर उतरल्यावर मी भांबावून गेलो होतो. काळारोम चेहऱ्याचे कमरेला रंगीबेरंगी लुंगी लावलेले भोई धांदलीने इकडे-तिकडे जात होते. काही जण एका झोपडीवजा हॉटेलात चहा-भजी खात गप्पा मारीत होते. मी त्या हॉटेलाजवळ भांबावून बराच वेळ उभा राहिल्यावर त्या ढेरपोट्या हॉटेलमालकाला माझी शंका आली. माझी चौकशी करीत त्याने मला विचारलं,

"एऽऽ तुझं नाव काय?"

"चंद्रशेखर." मी खरंच सांगितलं.

"कोठून आलास?"

"केळशी." मी खोटं सांगितलं.

"आता तुला कुठं जायचंय?"

"राजापूर." मी ठोकून दिलं.

"का?"

खोटं बोललं की पुढे अनेक प्रश्नांची त्याच्याकडून विचारणा होणार, हे मला ठाऊक होतं. त्याची तयारी मी माझ्या मनात आधीच करून ठेवली होती. त्याच्या

समाधानासाठी मी त्याला म्हणालो,

"काका, आमची घरची परिस्थिती गरिबीची आहे, म्हणून माझ्या आई-वडिलांनी मला शिकण्यासाठी माझ्या मामाकडे ठेवले होतं. तिथे माझा मामा-मामी छळ करीत. माझ्याकडून घरातली कामं करून घेत. जेवायलासुद्धा पोटभर देत नसत. मी अभ्यासाला बसलो की, त्यांना माझा राग यायचा. मला ते सहन झालं नाही, म्हणून मी माझ्या आई-वडिलांकडे निघालो आहे."

मी त्याला थाप मारली. माझ्या सुदैवाने ती थाप लागू पडली. त्याला माझी दया आली. मला जवळ घेऊन तो म्हणाला, "तुझे मामा-मामी फार वंगाळ हाईत!" त्याने मला त्याच्या हॉटेलात पोटभर खायला घातलं. पोट भरल्यावर मी त्याला भीत-भीत विचारलं,

"काका, तुम्ही मला तुमच्या हॉटेलात थोडे दिवस कामाला ठेवून घ्याल?"

"का?"

"माझ्याकडे जायला पैसे नाहीत."

"तू काय काम करणार रे पोरा? लहान जीव हाय तुझा."

"काका, मी तुम्ही सांगाल ते काम करीन. कपबशा विसळेन, पाणी आणेन, झाडू मारीन..."

"तुझ्याकडून काम करून घ्यायचं म्हंजी..." तो पुढे काहीही बोलू शकला नाही.

"काका, माझी अडचण आहे— तुम्ही नाही म्हणू नका." मी त्याला गयावया करीत म्हणालो.

"तुजी मर्जी! व्हा."

मी त्याच्या हॉटेलात जवळजवळ दीड महिना काम केलं. त्याच हॉटेलात रात्री झोपायचो. समुद्राची गाज ऐकू यायची. समुद्राच्या पाण्यात भोई रात्रभर मासेमारी करीत. किनाऱ्यावर आले की, त्यांची बोलणी कानावर पडायची. त्यांचं बोलणं ऐकायला बरं वाटायचं. त्यांच्या भाषेला गोडवा होता. उजाडलं की, होड्या-लाँच ताज्या म्हावऱ्यानं गच्च भरलेल्या पाह्यला मिळायच्या. जणू त्यात रुपेरी चांदीची रास पडली असायची! इटुकली पोरं जेव्हा होड्या घेऊन समुद्रात वल्हं मारीत जायची, तेव्हा मलासुद्धा कधी कधी सुरसुरी यायची. परंतु मी तो बेत कधीच तडीस नेऊ शकलो नाही, याचं आता मला खूप वाईट वाटतं. मी ती संधी गमावली. मी ज्या हॉटेलात काम केलं, त्या हॉटेलमालकाला सगळे नरवणकर मामा म्हणायचे. माझ्या कामावर ते खूश होते. जाताना त्यांनी मला वाटखर्चाला पैसे दिले. केळीच्या

पानात नाचणीची भाकरी बांधून देत, ते मला डोळे गाळीत म्हणाले, ‘‘पोरा, जपून जा. माजी आठवण आली की ये, कंधी तरी भेटायला.’’

नरवणकरांनी मला तेव्हा मदत केली नसती, तर मी भरकटत आणखी कोठे तरी गेलो असतो, परंतु तसं होणं नव्हतं. आपलं कुलदैवत माझ्या पाठीशी होतं. संकटाच्या वेळी मला त्याची साथ मिळत गेली, त्यामुळे मी वेळोवेळी तरलो...

चंद्रशेखरला बोलताना थोडा थकवा जाणवू लागला. मेजावर पाण्याचा तांब्या भरून ठेवला होता. भांड्यात पाणी ओतून घेऊन त्यांनी घसा ओला केला. पंचाने तोंड पुसलं. दादाखोत त्यांना म्हणाले,

‘‘चंदू, आता आपण दोघं म्हातारे झालो, म्हणून थोडा थकवा तुला जाणवत असेल. सावकाश सांग. घाई करू नकोस. रात्र आपलीच आहे. मला तुझ्याकडून सगळं ऐकायचंय.’’

‘‘दादा, तू म्हणतोस ते खरं आहे. हल्ली-हल्ली मला थकल्यासारखं वाटू लागलंय. तरुण वयात मी न थकता पस्तीस-चाळीस मैल चालायचो. आता मला पाच मैल चाललं, तर लगेच विश्रांती घ्यावी लागते.’’

‘‘तू त्या अंजनवेल गावातून निघालास; त्याच्या पुढे काय झालं?’’

‘‘दादा, सांगतो. ऐक—’’ छातीत ताजी हवा भरून घेऊन चंद्रशेखर पुढे बोलू लागले.

जड अंत:करणाने मी तेव्हा नरवणकर मामांचा निरोप घेतला. कोठे जायचंय, हे तेव्हा मलासुद्धा ठाऊक नव्हतं. जवळचे पैसे संपले, तेव्हा मजल-दरमजल करीत मी पंढरपुरात गेलो. काही दिवस माधुकरी मागून खाल्ली. रात्री धर्मशाळेत पथारी पसरायचो. भिकारी, महारोगी यांच्या संगतीत राहिलो. त्यामुळे जीवन किती कष्टप्रद आहे, हे जवळून पाहता आलं. प्रत्यक्षात अनुभवलं. घासभर अन्नासाठी किती यातायात करावी लागते, याचा अनुभव घेतला. त्या धर्मशाळेत जिवाला जीव देणारे काही मित्रसुद्धा भेटले. एकदा पावसात भिजल्यामुळे मी आजारी पडलो, तेव्हा माझ्या त्या मित्रांनी मला सरकारी दवाखान्यात नेलं. त्यांच्या ताम्हणातील अन्न त्यांनी मायेनं मला भरवलं. तिथेच मला चंद्रा भेटली. ती गोरी-गोमटी चौदा-पंधरा वर्षांची होती. तिचा जन्म झाल्यावर तिच्या आईने तिला धर्मशाळेत ठेवून पोबारा केला होता. चंद्राला एक वर्षाची एक मुलगी होती. तिचं लग्न झालं नव्हतं. समाजाच्या विकृत लैंगिक वासनेला ती लहान वयात बळी पडली होती. ती मला ‘भाऊ’ म्हणून साद घालायची. एकदा ती मला म्हणाली—

"भाऊ, मी माझ्या मुलीला साळा शिकवून मास्तरीन करीन नि तिचं लग्न चांगला मुलगा पाहून करून टाकेन. म्हातारपनी मला मंग दारोदार भीक मागत फिरावं लागणार नाही."

"चंद्रा, मी तुझ्या लेकीच्या लग्नाला जरूर येईन."

काही दिवसांनी चंद्रा बेपत्ता झाली. ती मला पुन्हा भेटली नाही. एक तर ती पंढरपूर सोडून दूर निघून गेली असावी किंवा तिच्यावर बलात्कार करून तिला कुणी तरी मारून टाकली असावी. चंद्रा गेली ती गेलीच. ती गेल्याने मी काही दिवस सैरभैर झालो. गावात माधुकरीसुद्धा मागायला जायचो नाही. चंद्रभागेच्या काठावर तासन्‌तास एखाद्या भ्रमिष्टागत बसून राह्यचो.

एके दिवशी असाच चंद्रभागेच्या वाळवंटात भ्रमिष्टागत बसलो होतो. पोटात अन्नाचा कण नव्हता. घशाला कोरड पडली होती. मला ग्लानी येऊन मी त्या वाळूत पडलो. मी पडल्यावर तिथे बघ्यांची गर्दी जमली. त्यात केशव-भटसुद्धा होते. ते गर्दी हटवीत पुढे आले नि त्यांनी माझ्या तोंडावर पाणी मारून मला शुद्धीत आणलं. मला त्यांनी प्यायला पाणी दिलं. माझ्या चेहऱ्यावरून मी ब्राह्मणाचा मुलगा असावा, अशी त्यांना आधी थोडी शंका आली होती. मी शुद्धीत आल्यावर माझी चौकशी करीत त्यांनी मला विचारलं,

"बाळ तुझं नाव काय?"

"चंद्रशेखर."

"कोठून आलास तू?"

"कोकणातून."

"तू ब्राह्मण आहेस?"

"होय."

"तुला भूक लागलीय?"

"-------"

पुढे त्यांनी मला एकसुद्धा प्रश्न विचारला नाही. त्यांनी मला त्यांच्या घरी नेलं. पोटभर जेवायला वाढलं. माझं जेवण झाल्यावर त्यांनी मला पुन्हा मायेनं विचारलं,

"बाळ, आता तू कोठे जाणार आहेस?"

"मी अजून त्याचा विचार केला नाही."

"तुला माझ्याकडे राह्यला आवडेल का?"

"एक विनंती आहे—"

“बोल.”

“तुमच्या घरात बरेच धार्मिक ग्रंथ आहेत, ते मला वाचून काढायचेत. तुमची परवानगी असेल तर...”

“यात परवानगी कसली मागतोस? माझ्याकडे वेद, पुराण, दासबोध, तुकाराममहाराजांचे अभंग, ज्ञानेश्वरी इत्यादी भरपूर ग्रंथसंपदा आहे. सोप्या भाषेत लिहिलेलं गुरुचरित्रसुद्धा आहे. तू ब्राह्मण आहेस, म्हणून मी तुला सांगतो. या गुरुचरित्रात असं लिहिलेलं आहे की, सात दिवसांच्या पारायणात ब्रह्मचर्य पाळावं, हजामत-दाढी करू नये. पांढऱ्यावर झोपावं, दूध-भात खावा. स्त्रियांनी गुरुचरित्र वाचायचं नसतं.”

♦

रात्र वाढत होती. वाड्यात दादाखोत आणि चंद्रशेखर दोघे जागे होते. दादाखोत त्यांचं बोलणं लक्ष देऊन ऐकत होते. भटकंती करून चंद्रशेखरनी बरीच माहिती गोळा केली होती. त्यांनी समोर बसलेल्या दादाखोतांना विचारलं,

“दादा, तुला झोप आली नाही ना? नाही तर मी आवरतं घेतो. आपण पुन्हा सकाळी बोलू.”

“मला झोप आली की, मी तुला सांगेन.”

“मग ठीक आहे...” नि:श्वास सोडून चंद्रशेखर पुन्हा बोलू लागले.

...माझी केशवभटांकडे राहण्याची व्यवस्था झाली. त्यांच्या पत्नी राधिका फार प्रेमळ होत्या. मी त्यांना मावशी म्हणायचो. घरकामात त्यांना माझी मदत होऊ लागल्यामुळे त्या माझ्यावर खूश झाल्या. कामातून सवड काढून मी त्यांच्याकडील धार्मिक ग्रंथ वाचून काढू लागलो. दोन-तीन वेळा गुरुचरित्र वाचून काढलं. यात चमत्कारांच्या कथा असल्याने ते वाचताना काळ-वेळाचं अजिबात भान राहत नाही. त्या कथांची मी अक्षरश: पारायणं केली. पत्नीने कसे वागावे, याबद्दल एकतिसाव्या अध्यायात म्हटलं आहे की— पुरुष भाग्यहीन, अनाचारी, दुष्ट, नपुंसक, व्याधिग्रस्त असला तरी त्याच्या पत्नीने त्याला पूज्य मानावे. पतीला टाकून बोलणाऱ्या स्त्रीला श्वानयोनीत जन्म येतो. ती स्त्री कोल्ही होऊन गावाजवळ येऊन भुंकते. जी स्त्री पुरुषाला टाकून अन्न खाते, ती गावडुकरी होते. तो जन्म भोगून ती वटवाघूळ होते नि आपलीच विष्ठा खाऊन झाडावर लोंबकळते. या गुरुचरित्रात स्त्रीच्या जगण्याला बऱ्यापैकी मर्यादा आहेत. केशवभट मला भेटले नसते तर मी त्या ज्ञानाला मुकलो असतो. गावात लग्न, मुंज किंवा सत्यनारायणाची पूजा असेल; तेव्हा मला ते सोबत घेऊन जात. मी त्यांच्याकडे पाच वर्षे राहिलो, परंतु त्या ठिकाणी मला परक्याप्रमाणे

कधीच वाटलं नाही. केशवभटांचं देहावसान झालं नि मी त्यांचं घर सोडलं. मागील जन्माचं पुण्य माझ्या पाठीशी होतं म्हणून की काय, केशवभटांसारख्या ज्ञानी शास्त्रींचं शिष्यत्व मला लाभलं. त्याचा मला पुढे फार चांगला उपयोग झाला. त्यांच्या संपर्कात राहून माझ्या ज्ञानाच्या कक्षा रुंदावल्या. जीवनातील सुख-दु:खांचा थोडा-बहुत शोध घेता आला.

केशवभटांचं पंढरपुरातील घर सोडून मला दोन दिवस झाले होते. धुळीच्या रस्त्याने मी अनवाणी चालत होतो. कोठे जायचंय याचा मी विचार केला नव्हता. मला नेमकं काय करायला हवं, याचा मी विचार करीत होतो, त्यामुळे मी अस्वस्थ होतो. ज्यासाठी मी माझं घर सोडलं होतं, रक्ताच्या नात्यापासून दूर निघून गेलो होतो; त्या ध्येयापर्यंत मी अजून पोचू शकलो नव्हतो, म्हणून माझ्या मनातील बेचैनी वाढली होती.

धुळीच्या रस्त्याने चालत निघालो होतो. खामगाव जवळ आलं होतं. त्या गावात रात्री मुक्काम करून उजाडल्यावर पुढे चालत जाण्याचा बेत मी मनात आखला. सांजावलं होतं. चालून पाय थकले होते. तहान लागली होती. कसे तरी पाय ओढत निघालो होतो. मला लघवीला आली म्हणून मी रस्त्याच्या कडेला असणाऱ्या घाणेरीच्या झुडुपाआड गेलो. लघवी केली नि माघारी वळलो. इतक्यात माझ्या उजव्या पायाला काही तरी चावलं म्हणून मी खाली पाहिलं. माझा पाय मातकट रंगाच्या फुरशा जातीच्या सापाच्या शेपटीवर पडला होता. तो लांबीला अठरा इंच इतका होता. त्यानेच माझ्या पायाला चावा घेतला होता. मी त्याला मारला नाही. त्याला जाऊ दिलं. प्रत्येक प्राणिमात्रालाही जगण्याचा अधिकार आहे. मी त्याच्या शेपटीवर पाय दिला होता, म्हणून त्याने माझ्या पायाला दंश केला होता. यात त्याचा दोष नाही, म्हणून मी त्याला जाऊ दिलं नि मी रस्त्याच्या कडेला येऊन पाय धरून बसलो. माझा पाय हळूहळू बधिर होतोय, हे मला जाणवू लागलं. कारण फुरशा जातीचा साप विषारी असतो, हे मला ठाऊक होतं. आपल्या कोकणात या जातीचे साप फार आढळतात. फुरशा चावल्यावर शरीरात रक्ताच्या गुठळ्या तयार होतात नि त्यावर इलाज झाला नाही, तर जीवसुद्धा गमवावा लागतो याची मला कल्पना होती.

माझ्या सुदैवाने मागून एक बैलगाडी येत होती. त्यात तीन-चार माणसं होती. ती खामगावला साखरपुड्याच्या कार्यक्रमाला निघाली होती. गाडीवानाने खाली उतरून माझी चौकशी करीत विचारलं,

"स्वामीजी, काय झालं?"

“साप चावला.”

“तुमच्यासोबत कुणी न्हाईत?”

“मी एकटाच आहे.” मला ग्लानी येत होती.

त्या लोकांनी मला उचलून गाडीत बसविले. त्यांनी मला बैलगाडीतून खामगावला सरकारी दवाखान्यात आणलं. दोन-तीन दिवस मी सरकारी दवाखान्यात होतो. वेळेवर इलाज झाला, म्हणून मी वाचलो. धोका टळून गेल्यावर डॉक्टरने मला सोडलं. अंगात त्राण नव्हते. त्यामुळे मला चार-पाच दिवस विश्रांती घेण्याची सक्त गरज होती. दवाखान्याच्या व्हरांड्यात मी विचार करीत उभा असताना वॉर्डबॉय माझ्याजवळ येऊन म्हणाला,

“स्वामीजी, कसला इचार करताय?”

“इथे जवळपास कोणतं देऊळ आहे का?”

“व्हय.”

“कोणतं देऊळ आहे?”

“दत्ताचं देऊळ हाय.”

व्हरांड्याच्या पायऱ्या उतरून त्याने मला दत्ताच्या देवळाचा सोनेरी मुलामा दिलेला नि उन्हात चमकत असलेला कळस दाखविला. मी त्याचे आभार मानून ‘ॐ दत्ताय नम:’ म्हणत देवळाच्या दिशेने सावकाश चालू लागलो. सोबत सामान वगैरे काहीच नसल्याने त्याची मला चिंता नव्हती. दोन गल्ल्या पार करून उजवीकडे वळलो. पन्नास-साठ पावलं चालल्यावर थेट देवळात आलो.

देऊळ ऐसपैस होतं. देवळाला नक्षीदार एकूण सोळा दगडी खांब होते. खाली लादी बसविली होती. गाभाऱ्यात दत्ताची तीन फूट उंचीची संगमरवरी मूर्ती होती. गाभाऱ्यात उजव्या बाजूच्या कोपऱ्यात लाकडी दानपेटी होती. दत्ताच्या देवळात आल्यावर मला थोडं प्रसन्न वाटू लागलं. गाभाऱ्यात जाऊन दत्ताला हात जोडून दर्शन घेतलं. मग एका बाजूला खांबाला टेकून निवांत बसलो. लोक येत होते नि दत्ताचं दर्शन घेऊन बाहेर जात होते. कुणी दानपेटीत नोटा किंवा चिल्लर पैसे टाकीत होते. माझ्याकडे सहानुभूतीने पाहत, कुणी पायावर मस्तक ठेवून ‘स्वामीजी, मला आशीर्वाद द्या’— असं म्हणत होते. त्यामुळे मला संकोच वाटू लागला. काही जण प्रसाद म्हणून मला फळं देत. त्यामुळे माझी चंगळ झाली. तीन-चार दिवसांत मी ठणठणीत बरा झालो. अंगात थोडी शक्ती आली होती. दत्ताच्या कृपेने माझे चार दिवस फार मजेत गेल्याने मी मनातून खूश होतो.

त्या दिवशी सोमवार होता. दगडी खांबाला टेकून मी विचार करीत होतो.

उजाडल्यावर मी देऊळ सोडण्याचा विचार पक्का केला नि रात्र झाल्यावर लादीवर आडवा झालो. देवळात सामसूम होती. बाहेर गडद अंधार पडला होता. दत्ताच्या संगमरवरी मूर्तीसमोर समई तेवत होती. त्याचा मिणमिणता पिवळाधमक उजेड दत्ताच्या संगमरवरी मूर्तीवर पडला होता.

मी जागसुद झोपलो होतो. कुठे खुट्ट झालं तरी माझी लगेच झोपमोड होते. माझी ती फार दिवसांची सवय आहे. त्याचा फायदा मला त्या रात्री झाला. मध्यान्ह रात्र उलटून गेल्यावर माझ्या कानावर कसला तरी आवाज पडला, म्हणून मी जागा झालो नि मी आजूबाजूला त्या आवाजाच्या कानोसा घेतला. तो आवाज गाभाऱ्यातून येत असल्याचं माझ्या लक्षात आलं. मी चोरपावलांनी पुढे गेलो. समोरचं दृश्य पाहून मी चकित झालो. गाभाऱ्यात शिरून तीन-चार माणसं दानपेटी बाहेर काढण्यासाठी प्रयत्न करीत होती. ते नक्की चोर आहेत, हे कळण्यास मला वेळ लागला नाही. प्रसंगावधान राखून मी त्यांचा रस्ता अडवीत मोठ्या आवाजात ''चोरऽऽचोरऽऽ धावाऽ धावाऽऽ'' असं बेंबीच्या देठापासून ओरडू लागलो. अकस्मात हल्ला झाल्यामुळे ते चोर घाबरून पळू लागले. मी त्यांच्या समोर उभा होतो. त्यांनी मला जोराने बाजूला ढकललं, तरीसुद्धा मी एका चोराला मिठी मारून घट्ट पकडून ठेवलं. बाकीचे चोर पळून जाण्यात यशस्वी झाले. माझ्या तावडीत सापडलेल्या चोराला मी सोडलं नाही. माझा आवाज ऐकून आजूबाजूची माणसं काठ्या-कुऱ्हाडी घेऊन धावत आली. त्यांनी त्या चोराची यथेच्छ धुलाई केली. त्या चोराच्या नाका-तोंडातून रक्त येऊ लागल्यावर मी त्या प्रक्षुब्ध जमावाला हात जोडून विनंती केली—

''याला तुम्ही आणखी मारू नका, तो मरून जाईल. तुम्ही त्याला पोलिसांच्या स्वाधीन करा.''

माझं बोलणं त्या लोकांनी ऐकलं. त्यांनी त्या चोराला रक्तबंबाळ करून पोलीस स्टेशनला नेलं. उजाडल्यावर मी तिथून निघण्याची तयारी करू लागलो. इतक्यात देवळातील पुजारी माझ्याजवळ आला नि माझे आभार मानत तो मला म्हणाला,

''स्वामीजी, तुमच्यामुळे रात्री देवळातील दानपेटी वाचली. तुम्ही नसता, तर चोरांनी ती पेटी उचलून नेली असती. तुमचे आभार कसे मानावेत, तेच कळत नाही!''

''अहो, माझे आभार कसले मानता? तुम्हाला आभार मानायचे असतील, तर त्या दत्ताचे आभार माना. त्यानं मला जागं केलं नसतं, तर चोरांनी दानपेटी घेऊन

पोबारा केला असता.''

''दत्ताने तुम्हाला जागं केलं, पण तुम्ही धाडस केलं नसतंत तर...''

त्यांचं बोलणं ऐकून मी फक्त हसलो. पुढे काही मी बोलू शकलो नाही. ते माझ्या चेहऱ्याकडे पाहत उभे होते. मला देवळातून बाहेर पडायचं होतं. त्या आधी मला दत्ताचं गाभाऱ्यात जाऊन दर्शन घ्यायचं होतं. पितळेची घंटी वाजवून मी 'ॐ दत्ताय नम:' म्हणत दत्ताच्या मूर्तीसमोर दोन्ही हात मनोभावे जोडून थोडा वेळ उभा राहिलो. कपाळाला हाताच्या बोटाने भस्म लावीत मी गाभाऱ्यातून बाहेर आलो. माझ्या हातावर प्रसाद ठेवीत पुजाऱ्याने मला आपुलकीने विचारलं,

''स्वामीजी, आता तुम्ही कोठे जाणार?''

''मी काही तसं ठरविलं नाही.''

''तुम्ही असं केलं तर...''

''बोला पुजारी?''

बोलू की नको, अशी द्विधा मन:स्थिती त्या पुजाऱ्याची झाली असावी. दीर्घ नि:श्वास सोडून त्यांनी पुन्हा बोलायला तोंड उघडलं.

''स्वामीजी, इथून जवळच सत्यानंदमहाराजांचा आश्रम आहे. त्या आश्रमात तुमच्या राहण्याची सोय होऊ शकेल. या पंचक्रोशीत सत्यानंदमहाराजांचा बोलबाला आहे, म्हणून मी त्यांचं नाव तुमच्या कानावर घातलं.''

पुजाऱ्यांचं बोलणं ऐकून मी थोडा वेळ विचार करू लागलो. वणवण भटकत फिरण्यापेक्षा सत्यानंदमहाराजांच्या आश्रमात थोडे दिवस राहून अनुभव घेऊ; चांगलं वाटलं तर तेथे राहू, नाही तर लगेच निघून जाऊ. आपल्यावर कुणाचंही बंधन नाही, आपण आपल्या मर्जीचे मालक आहोत.

''पुजारी, मी थोडे दिवस सत्यानंदमहाराजांच्या आश्रमात राहतो. या निमित्ताने मला त्यांचं दर्शन तरी घेता येईल.''

''स्वामी, मला तुमच्याकडून हेच अपेक्षित होतं.''

''तो आश्रम कोठे आहे?''

''स्वामीजी, गाडीरस्त्याने पुढे एक-दीड कि. मी. चालत जायचं. नंतर उजवीकडे एक पाटी दिसेल. त्या पाटीवर 'सत्यानंदमहाराजांच्या आश्रमाकडे' असं मोठ्या अक्षरांत लिहिलं आहे. आश्रमाकडे जाणारी पायवाट खाचखळग्यांची आहे. ती जंगलाकडे जाणारी पायवाट सोडायची नाही. तुमचं त्या आश्रमात चांगलं स्वागत होईल याची मला पूर्ण खात्री वाटते.''

''मी तुमचा आभारी आहे.''

“स्वामीजी!”

“बरं, मी आता निघू?”

“आपण पुन्हा भेटू.”

“अवश्य.”

“या आता तुम्ही.” पुजारी म्हणाले.

‘एकला चलो रे’ म्हणत मी वाटेला लागलो. गाडीरस्त्याने चालत होतो. चार-पाच दिवस दत्ताच्या देवळात होतो. त्या आधी सर्पदंश झाल्याने तीन दिवस सरकारी दवाखान्यात राहून त्यावर उपचार घेत होतो. सात-आठ दिवसांत माझी चालण्याची सवय मोडली होती. त्यामुळे चालताना मला थोडा त्रास जाणवत होता. शरीराचे अति– लाड केले की, त्याचा असा त्रास होणारच, हे मला चांगलं माहीत होतं. मी पोटऱ्या दुखेपर्यंत रेटून चालू लागलो. गाडीरस्त्याला उजव्या बाजूला असणारी मोठी पाटी पाहून सरळ सत्यानंदमहाराजांच्या आश्रमाकडे जाणारी पाऊलवाट धरली. ती पाऊलवाट खाचखळग्यांची नि मळलेली होती. आजूबाजूला आकाशात झेपावणारी उंच झाडं दिसत होती. हेळा, किंजळ, शिवण, पळस, नानेटा, पांगिरा, वड, पिंपळ इत्यादी जंगली झाडांनी अवघा परिसर व्यापून गेला होता. ती हिरवीगार झाडं पाहून डोळ्यांना आगळं-वेगळं सुख मिळत होतं. त्या वेळी मला तुकोबांचा अभंग आठवला. त्यांनी त्यांच्या अभंगात जंगलाचं सुंदर शब्दांत वर्णन केलं आहे. ‘वृक्षवल्ली आम्हा सोयरे वनचरे । पक्षीही सुस्वरे आळविती ।’ याचा अनुभव मला त्या क्षणी आला. एक छोटा नाला ओलांडून मी सत्यानंदमहाराजांच्या आश्रमाजवळ आलो.

आश्रमाच्या परिसरात नीरव शांतता नांदत होती. झाडावरील पक्ष्यांचा किलबिलाट तेवढा कानांवर पडत होता. गवत आणि पेंढा वापरून आश्रमाचं छप्पर तयार केलं होतं. कुडाच्या भिंती होत्या. शेणानं जमीन सारवून अंगणात छान रांगोळी काढली होती. आश्रमाचा तो सुंदर परिसर पाहून मला अगदी प्रसन्न वाटू लागलं. जणू इतके दिवस मी त्याचाच शोध घेत होतो!

आश्रमाच्या फाटकाजवळ उभं राहून तो सुंदर परिसर डोळे भरून पाहत असताना एक भगवी कफनी घातलेला सेवेकरी माझ्याजवळ येऊन मला आदबीने म्हणाला,

“स्वामीजी, सत्यानंदमहाराजांच्या आश्रमात आपलं हार्दिक स्वागत!”

“मला महाराजांचं दर्शन घ्यायचंय.”

“हरकत नाही. आपण यावे.”

मी त्या सेवेकऱ्याच्या मागून भूल दिल्याप्रमाणे आश्रमात गेलो. एका खोलीत त्यांनी माझी बसायची व्यवस्था केली. मला प्यायला पाणी आणून दिलं. चालत आल्यामुळे मला खूप तहान लागली होती. पाणी प्यायल्यानंतर मला बरं वाटू लागलं. कुडाच्या भिंतींतून छान वारा येत होता. पक्ष्यांचे वेगवेगळे, कानाला गोड वाटणारे आवाज ऐकू येत होते. आश्रमात येऊन मी स्वत:लाच विसरून जातो की काय, अशी मला शंका येऊ लागली. निर्भय, चिंतामुक्त वातावरणाने माझ्या मनावर जादू केली होती. एका तबकात माझ्यासमोर ताजी फळं ठेवीत तो सेवेकरी मला अगदी नम्रपणे म्हणाला,

"स्वामीजी, महाराजांची ध्यानधारणा सुरू आहे; ती दोन तासांनी संपेल. या वेळी त्यांना कुणी व्यत्यय आणलेला चालत नाही. त्यांची ध्यानधारणा संपली की, मी त्यांची तुमच्याशी भेट घडवून आणतो. प्रवास करून तुम्ही दमून गेला असाल. फलाहार करून थोडा आराम करा."

"हरकत नाही." मी पुढे काही बोललो नाही.

"स्वामीजी, आपल्याला प्रवासात काही त्रास तर झाला नाही ना?"

"आश्रमाकडे येणारी पाऊलवाट चांगली नाही, ती तेवढी दुरुस्त व्हायला हवी."

"ती वाट मुद्दाम दुरुस्त करीत नाही."

"का?" मी आश्चर्याने विचारलं.

"स्वामीजी, आपल्याला माहीत नाही म्हणून मी सांगतो— महाराजांचं असं म्हणणं आहे की, ज्याला माझं दर्शन मनापासून घेण्याची इच्छा आहे, तो जिवाला त्रास घेऊनच या आश्रमाकडे येईल. ज्याला त्याचा त्रास होईल, तो निम्म्या वाटेतूनच माघारी फिरेल; तो माझा खरा भक्त नाही."

"छान! हे मला ठाऊक नव्हतं."

"तुम्हाला ते कसे ठाऊक असणार? महाराजांनी दोन दशकं एका गुहेत तपश्चर्या केलीय. या दोन दशकांत त्यांनी कधीही शिजवलेलं अन्न खाल्लं नाही. जंगलातील फळं खाऊन त्यांनी तपश्चर्या केली. जंगली प्राणी, जहरी सर्प यांच्या सान्निध्यात राहिले; नंतर त्यांच्या गुरूंनी त्यांना दृष्टांत दिल्यावर गुहेचा त्याग करून ते या आश्रमात येऊन राहू लागले. हा आश्रम त्यांनी स्वत: बांधलाय. त्याला आता तीस-पस्तीस वर्षे झाली."

"आश्रमात आता किती माणसं राह्यला आहेत?" माझ्या माहितीसाठी मी त्याला विचारलं.

"आधी या आश्रमात महाराज एकटेच राहत होते. नंतर जीवनाला वैतागलेले नि महाराजांचे निस्सीम भक्त त्यांच्याजवळ आले. महाराजांनी त्यांना अंतर दिलं नाही. आता चौदा-पंधरा माणसं या आश्रमात राहतात. त्यांत काही महिलासुद्धा आहेत.

"एवढी माणसं इथे राहतात?" मी आश्चर्याने विचारलं.

"हो."

"याचा खर्च?"

"ईश्वरकृपेने सर्व काही अजूनपर्यंत ठीक चाललं आहे. महाराजांचे भक्त सर्वदूर पसरलेले आहेत. ते काहीही कमी पडू देत नाहीत. महाराज पैशाच्या स्वरूपात दिलेली भेट स्वीकारीत नाहीत, म्हणून त्यांचे भक्त धान्य आणून देतात. आश्रमाच्या गोशाळेत गाई-म्हशी आहेत. त्यामुळे रोज ताजं दूध मिळतं. चिक्कू, रामफळ, सीताफळ, पेरू, केळी इ. फळांची झाडं आश्रमाच्या परिसरात आहेत. गोड्या पाण्याची विहीर आहे. आश्रमाचा संपूर्ण परिसर चार एकरांचा आहे."

मी चुकीच्या ठिकाणी बिलकुल आलो नव्हतो. मी विचार केला... इथे जगण्याला शिस्त आहे. आश्रमात राहणारी माणसं स्वत: जगतात नि दुसऱ्यालाही जगायला मदत करतात. आश्रमाची माहिती पुरवणारा सेवेकरी सहज बोलावं तसा माझ्याशी बोलत होता. त्याच्या बोलण्यात आत्मप्रौढीपणा नव्हता, नम्रपणा होता. मला त्याचं बोलणं मनापासून आवडलं होतं. आम्हा दोघांमधील अविश्वासाच्या भिंती गळून पडल्यामुळे वातावरणात मोकळेपणा आला होता. नदीचं मूळ नि ऋषीचं कूळ कधी विचारू नये, असं म्हणतात. मी त्या सेवेकऱ्याला महाराजांची वैयक्तिक माहिती विचारण्याचा मोह आवरला. आश्रमात आल्याचा मला आता आनंद वाटू लागला होता. या ठिकाणी जेवढी पवित्रता आणि स्वच्छता जोपासली जात होती तेवढी कुठेही जोपासली जात नसावी, असं मला वाटू लागलं.

माझ्यापुढे थोडं झुकून सेवेकरी तिथून निघताना मला खालच्या आवाजात म्हणाला,

"स्वामीजी, तुम्ही सावकाश फलाहार करा. मला गोशाळेत जायचं आहे. थोड्या वेळाने मी पुन्हा येईन, तेव्हा महाराजांची ध्यानधारणा संपली असेल. महाराजांच्या भेटीला मी तुम्हाला घेऊन जाईन."

माझी रजा घेऊन ते सेवेकरी गोशाळेकडे निघून गेला. मी तेथील प्रत्येक वस्तू न्याहाळीत ताजी, गोड फळं खाऊ लागलो. कित्येक दिवसांत मला अशी ताजी फळं खायला मिळाली नव्हती. त्या आश्रमात मला ती संधी मिळाली होती. काचेच्या

कपाटात धार्मिक पुस्तकं होती. एका कोपऱ्यात वीणा, टाळ, मृदंग, ढोलकी, हार्मोनिअम इ. भजनाचं साहित्य ठेवलं होतं. एका काचेच्या कपाटात सत्यानंदमहाराजांना मिळालेल्या किमती भेटवस्तू ठेवल्या होत्या. त्यांमध्ये नटराजाची ब्राँझची एक सुंदर मूर्ती होती. मी ती पाहून अचंबित झालो. भारताचे तत्कालीन पंतप्रधान श्री. जवाहरलाल नेहरू यांनी आश्रमात येऊन महाराजांची सदिच्छा भेट घेतली होती. कुडाच्या भिंतीवर त्या दोघांचा फोटो काचेच्या चौकटीमध्ये लावला होता. बघता-बघता मी त्या तबकातील फळं खाऊन संपविली, याचं मला नंतर आश्चर्य वाटू लागलं. माझं पोट गच्च भरलं होतं नि माझं मन एका अनोख्या बेहोशीत पिसाप्रमाणे हवेतच तरंगत होतं.

वेळ कसा गेला, कळलं नाही. दरवाजाजवळ कुणाची तरी पावलं वाजली, म्हणून मी मान वळवून पाहिलं. गोशाळेतील काम आटोपून मघाचा सेवेकरी पुन्हा माझ्यासमोर येऊन उभा राहिला होता. अत्यंत मृदू आवाजात तो मला म्हणाला,

"स्वामीजी, महाराजांनी आपल्याला भेटायला बोलावलंय. आपण आश्रमात आल्याचं मी त्यांच्या कानावर घातलंय."

मलासुद्धा महाराजांच्या भेटीची आता ओढ लागली होती. कधी एकदा सत्यानंदमहाराजांना भेटतो, असं मला वाटत होतं. सेवेकऱ्याच्या तोंडून मी त्यांच्याबद्दल आश्रमात आल्यापासून खूप ऐकलं होतं. त्यांच्या भेटीचा योग काही क्षणांत येणार होता. माझ्या भाग्याचा क्षणभर मलाच हेवा वाटू लागला. सेवेकऱ्याचं बोलणं कानावर पडताच मी ताड्कन उठून उभा राहिलो. दीर्घ नि:श्वास सोडून मी त्याला म्हणालो,

"चला, जाऊ या."

मला काही मौलिक सूचना देत सेवेकरी म्हणाला,

"स्वामीजी, महाराजांना वरच्या आवाजात बोललेलं आवडत नाही. ते तुम्हाला तुमची वैयक्तिक माहिती विचारतील. कसलाही आडपडदा न ठेवता तुम्ही ती त्यांना सांगायचीय. समजा— तुम्हाला या आश्रमात राह्यचं असेल, तर ते आधी तुमची परीक्षा घेतील. त्यात तुम्ही यशस्वी झालात, तरच तुम्हाला इथे राहता येईल; अन्यथा तुम्हाला हा आश्रम सोडावा लागेल, हे तुमच्या पक्कं ध्यानात असू द्या. तुमच्या माहितीसाठी मी तुम्हाला आधी हे सांगितलं."

"तुम्ही मला हे सांगितलंत, याबद्दल मी तुमचा आभारी आहे."

"चला आता." खाली मान घालून सेवेकरी मंद पावलं टाकीत चालू लागला.

आम्ही काही क्षणांतच सत्यानंदमहाराजांच्या खोलीत पोचलो. सत्यानंदमहाराज मांडी घालून व्याघ्रासनावर ताठ बसले होते. त्यांचे डोक्यावरचे केस नि दाढी पिकली होती. त्यांचे खोल गेलेले डोळे भेदक होते. त्यांत विलक्षण बुद्धिमत्तेची झलक होती. ऐंशीच्या घरात त्यांचं वय असलं, तरी तोंडातील बत्तिशी शाबूत होती. त्यामुळे वाणी खणखणीत होती. चेहऱ्यावर सुरकुत्यांचं जाळं पसरलं होतं. त्यांच्या नजरेला नजर भिडविण्याची ताकद माझ्या अंगी नव्हती, म्हणून मी माझी नजर बाजूला वळवली.

माझी चौकशी करीत महाराजांनी मला त्यांच्या खणखणीत आवाजात विचारलं,

"बाळ, तुझं नाव काय?"

"माझं नाव चंद्रशेखर गंगाधर दामले."

"कोठून आलास?"

"माझं गाव कोकणात आहे. अध्यात्माची ओढ असल्याने मी शाळेत असताना घर सोडलं. काही दिवस पंढरपूरला धर्मशाळेत काढले, नंतर मला केशवभटांनी त्यांच्या घरी नेलं. त्यांच्याकडे चार-पाच वर्षे राहिलो." मी एकदम मृदू आवाजात त्यांना सांगितलं.

"व्वाऽ छान! केशवभट पंढरपूर नगरीतील एक ज्ञानी पुरुष आहेत, असं मी ऐकून आहे. तू त्यांना सोडून इकडे कसा आलास?"

"महाराज, माझी इच्छा होती की, आयुष्यभर त्यांच्या सान्निध्यात राहून त्यांच्याकडून खूप काही शिकावं म्हणून... परंतु ईश्वराला ते मंजूर नव्हतं." माझ्या डोळ्यांत टच्कन पाणी आलं.

"काय झालं बाळ?" महाराजांनी अधीर होऊन मला विचारलं.

"महाराज, मला सांगायला अत्यंत दुःख होत आहे की, त्यांचं वार्धक्यामुळे देहावसान झाल्यामुळे मी त्यांचं घर सोडलं. वाटेत सर्पदंश झाला म्हणून सरकारी दवाखान्यात दाखल झालो. विश्रांती घेण्यासाठी दत्ताच्या देवळात थांबलो. तेथील पुजाऱ्यांनी मला आपल्या आश्रमाची माहिती दिली."

माझ्या बोलण्याचा महाराजांच्या मनावर परिणाम झाला होता. त्यांच्या खोल गेलेल्या डोळ्यांत मला सहानुभूती दिसू लागली. अर्धी लढाई मी जिंकली होती. वाटेत मला सर्पदंश झाला नसता, तर मी या वेळी कोठे भटकत गेलो असतो, हे मलासुद्धा सांगता आलं नसतं. ईश्वर वाईटामधून चांगल्या गोष्टी घडवितो म्हणतात, त्याची मला प्रचीती येत होती. मी मनातल्या मनात त्या निर्गुण, निराकार नि मला नेहमी आधार देणाऱ्या ईश्वराचे आभार मानले. तो सृष्टीचा निर्माता दयावान आहे, याची मला पूर्ण खात्री पटली होती.

माझ्याकडे स्नेहार्द्र नजरेने पाहत महाराज मला म्हणाले,

"बाळ, या जगात मृत्यू सत्य आहे; बाकी सर्व मिथ्या आहे. ईश्वराने दिलेला हा मानवी जन्म रंजल्या-गांजल्या लोकांचं दु:ख कमी करण्यासाठी खर्च केला, तर हा नरजन्म सार्थकी होईल यात शंका नाही. आता यापुढे तुम्ही काय करायचं ठरविले आहेस?"

"महाराज, मला या आश्रमात राहण्यासाठी अनुमती द्या. मी माझं संपूर्ण आयुष्य गोरगरिबांच्या कल्याणासाठी खर्च करेन."

"येथील अटी आणि नियम पाळावे लागतील. या आश्रमात कष्टाला महत्त्व दिलं जातं. शरीराचे कसलेही लाड या आश्रमात खपवून घेतले जात नाहीत. दुसऱ्याला त्रास होईल, असं वर्तन या आश्रमात निषिद्ध आहे. या आश्रमात माणसाप्रमाणे पशू-पक्षी, प्राणी या सर्वांना जगण्याचा समान अधिकार आहे."

"मला मंजूर आहे महाराज."

"ठिकाय. तू या आश्रमात राहू शकतो."

सत्यानंदमहाराजांचे शब्द ऐकून मला कोण आनंद झाला. मी पुढे जाऊन त्यांचे अक्षरश: पाय धरले. त्यांनी मला 'आयुष्यमान हो, कीर्तिमान हो' असा आशीर्वाद दिला.

या आश्रमातील अटी आणि नियम अंगी बाणवायला मला एक महिना तरी लागला. मी एका वेगळ्याच जगात आलोय, असं मला वाटू लागलं.

पहाटे उठायचं, योगासनं करायची. मग प्रातर्विधी नि अंघोळ उरकायची. त्यानंतर सामूहिक प्रार्थना. रोज सकाळी चार तास— आठ ते बारा वाजेपर्यंत शेतात राबायचं. मग जेवण करून चार वाजेपर्यंत विश्रांती. संध्याकाळी पुन्हा प्रार्थना. रात्री नऊ वाजता एकत्र जेवण. मग चर्चा. रात्री अकराला झोप. अकरानंतर कुणीही जागं राह्यचं नाही, अशी त्या आश्रमात महाराजांची सक्त ताकीद होती. मी त्या आश्रमात जीव ओतून काम करायचो.

महाराजांना भेटण्यासाठी खूप दुरून भक्त येत. आश्रमात एक दिवस मुक्काम करून दुसऱ्या दिवशी त्यांच्या गावी परत जात. यात मोठमोठे लोक असत. डॉक्टर, इंजिनिअर, वकील, आमदार, खासदार आमच्यासोबत पंगतीत बसून वरण-भात जेवत. जमिनीवर झोपत. आश्रमात कुणी मोठा, कुणी छोटा असा भेदभाव नव्हता. माझ्या नकळत सत्यानंदमहाराज माझ्या वागण्याचं, बोलण्याचं निरीक्षण करीत होते. त्यांच्या पुरुष-महिला सेवेकऱ्यांच्याकडून माझ्या कामाची माहिती त्यांच्या कानावर

रोज पडत असे. आश्रमातील माझं वागणं पाहून त्यांचा माझ्यावर हळूहळू विश्वास बसू लागला. आश्रमातील धार्मिक ग्रंथ वाचून मी त्यांच्याशी कधी कधी चर्चा करीत असे. महाराजांनी धार्मिक ग्रंथांची अक्षरश: पारायणं केली होती. त्यामुळे त्यांच्याकडून तो ग्रंथ समजावून घेताना आनंद व्हायचा.

एकदा महाराज मला म्हणाले,

''बाळ, मनाचा व्यापार फार गुंतागुंतीचा असतो. अगदी प्राचीन काळापासून आजतागायत मनाचा विचार केला जातो आहे. पतंजलिमुनींनी योगसिद्धांत मांडला. 'योगश्चित्तवृत्तिनिरोध:।' चित्तवृत्तींचा निरोध म्हणजे योग. चित्तवृत्ती ताब्यात आल्यावर मनावर विजय मिळविता येतो; मग या जगात कोणतीही अवघड गोष्ट यशस्वी करणे सहज-सोपी गोष्ट होऊन जाते. यात मनोनिग्रह ही फार कठीण गोष्ट आहे. संत रामदासस्वामींनी म्हटलंय— 'अचपल मन माझे नावरे आवरिता।' संत एकनाथमहाराज म्हणतात की, 'ऐसी मनाशी करीता मैत्री। मन परम उपकारी।' मन जसं माणसाचं शत्रू आहे, तसं ते चांगला मित्रही आहे. म्हणूनच माणसानं आपल्या मनाच्या शक्तीचा उपयोग स्वत:च्या आणि समाजाच्या कल्याणासाठी केला पाहिजे.''

महाराज न थांबता बोलत होते. त्यांचं बोलणं ऐकताना जणू माझ्यावर अमृताचा वर्षाव होत आहे, असं मला वाटत होतं. मी देहभान विसरून त्यांचं बोलणं ऐकत होतो. मला आश्चर्याचा आणखी एक धक्का देत महाराज पुढे अत्यंत संयतपणे म्हणाले,

''बाळ, माझं आता वय झालंय. इतके दिवस मी या आश्रमाचं उत्तरदायित्व कोणावर सोपवावं याचा विचार करीत होतो; ती काळजी आता मिटली आहे. जंगलातील कळपातील हत्ती वय झालं की, जसा बाजूला पडतो; तसा मी त्याच्यावर या आश्रमाची जबाबदारी सोपवून येत्या गुरुपौर्णिमेच्या दिवशी जिवंत समाधी घेणार आहे.''

''महाराज, कोण आहे तो भाग्यवान माणूस— ज्याच्यावर तुम्ही या आश्रमाची जबाबदारी सोपविणार आहात? मला त्याचं नाव कळेल का? नक्कीच त्या माणसाचं भाग्य थोर असलं पाहिजे. त्याशिवाय त्याच्या जन्मकुंडलीत हा सुवर्णयोग येणार नाही.''

माझं बोलणं ऐकून महाराज गालांत हसले. इतके दिवस मी आश्रमात राहत होतो, परंतु महाराजांना असं गालांत हसताना मी कधीही पाह्यलं नव्हतं. मला त्याचं आश्चर्य वाटलं, परंतु मी माझ्या चेहऱ्यावर तसं दाखविलं नाही. दीर्घ नि:श्वास सोडून सत्यानंदमहाराज माझ्या चेहऱ्याकडे स्नेहार्द्र नजरेने पाहत म्हणाले,

“बाळ, तो भाग्यवान माणूस दुसरा-तिसरा कुणी नसून तू आहेस.”

त्यांचे शब्द ऐकून मी क्षणभर उडालोच. आधी माझा माझ्या कानांवर विश्वास बसला नाही. मी स्वप्नात तर नाही ना, अशी जरा वेळ मला शंका आली. या आश्रमात माझ्या आधीपासून खूप जण होते. इतक्या जणांत त्यांनी आश्रमाची जबाबदारी माझ्या अंगावर का बरं टाकावी, याचं कोडं मला पडलं. मी महाराजांकडे भरल्या डोळ्यांनी आश्चर्याने पाहत राहिलो. नंतर मी त्यांच्या पायांवर मस्तक ठेवलं. माझ्या पाठीवर प्रेमाने हात फिरवीत महाराज मला पुढे म्हणाले,

“बाळ, गेले सहा महिने तू आश्रमात आल्यापासून मी तुझी परीक्षा घेत होतो. तुझं आश्रमातील काम मला आवडलं. तुझी बुद्धी तल्लख आहे, शिवाय तू केशवभटांचा शिष्य आहेस. या साऱ्यांचा विचार करून मी तुझी निवड केली आहे. माझी पूर्ण खात्री आहे की, ही जबाबदारी तू यशस्वीपणे तहहयात पार पाडशील. घेतलेला वसा कधी टाकणार नाहीस.”

माझ्या डोळ्यांतून आनंदाचे अश्रू घळाघळा बाहेर पडत होते. रुद्ध कंठाने वचन देत मी त्यांना म्हणालो,

“महाराज, आज मी धन्य झालो. माझा मानवी जन्म सार्थकी लागला, असं मला वाटतंय. तुम्ही दाखविलेल्या विश्वासाला मी कधीही तडा जाऊ देणार नाही. माझा शेवटचा श्वाससुद्धा या आश्रमासाठी खर्च करेन; कधीही माघार घेणार नाही, हे मी आज तुम्हाला वचन देतो.”

“शाब्बास! माझी हीच अपेक्षा तुझ्याकडून होती.”

“महाराज, एक विनंती आहे—”

“बोल बाळ.”

“तुम्ही इतक्या लवकर समाधी घेऊ नका. आम्हाला आशीर्वाद देण्यासाठी तरी आमच्या सोबत राहा.”

“ते आता शक्य नाही. मी एकदा घेतलेला निर्णय कधीही बदलू शकत नाही. माझं शरीर जरी तुमच्या सोबत नसलं, तरी माझा आत्मा तुमच्यासोबत सदैव असेल. कारण आत्म्याला कधी मरण येत नाही, तो अमर असतो.”

महाराजांनी गुरुपौर्णिमेच्या दिवशी सकाळी ठीक अकरा वाजता जिवंत समाधी घेतली. त्या कार्यक्रमाला प्रचंड गर्दी झाली होती. सगळ्यांच्या डोळ्यांत अश्रू होते. दोन-तीन दिवस आश्रमात अन्न शिजलं नाही. दुधाच्या धारा काढल्या नाहीत. महाराजांच्या आत्म्याला शांती मिळण्यासाठी अग्निकुंडात तूप जाळून अखंड मंत्रघोष सुरू होता.

आश्रमाची फार मोठी जबाबदारी माझ्या अंगावर येऊन पडली होती. एक-दोन सेवेकऱ्यांना माझं हे सुख पाहवत नव्हतं. त्यांनी मला त्रास द्यायला सुरुवात केली. माझ्याबद्दल नाही-नाही त्या अफवा उठवू लागले. मी त्यामुळे डगमगलो नाही. मी पळून जाईन, असा त्यांचा होरा होता. काळीज दगडाचं करून मी सर्व संकटांना तोंड दिलं. एकदा वाटलं की, आश्रम सोडून दूर कोठे तरी पळून जावं म्हणून; परंतु मी महाराजांना दिलेलं वचन लगेच मला आठवलं. शेवटच्या श्वासापर्यंत मी या आश्रमासाठी कष्टत राहीन, असं मी महाराजांना वचन दिलं होतं. आपला शेवटचा श्वास आश्रमातच सोडायचा, असा मी मनात निश्चय केला. काही दिवसांनी मला त्रास देणारे ते दोघे सेवेकरी आश्रम सोडून निघून गेले.

आज महाराजांना समाधी घेऊन तीन दशकं झाली. त्यांच्या आशीर्वादानेच मी सत्यानंदमहाराजांच्या आश्रमाचा विस्तार करू शकलो. त्यांनी एक रोपटं लावलं होतं, त्याचा आता मोठा वटवृक्ष झाला आहे. आश्रमात या घडीला चाळीस माणसांचं अन्न शिजतं. अनाथ मुलं नि विधवा-निराधार महिलांचं ते हक्काचं घर बनलं आहे. लोकांचं पाठबळ मिळत असल्यामुळे आम्ही शासनाचा एक छदामसुद्धा घेत नाही. शासनाने अनेक वेळा मदत देण्याची तयारी दाखविली होती, परंतु मी ते नम्रपणे नाकारलेली आहे. भगवंताच्या कृपेने सर्व काही ठीक चाललं आहे...

मध्यान्ह रात्र उलटून गेली होती. मंद वारा वाहत असल्याने हवेत गारवा होता. नभांगणात लाखो-करोडो चांदण्या लुकलुकत होत्या. जणू आभाळात त्यांची जत्राच भरली होती! पृथ्वीवर रात्र कणाकणाने पाझरत होती. चंद्रशेखर त्यांची जीवनकहाणी दादाखोतांना न थकता सांगत होते. त्यांची उत्कंठावर्धक जीवनकहाणी ऐकून दादाखोतांची झोप उडाली होती. त्यांचं बोलणं ऐकताना दादाखोतांच्या चेहऱ्यावर उत्कंठा, हुरहूर, हळहळ यांचे संमिश्र भाव उमटत होते. आपली जीवनकहाणी कथन केल्यावर चंद्रशेखर थोडा वेळ ताजा श्वास घेऊन शांत बसून राहिले. नंतर ते भांड्यात पाणी घेऊन प्यायले.

त्यांचं बोलणं थांबल्यावर दादाखोत विचार करू लागले. चंद्रू घरातून पळून गेला, परंतु त्याने त्याचं इप्सित साध्य केलं. घरातून पळून जाऊन त्याने काहीही चूक केली नाही; उलट त्याने त्याचे आयुष्य गोरगरिबांची सेवा करून सार्थकी लावलं. या गावाचा तो खोत असून त्याला जमिनीचा लोभ नाही. आपण मात्र गावात राहून कुळांशी तंटे-बखेडे करीत आयुष्यभर मनस्ताप पदरात पाडून घेतला. जो स्वत:साठी जगतो, तो मेल्यानंतर त्याची राखसुद्धा राहत नाही. मात्र जो दुसऱ्यासाठी जगतो, तो

त्याच्या कार्याच्या रूपाने चिरंजीव राहतो. समाजातील त्याच्या कार्याचं आपण कौतुक करायला हवं. आज आई-बाबा हवे होते. त्यांनासुद्धा चंदूच्या समाजकार्याचा अभिमान वाटला असता. त्याला जन्म दिल्याबद्दल त्यांना धन्य-धन्य वाटलं असतं.

दादाखोत बसल्या जागेवरून झट्‌कन उठून उभे राहिले नि चंद्रशेखरना घट्ट आलिंगन देत ते रुद्ध कंठाने म्हणाले,

"चंदू, या घडीला आपले आई-बाबा हवे होते. त्यांनीसुद्धा तुझं कौतुक केलं असतं."

"दादा, आई-बाबांचा आशीर्वाद माझ्या पाठीशी सदैव आहे, म्हणून मी आलेल्या संकटांना धैर्याने तोंड देऊ शकलो."

"आता मी तुला कोठेही जाऊ देणार नाही. आपल्याकडे पुष्कळ जमीन आहे. तुझा त्यावर निम्मा अधिकार आहे. तुला जेवढी जमीन लागेल, तेवढी जमीन तू घे. तू या गावात नवीन आश्रम बांध.ग माझा त्याला विरोध नाही. तू या गावचा खोत आहेस."

दादाखोतांचं बोलणं ऐकून चंद्रशेखर हसले नि त्यांच्यापासून थोडं अलग होत ते अत्यंत नम्रपणे त्यांना म्हणाले,

"दादा, मला आता कसला मोह उरला नाही. जमिनींचा तर अजिबात नाही. मी या जगात नंगा आलोय नि नंगाच जाणार. कोण खोत, कोण कुळं? या नुसत्या वल्गना आहेत. मला राजा आणि रंक दोन्ही सारखेच वाटतात. तुलाच आपली सारी जमीन लखलाभ होवो."

"म्हणजे, तू आता या वाड्यात राहणार नाहीस?"

"नाही."

"का?"

"मला सत्यानंदमहाराजांना दिलेलं वचन पूर्ण करायचं आहे. मी माझा शेवटचा श्वास त्या आश्रमात सोडणार आहे, असं मी त्यांना वचन दिलंय. त्यांना दिलेल्या वचनापासून मी कदापि दूर जाणार नाही."

"चंदू..." दादाखोतांना दु:खाचा आवंढा आला होता.

"दादा, तू वाईट वाटून घेऊ नकोस. मी तुझं दु:ख समजू शकतो. माझं नशीब थोर, म्हणून तुझ्यासारखा मायाळू नि समजंस भाऊ मला मिळाला; नाही तर जमिनीच्या तुकड्यासाठी भांडणारे भाऊ मी याच गावात पाह्यलेत."

"चंदू, तू गेल्यानंतर मला हा वाडा खायला उठेल रे! माझा जीव इथे रमणार नाही."

“मी पुन्हा या गावात आलोच नाही, असं तू मनातून समजायचं. काही दिवसांनी सगळं ठीक होईल.”

“मनाची समजूत घालणं फार कठीण असते रे !”

दादाखोतांची गत एखाद्या लहान मुलाप्रमाणे झाली होती. त्यांचे डोळे दुःखाने गळत होते. गडद रात्र हुंकार देत होती. रातकिड्यांचा भेसूर आवाज कानांवर पडत होता. दादाखोतांच्या खोलीत दोघांची अंथरुणं घातली होती. जांभया देत दादाखोत नि चंद्रशेखर बसलेल्या जागेवरून उठून उभे राहिले. अंथरुणावर पडल्या-पडल्या दोघेही लगेच झोपी गेले.

❑❑❑

३३.

दादाखोत पाठीमागे हात घेऊन दिवाणखान्यात शतपावली घालीत होते. चंद्रशेखरना वाड्यातून जाऊन एक आठवडा होऊन गेला होता, तरी त्यांना त्यांची क्षणाक्षणाला आठवण येत होती. चंद्रशेखर पुन्हा त्यांच्या आश्रमाकडे प्रस्थान करतील, असं सुरुवातीला दादाखोतांना वाटलं नव्हतं. चंद्रशेखर वाड्यातून बाहेर पडताना दादाखोतांनी त्यांना राहण्यासाठी पुन्हा एकदा डोळ्यांत पाणी आणून गळ घातली, परंतु ते बधले नाहीत. सत्यानंदमहाराजांना दिलेल्या वचनाला चंद्रशेखर जागले. साधूमहाराजांचं आचरण कसं असावं, हे त्यांनी पुन्हा एकदा त्यांच्या वागण्यातून दाखवून दिलं. चंद्रशेखर दिलेल्या वचनाला जागला म्हणून त्याचा आनंद मानावा की, तो वाडा सोडून दूर निघून गेल्याचं दु:ख करीत बसावं— हे दादाखोतांना कळून येईना. मधमाश्यांच्या पोळ्यावर असंख्य मधमाशा घोंगाव्यात, तद्वत् शतपावली घालताना त्यांच्या डोक्यात विचारचक्र सुरू होते.

वय झाल्यामुळे दादाखोतांना शतपावली घालून थोडा थकवा जाणवू लागला. विश्रांती घेण्यासाठी ते सागवानी आरामखुर्चीत बसले. सुपारीची तल्लफ आली, म्हणून त्यांनी ओली सुपारी कातरून फक्कन तोंडात टाकली. हातातील अडकित्ता नि कातरलेली अर्धी सुपारी मेजावर ठेवून ते दोन्ही हात डोक्याच्या मागे घेऊन निवांत विचार करीत बसले.

मी आहे तोपर्यंत या वाड्याची, वाडवडिलांपासून मिळालेल्या जमिनींची देखभाल करीन; माझ्या पश्चात या वाड्याची नि जमिनीची कोण देखभाल करील? पाठचा भाऊ चंद्रशेखर... आता तो ध्यानधारणा करून साधूमहाराज झालाय. त्याला आता कसलाच मोह राहिला नाही. सर्व माझ्या स्वाधीन करून तो आला तसाच पुन्हा त्याच्या आश्रमाकडे गेला. पोटचा मुलगा अवधूत जमिनींकडे लक्ष देत नाही. त्याची तालुक्याला डॉक्टरकी भली, की तो भला. माझा शेवटचा श्वास

याच वाड्यात जाईल, तोपर्यंत पोटच्या मुलाप्रमाणे जमिनींची देखभाल करीन; परंतु माझ्यानंतर माझ्या मुलाने ही जबाबदारी पेलावी, एवढीच माझी इच्छा आहे. नाही तर या गावात इंचभरसुद्धा जमीन आपल्या नावे राहणार नाही. जिथे फुले वेचली, तिथे आपल्यावर गोवऱ्या वेचण्याची वेळ येईल. दिवसेंदिवस कायदे बदलतात. त्याचा फायदा कुळं घेतल्याशिवाय राहणार नाहीत, हे सूर्यप्रकाशाइतकं सत्य आहे. रायबाचा मुलगा दौलत शिरजोर होतोय. बंडूकाका त्याला फूस लावतात. दौलतला एकदा अद्दल घडवायला पाहिजे, त्याशिवाय तो वठणीवर येणार नाही. दाणं टाकून कोंबड्या कशा झुंजवायच्या, ते कुणीही त्या बंडूकाकांकडून शिकून घ्यावं. स्वत:ला या गावचा खोत म्हणवून घेतो नि खोताशीच गद्दारी करतो. घरभेदीचं दु:ख काय असतं, हे त्यालासुद्धा कधी तरी कळून येईल; तोपर्यंत त्याला किती गमजा मारायच्या तेवढ्या मारू दे. ज्या वेळी त्याच्यावर रडायची वेळ येईल, तेव्हा त्याचे अश्रू पुसायला कुणी पुढे होणार नाही.

गणपत दबक्या पावलांनी दादाखोतांच्या जवळ आला. घसा खाकरून तो त्यांना म्हणाला,

"दादा, येक वंगाळ बातमी हाय."

"कोणती?" दादाखोत गंभीर झाले.

"दौलतचा बापूस झाडाला फास लावून मेला."

"कधी?"

"आज सकाळी."

वाईट बातमी ऐकून दादाखोत मनात हळहळले. रायबा गावच्या खोताबरोबर आयुष्यभर इमानाने वागत होता. कधी त्यांच्या विरोधात त्याने 'ब्र'सुद्धा काढला नव्हता. गावच्या खोतांचं मन तो जपायचा. दादाखोतांनी रुद्ध कंठाने गणपतला विचारले,

"त्याच्या घरात भांडणं होती का?"

"दौलत म्हाताऱ्याला तरास करीत होता, असं मला गावात ऐकायला मिळलं. काल दौलत सातविणीच्या माळावयल्या जमिनीला त्याचं नाव कूळ म्हनून लावण्यासाठनं तलाठी हाफीसात गेला होता. रायबा त्याला इरोध करीत होता. त्यानं बापसाचं ऐकलं न्हाय... तवा दोघांत झगडा झाला."

"त्या जमिनीला त्याचं नाव कूळ म्हणून लागण्यासाठी जमीनमालक म्हणून माझी संमती हवी; त्याशिवाय त्याचं नाव कूळ म्हणून कसे लागेल?"

"बेदखल कुळं शोधून काढून त्यांची नावं त्या जमिनीला लावायची, असा

सरकारनं नवा कायदा केलाय म्हणत्यात. तवाच तो दौलत उड्या मारायला लागलाय. बंडूकाकांकडून त्याने समदी म्हाईती घेतलीय; तवा तुमी बेसावध ऱ्हाऊ नका.''

त्याचं बोलणं ऐकून दादाखोत पुन्हा विचारात पडले. गणपतच्या बोलण्यात तथ्य आहे, असं त्यांना वाटू लागलं. काही झालं तरी ती जमीन दौलतच्या घशात फुकाफुकी घालायची नाही, असं त्यांनी मनात ठरवूनच टाकलं.

दादाखोत घसा खाकरून म्हणाले,

''गणपत, मी उद्याच तलाठ्याला जाऊन भेटतो नि त्याच्याकडे माझ्या त्या जमिनीबद्दल तक्रारी अर्ज लिहून देतो. मग पाहू तो दौलत त्या जमिनीला कूळ म्हणून त्याचं नाव कसं लावून घेतो. वाडवडिलांच्या जमिनी अशा सोडल्या, तर उद्या गावच्या खोताला भूमिहीन व्हायला वेळ लागणार नाही.''

''दादा, आता पैल्यागत मान्सं ऱ्हाईली न्हाईत. या बोटावयली थुकी लगीच या बोटावर करतात.''

''खरं आहे रे तुझं म्हणणं. गेले ते दिवस... मान कापली तरी कुणी दिलेला शब्द फिरविणार नाही! भोकं गेली नि कापं राहिलीत. आता बोलून तरी त्याचा काय उपयोग होणार आहे का?''

दादाखोत गंभीर झाले होते. गणपत त्यांच्या चेहऱ्याकडे उघड्या डोळ्यांनी पाहत उभा होता. थोडा वेळ कुणी काहीही बोलले नाही. त्या ठिकाणी थोडा वेळ स्मशानशांतता नांदू लागली. गिलावा केलेल्या भिंतीवर पाल अशुभ चुकचुकत होती. जणू ती संभाव्य भयानक घटनेची नांदी होती. वाऱ्याने डोक्यावरील झुंबर हलत होतं. त्या गूढ-गंभीर शांततेचा भंग करीत दादाखोतांना गणपत म्हणाला,

''दादा, डुकरं पुन्नींदा लई पिसाळलीत.''

''अस्सं?''

''व्हय जी. मी सकाळी खलाटीत जाऊन आलू. डुकरांनी तुरीच्या पिकाची नासधूस करून टाकलीय. त्याचा लवकर बंदुबस्त व्हायला पाह्यजे. न्हाय तर तुरीची येक शेंग दिकून जाग्यावं ऱ्हानार न्हाय.''

''गणपत, मागच्या आठवड्यात मी बंदूक घेऊन तुरीच्या शेतात रात्री राखणीला बसणार होतो; परंतु चंद्रशेखर किती तरी वर्षांनी मला भेटायला आला होता, म्हणून मी तो बेत पुढे ढकलला. आज रात्री जेवणं झाली की, आपण राखणीला जाऊ. मायला, त्यांच्या मस्तकातच गोळी घालतो. उद्या कुळवाड्यांना डुकराच्या मटणाची मेजवानी मी देणार आहे.''

''दादा, याक इनंती हाय—''

"बोल."

"माजी मागारीन सीक हाय, तवा मला यायला न्हाय जमणार."

"चालेल. तू येऊ नकोस, मी एकटा जाईन. नाना वाघाच्या शिकारीला बंदूक घेऊन एकटेच जायाचे. मला कसली भीती? माझ्या हातात दुनळी बंदूक आहे. तू असं कर— तुझ्यासोबत आणखी दोन गडी घे नि संध्याकाळपर्यंत शेताच्या कडेला उंच मचाण तयार करून दे. आजची रात्र मला तुरीच्या शेतात त्या मचाणावर जागून काढायची आहे. मचाण मजबूत पाहिजे. चांगले वासे लाव, नाही तर डुकरांनी धडक दिली की, मी मचाणासकट खाली येईन!"

"दादा, तुमी त्याची काळजी करू नका. मचाणाला ऐनाच्या झाडाचे वासे लावतो नि आडवे कळक टाकून त्यावर पेंढा टाकतू. झकास करतू. तुमी बगीत ऱ्हावा."

"भले शाब्बास! तुला काय सांगायला लागतं का?"

"मंग, मी जाऊ म्हनताय?"

"जा तू." दादाखोत त्याला जाण्याची परवानगी देत म्हणाले.

"लगीच निंगालू."

गणपत एक क्षणही त्यांच्यासमोर थांबला नाही. त्यांनी सांगितलेल्या कामगिरीवर तो ताबडतोब निघून गेला अन् शलाका मंद पावलं टाकीत दिवाणखान्यात आली. दादाखोतांच्या समोर असलेल्या रिकाम्या खुर्चीत बसत ती त्यांना किनऱ्या आवाजात म्हणाली,

"बाबा, मी आज तालुक्याला जाऊन आले."

"कशाला?" तोंडाचा चंबू करून दादाखोतांनी तिला विचारलं.

"बाबा, तुम्ही विसरलात? दूरदर्शनचा संच घेण्यासाठी परवा तुम्ही माझ्याकडे रोख दहा हजार रुपये दिले होते ना? त्याची खरेदी करण्यासाठी मी भागवतसरांना सोबत घेऊन तालुक्याला गेले होते. उद्या रिक्षाने दूरदर्शन संच आपल्या वाड्यात येईल. तो बसवायचा कोठे, हे मी तुम्हाला विचारायला आलेय."

ही कार्टी नक्कीच कधी तरी आपल्या तोंडाला काळं फासणार आहे. हल्ली-हल्ली ती भागवतसरांच्या फार जवळ जात्येय... दादाखोत विचार करीत होते. तो कोण, कुठला— याचा ती मुळी विचारच करीत नाहीये. एकदा तिला ठेच लागली, तरी ती शहाणी होत नाही. मूर्खासारखी वागत्ये. शाळेला देणगी जमा करण्याच्या नावाखाली दोन-तीन दिवस त्याच्यासोबत जात्ये. शेण खायचंच तिने

बाकी ठेवलं असेल का? लोक तोंडावर कुणी बोलत नाहीत, परंतु पाठीमागून कुजबुज करतात. बाईची अब्रू काचेसारखी असते. तिला एकदा का तडा गेला, तर पुन्हा सांधता येत नाही. बाप म्हणून तिला रोखणं आपलं कर्तव्य आहे. एकदा ठोकर बसली की, माणूस पुन्हा सावरतो; परंतु दुसऱ्यांदा ठोकर बसली की, तो अक्षरश: कोलमडून पडतो.

शलाकाचं बोलणं ऐकून दादाखोत काहीही बोलले नाहीत, म्हणून ती पुन्हा मोठ्या आवाजात त्यांना म्हणाली,

"बाबा, मी तुम्हाला काय विचारत्येय? टीव्ही दिवाणखान्यात ठेवायचा की तुमच्या झोपण्याच्या खोलीत?"

"झोपण्याच्या खोलीत नको. इथे ठेवला की, तो सर्वांना पाहता येईल." तंद्रीतून जागे झाल्याप्रमाणे दादाखोत बोलले.

"बाबा, माझ्याही मनात तेच होतं. दिवाणखान्यात टीव्ही ठेवला, तर तो सगळ्यांना पाहता येईल."

वसंत ऋतूमध्ये ज्याप्रमाणे निष्पर्ण वृक्षांना नवी तजेलदार पालवी फुटते, तसा शलाकाचा स्वभाव आता बदलला होता. आधी ती फारशी कुणाशीच बोलायची नाही. एकसारखी हातात पुस्तक घेऊन तिच्या खोलीत बसलेली असायची. विचारलेलं तेवढंच सांगायची. आता त्या मानाने ती अघळ-पघळ बोलून गालातल्या गालात हसत होती. तिच्या स्वभावात झालेला बदल दादाखोतांच्या नजरेतून सुटला नव्हता. फक्त ते तिला बोलण्याची संधी कधी मिळते, याची वाट पाहत होते.

हवेत उकाडा होता. डोक्यावरचा पंखा गरगर फिरत होता, तरीही जाम उकडत होतं. कपाळावर जमा झालेला घाम शलाका अंगावरील साडीच्या पदराने हलक्या हाताने पुसू लागली. तिच्या हाताच्या बोटातील सोन्याची अंगठी पाहून दादाखोतांनी तिला सहज विचारलं,

"शलाका, अंगठी छान आहे. कधी केलीस?"

दादाखोतांनी स्वत:हून विचारल्यामुळे शलाका मनात किंचित सुखावली. ती खुद्‌कन हसून म्हणाली,

"बाबा, ही अंगठी मला भागवतसरांनी माझ्या वाढदिवसाला भेट म्हणून दिली आहे."

आपलं बोलणं ऐकून दादाखोत खूश होतील, असं शलाकाला मनातून वाटलं होतं; परंतु तसं काही झालं नाही. तिचं बोलणं ऐकून दादाखोतांचा चेहरा गंभीर झाला. ओठांची थरथर होऊ लागली नि त्यांच्या चेहऱ्यावरील सुरकुत्यांच्या रेषा

अधिक गडद दिसू लागल्या. ते तिला लगेच उसळून म्हणाले,

"शलाका, परक्या माणसाकडून अशा किमती भेटी स्वीकारायच्या नसतात. तुला कळत कसं नाही? तुला हे सारं मी सांगायला हवं का?"

अचानक हल्ला झाल्यामुळे शलाका भांबावून त्यांच्याकडे विस्फारलेल्या डोळ्यांनी पाहू लागली. तिला कळेना की, दादाखोतांना असं अचानक काय झालं ते! तिच्या ते ध्यानी-मनीसुद्धा नव्हतं. थोड्या वेळाने तिने स्वत:ला सावरलं नि ती त्यांना आवेशाने म्हणाली,

"बाबा, काय झालं? त्यात काय बिघडलं?"

"काय झालं म्हणून पुन्हा वर तोंड करून मलाच विचारत्येस?"

"मला कळलं नाही, म्हणून मी विचारत्येय."

"न कळायला काय झालं? तुला कळतंय सगळं! तू आता वेड घेऊन पेडगावला जाण्याचा बहाणा करत्येस."

शलाका अस्वस्थ झाली होती. भागवतसरांकडून आपल्या वाढदिवसाला सोन्याची अंगठी भेट म्हणून आपण स्वीकारली, यात गैर असं काय आहे? त्यांच्या भावनांची आपण कदर केली नसती, तर ते निराश झाले असते. आपलं मन जपण्यासाठी ते किती प्रयत्न करीत असतात. मुळात त्यांचा मितभाषी स्वभाव... त्यांचं बोलणं नुसतं कानांनी ऐकत राहावं, असं वाटतं. गेल्या आठवड्यात मला नुसती सर्दी झाली होती, तर त्या भल्या माणसाने माझी किती काळजी घेतली होती. जणू सर्दी-पडशानं तेच बेजार होते! बाबांचं नेहमी असंच असतं. स्वत: नियम तयार करायचे नि ते स्वत:च मोडायचे. मुलांनी मात्र नियमांत वागायला पाहिजे. अवधूतलासुद्धा बाबांचा स्वभाव आवडत नाही.

दादाखोतांच्या चेहऱ्याकडे पाहत किंचित आवाज चढवून शलाका म्हणाली,

"बाबा, भागवतसर स्वभावाने चांगले आहेत. त्यांच्याकडून भेट स्वीकारून मी काहीही चूक केली नाही. तुम्ही उगाच त्रागा करून घेऊ नका. तुमचा रक्तदाब वाढून त्याचा तुम्हाला पुन्हा त्रास होईल."

"माझ्या तब्येतीची तू काळजी करू नकोस, तू चांगली वाग, म्हणजे माझी तब्येत आपोआप चांगली राहील."

"बाबा, तुम्ही असं कसं म्हणता? मी काय गैर वागले— सांगा पाहू तुम्ही मला?"

"तू माझ्या तोंडातून ते वदवून घेऊ नकोस; तू कशी वागत्येस, हे तुला पक्कं ठाऊक आहे. तू एवढंच लक्षात ठेव की, मांजर जरी डोळे मिटून दूध पीत असलं,

तरी सगळ्या जगाचे डोळे उघडे असतात.''

शलाका मनात म्हणाली... आता मात्र बाबांची हद्द झाली! एवढे ते बोलतील, असं मला कधी वाटलं नव्हतं. आपल्याला बरोबरीने वागवितो, असा पुरुष— मग तो नवरा असो की मित्र— त्याने एखादी वस्तू भेट म्हणून दिली, तर ती स्वीकारायला नको? त्या भेटीचा अव्हेर केला असता, तर त्याला किती वाईट वाटले असते? जो आपल्या भावना समजून घेतो, त्याच्या भावना आपण नको का जपायला? आता बाबांना स्पष्ट सांगण्याची वेळ आली आहे. हा विषय पुन्हा कधी तरी निघणारच आहे; तेव्हा एकदाच त्याचा सोक्षमोक्ष लावून मोकळं व्हावं, म्हणजे पुन: पुन्हा तेच चऱ्हाट वळत बसायला नको.

शलाका स्पष्टपणे दादाखोतांना म्हणाली,

''बाबा, मी एक स्त्री आहे. मलासुद्धा भावना आहेत. याउपर मी तुम्हाला काय सांगू?''

तिचं बोलणं ऐकून दादाखोत आणखी चिडले. ते त्वेषाने तिला म्हणाले,

''अगं, आपण या गावचे खोत आहोत. या वाड्याच्या काही मानमर्यादा आहेत, याचा तू काही विचार करणार आहेस की नाही?''

''बाबा, मला तुम्हाला बोलायचं नव्हतं; परंतु तुम्ही ती वेळ आता माझ्यावर आणली आहे. तुम्ही जो मला प्रश्न विचारला आहे, तोच प्रश्न मी तुम्हाला विचारू शकते.''

''म्हणजे... तुला काय म्हणायचंय?''

''मला काय म्हणायचंय, ते तुम्हाला कळलंय बाबा!''

''सुलभाबद्दल तर तू बोलत नाहीस ना?''

''होय बाबा, मी त्यांच्याबद्दलच बोलत्येय. का तुम्ही त्यांच्याकडे जाता? सुलभाकाकींचं नि तुमचं नातं काय, हे कळेल का मला?''

''कार्टेऽऽ मी तुझं थोबाड फोडीन! पुन्हा तिचं नाव माझ्यासमोर काढलंस तर!'' दादाखोत रागाने थरथर कापत उभे राहिले.

''बाबाऽऽ'' शलाकाच्या डोळ्यांतून अश्रूंच्या धारा लागल्या होत्या.

दिवाणखान्यात सुरू असलेला गोंधळ ऐकून अनुराधा हातातील काम टाकून धावत आल्या. त्यांनी दादाखोतांना आवरलं. दादाखोत कातर आवाजात म्हणाले,

''अनुराधा, आपली शलाका आता फार मोठी झाली गंऽऽ. ती आता बापाचाही मुलाहिजा ठेवत नाही. माझ्या चारित्र्यावर ती चिखल उडवत्येय. कसं मी

सहन करू, ते तू सांग. दुसरं कुणी म्हटलं असतं, तर मला त्याचं काही वाटलं नसतं; पण पोटच्या मुलीनं माझी अब्रू काढली. ते दुःख नाही गं सहन होत. परमेश्वरा, हे ऐकण्यापेक्षा तू मला तुझ्याजवळ का बोलावून घेत नाहीस? या वाड्याचं आता काही खरं नाही. रक्ताची ओळख रक्ताला राहिली नाही!''

''अहो, तुम्ही तिचं बोलणं मनावर घेऊ नका; ती मूर्ख आहे. मी सांगत्ये तिला तुमची माफी मागायला.''

''अनुराधा, आता तिनं माफी मागून त्याचा काय उपयोग? तिला मी फार फुलासारखी जपली होती. ती असं काही बोलेल, असं मला स्वप्नातसुद्धा वाटलं नव्हतं. बाप म्हणून काही गोष्टी तिला सांगण्याचा मला अधिकार आहे, तर तिने भलताच गैरसमज करून घेतला. माझंच चुकलं— मी तिला काही सांगायलाच नको होतं.''

शलाका रागाच्या भरात बोलली खरी, परंतु आता तिला त्याचा पश्चात्ताप होत होता. आपण बाबांना तसं बोलायला नको होतं. ती मनात अस्वस्थ झाली होती. अनुराधा तिच्याकडे वळून रागाने म्हणाल्या,

''शलाका, तुला कळत कसं नाही? वडिलांना असं बोलायचं असतं?''

''आईऽ मी चुकले गंऽऽ'' शलाकाचे डोळे पाण्याने तुडुंब भरले होते.

''चल, त्यांची आधी माफी माग.''

''बाबा, मी चुकले... तुम्ही मला माफ करा... तुम्हाला मी तसं बोलायला नको होतं.''

मुलीला झालेलं दुःख दादाखोतांना पाहवलं नाही. ते क्षणात पाणी पडलेल्या ढेकळाप्रमाणे विरघळले. पायांवर डोकं ठेवलेल्या शलाकाला त्यांनी दंडाला धरून वर उठविले. तिच्या केसांवरून मायेनं हात फिरवीत ते रुद्ध कंठाने तिला म्हणाले.

''माझी शहाणी पोर... माझी दुधावरची साय! रडू नकोस. मी तुला माफ केलंय. या जगात फक्त आई-वडीलच मुलांनी केलेले अपराध पोटात घालून त्यांना माफ करतात. तू खरं त्येच बोललीस; यात तुझा तरी काय दोष?''

''बाबाऽऽ बाबाऽऽ'' दादाखोतांच्या डोळ्यांत पाहत शलाका त्यांना आर्त साद घालीत होती.

''शलाका, डोळे पूस पोरी. आता रडायचं नाही.''

बाप-लेकीच्या मनातील किल्मिष दूर होऊन त्यांची लगेच दिलजमाई झाली, म्हणून अनुराधाची काळजी मिटली होती. त्यांचा जीव भांड्यात पडला होता. अनुराधाकडे केविलवाण्या नजरेने पाहत शलाका दुःखी आवाजात म्हणाली,

"आई, मी माझ्या खोलीत जात्ये."

"पोरी, जा तू. आराम कर. जेवणाच्या वेळी मी तुला बोलवायला येईन हो."

शलाका खाली मान घालून मंद पावलं टाकीत तिच्या खोलीच्या दिशेने निघून गेली. ती निघून गेल्यावर दादाखोत अनुराधाला म्हणाले,

"अनुराधा, शलाका खरंच आता मोठी झाली हो!"

"जाऊ दे, तिचं तुम्ही मनावर घेऊ नका."

"अनुराधा, जखमा बऱ्या झाल्या तरी त्यांचे व्रण राहतात."

"विसरा आता ते सगळं."

"कसं विसरू? नाही गं विसरता येत. परक्यांचं आपण समजू शकतो... पण ही पोरं... आपल्या रक्तामांसाची आहेत!"

"मला ते कळत नाही का?"

"तुला कळतंय गंऽऽ पण आपल्या मुलांना ते कळलं असतं तर..."

दादाखोत पुन: पुन्हा त्याच विषयाकडे वळत होते, हे अनुराधाच्या एव्हाना लक्षात आलं होतं. विषयांतर करण्यासाठी त्यांना म्हणाल्या,

"अहो, आज रात्री तुम्ही शेताची राखण करायला जाणार आहात का? मघाशी गणपत बोलत होता."

"होय, आज रात्री मी लवकर जेवणार आहे. डुकरांचा बंदोबस्त करायला जातोय; वाघाच्या शिकारीला जात नाही. गणपतची बायको आजारी आहे, म्हणून मीच त्याला 'नको येऊस' म्हणून सांगितलं. ब्राह्मणवाडी सोडून उद्या मी अख्ख्या गावाला डुकराच्या मटणाची मेजवानी देणार आहे— आहेस कुठं तू! बरेच दिवस मी तुरीत बंदूक घेऊन बसलो नाही, म्हणून डुकरं पिसाळलीत."

"अहो, जंगलातील वाघ काय नि डुकरं काय— सारखीच धोकादायक. तुम्ही स्वत:ची काळजी घ्या."

"अनुराधा, मला ठाऊक आहे— मी तुरीच्या शेतात बंदूक घेऊन रात्री राखणीला बसलो की, तुला रात्री नीट झोप येत नाही; तुझे डोळे टक्क उघडे असतात. आज रात्री मी एकदाच राखणीला जाणार आहे; पुन्हा कधी हातात बंदूक घेणार नाही नि त्या तुरीत जाऊन रात्री बसणारसुद्धा नाही. मग तर झालं?"

त्यांचे ते शब्द ऐकून अनुराधाचा चेहरा उजळला. दादाखोतांच्या डोळ्यांत पाहत त्या म्हणाल्या,

"सोमेश्वर तुमचं रक्षण करील."

"काही काही बायका नवऱ्याची फार काळजी घेतात बुवा!" दादाखोत स्वत:शी बोलल्याप्रमाणे म्हणाले.

"अहो, ईश्वरचरणी माझी एकच मागणी आहे—"

"ती कोणती?"

"मला अहेव मरण येऊ दे."

"वेडी गंऽ वेडी!" दादाखोत हसत-हसत म्हणाले.

"अहो, अजून स्वयंपाक व्हायचाय— जात्ये मी."

"अनुराधा, आमटीत कढीपत्ता टाकायला विसरू नकोस म्हटलं."

"नाही हो विसरत. मला ठाऊक आहे की, तुम्हाला आमटीत कढीपत्ता टाकलेलं फार आवडतं म्हणून."

"जा तू."

"गेले हंऽ" अनुराधा स्वयंपाकखोलीच्या दिशेने सावकाश पावलं टाकीत निघून गेल्या.

अनुराधा निघून गेल्यावर दादाखोत पुन्हा आरामखुर्चीत बसले नि भांड्यात पाणी घेऊन त्यांनी घसा ओला केला. तळहाताने तोंड पुसत असताना त्यांच्या मनात विचार आला... चंदूप्रमाणे मीसुद्धा बैरागी झालो असतो, तर फार बरं झालं असतं. निदान मला बायको-मुलं, जमीन-जुमला याची तरी चिंता करीत बसावी लागली नसती. आता या चिंता-काळज्या शेवटच्या श्वासापर्यंत आपली संगत काही केल्या सोडणार नाहीत. तुकाराममहाराजांनी म्हटलं आहे— 'आलिया भोगासी असावे सादर।' वाऱ्याची दिशा एक वेळ बदलेल, परंतु सटवीने लिहिलेलं नशीब काही केल्या बदलता येत नाही. त्याला इलाज नाही. मघाच्या घटनेने दादाखोत अजूनही मनातून थोडे निराश झाले होते. अनुराधाने तीराप्रमाणे धावत येऊन त्यांना सावरलं होतं नि त्या घटनेवर पडदा पाडला होता. तिच्या चतुराईचं कौतुक केलं पाहिजे, असं दादाखोतांना वाटत होतं.

रात्रीची जेवणं झाली होती. पायांत गमबूट घालून दादाखोत एका हातात बॅटरी नि एका हातात दुनळी बंदूक घेऊन जगबुडी खाडीकडे जाणाऱ्या पाऊलवाटेवरून दमदार पावलं टाकीत चालू लागले. हातातील बॅटरीचा पिवळाधमक उजेड तांबड्या पाऊलवाटेवर सांडत होता. पायांखाली मुरमाचे खडे टरबुजाप्रमाणे फुटत होते. आजूबाजूला झाडीजंगल होतं. जंगली प्राण्यांचा चित्रविचित्र आवाज कानांवर येऊन आदळत होता. दादाखोतांना त्याची तसूभरसुद्धा भीती वाटत नव्हती.

त्यांचे वडील हातात बंदूक घेऊन रात्री-बेरात्री वाघाची शिकार करण्यासाठी घरातून बाहेर पडत. नानांचं रक्त दादाखोतांच्या धमन्यांतून वाहत होतं. कैक वेळा त्यांनी हातात बंदूक घेऊन ही पाऊलवाट रात्री तुडविली होती. आता ते उतारवयाकडे झुकले होते. अंगातील ताकद पहिल्यापेक्षा थोडी कमी झाली होती. चालताना आता त्यांना थोडा थकवा जाणवत होता. रातकिड्यांचे भेसूर गाणे ऐकत दादाखोत तुरीच्या शेतात येऊन एकदाचे पोचले.

बॅटरीच्या पिवळ्याधमक उजेडात दादाखोतांनी गणपतने बांधलेल्या त्या मचाणाभोवतीने एक फेरी मारली. मचाण डोक्यापेक्षाही उंच होते. मचाणावरून तुरीच्या शेतावर लक्ष ठेवणं सोपं होतं. मचाणावर बसण्यासाठी गवताच्या पेंढ्या पसरून ठेवल्या होत्या नि वर चढण्यासाठी जवळच एक लाकडी शिडी मचाणाला टेकून उभी केली होती. दादाखोत मनातल्या मनात गणपतच्या कामगिरीवर खूश झाले. उद्या सकाळी वाड्यात गेल्यावर आधी गणपतच्या पाठीवर थाप मारून चांगलं काम केल्याबद्दल त्याला शाब्बासकी द्यायची, असं दादाखोतांनी ठरवूनच टाकलं नि ते शिडी चढून वर आले.

आता त्यांना कसलीच घाई नव्हती. पसरलेल्या गवताच्या पेंढ्यांवर दादाखोतांनी हातातील बंदूक आणि बॅटरी ठेवली. सदऱ्याच्या खिशातील चंची नि सुपारी काढली. चंद्र ढगाआड लपला होता, तो हळूहळू पुढे-पुढे सरकत होता. आभाळात लाखो चांदण्या लुकलुकत होत्या. जणू त्या चांदण्या दादाखोतांची सोबत करण्यासाठी आल्या होत्या! रात्र कणाकणाने पृथ्वीवर पाझरत होती नि जगबुडी खाडीकिनारी खेकड्यांच्या बिळात कोल्ही आपल्या पांढऱ्या शुभ्र, लांब शेपट्या घालून बसली होती. जगबुडीच्या पाण्यात पडलेलं चंद्राचं प्रतिबिंब वाऱ्याने उठलेल्या लाटांमुळे हलत होते. सगळीकडे भयाण रात्र पसरली होती. जणू ती कळिकाळाचं रूप घेऊन धरणीवर अवतरली होती. वाऱ्याच्या झोताने उंच झाडांवरील पानं सळसळत होती.

वाऱ्याचा झोत अंगावर घेत दादाखोत ओली सुपारी हातात धरून शांतपणे कातरू लागले. आजूबाजूला भयाण रात्र असली तरी त्यांना तिचं भय वाटत नव्हतं. त्यांच्या आयुष्यातील किती तरी रात्री ते या ठिकाणी तुरीच्या राखणीला येऊन बसले होते नि बंदुकीची गोळी घालून डुकरांना ठार केलं होतं. कधी ते एकटे येत, तर कधी सोबतीला वाड्यातील गडी घेऊन येत. चांदणी रात्र असेल, तर त्यांच्या आनंदाला उधाण यायचं. आज चांदणी रात्र असल्याने दादाखोत मनातून भलतेच खूश झाले होते. त्या आनंदाच्या हिंदोळ्यावर स्वार होऊन ते ओली सुपारी सावकाश कातरत होते. सुपारी कातरून त्यांनी ती फक्कन तोंडात टाकली. ओल्या सुपारीची चव

त्यांच्या तोंडात रेंगाळू लागली. हातातील अडकित्ता दादाखोतांनी पुन्हा सदऱ्याच्या खिशात ठेवला आणि ते मान वर करून आभाळात पेटलेले अगणित दिवे पाहू लागले. ते मनोहारी विलोभनीय दृश्य पाहून क्षणभर ते मोरपीस होऊन हवेत तरंगू लागले.

दादाखोतांच्या मनात काय आलं, कुणास ठाऊक; ते बसलेल्या जागेवरून झट्कन उठून उभे राहिले. स्वच्छ, ताजी हवा त्यांच्या रंध्रारंध्रांतून सळसळत होती. तो आनंद ते भरभरून त्या ठिकाणी लुटत होते. आभाळात असंख्य दिवे पेटल्याप्रमाणे चांदण्या लुकलुकत होत्या नि पिठागत पांढरा शुभ्र प्रकाश सांडत चंद्र किरमिजी ढगांतून वाट काढत पुढे-पुढे सरकत होता. त्याच्या दर्शनाने गूढ, गंभीर दिसणारी पृथ्वी रोमांचित झाली होती. पाझरणाऱ्या रात्रीच्या अनोख्या दर्शनाने दादाखोत क्षणभर स्वत:लाच विसरून गेले होते. तोंडातील ओल्या सुपारीची चव घेत ते उघड्या डोळ्यांनी सभोवार पाहत उभे होते. आता त्यांना कशाचंही भान उरलं नव्हतं. चिंता, काळज्या ते सगळं विसरून गेले होते. दादाखोत किती तरी वेळ त्या आभाळाची शोभा उघड्या डोळ्यांनी पाहत उभे राहिले होते.

थोड्या वेळाने दादाखोतांना आपण इथे तुरीच्या शेताची राखण करण्यासाठी आलो आहोत, याचं भान आलं. हातात बॅटरी घेऊन त्यांनी तिचा प्रकाश शेताच्या चारी दिशांना सोडला. तुरीच्या शेतात कसलीही हालचाल दिसत नव्हती. बोटभर जाडीची तुरीची झाडं डोक्याएवढी उंच वाढली होती. त्याच्या कोवळ्या, गोड शेंगा डुकरांना खायला आवडतात. म्हणून ती रानडुक्करं रात्रीच्या वेळी शेतात घुसून तुरीची झाडं मोडून त्याच्या शेंगा खात नि नासधूस करीत. एक-दोनदा त्यांना बंदुकीचा बार काढून शेतातून हुसकावून लावलं की, ती पुन्हा त्याच शेतात लगेच येत नसत. तुरीच्या शेंगा खाण्यासाठी ती दुसऱ्या शेतात जात असत. दादाखोत प्रत्येक वर्षी जगबुडी खाडीच्या काठाला वीस गुंठे शेतात तुरीचं पीक घेत असत. खाडीच्या काठाला बरेच शेतकरी उन्हाळी तुरीचं पीक घेत असत. त्यात त्यांना दोन पैसे मिळत नि जेवणात भाजीसाठीसुद्धा त्याचा वापर होई. जेवणात तुरीची भाजी खाताना फर्मास लागत असल्याने अनेक शेतकरी उन्हाळी खाडीच्या काठाला तुरीचं पीक घेत असत. डुकरांचा त्रास होऊ नये म्हणून शेताच्या सभोवार कुंपण घालीत. तरीही कुंपण मोडून डुकरं कधी कधी शेतातील पिकाची नासधूस करून शेतकऱ्याच्या तोंडचं पाणी पळवत.

हातात बॅटरी घेऊन दादाखोत शेताच्या भोवतीने चक्कर टाकून आले. शेतात कसलीही हालचाल नव्हती. उंच वाढलेली तुरीची झाडं वाऱ्याने हलत होती. पानांचा

'सळसळ' असा आवाज ऐकू येत होता. स्वत:च्या मनाची खात्री झाल्यावर दादाखोत निश्चिंत होऊन शिडी चढून मचाणावर येऊन बसले. डोळ्यांत तेल घालून ते बॅटरीच्या उजेडात सभोवार नजर टाकीत. जरा जरी खसपस असा आवाज कानावर पडला, तर दादाखोत तिथे झट्‌कन बॅटरीचा उजेड मारून पाहत.

रात्र वाऱ्यासंगे पळत होती. निम्मी रात्री उलटून गेली होती. डोळ्यांत झोप घेऊन दादाखोत शेताची राखण करीत होते. त्यांच्या उजव्या हाताजवळ आग ओकणारी दुनळी बंदूक होती. जगबुडी खाडीच्या काठी माजलेली खेकडी खाऊन 'हुक्याऽऽ हूऽऽ हुक्याऽऽ हूऽ' असं भेसूर आवाजात कोल्ही ओरडत होती. लांडग्यांनीसुद्धा आता त्यांच्या आवाजात आवाज मिसळून ओरडायला सुरुवात केली होती. चंद्राचा पिठागत दिसणारा प्रकाश जमिनीवर सांडला होता. चंद्राच्या प्रकाशात डोंगर, नदी-नाले, जगबुडी खाडी, झाडं न्हात होती. जणू स्वर्गच जमिनीवर उतरला होता!

डोळ्यांत झोप आल्याने दादाखोतांना जांभया येत होत्या. तोंडावर हात ठेवून ते 'आऽऽ आऽऽ ईऽऽ ईऽऽ' असं मोठ्याने जांभया देऊ लागले. सुपारीची तल्लफ आली की, अडकित्त्याने सुपारी कातरून ती तोंडात टाकीत. असं त्यांचं रात्रभर चाललं होतं. शेतात अजूनपर्यंत रानटी जनावरांची पायचल नसल्याने ते निर्धास्त होते. दादाखोतांनी मांडी बदलली. उजव्या हातात बंदूक घेऊन ते स्वत:शीच बोलल्याप्रमाणे पुटपुटले—

"माझ्या हातात बंदूक पाहून डुकरं घाबरली वाटतं! आज ती माझ्या शेतात यायला हवी होती. त्यांना गोळी घालून रक्ताची अंघोळच घातली असती. त्यांचं नशीब थोर, म्हणून ती आज माझ्या तुरीच्या शेतात आली नाहीत."

जनावरांना, पशू-पक्ष्यांना धोका असेल, तर लगेच ते कळतं. ईश्वरानं त्यांना तसं वरदान दिलं आहे, असं दादाखोत मनात म्हणत होते. पहाट फुटायला अजून थोडा अवधी बाकी होता. बंदूक उशाला ठेवून दादाखोत मचाणावर आडवे होणार इतक्यात त्यांच्या कानांवर 'धडधड' असा आवाज ऐकू आला. जणू धरणीकंपच होत होता. हातात बंदूक घेऊन दादाखोत सावध झाले. आवाजाच्या दिशेने त्यांनी बॅटरीचा उजेड फेकला. चार-पाच रानटी डुकरं कुंपण मोडून तुरीच्या शेतात शिरली नि तोंडाने तुरीची उंच झाडं वाकवून त्यांचा फडशा पाडू लागली. त्यांचा धुडगूस पाहून दादाखोतांचं पित्त एकदम खवळलं. त्या डुकरांची पाठ काळीभोर नि जाड कातडीची होती. त्यांची शेपटी फक्त वीतभर होती. त्यांच्या तोंडातील अणकुचीदार सुळे बॅटरीच्या उजेडात चमकत होते. त्यांचे डोळे पेटत्या दिव्यांप्रमाणे दिसत होते.

मचाणावरून दादाखोतांनी त्यांच्यावर बॅटरीचा उजेड सोडला होता. नेम

धरून त्यांनी बंदुकीचा चाप ओढला. 'ठोऽऽ' असा गगनभेदी आवाज अंधाराला कापत दूरवर ऐकू गेला. दादाखोतांनी मारलेली गोळी एका डुकराच्या बरोबर मस्तकात जाऊन घुसली. एका क्षणात ते डुक्कर खाली कोसळलं. बाकीची डुक्करं घाबरली नि ती मचाणाच्या दिशेने जिवाच्या आकांताने धावत सुटली. दादाखोतांच्या दिशेने डुकरं धावत येत होती. दादाखोतांनी लगेच दुसरा बार काढला. तो हुकला. धावत आलेली डुकरं मचाणाच्या वाशांना येऊन जोरात धडकली. तसे ऐनाचे वासे मोडून मचाण गवताच्या पेंढ्यांसह जमिनीवर कोसळलं. दादाखोत त्या रानटी डुकरांच्या कचाट्यात आयतेच सापडले. त्यांची बंदूक एका बाजूला पडली होती. पिसाळलेल्या डुकरांनी दादाखोतांना वर उठायचीसुद्धा संधी दिली नाही. धारधार सुळ्यांनी त्या डुकरांनी त्यांनी दादाखोतांना तुरीच्या शेतात फासटून मारलं. धारदार सुळ्यांनी त्यांच्या शरीराचे लचके तोडले. तुरीच्या शेतात दादाखोतांनी प्राण सोडल्यावर ती रानटी डुकरं जंगलाच्या दिशेने निघून गेली.

❑❑❑

भाग
तीन

३४.

दादाखोत देवाघरी जाऊन आता पूर्ण एक महिना झाला होता. त्यांच्या अपघाती निधनाने कोलमडून पडलेला वाडा आता हळूहळू सावरत होता. दादाखोतांच्या अपघाती निधनाची बातमी ऐकून अनुराधा मूर्च्छा येऊन धाड्कन जमिनीवर कोसळल्या होत्या. बऱ्याच वेळाने त्यांना शुद्ध आली होती. तेव्हा त्यांच्या डोळ्यांतून अश्रूंच्या धारा लागल्या होत्या. पतिविरहाच्या दुःखाने गदगदत असताना अनुराधाने तीन-चार दिवस तोंडात पाण्याचा थेंबसुद्धा घेतला नाही. अनुराधाची अवस्था पाहून आईसुद्धा आपल्याला सोडून जाते की काय, असा प्रश्न शलाकाच्या मनात निर्माण झाला होता. परंतु, अनुराधा त्या धक्क्यातून हळूहळू सुदैवाने बाहेर पडत होत्या. दादाखोतांच्या निधनाची वाईट बातमी कानावर पडताच तालुक्यातील सर्व गावांतून माणसं सांत्वन करण्यासाठी वाड्यात येत होती. आता सांत्वन करायला येणाऱ्या माणसांचा ओघ थोडा कमी झाला होता. दादाखोतांच्या निधनाने अख्खा तालुका हळहळला होता.

दिवाणखान्यात गिलावा केलेल्या भिंतीवर नानांचा डोईला फेटा बांधून रुबाबात तुकतुकीत घोड्यावर बसलेला फोटो लावला होता. त्याच्या जवळच दादांचा रंगीत फोटो लावला होता. त्यांचा चेहरा करारी दिसत असला, तरी डोळ्यांत अपार माया होती. जणू त्यांनी त्यांची नजर आपल्यावर रोखली आहे, असे त्यांचा फोटो पाहणाऱ्याला वाटत असे. दादांचा फोटो पाहून ते आपल्यातून गेलेत, यावर कुणाचा चट्कन विश्वास बसत नसे.

सकाळची वेळ होती. सूर्याची कोवळी, आल्हादादायक किरणं पृथ्वीच्या अणू-रेणूंत भरून उरली होती. अवधूतची अंघोळ झाली होती. पीतांबर नेसून त्याने देवघरात जाऊन गणेशाची पूजा केली. गणेशाची पूजा आटोपून तो हातात ताज्या जास्वंदीच्या फुलांच्या दोन माळा घेऊन मंद पावलं टाकीत दिवाणखान्यात आला. नानांच्या फोटोला हार घालून त्याने हात जोडले, नंतर त्याने दादांच्या फोटोला हार

घालून दोन्ही हात जोडून मनोभावे नमस्कार केला. त्यानंतर तो बाकड्यावर बसून तोंडातल्या तोंडात गायत्री मंत्र म्हणू लागला—

“ब्रह्माणी चतुराननाक्षवलयं कुंभं करैः स्त्रुकस्त्रुवौ।

बिभ्राणा त्वरुणेन्दुकान्तिवदना ऋग्‌रूपिणी बालिका।।...”

अवधूत गायत्री मंत्र पुटपुटत असताना अनुराधा पदराला ओले हात पुसत त्याच्या जवळ आल्या. त्या जवळ आल्यावर अवधूत गायत्री मंत्र म्हणायचा थांबला नि त्यांच्याकडे तो स्नेहार्द्र नजरेने पाहू लागला. अनुराधा दोन्ही तसबिरींना नमस्कार करून त्याच्या जवळ येऊन बसल्या. थोडा वेळ कोणी बोललं नाही. दादा दिवाणखान्यात ज्या खुर्चीत बसत, ती सागवानी खुर्ची पाहून अनुराधाला दुःख होत होतं. आता ती रिकामी खुर्ची त्यांना मायेने खुणावत होती. जणू ती त्यांना सांगत होती की— ‘अनुराधा, मी गेलो नाही— मी अजून जिवंत आहे. माझा आत्मा हा वाडा सोडून कधीही बाहेर पडणार नाही.’

भरल्या डोळ्यांनी त्या खुर्चीकडं पाहत अनुराधा अवधूतला म्हणाल्या, “अवधूत, त्यांची बसायची खुर्ची आपण त्यांच्या झोपायच्या खोलीत ठेवू या का?”

“नको. राहू दे इथे.”

“त्या खुर्चीत कुणी बसलेलं मला आवडणार नाही, म्हणून मी म्हणते. ते या गावचे खोत होते.”

“आई, तुझी मर्जी.”

त्याचं बोलणं ऐकून अनुराधा गप्प झाल्या. दिवाणखान्यात निःशब्द शांतता पुन्हा पसरली होती. अनुराधा विचार करीत होत्या. त्यांना अवधूतबरोबर काही महत्त्वाच्या बाबींवर चर्चा करायची होती; परंतु त्याला सुरुवात कशी करायची याचा त्या विचार करीत होत्या. अवधूतच्या ते एव्हाना लक्षात आलं होतं, म्हणून तो अनुराधा तोंड उघडण्याची वाट पाहत होता. दादांचं कार्य झालं तसा अवधूत त्याची बायको व मुलांना घेऊन तालुक्याला जायला निघाला, तेव्हा अनुराधा डोळ्यांत पाणी आणून त्याला आर्जव करीत म्हणाल्या,

“अवधूत, आता तुला या वाड्यात राहून या वाड्याची, जमीन-जुमल्याचीही देखभाल करायला हवी. त्यांच्या पश्चात तू या गावाचा खोत आहेस. तुझा तो अधिकार आहे.”

“आई, माझी प्रॅक्टीस—?”

“तू तुझा दवाखाना या वाड्यात उघड. माझी त्याला हरकत नाही.”

“आई, तालुक्याला माझे काही रुग्ण आहेत.”

“तू त्यांची काळजी करू नकोस. ते पाहतील दुसरा डॉक्टर. इथे राहून तुला तुझा व्यवसाय करता येईल नि आपल्या जमिनींची देखभालसुद्धा करता येईल. ते हयात असते, तर मी तुला एवढी गळ घातली नसती. आपण ज्यांना जमिनी कसायला, दिल्यात त्या कुळवाड्यांवर आता भरोसा ठेवून जमायचं नाही. आत्ताची माणसं पहिल्याप्रमाणे विश्वासू नाहीत; केसाने आपला गळा कापतील, आपल्या जमिनी ते त्यांच्या नावे लावून मोकळे होतील. आपण भूमिहीन होऊ. जिथे फुले वेचली, तिथे गोवऱ्या वेचण्याची वेळ आपल्यावर येईल.” अनुराधाचे दोन्ही डोळे पाण्याने भरलेले होते.

अनुराधाचं बोलणं ऐकून अवधूत विचार करू लागला. त्याला त्याच्या आईचं बोलणं पटलं होतं. दादा खोतांच्या काही गोष्टी त्याला बिलकुल पटायच्या नाहीत, म्हणून तो तालुक्याला कधी तरी राहायचा. गावी कधी तरी बायको- मुलांना घेऊन यायचा. परंतु आता दादा खोत हयात नव्हते. उतारवयात अनुराधाला वाडा, जमीन-जुमल्याची देखभाल करणे शक्य नव्हतं; त्याहीपेक्षा आता अनुराधाला मुलगा म्हणून त्याची फार गरज होती. अनुराधाच्या डोळ्यांतील पाणी पाहून तो त्याच्या निर्णयावर ठाम राहू शकला नाही.

“आई, मी आता तुला सोडून जाणार नाही... मी माझा निर्णय बदलला आहे.”

त्याच्या तोंडातील निघालेले शब्द ऐकून अनुराधाला आनंद झाला. “माझं शहाणं बाळऽ” म्हणून अनुराधाने त्याला लहान मुलासारखं कवेत घेऊन त्याच्या पाठीवरून प्रेमाने हात फिरवू लागल्या. तेव्हा अवधूतचे डोळेसुद्धा पाण्याने तुडुंब भरून आले होते. त्याचा निर्णय ऐकून शलाकाने सुटकेचा नि:श्वास टाकला होता. तिला तिच्या आईची काळजी वाटत होती. अवधूतच्या होकाराने वाड्यातील बरेच प्रश्न सुटले होते. त्याचा हा निर्णय ऐकून त्याचे सासरे त्याच्यावर थोडे नाराज झाले. तालुक्याच्या ठिकाणी दवाखाना सुरू करण्यासाठी भारतीच्या वडिलांनी त्याला आर्थिक मदत केली होती. भारतीने पुढाकार घेऊन तिच्या वडिलांची समजूत घातली, तेव्हा सासरेबुवांनी हे प्रकरण अधिक ताणलं नाही. दादा खोत निघून गेल्यावर सगळ्या गोष्टी मनासारख्या जुळून आल्यावर अवधूतने गावी राहण्याचा ठाम निर्णय घेतला होता.

दिवाणखान्यात पसरलेल्या नीरव शांततेचा भंग करीत अनुराधा किनऱ्या आवाजात अवधूतला म्हणाल्या,

“माझी सून मोठ्या मनाची आहे हो!”

“असं—?” अवधूत तिच्याकडे प्रश्नार्थक नजरेने पाहू लागला.

“अरे, तिने समजूतदारपणा दाखविला नसता, तर आपल्यापुढे आणखी अडचणी निर्माण झाल्या असत्या.”

“आई, भारती तशी फार समजूतदार आहे. तिनेच तिच्या वडिलांची समजूत घातली. मला त्यांना काहीही सांगावं लागलं नाही.” अवधूत बायकोची स्तुती करीत म्हणाला.

“पुरे झालं हो बायकोचं कौतुक!” किती तरी दिवसांनी अनुराधाच्या गालांवर थोडं हसू फुटलं होतं.

“आई, मी तिचं कौतुक करीत नाही म्हटलं.”

“मला कळतंय रे. समजा, तू बायकोचं कौतुक केलंस, तर मी काय तुला नको म्हणणार आहे?”

“आई, मी पुष्कळ घरांत पाहिलंय— सासू-सुनेचं कधी पटत नाही. आपलं घर म्हणजे त्याला अपवाद आहे म्हणायचं.”

“अवधूत, मी शलाका नि भारती यांच्यामध्ये दुजाभाव करीत नाही. मी जेव्हा लग्न होऊन या वाड्यात आले, तेव्हा तुझ्या आजीने— म्हणजे माझ्या सासूने मला फार मायेनं वागविलं. माझ्यावर कसली म्हणून बंधनं घातली नाहीत. या वाड्यात मला पूर्ण स्वातंत्र्य दिलं. मला त्याची परतफेड नको का करायला?”

“आई, भारतीचं नशीब थोर, म्हणून तुझ्यासारखी समजूतदार सासू तिला मिळाली.”

“मी असं म्हणेन की, माझं नशीब थोर म्हणून मला भारतीसारखी समजूतदार सून मिळाली!” अनुराधा अभिमानाने म्हणाल्या.

दोघेही निवांत मोकळं-ढाकळं बोलत बसले होते. वातावरणातील ताण हळूहळू कमी होत होता. गेला महिनाभर वाड्यात दादा खोतांच्या निधनाने दुःखाची गडद छाया पसरली होती. ती छाया हळूहळू विरळ होत होती. जी गोष्ट अवधूतच्या कानावर अनुराधा घालणार होती, नेमका तिचाच त्यांना विसर पडला होता. त्याची आठवण झाल्यावर त्या घसा खाकरून अवधूतला म्हणाल्या,

“अवधूत, बरी आठवण झाली बघ—”

“कसली?”

“अरे, यांच्या नावे आपली जमीन आहे. त्यांच्या पश्चात तुझ्या नावे सगळ्या जमिनी करायला हव्यात. त्यासाठी तुला गावच्या तलाठ्याकडे जाऊन

वारस-तपास करायला हवा.''

''आई, तीन महिन्यांच्या आत वारस-तपास करून घ्यावा लागतो. माझ्या ते लक्षात होतं. एक-दोन दिवसांनी मी तलाठी कार्यालयात जाणारच होतो. तू आठवण केलीस, ते फार बरं झालं.''

''वारस-तपास लवकर का करून घ्यायचा, हे तुला ठाऊक आहे का?''

''हूं.''

''कुळांनी काही गडबड करू नये, म्हणून वारस-तपास लवकर करून घ्यायचा. जमिनी तुझ्या नावे झाल्या की, कायद्याने तुला त्यांना जाब विचारता येईल. गाफील राहून जमायचं नाही. रात्र वैऱ्याची आहे.''

''मी उद्याच तलाठी कार्यालयात जातो.''

''अवधूत, कशी वेळ आली पाहा—'' अनुराधा म्हणाल्या.

''आई, मला काही कळलं नाही?''

''तुला ते कळणार नाही, म्हणून मी सांगते. अरे, तुझे आजोबा पूर्वी जमिनींची कागदपत्रं सांभाळत होते. तेव्हा सगळा गाव जमिनींच्या कागदपत्रांसाठी वाड्यात यायचा. ब्रिटिश गेले नि शासनाने जमिनीची कागदपत्रं सांभाळण्यासाठी पगारी नोकरांची नेमणूक गावोगाव केली. म्हणून आपल्याला आता आपल्या कामासाठी तळ्याकडे जाण्याची वेळ आली. काळाचा महिमा म्हणायचा!''

अवधूतच्या अंगावर अचानक जबाबदारी येऊन पडली होती. त्यामुळे तो थोडा भांबावला होता. अवेळी आलेल्या पावसाने जशी त्रेधा-तिरपीट उडते, तशी त्याची गत झाली होती. त्याच्या अंगात आत्मविश्वास होता. त्या जोरावर तो काही गोष्टी निभावून नेत होता. दादा खोत असताना त्याने जमिनींच्या प्रकरणात कधीच लक्ष घातलं नव्हतं. आता त्याला तसं करून मुळी चालणारच नव्हतं. गावच्या खोताचा दरारा कमी झाल्याचं कळताच कुळं शिरजोर होतील, हे त्याला पक्कं ठाऊक होतं. त्यांच्या बऱ्याच जमिनी कुळांकडे कसायला होत्या. त्या जमिनींची आधी त्याला फिरून माहिती गोळा करावी लागणार होती. महसूल खात्यात नोकरी करून बंडूकाका निवृत्त होऊन गावी आले होते. ते गावातील कुळांना कूळकायद्याची माहिती देऊन भडकवीत होते. अवधूतच्या कानावर ते सारं आलं होतं. काम कठीण असलं तरी अवधूत डगमगला नाही. त्याचा जन्म एका खोताच्या पोटी झाला होता. पाण्यात जन्म घेतलेल्या माशांना कुणी पोहायला शिकवावं लागत नाही; ते आपोआप पोहायला शिकतात. अननुभवी असताना येणाऱ्या अडचणींना तोंड देण्यासाठी काळीज घट्ट करावं लागतं, हे आता अवधूतला पक्कं ठाऊक झालं होतं.

अवधूत मघापासून बाकड्यावर बसून विचार करीत होता. दादा खोत हयात असताना त्यांनी सुलभाच्या नावे बऱ्याच जमिनी तोंडी खरेदीने लावल्या होत्या. तो सल त्याच्या मनात किती तरी दिवसांपासून डाचत होता. त्याबद्दल त्याने त्यांना कधीही एका शब्दाने बोलून दुखावलं नव्हतं. आता त्या जमिनी तिच्याकडून कशा काढून घ्यायच्या, याचा तो विचार करीत होता.

आवंढा गिळून तो अनुराधाला गंभीर आवाजात म्हणाल्या,

"आई, मला आणखी थोडं तुझ्याशी बोलायचंय—"

"बोल." त्याच्या नजरेत नजर मिसळत अनुराधा म्हणाल्या.

"तुला राग येणार नाही ना?"

"आईला कधी तिच्या मुलांचा राग येतो का?"

"प्रकरण थोडं नाजूक आहे. तुला ते आवडेल किंवा नाहीसुद्धा आवडणार."

"अरे, तू बोलल्याशिवाय मला कळणार आहे का?"

"आई, तुला ठाऊक आहे की, बाबांनी बऱ्याच जमिनी सुलभाकाकींच्या नावे तोंडी खरेदीने केल्या आहेत. ते हयात असताना मी त्यांना कधी विरोध केला नाही, पण आता मी गप्प बसणार नाही. त्या जमिनी माझ्या वाडवडिलांच्या आहेत. रक्ताचं पाणी करून त्यांनी त्या जमिनी सांभाळल्या होत्या. त्या जमिनी मी त्या व्यभिचारी, कलंकणी स्त्रीला फुंकून टाकू— जिने माझ्या बाबांना नादी लावून त्या जमिनी घेतल्या होत्या?"

त्याचं बोलणं ऐकून अनुराधा गंभीर झाल्या. त्यांच्या कपाळावर नाराजीची आठी पडली. त्यांचा सुरकुत्यांनी भरलेला चेहरा आक्रसला नि त्या तोंड उघडताना ओठांची थरथर होऊ लागली. कंप पावलेल्या आवाजात त्या अवधूतला म्हणाल्या,

"अवधूत, तुझ्या वडिलांच्या आत्म्याला त्रास होईल, असं काही करू नकोस. त्यांनी केलेल्या व्यवहारात आपण लुडबुड करायची नाही."

"मग त्या जमिनी तिला सोडून देऊ?"

"मी तुला माझं मत सांगितलं; याउपर तुला जे काही करायचं, ते तू करू शकतोस. मी तुला आडकाठी करणार नाही. तू मला विचारलंस म्हणून मी बोलले. तू हुशार आहेस, डॉक्टर आहेस— मी तुला काय सांगू? मी तुला एवढेच सांगते की, सुलभा तुला सहजासहजी त्या जमिनी तुझ्या ताब्यात देणार नाही."

"आई, त्यासाठी मला कोर्टाची पायरी चढावी लागली, तरी हरकत नाही. मला फक्त तुझा आशीर्वाद हवाय."

"माझा आशीर्वाद सदैव तुझ्याच पाठीशी राहील."

अनुराधाचं काळीज दुःखाने तळमळत होतं. अवधूतला आपण विरोध केला तर त्याला ते मुळीच आवडणार नाही, हे अनुराधाच्या एव्हाना लक्षात आलं होतं; म्हणून त्या दोन पावलं मागे आल्या होत्या. काही झालं तरी त्याची मर्जी त्यांना सांभाळावी लागणार होती. दादा खोत हयात होते, तेव्हा वेगळी गोष्ट होती. शलाका हल्ली फार शेफारली होती. तिच्यावर कुणाचंही बंधन नाही, अशा बेफिकीरीने ती वागत होती. वेळ येईल तेव्हा अनुराधा तिला फैलावर घेणारच होत्या. यापुढे अवधूतचं नि तिचं पटेल किंवा न पटेल; त्याचा आताच कशाला विचार करायचा, म्हणून अनुराधा त्या प्रश्नाकडे फार गंभीरपणे पाहत नव्हत्या. वाड्याकडे भागवतसरांच्या चकरा आता दादा खोत गेल्यापासून वाढल्या होत्या. अंगातील ज्वानीमुळे शलाका बेताल वागत होती. आपण एका गावच्या खोताची मुलगी आहोत, हेसुद्धा ती मूर्ख कार्टी विसरून गेली होती, असं अनुराधा मनात म्हणत होत्या. कुठला कोण भागवतसर... त्याने शलाकासारखी तरुण देखणी मुलगी जाळ्यात पकडली होती. गारुड्याच्या पुंगीसमोर जसा नाग डोलतो, तशी शलाका त्यांच्यासमोर गोंडा घोळीत होती. तिला काबूत ठेवणं आता तरी शक्य नाही, हे अनुराधाच्या लक्षात आलं होतं. त्यामुळे त्यांच्या काळजीत आणखी भर पडली होती. कधी कधी अनुराधाला असंसुद्धा वाटत होतं की, शलाका तिचं लग्न झाल्यावर खूप दुःखी झाली. नामर्द नवऱ्याचा त्याग करून ती आधारासाठी पुन्हा माहेरी आली. नैतिक-अनैतिक मार्गाने तिला थोडं सुख मिळालं, तर ते सुख हिरावून घेण्याचा आपल्याला काय अधिकार? खोतांनी केलेली लफडी, कुळवाड्यांच्या पोरीबाळी... हे आपण का विसरतो? शलाकाला सुखी करायचं असेल, तर तिच्या त्या वागण्याकडे जाणून-बुजून काणाडोळा करायचा; त्याशिवाय अन्य कोणताही पर्याय आपल्याकडे नाही.

थोड्या वेळाने अवधूतला पुन्हा कंठ फुटला. तो गंभीर आवाजात अनुराधाला म्हणाला,

"आई, काल गणपत मला सांगत होता की, सुलभाकाकीच्या अनंताने नारू रेमजेच्या भाताच्या उडवीला आग लावली म्हणून. तुझ्या कानावर काही आलंय का?"

"अवधूत, तो मुलगा हल्ली फार बिघडलाय बरं. ब्राह्मणवाडीनं जी मुलं ओवाळून टाकलीत, तो त्यांच्या नादाला लागलाय. परवा विष्णूच्या देवळात गांजा ओढताना त्याला दिनू भटजींनी पाह्यलंय. त्यांनी त्याला हटकलं, तेव्हा तो त्यांना लागेलसं बोलला. दिनू भटजी अपमानित होऊन देवळाच्या बाहेर पडले. सुलभाचं तो काहीही ऐकून घेत नाही. मी असं ऐकलंय की----"

“काय ऐकलंस आई?”

“फार वाईट आहे रे ते. ब्राह्मण जातीला ते शोभत नाही.”

“आई, तुला सांगायचं नसेल तर सांगू नकोस.”

“तसं काहीही नाही रे. आता या गोष्टीचा साऱ्या गावात बोभाटा झालाय. आता तू गावी राह्यला आलास; आज ना उद्या तुला ते कळणारच आहे.”

“अस्सं? असा कोणता तीर अनंताने मारलाय? या हरणगावात फार पराक्रमी पुरुष जन्माला आला म्हणायचा!” अवधूत उपरोधाने म्हणाला.

“अवधूत, हल्ली अनंता त्या नारू रेमजेच्या मुलीच्या नादी लागलाय. तिचं नाव मालन. अनंत बिनकामाचा नि गांजाळू आहे, म्हणून नारू रेमजेला तो मुळीच पसंत नाही. एक-दोनदा त्याला त्याने मारहाणदेखील केली आहे. तरी अनंता त्या मुलीचा पिच्छा सोडत नाहीये. सुलभा फार वैतागून गेलीय.”

“अशा अवलक्षणी कार्ट्याला ढुंगणावर चांगल्या लाथा मारून घराच्या बाहेर काढायला हवं. उद्या ब्राह्मणवाडीतील लोक त्यांच्यावर थुंकतील, तेव्हा त्यांचे डोळे खाड्कन उघडतील; तोपर्यंत त्यांचे डोळे उघडणार नाहीत.”

“हल्ली कुणी नीती-अनीतीचा मुळी विचारच करीत नाहीत. ती कार्टीसुद्धा त्याला चोरून भेटते. लक्ष्मीने स्वत:च्या डोळ्यांनी तिला अनंताला भेटताना पाह्यलंय.”

“आई, अनंताने नारू रेमजेच्या भाताच्या उडवीला का आग लावली, हे आता कळलं बघ—”

“काय कळलं तुला?”

“हा अनंता त्या मुलीला भेटला असेल. रागाच्या भरात नारू रेमजेने पुन्हा त्याला मारहाण केली असेल. त्याचा वचपा काढण्यासाठी अनंताने त्याची उडवी जाळली असेल.”

गणपत मंद पावलं टाकीत दिवाणखान्यात आला. त्याच्या हातात कमळाची ताजी चार-पाच मोठी फुलं होती. त्याने दिवाणखान्यात पाऊल टाकल्यावर त्या फुलांचा सुगंध चोहीकडे पसरला होता. तो सुवास हवाहवासा वाटत होता. हातातील ताजी फुलं मेजावरील काचेच्या बाटलीत व्यवस्थित ठेवून गणपत घसा खाकरून म्हणाला,

“वहिनी, तुम्हाला काय कळलं का?”

“नाही.”

“अवं, अनंताला पोलिसांनी पकडून तालुक्याला नेलं. उडवी जाळली म्हणून नाऱ्या रेमजेनं पोलिसात कंपलिटी लिवून दिली होती.”

"अजूनपर्यंत ब्राह्मणवाडीत कधीही पोलीस आला नव्हता. त्या नतद्रष्ट कार्ट्यामुळे आज संपूर्ण ब्राह्मणवाडीची मान शरमेनं खाली झुकली. तो सुटून आल्यावर ब्राह्मणवाडीने त्याचा फार मोठा सत्कार करायला हवा!" अवधूत उपरोधाने बोलत होता.

"कधी तरी तो सुलभाच्या मानेला फास लावील हो." अनुराधा चिडून म्हणाल्या.

"आता त्याने तिच्या मानेला फास लावायचं काय बाकी ठेवलंय?"

सकाळच्या मंगलसमयी गोष्टी भलतीकडे जात होत्या. त्यामुळे त्यांच्या चेहऱ्यावर चिंता दिसत होती. अवधूतने वाड्यात दवाखाना सुरू करण्याचा निर्णय घेतला होता. तो आता त्याचाच विचार करीत होता. या गावंढ्या गावात आपली प्रॅक्टीस चालेल का? आपली फी गरीब लोकांना परवडेल का? असे अनेक प्रश्न त्याच्या मनात येत होते. समजा, प्रॅक्टीस चांगली चालली तर आपण आपल्या वाडवडिलांच्या जमिनीवर आपलं संपूर्ण लक्ष केंद्रित करून तांबड्या मातीतून सोनं उगवायचं. कष्टाशिवाय फळ नाही, हे त्याला माहीत होतं.

मनातील विचार पक्का झाल्यावर अवधूत अनुराधाकडे वळून म्हणाला,

"आई, मी वाड्यात लवकरच दवाखाना सुरू करणार आहे."

"बरं झालं! दवाखाना सांभाळून तुला आपल्या जमिनीवरसुद्धा लक्ष ठेवता येईल."

"येत्या सोमवारी पंधरा तारखेला गावच्या सरपंचांच्या हस्ते मी आपल्या दवाखान्याचं उद्घाटन करणार आहे. संपूर्ण गावाला निमंत्रण देणार आहे."

"माझ्या नातीचं नाव दवाखान्याला दे." अनुराधा म्हणाल्या.

"श्रद्धा क्लिनिक... छान नाव आहे नं?"

"छान." अनुराधाचा चेहरा आनंदाने उजळला होता.

"आई, तालुक्यालासुद्धा मी तिच्याच नावाने दवाखाना सुरू केला होता."

"ते मला ठाऊक आहे. म्हणून तर मी तुला तेच नाव सुचवलं."

दोघांचा गेलेला मूड श्रद्धाचं नाव कानांवर पडताच परत आला होता. दोघं माय-लेक आता छान मूडमध्ये होते. आधी निघालेल्या विषयाचा त्यांना आता विसर पडला होता. आवंढा गिळून अनुराधाने त्याला विचारलं,

"अवधूत, श्रद्धा रमली का रे आपल्या गावच्या मराठी शाळेत?"

"आई, तू तिलाच जाऊन विचार."

"मी विचारीनच हो तिला—"

इतक्यात श्रद्धा "आजीऽऽ आजीऽऽ" करीत अनुराधाजवळ आली. अनुराधाने मायेनं तिला जवळ घेतलं. तिच्या पाठीवरून प्रेमाने हात फिरवून तिच्या गोबऱ्या गालाचं दीर्घ चुंबन घेतलं. नातीला पाहून तिचं मन आनंदाने भरून गेलं होतं. जणू ती अनुराधाला खूप दिवसांनी भेटली होती! अवधूत त्या दोघींकडे डोळे विस्फारून पाहत होता.

नातीच्या गालाचा प्रेमाने गालगुच्चा घेत अनुराधाने लडिवाळपणे तिला विचारले,

"श्रद्धा, तुला आपल्या गावची शाळा आवडली का गं?"

"होऽऽ" तोंडाचा चंबू करून श्रद्धा म्हणाली.

"तुझ्या गुरुजींचं नाव सांग पाहू—"

"साखरपेकर गुरुजी."

"छान! ते तुला मारतात का गं?"

"नाही. ते फार चांगले आहेत. आम्हा मुलांना गाणी शिकवतात, पाढे शिकवतात."

"अस्सं? कितीपर्यंत तुला पाढे येतात?"

"आज्जी, मला विसापर्यंत पाढे येतात!"

"व्वाऽ व्वा! फार छान! माझी नात फारच हुशार आहे."

"आज्जी, मला गोष्ट सांग ना—"

"आता नाही; रात्री झोपताना तुला गोष्ट सांगेन."

"नक्की?"

"हो— हो, नक्की."

"विसरू नकोस हं?"

"नाही गं बछडी, नाही विसरणार." अनुराधाने पुन्हा एकदा तिच्या गालाचा प्रेमाने गालगुच्चा घेतला.

अनुराधा नातीला प्रेमाने कुरवाळीत होती. अवधूत त्या दोघींकडे कौतुकाने पाहत होता. आपल्या मुलांना त्यांच्या आजीचं प्रेम मिळू लागल्याने तो मनातून समाधानी झाला होता. श्रद्धा टीव्हीकडे बोट दाखवीत अनुराधाला म्हणाली,

"आज्जी, टीव्ही लाव ना— मला कार्टून बघायचंय."

वाड्यात दुःखद घटना घडल्यामुळे टीव्ही आणूनसुद्धा त्यावरील कार्यक्रम कुणी पाहत नव्हते. तालुक्याला अवधूतची मुलं दूरदर्शनवरील कार्यक्रम रोज पाहत. रिमोट हातात घेऊन श्रद्धा तिला हवा असलेला कार्यक्रम पाह्यची. तिला कार्टून फिल्म

पाहायला आवडायचं. कधी ती छोट्या निखिलबरोबर खेळत असताना टीव्ही पाह्यची, तर कधी अभ्यास करतानासुद्धा कार्टून फिल्म पाह्यची. गेला महिनाभर वाड्यातील गंभीर, सुतकी वातावरण पाहून तिने स्वत:च्या आवडीला मुरड घातली होती.

अनुराधा तिला समजावीत म्हणाली,

"श्रद्धा, आता टीव्ही लावायचा नाही हं."

"का?"

"तुझे आजोबा गेले ना, म्हणून."

"आजी, आजोबा कुठे गं गेलेत?"

"ते फार दूर गेलेत." दु:खाचा नि:श्वास सोडत अनुराधा म्हणाल्या.

"ते आता कध्धी कध्धी येणार नाहीत?"

"नाही." अनुराधाचा कंठ पुन्हा दाटून आला होता.

"ते माझ्याबरोबर घोडा-घोडा खेळायचे. आता माझ्याबरोबर कोण खेळणार?"

"मी आहे ना! आपण खेळू घोडा-घोडा."

"मग खूप मजा येईल ना? पण तू चिडायचं नाही हं. आजोबा कधी चिडायचे नाहीत."

"मी नाही गं चिडणार."

"आजी, तालुक्याला आम्ही राह्यला होतो ना, तिथे माझ्याबरोबर कुणी घोडा-घोडा खेळायचे नाही."

"अगं, त्यांना कामं असतात." अनुराधा तिला समजावीत म्हणाली.

"मग तुला कामं नाहीत?"

"मलाही कामं आहेत. त्यातून सवड काढून आपण खेळू हं."

त्या दोघींचं बोलणं मन लावून ऐकत असलेला अवधूत हसत-हसत अनुराधाला म्हणाला,

"आई, ती तुला बोलायला मुळीच ऐकायची नाही."

"अवधूत, ती नात कुणाची आहे— माझीच ती नात आहे! आजच्या पिढीची मुलं भारी हुशार आहेत म्हटलं."

"आई, मी तिला टीव्ही लावून देऊ?"

"लाईट आहे का?"

"हो."

"मग लाव टीव्ही. पाहू दे तिला तिच्या आवडीचा कार्यक्रम. मी जाते माझ्या कामाला." अनुराधा म्हणाल्या.

“आजी, तू थांब ना—” श्रद्धा अनुराधाला लाडे-लाडे म्हणाली.

“मला कामं आहेत गं...”

“आई करेल ना कामं.”

“मी तिला मदत करायला नको?”

“बरं, जा. पण रात्री मला गोष्ट सांगायला विसरायचं नाही हं?”

“नाही हं विसरणार.” म्हणत अनुराधा स्वयंपाकखोलीच्या दिशेने मंद-मंद पावलं टाकत गेल्या.

अवधूतने टीव्ही चालू केला. टीव्हीच्या छोट्या पडद्यावरची चालती-बोलती चित्रं पाहून श्रद्धाचा कोमल चेहरा आनंदाने उजळला. तिच्यासोबत अवधूतही थोडा वेळ टीव्ही पाहू लागला. वाऱ्याने बाहेर लावलेला अँटेना हलू लागल्यावर टीव्हीच्या पडद्यावर मुंग्या यायच्या. अवधूत बाहेर जाऊन अँटेना सरळ करायचा. पुन्हा छोट्या पडद्यावर चालली-बोलती चित्रं दिसू लागायची. दूरदर्शनच्या आगमनाने वाड्याचं रूप पालटून गेलं होतं. जणू खोतांच्या जुन्या वाड्यात अख्खं जग सामावून गेलं होतं. काळाच्या प्रवाहाबरोबर वाड्यानं आनंदाने कात टाकली होती.

❑❑❑

३५.

शलाका तिच्या खोलीत पुस्तक वाचत बसली होती. हायस्कूलला आज सुट्टी होती. त्यामुळे ती पुस्तक वाचत निवांत बसली होती. शलाकाच्या डोळ्यांसमोर भागवतसर दिसत असल्यामुळे तिचे डोळे फक्त पुस्तकातील छापील अक्षरांवरून फिरत होते. भागवतसरांचा मर्दानी चेहरा दिसत होता, त्यांच्या भारदस्त आवाज तिला ऐकू येत होता. पुस्तकातून तिचं मन उडालं होतं. जळी, स्थळी, काष्ठी अन् पाषाणीही तिला आता भागवतसर दिसत होते. त्यांच्या प्रेमासाठी ती झुरू लागली होती. एकेकदा तिला असं वाटायचं की, भागवतसर जवळ बसून आपल्याशी कानगोष्टी करीत आहेत. खोलीत कसलासा आवाज कानावर पडल्यावर तिला वाटायचं की, तो आवाज भागवतसरांच्या पावलांचाच आहे! म्हणून तिने एक-दोनदा अभावितपणे गर्रकन वळून दरवाजाकडे पाहिलंसुद्धा. दरवाजात कुणीही नव्हतं, त्यामुळे तिचं मन खट्टू झालं.

मनातून निराश होऊन शलाकाने हातातील पुस्तक जवळच्या टेबलावर ठेवलं नि ती भिंतीला पाठ टेकून खाटेवर निवांतपणे विचार करीत बसली. तिच्या गौरवर्णीय चेहऱ्यावरील भाव क्षणाक्षणाला बदलत होते. तिच्या निळी झाक असलेल्या डोळ्यांत एक गोड स्वप्न होतं. ऋतू बदलावेत तसे तिच्या डोळ्यांतील भाव बदलत होते. तिला वाटत होतं की, भागवतसर आपल्या जीवनात आले नसते, तर आपलं जीवन एक वैराण वाळवंट बनलं असतं. प्रेम म्हणजे काय, हे सांगता येत नाही; ते ज्याने-त्याने अनुभवावं लागतं, म्हणजे ते कळतं. याची प्रचीती तिला आली होती. परंतु हे सुख तिच्याकडे अनैतिक मार्गाने चालून आलं होतं. त्याला समाजाची मान्यता नव्हती. कधी कधी तिला तिच्या घराण्याची प्रतिष्ठा आड यायची. आपलं घर एका खोताचं आहे. गावात त्याला मान आहे. खोतांची प्रतिष्ठा सांभाळणं हे आपलं नैतिक कर्तव्य आहे,

असं तिला मनोमन वाटायचं. परंतु भागवतसर डोळ्यांपुढे दिसले की, तिला त्याचा विसर पडायचा. लोहचुंबकाप्रमाणे ती त्यांच्याकडे खेचली जायची. ती स्वत:ला रोखू शकायची नाही. तिचे सगळे मान, मर्यादा, नीती-अनीती पाण्यात पडलेल्या ढेकळाप्रमाणे विरघळून जात. भागवतसरांचं प्रेम तिच्यासाठी अमृत होतं.

हळूहळू गावात कर्णोपकर्णी सगळ्यांना आता ते ठाऊक झालं होतं; परंतु मोठ्या घरातील भानगड म्हणून लोक उघड बोलायला धजावत नसत, याची शलाकाला कल्पना होती. हेडमास्तर देसाईसरांच्या नजरेतून त्यांचं वागणं सुटलं नव्हतं; परंतु शलाका बुद्धिमान आहे नि शाळेतील सांस्कृतिक कार्यक्रमांत ती अग्रेसर असते, म्हणून त्यांनी तिकडे जाणून-बुजून काणाडोळा केला होता. शलाकाचं मन दुखावेल, असं कृत्य करायला ते मुळी धजावत नसत. शाळेत शलाका भागवतसरांच्या बरोबर इतक्या सफाईने बोलायची की, त्यामुळे चट्कन त्यावर आक्षेप घेण्यासारखं काहीही नसायचं. मुलांच्या समोर मनातील उतू जाणाऱ्या प्रेमावर कसं झाकण ठेवायचं, हे शलाकाला चांगलं ठाऊक होतं. भागवतसर समोर आले तरी शाळेतील कडक शिस्तीला गालबोट लागेल, असं कृत्य तिच्या हातून अद्याप घडलं नव्हतं.

शलाका विचार करायची की, ज्या दिवशी आपण बाबांशी भागवतसरांमुळे भांडलो, त्याच दिवशी बाबा हे जग सोडून कायमचे निघून गेले. आपण त्यांच्याशी भांडलो, ही आपली पहिली चूक. त्यांची तरी काय चूक होती? बाप म्हणून ते आपल्याला बोलले. त्यांचं ते कर्तव्य होतं. परंतु आपण त्यातून चुकीचा अर्थ काढून त्यांच्या मनाला यातना होतील, असं त्यांना बोललो. कसं बरं त्यांनी ते सहन केलं असावं? सासर तुटलं, तेव्हा त्यांनीच आपल्याला आधार दिला होता. आपल्या पाठीशी ते खंबीरपणे उभे राहिले; उलट आपल्याला आनंद वाटावा म्हणून ते नाना विषय काढून आपल्याबरोबर गप्पा मारत बसत. त्यांनी आपल्याला जवळ केलं नसतं की आपल्याला आधार दिला नसता, तर दोरा तुटलेला पतंगाप्रमाणे आपलं आयुष्य भरकटून गेलं असतं. त्यांच्या काळजावर आघात होईल, असं आपण त्यांना बोललो; परंतु त्यांनी किती विशाल मनाने आपल्याला माफ केलं! खरंच, त्यांच्याप्रमाणे विशाल मनाचे बाबा जगात दुसरे कोणीही नसतील. आपलं नशीब चांगलं म्हणून आपल्या संकटात धावून येणारे नि मित्राप्रमाणे मनमोकळेपणाने गप्पा मारणारे बाबा भेटले! बाबा... मी चुकले... तुम्ही पुन्हा एकदा मला माफ करा!

दादा खोत हे जग सोडून गेल्यावर शलाकाला कळून चुकलं होतं की, त्या दिवशी दादा खोत तिला बोलले ते तिच्यावरील आत्यंतिक प्रेमामुळे. तिने मात्र त्यांना

समजून घेतलं नाही. तिने आता स्वत:ला लाख दूषणं दिली, तरी ते पाहण्यासाठी दादा खोत परत येणार नव्हते, याचं तिला मनापासून वाईट वाटत होतं.

दु:खाचा नि:श्वास सोडून शलाका बसल्या जागेवरून उठली. मुलांचा गृहपाठ तपासणीसाठी तिने त्यांच्या वह्या गठ्ठा बांधून घरी आणल्या होत्या. जमिनीवर ठेवलेला गठ्ठा हाताने उचलून तिने तो मेजावर ठेवला. गठ्ठा सोडत असताना तिच्या कानावर कुणाच्या तरी पावलांचा आवाज पडताच तिने चमकून दरवाज्याकडे मान वळवून पाहिलं. दारात भगवतसर गालांत गोड हसत उभे होते. त्यांना पाहून शलाका गोरीमोरी झाली. नंतर ती स्वत:ला सावरून त्यांना आत बोलवीत म्हणाली,

"या ना सर, या."

भागवतसर असे अचानक घरी आलेलं तिला आवडलं नव्हतं. घरात अवधूत होता. त्याची बायको भारती होती. अनुराधा होती. त्यांना त्यांचं येणं आवडलं नसतं, म्हणून शलाकाच्या मनात थोडा गोंधळ सुरू होता. त्यांच्या आगमनाने तिचे मन जरी रोमांचित झालं असलं, तरी मनातून थोडी धास्तावली होती. तिने त्यांचं स्वागत थोडं थंडपणेच केलं होतं, हे भागवतसरांच्या नजरेतून मुळीच सुटलं नव्हतं. सुरवातीला भागवतसर त्यांच्याकडे यायचे, तेव्हा ती मोठ्या आवाजात 'या, या भागवतसर!' म्हणायची नि आई-बाबांना ते आलेत म्हणून वर्दी द्यायला जायची. तेव्हा भागवतसरांना मनातून संकोच वाटायचा. आता त्यांच्या मनात संकोच उरला नव्हता; त्या ठिकाणी आता आसक्ती निर्माण झाली होती.

भागवतसर लाकडी खुर्चीत बसल्यावर शलाकाने त्यांना प्यायला पाणी आणून दिलं. पाणी पिऊन झाल्यावर भागवतसर पँटीच्या खिशातील रुमाल काढून तोंड पुसू लागले. रुमाल पुन्हा पँटीच्या खिशात ठेवत भागवतसर तिला घोगऱ्या आवाजात म्हणाले,

"माझं तुझ्याकडे एक महत्त्वाचं काम होतं, म्हणून मला यावं लागलं."

त्यांचं महत्त्वाचं काम वगैरे काही नाही; ते आपल्याला भेटायला आलेत, असं शलाका मनात म्हणाली, तरी तिने त्यांना खालच्या आवाजात विचारलं,

"कसलं काम आहे सर?"

तिच्या प्रश्नाचं भागवतसर झट्कन उत्तर देऊ शकले नाहीत. त्यांचं तिच्याकडे काम-बिम काही नव्हतं. त्यांना फक्त तिला भेटायचं होतं. थोडा वेळ विचार करून भागवतसर तिला आवंढा गिळून म्हणाले,

"देसाईसरांना आपण एकूण किती पैसे वर्गणी म्हणून जमा केलेत, त्याचा

हिशोब हवाय. तारीखवार पैसे जमा केल्याची नोंद तुझ्याकडे आहे. म्हणून, मला यावं लागलं.''

भागवतसरांनी मारलेली थाप शलाकाच्या झट्कन लक्षात आली. त्यासाठी एवढ्या तातडीने तिच्याकडे येण्याची मुळीच गरज नव्हती, असं तिला वाटू लागलं. परंतु त्याबद्दल तिने तोंडातून चकार शब्द काढला नाही. त्यांच्या पाणीदार डोळ्यांकडे पाहत ती म्हणाली,

''माझ्याकडे त्या हिशेबाची वही आहे.''

''त्यावरून मी देसाईसरांना जमा झालेल्या पैशांचा हिशोब देईन.''

थोडा वेळ दोघेही तोंडातून शब्द न काढता एकमेकांच्या चेहऱ्याकडे पाहत बसले. शलाकाला पुढे त्यांच्याशी काय बोलावं, असा प्रश्न पडला होता. सरांच्या डोळ्यांतून प्रेमरस पाझरत होता. ती त्यांच्या डोळ्यांत तिचं भविष्य पाहत होती. फक्त आजूबाजूला सर्व जण वावरत असल्याने तिला त्यांच्याशी मनमोकळेपणाने बोलता येत नव्हतं. उलटपक्षी, त्यांच्या येण्यानं तिच्या मनात भीती निर्माण झाली होती. भागवतसरांमुळे एकदा तिचं नि दादा खोतांचं भांडण झालं होतं. अनुराधाने मध्यस्थी करून ते भांडण तेव्हा मिटवलं होतं. या वेळी आई आपल्याला समजून घेईल का, असा ती विचार करीत होती.

शलाकानं हिशेबाची वही कपाटातून शोधून काढली. ती वही भागवतसरांच्या हवाली करून ती म्हणाली, ''सर, आपण जमा केलेल्या पैशाची तारीखवार नोंद यात आहे. तुमचं काम झालं की वही तुमच्याकडेच ठेवा, मी नंतर ती तुमच्याकडून मागून घेईन.''

''शलाका, देसाईसर आपल्या कामावर फार खूश आहेत. ते म्हणत होते की, आपण दोघांनी वर्गणी गोळा करण्याचं फार चांगलं काम केलं आहे. हायस्कूलचे चेअरमनसुद्धा आपल्या कामावर फार खूश आहेत. या महिन्याच्या ३१ तारखेला हायस्कूल कमिटीची मीटिंग होणार आहे. त्या मीटींगमध्ये ते आपल्या दोघांचा शाल नि श्रीफळ देऊन सत्कार करणार आहेत. तुझं काय मत आहे?''

सरांचं बोलणं ऐकून शलाका मनातून खूश झाली. हायस्कूलचे चेअरमन शरद बेडेकर होते. गावात त्यांच्या नावे काजू कलमांच्या बागा होत्या. कुळांकडून ते शेती पिकवीत. प्रत्येक वर्षी त्यांना वीस खंडी भात कुळांकडून मक्त्याने मिळायचा. एवढं ऐश्वर्य असूनसुद्धा ते हायस्कूलमध्ये शिक्षक भरती करताना त्याच्याकडून लाख-दोन लाख रुपये घेत. एखाद्या शिक्षकाने कबूल करूनसुद्धा रक्कम दिली नाही तर वर्षाच्या आत त्याला शाळेतून कमी करीत. लागलेली नोकरी गेली, म्हणून भारदे

नावाचे इतिहास शिकविणारे सर गेल्या वर्षी मानसिक संतुलन गमावून बसले होते. बायको-मुलांचीसुद्धा त्यांना ओळख राहिली नव्हती. चेअरमनचा हा गैरव्यवहार शलाकाला मुळीच आवडत नव्हता; परंतु ती त्यांना स्पष्ट शब्दांत बोलू शकत नव्हती, कारण ते हायस्कूलचे चेअरमन होते. त्यांचा रोष पत्करून तिला हायस्कूलची शिक्षिकेची नोकरी मुळीच करता येणार नव्हती. तिला त्या नोकरीला मुकावं लागलं असतं. म्हणून शलाका त्यांच्या गैरव्यवहाराकडे जाणूनबुजून दुर्लक्ष करीत होती. हायस्कूलची कमिटी म्हणजे चराऊ कुरण आहे, हे ती नोकरीला लागलेल्या दिवसापासून ओळखत होती.

दीर्घ नि:श्वास सोडून शलाकाने त्यांना विचारलं, "सर, तुम्ही हायस्कूल कमिटीचा सत्कार स्वीकारणार आहात?"

"होय. का?"

"काही नाही."

"तू सत्कार स्वीकारणार नाहीस?"

"सर, खरं सांगू का? मला कमिटीची काही ध्येय-धोरणं मुळीच आवडत नाहीत. आपले देसाईसर त्या कमिटीच्या ताटाखालचं मांजर आहेत. काही गोष्टींना ते त्यांना विरोध करीत नाहीत, म्हणून कमिटीचं फावतंय. गरजू उमेदवार शिक्षकांना ते पैशासाठी नडतात. त्याच्या आर्थिक परिस्थितीची ते जराही विचार करीत नाहीत. जो पैसा देईल, त्याला ते नोकरी देतात. त्यामुळे भावी पिढी वैफल्यग्रस्त झाली आहे. त्यांना त्यांचं भविष्य अंधारमय दिसू लागलंय" शलाका किंचित आवाज चढवून म्हणाली.

भागवतसर तोंडाचा आ वासून तिच्याकडे पाहत होते. इतक्या दिवसांत कमिटीच्या गैरव्यवहाराबद्दल तिने तोंडातून चकार शब्द काढला नव्हता; आज ती अचानक पोटतिडकीने त्यांच्याशी बोलत होती. भातावर ठेवलेले झाकण जसं वाफेनं गदगद हलतं, तशी ती त्वेषाने गदगद हलत होती. त्याचं भागवतसरांना आश्चर्य वाटत होतं.

भागवतसर तिची समजूत काढीत म्हणाले, "शलाका, तू जगाची काळजी करीत बसलीस, तर तुझं काम तू नीट करू शकणार नाहीस. आपण तिकडे दुर्लक्ष करून मुलांना शिकवायचं. तसा मीसुद्धा त्यांच्या तावडीतून सुटलो नाही, परंतु मी ते मनाला लावून घेतलं नाही. आज सगळीकडे तो प्रकार सर्रास चालू आहे. आपण बोलून त्याचा काही उपयोग होणार आहे का? तू मला एवढंच सांग की, तू कमिटीचा सत्कार स्वीकारणार आहेस का?"

"सर, तुम्ही त्यांचा सत्कार स्वीकारणार आहात ना?"

"होय."

"मग मीसुद्धा सत्कार स्वीकारायला तयार आहे. काही गोष्टी मला त्यांच्या पटत नाहीत, म्हणून मी आज त्या तुमच्यासमोर बोलले."

"खोल्यांच्या बांधकामासाठी आणखी पैशांची गरज आहे. त्यासाठी आपल्याला फिरावं लागेल."

"मी येईन तुमच्यासोबत. तालुक्याला केमिकल कारखाने आहेत. तेथील मॅनेजरना जाऊन भेटू."

"येत्या शनिवारी जाऊ या का?"

"चालेल." —शलाका.

"ठरलं तर मग—"

"नक्की."

"बरंय, मग मी निघू?" भागवतसर ती थांबा म्हणण्याची वाट पाहू लागले.

"निघताय?" शलाका औपचारिकपणे म्हणाली.

"होय."

"उद्या शाळेत पुन्हा भेटू."

भागवतसर जाण्यासाठी उठून उभे राहिले. जाण्याच्या आधी सरांनी तिच्या सुंदर चेहऱ्याकडे नजर टाकली. तिच्या डोळ्यांत त्यांच्याबद्दल बिलकुल आर्जव नव्हतं. तिच्या चेहऱ्यावर भीती, हुरहूर यांचे संमिश्र भाव उमटले होते. तिचं हे वागणं सरांना कोड्यात टाकत होतं. वाऱ्याच्या झुळुकीप्रमाणे सर घरात अन्य कोणाला न भेटता निघून गेले. त्यांचा आपण पाहुणचार करू शकलो नाही, म्हणून शलाकाला वाईट वाटलं. सरांशी ओळख झाल्यावर त्यांनी वाड्यात कैक वेळा पायधूळ झाडली होती, परंतु नाश्ता-चहा घेतल्याशिवाय ते कधी परत गेले नव्हते. घरच्या लोकांची धास्ती आपण का बरे घेतली, असा तिचा तिलाच प्रश्न पडला होता. दु:खाचा सुस्कारा टाकून ती बसल्या जागेवरून उठली नि तडक दाराच्या चौकटीत उभी राहून सर गेले त्या दिशेने उगाच पाहू लागली. थोडा वेळ शलाका भ्रमिष्टागत तशीच दाराच्या चौकटीत उभी राहिली.

पीतांबर नेसलेला अवधूत दिवाणखान्यातून येताना तिच्या नजरेस पडला. तो मोठ्या आवाजात मनाचे श्लोक म्हणत होता—

"घनश्याम हा राम लावण्यरूपी ।
महावीर गंभीर पूर्णप्रतापी ।।
करी संकटी सेवकाचा कुडावा ।
प्रभाते मनी राम चिंतीत जावा ।।"

अवधूतचा धीर-गंभीर आवाज संपूर्ण वाड्यात घुमत होता. जणू वाडाच सजीव होऊन अवधूतच्या आवाजात मनाचे श्लोक मोठ्या आवाजात म्हणत होता! शलाकाला समोर पाहून अवधूत श्लोक म्हणायचा थांबला नि त्याने तिला सरांची चौकशी करीत विचारलं,

"भागवतसर आले होते वाटतं?"

"त्यांचं माझ्याकडे थोडं काम होतं."

"लगेच कसे गेले?"

"त्यांना तसेच देसाईसरांना भेटायचं होतं, म्हणून ते लगेच परत गेले."

अवधूत विचारेल तेवढंच शलाका बोलायची. तिच्या पोटात भीती होती. अवधूत गैरसमज तर करून घेणार नाही ना, असं तिला वाटत होतं. एरवी ती त्याच्या डोळ्यांत पाहून मोठ्या आवाजात बोलायची, परंतु ती आज दुसरीकडे मान वळवून त्याच्याशी खालच्या आवाजात बोलत होती. अवधूतच्या कपाळावर नाराजीची सूक्ष्म आठी उमटली होती. ती आठी शलाकाला दिसली नाही. अवधूत तिच्या समोर अधिक वेळ थांबला नाही. तो त्याच्या बायकोला "भारतीऽऽ ए भारतीऽऽ" अशा हाका मारीत स्वयंपाकखोलीच्या दिशेने सावकाश पावलं टाकीत निघून गेला. तो निघून गेल्यावर शलाका पुन्हा तिच्या खोलीत येऊन पलंगावर दोन्ही गुडघ्यांत मान घालून खिन्नपणे बसली.

रात्रीचे आठ वाजून गेले होते. दिवसभरात शलाका क्वचितच तिच्या खोलीच्या बाहेर पडली होती. रात्रीच्या जेवणासाठी सगळे एकत्र जमले होते. शलाका तिच्या खोलीत साडीला इस्त्री करीत होती. "शलाका ऽऽ ए शलाकाऽऽ" असं मोठ्या आवाजात हाका मारीत अनुराधा तिच्या खोलीत आली नि तिला म्हणाली,

"अगं, तुला जेवायचं नाही का?"

"आई, मला भूक नाही."

"तुझी तब्येत बरी नाही का?"

"माझी तब्येत तशी ठीक आहे."

"दुपारीसुद्धा तू नीट जेवली नाहीस."

आपल्या लेकीचं नक्कीच काही तरी बिनसलंय, हे अनुराधाच्या एव्हाना लक्षात आलं होतं. सकाळी भागवतसर तिला भेटायला आले होते, हे त्यांना भारतीकडून समजलं होतं. तरीसुद्धा त्यांचं नाव ऐकून अनुराधाने तिला छेडलं नाही. आपल्याला काही ठाऊक नाही, अशा आविर्भावात त्या तिच्यासमोर कमरेवर हात ठेवून उभ्या होत्या. शलाका स्वभावाने फार हळवी आहे— एखादी घटना ती मनाला फार लावून घेते, हे त्यांना चांगलं ठाऊक होतं. म्हणून त्या कधी तिला टाकून बोलायच्या नाहीत. उलटपक्षी, त्या लेकीचं लोकांसमोर कौतुकच करायच्या. तिचे अपराध पोटात घालायच्या.

"आई, तू चल पुढे— मी येते." शलाका खालमानेनं म्हणाली.

"सगळे जण तुझी वाट पाहतायत. पानं मांडली आहेत."

रात्रीच्या जेवणाला सगळे एकाच पंगतीला बसत. आज कित्येक वर्षे वाड्यात तो रिवाज परंपरेने चालत आलेला. शलाकासाठी सगळे थांबले होते. शलाका येऊन पानावर बसली, तेव्हा अवधूत मोठ्या आवाजात श्लोक म्हणू लागला.

वदनी कवळ घेता नाम घ्या श्रीहरीचे
सहज हवन होते नाम घेता फुकाचे
जीवन करी जीवित्वा अन्न हे पूर्णब्रह्म
उदरभरण नोहे जाणिजे यज्ञकर्म..."

उजव्या हाताच्या ओंजळीत पाणी घेऊन अवधूतने ते त्याच्या ताटाभोवती गोल फिरवले. जलपान करून त्याने समोरच्या ताटाला नमस्कार करून तोंडात भाताचा घास कोंबला. ओचा-पदर खोचून भारती पंगतीत काय हवं-नको ते विचारीत फिरत होती. शलाका दुपारीसुद्धा नीट जेवली नव्हती. आता तिला भूक लागली असल्याने ती घासावर घास घशात कोंबत होती. अनुराधाचं तिच्याकडे लक्ष जाताच ती तिला म्हणाली, "शलाका, सावकाश जेव— ठसका लागेल!" पोटात भूक असूनसुद्धा शलाकाने मलाही अनुराधाला 'मला भूक नाही' म्हणून सांगितलं होतं. तिचा खोटेपणा आता अनुराधाच्या समोर उघडा पडला होता. भरभर जेवण उरकून शलाका तिच्या खोलीत बडीशेपचे दाणे तोंडात टाकीत गेली.

छोटा निखिल झोपी गेला होता. जेवण झाल्यावर श्रद्धा दूरदर्शनवरचे कार्यक्रम पाहू लागली. स्वयंपाकखोलीत आवराआवर करून अनुराधाने पथारी पसरली. दूरदर्शनवरचे कार्यक्रम पाहून कंटाळा आल्यावर श्रद्धा "आजीऽऽ एऽऽ

आजी'' अशा हाका मारीत अनुराधाजवळ आली.

"माझी सोनुलीऽ माझी सोनुलीऽऽ" म्हणत अनुराधाने तिला तिच्या मांडीवर बसवून घेतलं नि तिच्या गालाचा तिने मायेने मुका घेतला. श्रद्धा थोडा वेळ गुदमरली नि बाजूला तोंड करीत ती लाडाने तिला म्हणाली,

"आजी, तू मला गोष्ट सांगणार आहेस ना?"

"ऐकशील का तू माझी गोष्ट?"

"होऽऽ"

"झोपलीस तर...."

"नाही गं मी झोपणार."

"कोणती गोष्ट मी तुला सांगू?"

"आजी, चांगली गोष्ट सांग."

"खादाड जावयाची गोष्ट सांगू तुला?"

"सांग." श्रद्धाच्या डोळ्यांत आनंद मावत नव्हता.

"हसायचं नाही हं."

"नाही हसणार, सांग—" श्रद्धा हसत-हसत म्हणाली.

अनुराधा ताजी हवा छातीत भरून घेत तिला मांडीवर थोपटत गोष्ट सांगू लागली.

अनुराधाची गोष्ट सांगून झाली होती. गोष्ट ऐकून श्रद्धा गालात हसत म्हणाली, "आजी, खादाड जावयाची गोष्ट मला आवडली."

तिला अंथरुणावर आणून ठेवत अनुराधा तिला म्हणाली, "हो का? मी पुन्हा कधी तरी तुला हीच गोष्ट सांगेन हं. आता रात्र फार झाली आहे. उद्या सकाळी मला लवकर उठायचंय. आपण आता झोपायचं." असं म्हणून अनुराधाही अंथरुणावर आडवी झाली. तिच्या अंगावर हात टाकून श्रद्धा तिच्या पुढ्यात झोपी गेली. गडद अंधारात सगळीकडे चिडीचूप झालं होतं.

❑❑❑

३६.

सकाळचे दहा वाजून गेले होते. हातात जमिनींच्या कागदपत्रांची बॅग घेऊन अवधूत वाड्याच्या बाहेर पडला. वारस-तपास करण्यासाठी त्याला आज तलाठी कार्यालयात जायचं होतं. तलाठी कार्यालय फार दूर नव्हतं. वाड्यापासून ते जेमतेम अर्धा कि. मी. अंतरावर होतं. जाण्या-येण्यासाठी त्याने सहा महिन्यांपूर्वी हीरो होंडा कंपनीची नवी मोटारसायकल विकत घेतली होती. कागदपत्रांची बॅग गाडीच्या डिकीत ठेवून त्याने किक् मारून गाडी सुरू केली. गिअर टाकल्यावर गाडी डांबरी सडकेवरून तलाठी कार्यालयाच्या दिशेने हवेत काळा धूर सोडत धावू लागली. थोड्याच वेळात अवधूतची मोटारसायकल तलाठी कार्यालयाच्या समोर येऊन थांबली.

तलाठी कार्यालयाची इमारत तशी साधीच होती. जांभ्या दगडाच्या भिंती होत्या. इमारतीचं छप्पर कौलारू होतं. इमारतीच्या दर्शनी भिंतीवर छपराच्या लाकडी वाश्यांना वायरीने अडकविलेली २×२ लांबी-रुंदीच्या आकाराची पाटी होती. त्या पाटीवर ऑईल पेंटने सुंदर अक्षरांत ‘तलाठी सजा, हरणगाव’ असं लिहिलं होतं. तलाठी कार्यालयाच्या बाजूला एक उंच वाढलेलं फणसाचं झाड होतं. त्याची वाळलेली पानं वाऱ्यानं इतस्तत: विखुरली होती.

मोटारसायकल स्टँडला उभी करून अवधूतने गाडीची डिकी उघडून कातडी बॅग हातात घेतली. गाडीची चावी पँटीच्या खिशात ठेवून तो दमदारपणे पावलं टाकत कार्यालयाच्या पायऱ्या चढू लागला. टेबलावर ७/१२ चे तुकडे ठेवून जाधव तलाठी सातबाराच्या नकला काढत होता. त्याच्या डोक्यावर पंख्याची घरघर सुरू होती. डाव्या बाजूला जमिनीची कागदपत्रे असलेले गोदरेजचे कपाट होतं. रॅकवर पांढऱ्या रुमालात बांधून ठेवलेल्या जुन्या कागदपत्रांची तीन- चार बोचकी होती. त्यांवर धूळ साचली होती. कोतवाल बाकड्यावर बसून तळहातावर तंबाखू मळत होता. जाधव तलाठी त्याच्या कामात गर्क होता.

अवधूत हातात जमिनीच्या कागदपत्रांची बॅग सांभाळत आत आला नि घसा खाकरून तो "नमस्कार भाऊसाहेब" असं तलाठ्याला मोठ्या आवाजात म्हणाला. त्याच्याकडे मान वर करून तलाठी गालात हसत मृदू आवाजात म्हणाला,

"या डॉक्टर."

बाकड्यावर तंबाखू मळत असलेला गावचा कोतवाल अवधूतला दादा खोतांचा मुलगा म्हणून चांगला ओळखत होता. तो झट्कन बसल्या ठिकाणावरून उठला नि त्याला बसायला प्लॅस्टिकची खुर्ची दिली. रुमालाने चेहऱ्यावरील घाम पुसत प्लॅस्टिकच्या खुर्चीत अवधूत स्थानापन्न झाला. कोतवालाने त्याला काचेच्या ग्लासात प्यायला पाणी आणून दिलं.

जाधव तलाठी खुर्चीला टेकून बसला नि घसा खाकरून त्याने अवधूतला मृदू भाषेत विचारलं,

"बोला डॉक्टरसाहेब, माझ्याकडे काम काय काढलंत?"

"दादा गेल्याचं तुम्हाला कळलंच असेल. आमच्या सगळ्या जमिनी त्यांच्या नावे आहेत. त्या जमिनी आता माझ्या नावे करायच्या आहेत, त्यासाठी मी तुमच्याकडे आलोय."

"वारस-तपास करून घेण्यासाठी तुम्ही आलात, ते फार बरं झालं. वारस-तपास करण्यासाठी आम्हाला एकसारखे वरून तगादे येत असतात. तीन महिन्यांच्या आत वारस-तपास करून घ्यावा लागतो. मयत होऊन तीन महिन्यांपेक्षा अधिक कालावधी वारस-तपास करून घ्यायला लागला, तर वारसाकडून विलंब शुल्क घेतले जाते." जाधव तलाठी त्याला माहिती देत म्हणाला.

"दादा जाऊन आता अवघा एक महिना झालाय."

"तुम्हाला विलंब शुल्क भरावं लागणार नाही. तुम्ही ग्रामपंचायतीकडून मयत दाखला आणला आहे का?"

"होय, मी तो दाखला आता घेऊन आलोय."

"ठिकाय, मी आता तुमचा वर्दी जबाब घेतो. तुम्ही मला त्यांच्या वारसांची बिनचूक माहिती सांगायची."

"सांगतो ना—" अवधूत त्याच्याकडे पाहत म्हणाला.

तलाठी बसलेल्या खुर्चीतून झट्कन उठला. त्याने गोदरेज कपाटात ठेवलेले वर्दीबुक शोधून काढलं. शंभर पानांचे वीतभर लांबी-रुंदीची वर्दीबुक टेबलावर ठेवून त्याने पुन्हा कपाट बंद केलं. खुर्चीत बसून त्याने पुढ्यात वर्दीबुक घेतलं नि तो अवधूतला माहिती विचारीत त्यात लफ्फेदार अक्षरात लिहू लागला.

वर्दी जबाब लिहून झाल्यावर त्याखाली अवधूतने इंग्रजीत सही ठोकली. अवधूतकडून ग्रामपंचायतीकडील मयताचा दाखला येऊन जाधव तलाठ्याने तो टाचणीने वर्दी जबाबाला लावला. नंतर त्याने पंचयादी तयार करून त्यावर उपस्थित पंचांच्या सह्या घेतल्या. सर्व सरकारी सोपस्कार पार पडल्यानंतर वर्दीबुक कपाटात ठेवीत जाधव तलाठी त्याला म्हणाला,

"मी आता गाव नमुना नंबर सहाला त्याची नोंद करतो. नोटिसा तयार करून तुमच्या त्यावर पुन्हा सह्या घेतो. मंडल अधिकारी इकडे फिरतीला आले की, त्यांच्याकडून ही नोंद मंजूर करून घेऊन तुम्हाला तुमच्या नावाचे ७।१२ च्या नकला काढून देतो."

"हे सगळं होण्यासाठी किती दिवस लागतील?"

"कमीत कमी एक महिना तरी लागेल."

"त्या आधी होणार नाही?" अवधूतने विचारले.

"नऊ नंबरची फेरफार नोटीस काढल्यानंतर नियमानुसार कमीत कमी पंधरा दिवस तरी कुणाची त्यावर हरकत येते का, म्हणून थांबावं लागतं. त्यानंतर नियमानुसार पुढील कार्यवाही करण्यात येते. मंडल अधिकाऱ्यांनी नोंद मंजूर केल्यावर मी लवकरात लवकर ७।१२ च्या नकला काढून तुम्हाला देईन. ती जबाबदारी माझी असेल. त्याबद्दल तुम्ही बिलकुल काळजी करू नका."

वर्दी जबाब लिहून दिल्यावर अवधूत थोडा वेळ सरकारी पंख्याची हवा खात बसला. दादा खोतांनी त्यांच्या नावे असलेल्या काही जमिनी सुलभाच्या नावे केल्या होत्या. त्या जमिनी तो तिच्याकडून काढून घेणार होता. त्याबाबत त्याला तलाठ्याकडून माहिती हवी होती. वाडवडिलांपासून मिळालेल्या जमिनी रंगढंगासाठी फुंकून टाकायच्या तो विरोधात होता. दादा खोतांच्या अशा रंगेल स्वभावामुळे तो गावी फारसा येत नसे, परंतु त्यांच्या पश्चात त्याच्या विचारांमध्ये आता कमालीचा बदल झाला होता. स्वत:च्या मालकीच्या जमिनी कशा ताब्यात घ्यायच्या याचा तो आता सारखा विचार करीत असे. त्याला आता तांबड्या मातीची अनिवार ओढ लागली होती. त्याच्या वैद्यकीय व्यवसायावर त्याचा परिणाम होणार होता, हे त्याला चांगलं माहीत होतं. त्याला आता त्याची पर्वा नव्हती. आणखी बऱ्याच जमिनी लोकांनी ताब्यात होत्या. त्या जमिनींची कुणकुण त्याला लागली होती. तो मनात म्हणालादेखील— शासनाने दिनांक ०१।०४।१९५७ ला कूळ कायदा लागू केला नसता, तर आता शेकडो एकर जमिनी या गावात आपल्या मालकीच्या राहिल्या असत्या. एखाद्या राजासारखा लोकांनी आपल्याला या गावात मान दिला असता.

अवधूत आवंढा गिळून समोर खुर्चीत असलेल्या तलाठ्याला म्हणाला,

"भाऊसाहेब, माझं जमिनीसंदर्भातील तुमच्याकडे आणखी थोडं काम आहे."

"तुमचं काम करायला मला आवडेल."

"ब्राह्मणवाडीत राहणाऱ्या सुलभा दामोदर पेंडसे यांचे नावे आमच्या बऱ्याच जमिनी झाल्या आहेत; मला त्याची माहिती हवी आहे. मी त्यासाठी वकिलाचा सल्ला घेणार आहे."

समोर बसलेली व्यक्ती बुद्धिमान असून डॉक्टर आहे. त्याला थातुरमातुर सांगून वाटेला लावता येणार नाही, हे त्या चाणाक्ष तलाठ्याने केव्हाच ओळखलं होतं. एरवी एखादा सामान्य शेतकरी आल्यावर तो त्याला त्याचं काम झाल्यावर एक मिनिटदेखील कार्यालयात थांबू द्यायचा नाही. तो त्याला 'निघा आता' म्हणायला कमी करायचा नाही. अवधूत निवांतपणे त्याच्या खुर्चीत बोलत बसला होता. जणू त्याला आता कसलीही घाई नव्हती.

"डॉक्टर, तुम्ही आधी असं करा— वकिलांचा सल्ला घ्या. त्यांना जे कागद हवे असतील, ते तुम्हाला एका कागदावर लिहून देतील. तो कागद तुम्ही माझ्याकडे घेऊन आल्यावर मी तुमच्या सर्व कागदपत्रांची पूर्तता करून देतो. हा कागद राहिला, तो कागद राहिला— असं व्हायला नको— त्यात तुमचा वेळ आणि त्रास वाचेल, म्हणून मी तुम्हाला सांगतोय. कृपया गैरसमज नसावा."

तलाठी म्हणतोय तेसुद्धा खरं होतं. परंतु, त्याच्यावर एकदम कसा विश्वास टाकायचा? यात त्याचा काही स्वार्थ तर नसेल ना? सरकारी कर्मचारी कधीही एकाची बाजू घेऊन बोलत नाहीत. त्यांना गावात राहून काम करायचं असतं, म्हणून ते दोन्ही पार्ट्यांकडून बोलत असतात. असे एक ना अनेक विचार अवधूतच्या मनात तलाठ्याचं बोलणं ऐकून आले. पुढे अनेक कामं आपल्याला याच तलाठ्याकडून करून घ्यायची आहेत; त्याच्यावर सुरवातीला अविश्वास टाकून जमायचं नाही.

अवधूत आवंढा गिळून त्यांना म्हणाला,

"भाऊसाहेब, तुम्ही माझ्या हिताचं सांगताय. त्यामुळे मी काही तुमच्याबद्दल गैरसमज करून घेणार नाही. तुमच्या सल्ल्याप्रमाणे मी आधी तालुक्याला जाऊन वकिलाचा सल्ला घेतो. ते सांगतील ती कागदपत्रं तुमच्याकडून घेऊन त्यांना देईन."

"डॉक्टर, माझा आजपर्यंतचा अनुभव असा आहे की— वकील कधी एकाच वेळी सर्व कागदपत्रं पक्षकाराकडून मागून घेत नाहीत. त्यांना दुसरं काम असेल, तेव्हा उगाच जे कागद लागत नाहीत, ते कागद पक्षकारांना आणायला सांगतात."

"भाऊसाहेब, मी जरी डॉक्टर असलो तरी रेकॉर्ड ऑफ राईटची माहिती मला शून्य आहे. जमिनीसंदर्भातील सर्व कामं माझे वडील करीत. त्यांचा अनुभव माझ्यापेक्षा दांडगा होता."

"त्यांच्या पश्चात आता तुम्ही त्या जमिनींची देखभाल करीत आहात. थोड्याच दिवसांनी तुम्हालासुद्धा सरकारी कामाचा अनुभव येईल." जाधव तलाठी अवधूतला खूश करण्यासाठी म्हणाला.

तलाठी कार्यालयात येऊन अवधूतला आता एक तासापेक्षा अधिक वेळ झाला होता. जमिनीची सर्व कामं मार्गी लागल्याचे पाहून त्याला आंतरिक समाधान वाटू लागलं. आता ही लढाई अर्धवट सोडायची नाही— घेतलेला वसा टाकायचा नाही; अंतिम यश हे आपलं आहे, त्यावर विधात्याने आपलं नाव कोरलं असेल. त्यासाठी येणाऱ्या संकटांना तोंड द्यायचं. आपल्या वाडवडिलांना यासाठी थोडा का त्रास सहन करावा लागला? प्रसंगी जिवावरसुद्धा बेतलं त्यांच्या, परंतु त्यांनी कधी तंगडीत शेपूट घालून माघार घेतली नाही. त्या वेळचे लोक आता नाहीत, एवढाच काय तो फरक.

सातविणीच्या माळावरील जमिनीला कूळ म्हणून नाव लागण्यासाठी रायबाचा मुलगा दौलत याने अर्ज दिल्याचं अवधूतच्या कानावर आलं होतं. त्याची तलाठ्याकडे चौकशी करीत अवधूत म्हणाला,

"भाऊसाहेब, दौलत रायबा भुवड याने आमच्या मालकीच्या जमिनीला कूळ म्हणून त्याचं नाव लागण्यासाठी तुमच्याकडे अर्ज आणून दिला आहे का?"

"होय."

"तुम्ही कोणती कार्यवाही त्यावर केलीत?"

"मी फक्त गाव नमुना नंबर फेरणार नोंदवहीत त्याची नोंद केली. मी ती नोंद करणार नव्हतो, परंतु दौलतने ऑफिसात बंडूकाकांना बोलावून आणलं. ते म्हणाले की, तुम्ही नोंद घाला. मंडल अधिकारी ती नोंद मंजूर करायची का नामंजूर करायची, ते पाहील. बिचारा दौलत गरीब आहे नि त्या जमिनीत त्याची वहिवाटसुद्धा आहे. तुम्हाला घाबरण्याचं काहीही कारण नाही. बंडूकाका निवृत्त तहसीलदार आहेत. त्यांचं मला ऐकावं लागलं."

जाधव तलाठ्याचं बोलणं ऐकूण अवधूत मनातून अस्वस्थ झाला. त्याचा गौरवर्णीय चेहरा तो अस्वस्थ झाल्यामुळे आक्रसून गेला नि त्याच्या भव्य कपाळावर नाराजीची सूक्ष्म आठी स्पष्टपणे दिसू लागली. गोष्टी या स्तराला गेल्याचं कळताच त्याला बंडूकाकांचा राग आला होता. हा माणूस समोर गोड बोलत

असला, तरी पाठीमागून तो आपल्या विरोधात बोलतो. बाबांनी त्यांना कधीच ओळखलं होतं, म्हणून त्यांचं नि बंडूकाकांचं कधीही पटायचं नाही. आपल्यालासुद्धा कधी तरी त्यांना त्यांची जागा दाखवून घ्यायला हवी, त्याशिवाय गत्यंतर नाही. नाही तरी तुकाराममहाराजांनी म्हटलंच आहे की, 'ऐशा नरा मोजुनी माराव्या पैजारा ।'' बंडूकाका मुळीच विश्वास ठेवण्याच्या लायकीचा माणूस नाही. वास्तविक, दौलत भुवडाला आपल्या विरुद्ध मार्गदर्शन करण्याची त्यांना काहीएक गरज नव्हती. पण ते स्वस्थ बसतील, तर कसले बंडूकाका! मामलेदाराची नोकरी त्यांनी कशी केली, हे आम्हाला का ठाऊक नाही? ब्राह्मण कुळात जन्म घेऊन त्यांनी मांस-मच्छी भक्षण केलं. एवढं कमी म्हणून की काय, गावठी दारू ढोसून रस्त्यात पडायचे, हे या हरणगावातील सर्वांना ठाऊक झालं. आता ते सर्व विसरून समाजकार्य करण्याचं ढोंग करतात. 'करून करून भागले नि देवपूजेला लागले'! त्यांच्यापासून आता आपल्याला सावध राह्यला हवं. असे एक ना अनेक विचार अवधूतच्या डोक्यात पिंगा घालीत होते. मधाच्या पोळ्यावर असंख्य मधमाश्या घोंगाव्यात, तसा त्याच्या मनात विचारांचा गोंधळ सुरू होता.

अवधूत किंचित आवाज चढवून त्याच्यासमोर बसलेल्या तलाठ्याला म्हणाला,

"भाऊसाहेब, तो दौलत भुवड बेईमान माणूस आहे. त्याचा म्हातारा माझ्या वडिलांची परवानगी घेऊन गुरांसाठी गवत कापून नेत असे. त्या उपकाराची त्याने अशा रीतीने परतफेड केली आहे. त्याचा म्हातारा बाप रायबा प्रामाणिक होता. म्हाताऱ्याने त्याला विरोध केला होता, पण दौलतने त्याचं ऐकलं नाही. तेव्हा म्हातारा गळ्याला फास लावून मेला. मी आता स्वस्थ बसणार नाही. सहजासहजी मी त्याला ती जमीन घेऊ देणार नाही. माझ्या वाडवडिलांपासूनची ती जमीन आहे. यावर काय उपाय असेल, तर तुम्ही मला सांगा— आता मला काही तरी त्यासाठी हालचाल करायला पाह्यजे."

"यावर उपाय आहे. पण तो आता सांगता येणार नाही. त्या नोंदीवरील कार्यवाही अजून पूर्ण व्हायची आहे."

"पण तो अर्ज बोगस आहे, त्याची कसली कार्यवाही करायची?" अवधूत चिडून म्हणाला.

"तो अर्ज बोगस आहे, असं तुम्ही म्हणताय. त्याची अजून वरिष्ठांकडून चौकशी व्हायची आहे."

"अहो भाऊसाहेब, त्या बोगस अर्जामुळे आमच्यावर अन्याय नाही का होत?"

“त्याला नाइलाज आहे. बेदखल कुळांची माहिती घेऊन त्यांची नावं ७।१२ ला लावण्यासाठी शासनाने एक परिपत्रक काढलं आहे, परंतु काही शेतकरी त्याचा गैरफायदा घेतात. काही गरीब शेतकरी पिढ्यान् पिढ्या जमीनमालकाच्या शेतावर राबतात, परंतु त्यांचं नाव ७।१२ ला लागत नाही. त्यामुळे महाराष्ट्र शासनाने बेदखल कूळ म्हणून नाव लागण्यासाठी नवं परिपत्रक काढलं आहे. त्या परिपत्रकाप्रमाणे आम्ही नोंदवहीत अर्जाप्रमाणे नोंद करतो नि त्याच्या मंजुरीसाठी वरिष्ठांसमोर ठेवतो.”

जाधव त्याला माहिती देत होता, ती ऐकून अवधूत निराश झाला होता. त्याच्या बऱ्याच जमिनी त्याच्या वडिलांनी मक्त्याने करायला कुणबी लोकांना दिल्या होत्या. दौलत भुवडाचं पाहून इतर लोकांनी बेदखल कूळ म्हणून नाव लागण्यासाठी अर्ज दिला तर? हा बेदखल कुळाचा कायदा खोताच्या मुळावरच आला म्हणायचा! यात सरकारी कर्मचारी अधिकारी हात धुऊन घेतील. पैसे घेऊन काम करणारी माणसं या महसूल खात्यात कमी नाहीत.

“जाधव भाऊसाहेब, बेदखल कूळ म्हणून ७।१२ ला नाव लागण्यासाठी तुमच्याकडे एकूण किती अर्ज आलेत? मला त्याची माहिती मिळेल का?”

“आता अर्ज यायला सुरुवात झालीय, त्यामुळे निश्चित माहिती देता येत नाही.”

आपण गावी येण्याचा निर्णय घेतला, ते फार चांगलं झालं; नाही तर शासनाच्या या नव्या कायद्याने महसूल खात्याच्या अधिकाऱ्यांना हाताशी धरून आपल्याला भूमिहीन करून टाकलं असतं— असा विचार अवधूतच्या मनात एकसारखा येत होता. काही झालं तरी या कायद्याच्या कचाट्यातून आपल्या वाडवडिलांच्या जमिनी वाचवल्या पाहिजेत. त्या जमिनी वाचविणे, हे आता आपलं नैतिक कर्तव्य आहे.

दु:खाचा नि:श्वास सोडून अवधूतने तलाठ्याला विचारलं,

“आता मंडल अधिकारी (सर्कल) इकडे कधी येणार आहेत?”

“त्यांच्याकडे अनेक गावे असल्याने इकडे कधी येतील, हे मला सांगता येत नाही.”

“तुम्ही त्यांना आमच्याकडे जेवायला घेऊन याल का?”

“ते आले की, मी तुमचा निरोप त्यांना नक्की सांगतो.”

“तुम्ही मला कोतवालामार्फत निरोप पाठवा; मी तुम्हाला न्यायला येईन.”

“डॉक्टर, तुम्ही असं करता काय?”

“बोला—” आवंढा गिळून अवधूत म्हणाला.

“सातविणीच्या माळावरील तुमच्या जमिनीला दौलत रायबा याचे नाव न लागण्यासाठी तुम्ही माझ्याकडे आजच्या दिनांकाचा तक्रारी अर्ज देऊन ठेवा.”

“मग काय होईल?”

“तुमचा तक्रारी अर्ज पाहून मंडल अधिकाऱ्यांना तुमचं म्हणणं ऐकून घेतल्याशिवाय ती नोंद मंजूर करता येणार नाही.”

“समजा— त्यांनी ती नोंद मंजूर केली तर?”

“तुम्हाला त्या नोंदीवर प्रांताकडे अपील करता येईल.”

“अहो, ही प्रोसिजर त्रासाची नि खर्चिक आहे. माझा दवाखाना आहे.”

“याशिवाय अन्य कोणताच मार्ग नाही. कारण मंडल अधिकाऱ्यांना जसा ती नोंद मंजूर करण्याचा अधिकार आहे, तसे ती नोंद ते नामंजूरसुद्धा करू शकतात. त्यांनी दिलेला निर्णय अंतिम नाही. एखाद्या नोंदीवर निर्णय देणे, हा त्यांचा गुन्हा होऊ शकत नाही.”

“ते कायद्याला बगल देऊ शकतात?”

“कायदा जाणायला त्यांनी काही कायद्याचा अभ्यास केलेला नसतो. पक्षकारांना अपिलाची सुविधा असल्याने ते कधी कायदा जाणून घेण्याचा प्रयत्नसुद्धा करीत नाहीत. एवढंच कशाला— तहसीलदार वा प्रांत हे तरी कुठे कायद्याचा अभ्यास करून निर्णय देतात?” एखादं गुपित सांगावं तसं जाधव तलाठी त्याला हळू आवाजात सांगत होता.

“कमाल आहे! मग माझ्या तक्रारी अर्जाचा विचार तरी ते अधिकारी करतील का?”

“तुमच्या तक्रारी अर्जावर ते नक्की विचार करतील. परंतु निर्णय देणे शेवटी त्यांच्याच हातात आहे ना?”

ब्रिटिश जाऊन आत अर्धशतकाचा कालावधी मागे पडला होता, परंतु रेकॉर्ड ऑफ राईटच्या कायद्यात काहीही बदल झाला नव्हता. वर्षानुवर्षे तेच दळण कर्मचारी-अधिकारी दळत बसले होते. अवधूतला आता त्याच्या जमिनींची काळजी वाटू लागली.

दु:खाचा नि:श्वास सोडून तो तलाठ्याला घोगऱ्या आवाजात म्हणाला, “भाऊसाहेब, मी माझा तक्रारी अर्ज लिहून तुमच्याकडे देतो.”

“तुम्हाला कोरे कागद आणि कार्बन देऊ का?”

“द्या.”

तलाठ्याकडून कोरे कागद आणि कार्बन घेऊन अवधूत तक्रारी अर्ज लिहू

लागला. अर्ज लिहून पूर्ण झाल्यावर त्याने त्यावर पुन्हा एकदा नजर टाकून खाली इंग्रजीत सही केली. अर्ज तलाठ्याकडे सुपूर्द करून त्याने त्याची पोच घेतली. तलाठ्याचा निरोप घेऊन तो कार्यालयाचा बाहेर पडला. हातातील बॅग डिकीत ठेवून त्याने गाडीला किक् मारली. गियर टाकल्यावर त्याची मोटारसायकल वाड्याच्या दिशेने काळा धूर सोडीत डांबरी सडकेवरून धावू लागली.

❑❑❑

३७.

वाड्यासमोरील पत्र्याच्या शेडमध्ये मोटारसायकल उभी करून अवधूत विमनस्क मन:स्थितीमध्ये पायऱ्या चढू लागला. सकाळी तलाठी कार्यालयाकडे जाण्याच्या आधी त्याचा मूड छान होता. आता त्याच्या गौरवर्णीय चेहऱ्यावर काळजीच्या छटा उमटलेल्या स्पष्ट दिसत होत्या. दिवाणखान्यात भारती त्याची बायको निखिलला मांडीवर घेऊन कृष्णधवल दूरदर्शनवर एक कौटुंबिक मालिका पाहत बसली होती. अवधूत दाणदाण पाय आपटीत दिवाणखान्यात आला, तेव्हा तो तिला वैतागाने म्हणाला,

"भारती, ही काय टीव्ही पाहण्याची वेळ आहे का?"

रंगीबेरंगी फुलांच्या ताटव्यात आनंदाने विहार करीत असताना नकळत पायात भस्‌कन टोकदार काटा घुसावा, त्याप्रमाणे बिचाऱ्या भारतीची गत झाली. तिने टीव्हीचे बटण ताबडतोब बंद केलं. तिने ओळखलं की, स्वारीचं काही तरी बिनसलंय. एवढ्या चढ्या आवाजात आजपर्यंत तो तिच्याशी कधीही बोलला नव्हता. ती त्याला काही बोलली नाही, परंतु तिला त्याची काळजी वाटू लागली. हातातील कागदपत्रांची बॅग मेजावर ठेवून तो खुर्चीत बसल्यावर तिने चट्‌कन पंख्याचे बटण सुरू करून त्याला प्यायला पाणी आणून दिलं. पाणी प्यायल्यानंतर त्याचा जीव थोडा शांत झाला. भारतीच्या चेहऱ्याकडे अपराधी भावनेने पाहत तो रुमालाने तोंड पुसू लागला. आपण तिच्यावर नाहक चिडलो, असं आता त्याला वाटू लागलं. रुमालाची घडी पँटीच्या खिशात ठेवीत तो तिला मनात ओशाळून म्हणाला,

"भारती, मला तुझ्यावर ओरडायचं नव्हतं. माझा तोल अचानक कसा गेला, तेच मला कळत नाही."

"अहो, मी तुमची लग्नाची बायको आहे. मला कळत नाही का? लग्न

झाल्यापासून तुम्ही असं मला कधीही ओरडला नव्हता. तुम्हालासुद्धा ओरडायला येतं, हे मला आज कळलं हो!'' त्याच्या मनातील राग घालविण्याचा भारती प्रयत्न करीत होती.

''भारती, या अवाढव्य वाड्याला कुणाची तरी वाईट नजर लागलीय. आपलं सुख आपल्या भावकीला पाहवत नाही. ते आपल्यावर जळतात.''

तलाठी कार्यालयातून अवधूत आल्याचं कळताच अनुराधा स्वयंपाकखोलीतून पदराला ओले हात पुसत तो बसला होता तिथे दिवाणखान्यात आल्या. त्या ठिकाणी आल्या-आल्या त्या त्याला मोठ्या आवाजात म्हणाल्या,

''अवधूत, अरे— तू बाहेरून आलास ना? मग कपडे काढून हात-पाय धुऊन घे.''

''आई, मी आत्ताच आलोय... थोडा वेळ पंख्याखाली निवांत बसतो.''

त्याचा थकलेला, कोमजलेला चेहरा पाहून अनुराधा त्याच्या जवळ बाकड्यावर बूड टेकीत उमाळ्यानं म्हणाल्या.

''ते हयात असते, तर तुला एवढी दगदग करावी लागली नसती बघ.''

''आई, बाबांनी काही गोष्टी चुकीच्या करून ठेवल्यात, ते मला आता सारं निस्तरायला लागणार आहे.''

त्याचं बोलणं ऐकून अनुराधा सावध झाल्या. त्याच्या बोलण्याचा त्यांना राग आलेला, परंतु त्यांनी चेहऱ्यावर तसं काही दाखविलं नाही. चेहऱ्यावरचे भाव न बदलता त्यांनी त्याला खालच्या आवाजात विचारलं,

''काय झालंय अवधूत, मला नीट सांगणार आहेस का?''

''आई, तुला ते माहीत आहे.'' अनुराधाच्या नजरेला नजर देत अवधूत म्हणाला.

''मला तुझ्या तोंडातून ऐकायचंय.''

अवधूत तिला गंभीर आवाजात सांगू लागला—

''आई, बाबांनी सुलभाच्या नावे आपल्या बऱ्याच जमिनी केल्यात, त्या जमिनी मी काढून घेणार आहे. बाबांनी तिला वरकस जमिनी दिल्या असत्या, तर मी तिकडे लक्ष दिलं नसतं. बाबांनी तिच्या नावे उत्तम प्रतीच्या जमिनी केल्या आहेत. त्या जमिनींचा पोत चांगला आहे. त्या जमिनींवर तिचा काडीमात्र अधिकार नाही.''

''अवधूत, मागे एकदा आपलं या विषयावर बोलणं झालं होतं. तुझ्या कामात अडथळा आणणार नाही, म्हणून मी तुला त्याच वेळी सांगून टाकलं

आहे.''

''त्यासाठी आपल्याला वकील द्यावा लागणार आहे. मी तलाठ्याचा सल्ला आता घेऊन आलोय. त्यानेसुद्धा मला आधी वकिलाला भेटायला सांगितलंय.''

''तालुक्याला कानडे वकील आहेत. तुझे बाबासुद्धा त्यांचा सल्ला घ्यायचे.''

''आपल्या दवाखान्याचं उद्‌घाटन झाल्यावर मी तालुक्याला जाऊन कानडे वकिलांची भेट घेऊन येतो.''

''वारस-तपासाच्या कामाचं काय झालं?''

''मी वर्दी जबाब देऊन आलोय. महिन्याभरात वारस-तपास होऊन ७।१२ ला माझं नाव लागेल.''

''सात-बाराच्या नकला नाही का आणायच्या?''

''तलाठी म्हणाला की, वारस-तपासाचं काम झाल्यावर ७।१२ च्या नकला काढून घ्या. आता काढल्या असत्या, तर त्या बाबांच्या नावे मिळाल्या असत्या. त्याचा आपल्याला काहीही उपयोग झाला नसता.''

अनुराधा त्याला बोलण्यात गुंतवून त्याच्याकडून तलाठी कार्यालयात काय काय घडलं याची खुबीने माहिती घेत होत्या.

अवधूत पुढे तिला म्हणाला,

''आई, दौलताने सातविणीच्या माळाला कूळ म्हणून नाव लागण्यासाठी तलाठ्याकडे अर्ज दिलाय. बंडूकाकांची त्याला फूस आहे.''

''अवधूत, बंडूकाका सज्जनपणाचा वरून कितीही आव आणत असले, तरी तुला त्यांच्या आतल्या गोष्टी ठाऊक नाहीत.''

''तुला ठाऊक आहेत ना?''

''होय.''

''मग सांग पाहू—''

''अवधूत, ते त्यांच्या नावे असलेल्या ज्या जमिनींना कूळ म्हणून नाव लागलं आहे, अशा लोकांना चहा प्यायला घरी बोलावितात नि हळूच त्याच्यापुढे जमीन खरेदीने घेण्याचा विषय काढतात. कूळ कायद्याने विक्री होऊन ज्या जमिनीचे त्यांना शासनाकडून १००-१५० रुपये मिळाले असते, त्याच जमिनी त्या कुळांनाच खरेदी खताने देऊन ते त्यांच्याकडून लबाडीने हजारो रुपये उकळतात. गरीब कुळवाड्यांच्या ते लक्षातसुद्धा येत नाही रे! उलट, त्यांचं बंडूकाकांशिवाय पान हलत नाही.''

''दौलतने जेव्हा आपली त्या जागेतील झाडं आपल्याला न विचारताच

तोडली होती, त्याच वेळी मी त्याला पोलीस स्टेशनमध्ये तक्रार करून जेलची हवा खायला लावणार होतो. पण त्या वेळीसुद्धा बाबा मधे पडले, नाही तर ही वेळ आपल्यावर कधीच आली नसती. आई, काट्याचा नायटा झाल्यावर फार त्रास होतो बघ. मी त्या वेळी बाबांचं ऐकलं, ती माझी मोठी चूक होती.''

''अवधूत, त्यांची ती चूक म्हणायची तरी कशी? त्याच्या आजोबापासून त्यांनी या वाड्याची सेवा केली आहे. दौलतचा बाप रायबा फार प्रामाणिक होता. वाड्याचा नुसता निरोप गेला तरी तो धावत यायचा. दौलतने केलेली चूक त्याच्या बापाला निस्तरायला लावायची का? अरे, झाडाच्या सावलीपेक्षा माणसानं ती देणाऱ्या झाडाचा अधिक विचार करायला हवा. म्हणून तुझे बाबा तेव्हा गप्प बसले. दौलत पुढे असं वागेल, असं त्यांना तरी त्या वेळी कुठं कळलं होतं? दौलत कळसूत्री बाहुलीप्रमाण नाचतोय. त्याचे बोलविते धनी बंडूकाका आहेत, हे तुझ्या ध्यानात आलंच असेल. तू डॉक्टर आहेस. मी तुला काही सांगायला हवं का?''

आपण बाबांना बोललेलं आईला मुळीच आवडलं नाहीये, हे अवधूतच्या एव्हाना लक्षात आलं होतं. मांजर उलटं-सुलटं करून जमिनीवर टाकलं तरी ते दोन्ही पायांवरच पडतं, हे अवधूतला माहीत होतं. बाबांना तोशीस लावण्याचा आई कधीही प्रयत्न करणार नाही; भले मग तिला त्याचा कितीही त्रास झाला, तरी ती त्याची पर्वा बिलकुल करायची नाही. त्याला त्याच्या आईचा सार्थ अभिमान वाटू लागला. तो आता बराच निवला होता. तो आईकडे करुण डोळ्यांनी पाहू लागला. त्याच्या डोळ्यांची भाषा अनुराधाला कळली होती.

अनुराधा त्याला आठवण करीत म्हणाल्या,

''अवधूत, अरे— पंधरा तारीख जवळ आली. तू तुझ्या दवाखान्याचं वाड्यात उद्घाटन करणार आहेस ना?''

''होय.''

''मग गावात निमंत्रणं धाडलीस का? त्या बंडूकाकांना निमंत्रण द्यायला मुळीच विसरू नकोस हं.''

''आई, मला त्याची आठवण आहे गं. पण तू पाहत्येस ना, मी किती कामात आहे ते? आता दुपारी जेवण झालं की, मी निमंत्रण तयार करतो नि गणपतला ते गावात वाटायला देतो. बंडूकाकांना दवाखान्याच्या उद्घाटनाचं निमंत्रण द्यायला मी मुळीच विसरणार नाही. तू त्याची काळजी करू नकोस. त्यांना आधी निमंत्रण देण्याची मी व्यवस्था करणार आहे. स्वत: मामलेदार

असून ते त्यांच्या दोन्ही मुलांना चांगलं शिक्षण देऊ शकले नाहीत.''

"अवधूत, मी माझ्या कामाला जात्ये. जेवणाला अजून वेळ आहे. तुला प्यायला थोडं ताक पाठवू का? तू आताच उन्हातून आला आहेस, म्हणून मी तुला विचारतेय. बरं वाटेल तुला.''

अनुराधाचा आग्रह त्याला मोडवेना. तो तिच्याकडे पाहत घोगऱ्या आवाजात म्हणाला,

"बरं, मग पाठव थोडं ताक.'' अवधूत तिच्या समाधानासाठी म्हणाला.

अनुराधा बसल्या जागेवरून उठल्या. त्या मंद पावलं टाकीत दरवाज्यापर्यंत जाऊन पोचल्या. नंतर त्यांना कसली तरी आठवण झाली नि त्या पुन्हा माघारी येत अवधूतला म्हणाल्या,

"अवधूत, हल्ली मला फार विसरायला होतंय बघ. प्रत्येक वर्षी आपण जगबुडी खाडीची पूजा घालतो. यंदा ते नाहीत, तेव्हा ती पूजा तुझ्या हस्ते घालू. वाड्याची ती पूर्वापार परंपरा आहे.''

"कधी करायची खाडी पूजा?''

"उद्या गुरुवार आहे— दत्ताचा वार आहे. सकाळी सूर्योदय झाल्यानंतर जाऊ.''

"ठिकाय.''

"आणि हो— उद्या तुला पहाटे उठून कामाला लागायला हवं हं!'' अनुराधा हसत-हसत म्हणाल्या.

"आई, तू मला उठव.''

"उठवीन हो.'' अनुराधा दरवाजाकडे वळत म्हणाल्या.

अनुराधा त्यांच्या कामाला निघून गेल्या. मग अवधूत निवांत बसला होता. त्याच्या डोक्यावर फिरत असलेल्या पंख्यामुळे त्याला थोडं बरं वाटत होतं. भारती त्याच्या समोरच बाकड्यावर बसली होती. ती अवधूतच्या शरीराच्या हालचाली डोळ्यांनी निरखत होती. त्याचा काळवंडलेला चेहरा पाहून ती मनात विचार करीत होती— 'मी गावी यायला तयार झाले, म्हणून अवधूतसुद्धा गावी यायला तयार झाला. या शेताच्या भानगडीमुळे त्याचं मानसिक संतुलन बिघडून तर जाणार नाही ना? हा एवढा अवाढव्य वाडा आहे, पण यात राह्यला माणसं नाहीत. रात्री हा वाडा खायला उठतो. यापेक्षा आपण तालुक्यात आई-बाबांच्या जवळ किती तरी मजेत होतो. दवाखाना सुरू होण्याच्या आधी अवधूतला घेऊन परत जायला हवं. या वाड्यात माझा जीव नुसता कोंडून जातो. या वाड्यात सुख

कमी नि कटकटी फार. जणू हा वाडाच शापित आहे! जमिनींच्या भानगडी नि आपसातील हेवेदावे ऐकून-ऐकून जीव नुसता केंगटून जातोय. यापेक्षा तालुक्याच्या गावी आपण किती मजेत जगत होतो! रिक्षा करून भाजी आणायला जायचो. नाटक-सिनेमा पाह्यला मुलांना सोबत घेऊन जायचो. संध्याकाळी बागेत फिरताना, भेळ खाताना किती मौज वाटायची. या गावंढ्या गावात त्यातलं काहीसुद्धा नाही. गावी येऊन आपण चूकच केली. आई-बाबा किती सांगत होते, पण मी त्यांचं काहीएक ऐकलं नाही. शेवटी त्यांनी मला सांगायचंच सोडून दिलं. पुढे माझ्या मुलांना या वाड्याचा लळा लागेल का? काय होईल या अवाढव्य वाड्याचं? परमेश्वरा... मला तर काहीच सुचत नाही!'

भारतीने मनात आलेले विचार झटकून टाकले नि ती अवधूतच्या डोळ्यांत पाहत किनऱ्या आवाजात म्हणाली,

"अहो, खोलीत जाऊन थोडा वेळ आराम करा."

"थोडा वेळ इथेच बसतो. आई आता ताक पाठविणार आहे. ताक पितो नि उठतो."

"अहो, मला एक गोष्ट तुम्हाला सांगायची होती."

"सांग—"

"तुम्ही मनाला वाईट वाटून घेऊ नका."

"नाही वाटून घेणार."

"हल्ली मला तुमची फार काळजी वाटू लागलीय."

"वेडी आहेस भारती तू. माझी कसली काळजी करतेस?"

"या जमिनीच्या भानगडी तुम्ही मनाला फार लावून घेता."

"मी कशाला मनाला लावून घेऊ?"

"मला तुमचा चेहरा वाचता येतो."

"कधी कधी चेहऱ्यावरचे भाव फसवेसुद्धा असतात म्हटलं."

"तुमच्या वागण्यातसुद्धा बदल झालाय."

"मघाशी मी तुझ्यावर रागावलो, म्हणून तू असं म्हणत्येस. पण मी तुला सांगितलं की, ती माझी चूक होती म्हणून. माणूस म्हटलं की, राग-लोभ त्याच्या जवळ असणारच. इतक्या दिवसांत तू मला असं कधी विचारलं नाहीस; आजच तू असं का म्हणून विचारतेस— मला कळलं तर बरं होईल." तिच्याकडे आश्चर्याने पाहत अवधूत म्हणाला.

"यात न कळल्यासारखं काही नाहीये. माझ्या पदरात दोन मुलं आहेत.

त्यांच्या समोर त्यांचं अख्खं आयुष्य आहे. त्यांच्या भविष्याचा आपण विचार करायला नको का?''

भारतीचं बोलणं अवधूतला कळत नव्हतं. तिचं बोलणं ऐकून त्याला राग आला होता. तो थोडा आवाज चढवून तिला म्हणाला,

''भारती, तुझ्या मनात नक्की काय आहे, ते मला अजून तरी कळलं नाही. तरी मी तुला सांगतोय की, त्यांनी एका खोताच्या पोटी जन्म घेतलाय. माझ्या मुलांना या गावात जसा मान आहे, तसा अन्य गावांत मिळणार नाही. माझ्या वाडवडिलांनी जसे या गावात मानाने दिवस काढलेत, तशी माझी मुलंसुद्धा या गावात मानाने जगतील.''

''भ्रमात आहात तुम्ही!''

''भारती, काय बोलत्येस तू हे?'' अवधूत आश्चर्याने म्हणाला.

''मी चुकीचं काही बोलले नाही. हल्ली जग पुढं गेलं आहे. शिकल्या-सवरलेल्या मुली हल्ली खेडेगावात कुणीही देत नाहीत. त्यापायी किती तरी लग्नं मोडलेली मी पाहिलेलं-ऐकलेलं आहे! मग ते घराणं गावच्या खोताचं का असेना! मुली खेडेगावात द्यायला कुणी तयार होत नाही.''

''मग तू माझ्याशी कसं लग्न केलंस?'' अवधूतने तिला तिच्या डोळ्यांत पाहत स्पष्ट शब्दांत विचारलं.

त्याचं बोलणं ऐकूण भारती थोडा वेळ गप्प बसली. ती जरा विचार करून त्याला म्हणाली,

''तुम्ही डॉक्टर आहात, तालुक्याला राहून वैद्यकीय व्यवसाय सुरू करणार होतात; म्हणून मी तुमच्याशी लग्न करायला तयार झाले. यात माझी चूक आहे, असं मला मुळीच वाटत नाही.''

तिचं बोलणं ऐकूण अवधूत सुन्न झाला. तो तिला फार समजूतदार समजत होता; परंतु मनात स्वार्थ ठेवूनच ती त्याच्याशी लग्न करायला तयार झाली होती, म्हणून त्याला त्याचं वाईट वाटू लागलं होतं. माणूस आधी आपला विचार करतो, मगच तो दुसऱ्याचा विचार करतो. त्याच्या मनात कायम स्वार्थ दडलेला असतो, याची आता त्याला पूर्ण खात्री पटली होती.

तिच्या नजरेला नजर भिडवत अवधूत तिला स्पष्टपणे बजावत म्हणाला,

''भारती, मी या गावचा खोत आहे. माझ्या वाडवडिलांनी जसा या तांबड्या मातीत घाम गाळला, रक्त सांडलं; तसा मी आता या मातीत घाम गाळणार आहे. तशीच वेळ आली, तर मी माझा वैयक्तिक व्यवसाय फुंकून

टाकायला मुळीच मागे-पुढे पाहणार नाही; कळलं?''

अवधूतने आपल्या बोलण्याचा अर्थ भलताच घेतलाय, असं जाणून त्याला ती शांत करीत खालच्या आवाजात म्हणाली.

"अहो, माझं काही चुकलं का? मला तसं काही तुम्हाला म्हणायचं नव्हतं. तुम्ही मनात राग धरू नका.''

"भारती, तू मनातलं बोललीस याचा मला मुळीच राग नाही गं... तुझं म्हणणं चुकीचं आहे, असंसुद्धा मला म्हणायचं नाही.''

इतक्यात लक्ष्मी हातात घट्ट ताकाचा पेला घेऊन त्या ठिकाणी आली. अवधूतच्या हातात पेला देत ती त्याला म्हणाली,

"वहिनींनी ताक दिलंन्. प्यावा लवकर—''

"यात मीठ टाकलंय का?'' अवधूतनं प्याला हातात घेत तिला विचारलं.

"व्हय जी.''

लक्ष्मी आली तशी ताकाचा प्याला देऊन निघून गेली. दूरदर्शनच्या संचाकडे पाहत अवधूत ताकाचे घुटके घेऊ लागला. त्या ताकाची चव त्याच्या तोंडभर रेंगाळू लागली. तीन-चार घोटांत त्याने प्याल्यातील ताक पिऊन संपवले. उन्हातून आल्यामुळे त्याला त्या ताकाची चव अमृताहून गोड लागली होती. हातातील रिकामा प्याला खाली ठेवत तो भारतीला समाधानाने म्हणाला, "भारती, ताक पिऊन बरं वाटलं बघ.'' पहिल्या पावसाच्या थेंबाने जशी जमीन सैलावते तसे अवधूतच्या चेहऱ्यावरचे भाव भारतीला आता दिसत होते. त्यामुळे तीसुद्धा मनातून खूश होऊन त्याला म्हणाली,

"अहो, ताक शरीराला उत्तम. दिवसातून कितीही वेळा प्यावं.''

"भारती, तू मला सांगत्येस? अगं, मी डॉक्टर आहे माणसांचा; गुरांचा नव्हे.'' अवधूत हसत-हसत म्हणाला.

अवधूत हसू लागल्यावर भारतीलासुद्धा हसू आवरलं नाही. तीसुद्धा गालातल्या गालात हसू लागली. ती हसताना तिच्या गोबऱ्या गालावर सुंदर खळी पडली होती. दिवाणखान्यातील वातावरण आता पहिल्याप्रमाणे मोकळं-ढाकळं झालं होतं. बसल्या जागेवरून उठत भारती त्याला म्हणाली,

"अहो, मी तुमच्याशी बोलत काय बसल्येय? बंटीला मला मऊ भात भरवायचाय. मी विसरूनच गेले होते बघा! मी जात्ये हं.''

भारती स्वयंपाकखोलीच्या दिशेने लगबगीने निघून गेली. ती दिसेनाशी होईपर्यंत अवधूत तिच्या पाठमोऱ्या आकृतीकडे खुळ्यागत पाहत राहिला होता.

दोन बाळंतपणं झाल्यावर तिची तब्येत थोडी सुटली होती, परंतु तिच्या सौंदर्यात तिळमात्र फरक पडला नव्हता. उलटपक्षी, पाडाला आंबा आल्यावर त्याच्या शेंदरी-हिरव्या रंगाने जसा खुलून दिसतो; तशी भारतीची कांती सतेज, तुकतुकीत दिसू लागली होती. तिला पाहता क्षणी कुणाही पुरुषाची वासना चाळवावी, असं तिचं सौंदर्य खुललं होतं.

भारती गेल्यावर अवधूत दिवाणखान्यात एकटाच पंख्याची गार हवा खात बसला होता. दवाखान्याच्या उद्‌घाटनाची निमंत्रण पत्रिका त्याला गणपतच्या हाती तयार करून गावातील सात वाड्यांमध्ये वाटायच्या होत्या. त्याच्याकडे आता त्यासाठी फार कमी वेळ उरला होता. नि:श्वास टाकून अवधूत बसल्या जागेवरून उठून उभा राहिला. भारतीचं बोलणं ऐकून तो मनातून थोडा दु:खी झाला होता. भारतीला या खेडेगावात राह्यला आवडत नाही, एवढं त्याला तिच्या बोलण्यावरून कळलं होतं. आपली मर्जी सांभाळण्यासाठी ती नाइलाजास्तव या वाड्यात आपल्यासोबत राहते, असं त्याने तिच्या बोलण्यावरून अनुमान काढलं होतं. संत रामदासस्वामींचे मनाचे श्लोक म्हणत तो त्याच्या खोलीकडे संथ पावलं टाकीत जाऊ लागला.

"भये व्यापिले सर्व ब्रह्मांड आहे ।
भयातीत ते संत आनंत पाहें ।।
जया पाहता द्वैत काही दिसेना ।
भय मानसी सर्वथाही असेना ।।..."

त्याच्या तोंडातून निघालेला तो आवाज संपूर्ण वाड्यात घुमत होता.

❒❒❒

३८.

दादा खोत हे जग सोडून गेल्याच्या क्षणापासून सुलभाच्या मागे जणू साडेसातीच लागली होती. दु:खाच्या खोल दरीत ती आकंठ बुडून गेली होती. दादा खोत सोडून गेल्याचं दु:ख तिला सहन होत नव्हतं नि तिला आपल्या दु:खाचा निचरा होईपर्यंत कुणापुढे डोळ्यांतील अश्रूसुद्धा गाळता येत नव्हते. जखमी पक्षिणीगत ती नुसती तळमळत होती. जणू तिच्या काळजावर धारदार सुरीने सपासप वार करून तिला मरणाच्या दारी निर्दयीपणे सोडून दिलं होतं. रानात चुकलेल्या पाडसाप्रमाणे सुलभा सैरभैर झाली होती.

भरीस भर म्हणून की काय, तिच्या पोटी जन्म घेतलेला तिचा मुलगा अनंत तिला त्रास देण्याची एकही संधी सोडत नव्हता. पोलिसांनी गावात येऊन त्याला पकडून नेल्यावर तिने एकटीने धावाधाव करून त्याला रुपये ५०००/-च्या वैयक्तिक जातमुलक्यावर सोडवून आणलं होतं; तेव्हा संपूर्ण ब्राह्मणवाडी मूग गिळून तिची फजिती उघड्या डोळ्यांनी पाहत होती. कुणीही पुढे येऊन तिला मदत केली नव्हती. तेव्हाची तिच्या मनाची तडफड, भीती, दु:ख आणि संताप अजूनही तिच्या मनात ज्वालारसाप्रमाणे खदखदत होता.

अनंताच्या कृष्णकृत्यांनी ती हैराण झाली होती. दादा खोत हयात होते तेव्हा ती संकटांची तमा बाळगीत नव्हती. दादा खोतांचा तिला भक्कम आधार होता. तिच्यावर कसली आपत्ती आलेली समजताच दादा खोत तिच्याकडे वाऱ्याप्रमाणे धावत घेत. त्यांच्या जाण्याने ती निराधार झाली होती. तिच्या परोक्ष ब्राह्मणवाडी तिला दादा खोतांची ठेवलेली रांड म्हणून हिणवत असे. सुलभा कधीही त्यांच्या तोंडाला लागली नाही. दादा खोतांची तिला आता क्षणाक्षणाला आठवण येत होती. विरहाने नि दु:खाने तिचे दोन्ही डोळे अश्रूंनी भरून यायचे. डोळ्यांतील गळणारे अश्रू पुसत सुलभा दाटलेल्या कंठाने मनात म्हणायची—

'हे ईश्वरा, तू दयावान आहेस, असं मी ऐकलं होतं; मग तू त्यांना असं अपघाती का बरं बोलावून नेलंस? कोणत्या जन्माचं पाप तू माझ्याकडून असं फेडून घेतलंस, ते तू मला सांग पाहू. तू एवढा निष्ठूर नको व्हायला पाह्यजे होतं. तुला खरं सांगू... त्यांनी माझ्यासाठी काय काय केलं ते? देवा-ब्राह्मणाला साक्ष ठेवून ज्याच्या सोबत अग्नीला सप्तपदी घालून लग्नगाठ बांधतो, तो नवरासुद्धा आपल्या बायकोसाठी एवढं करू शकणार नाही, हे मी अगदी शपथ घेऊनसुद्धा सांगू शकेन. त्यांच्या हयातीत मी ऐश्वर्य भोगत होते. भविष्याचा विचार करून त्यांनी माझ्यासाठी खूप करून ठेवलंय. वर्षाला नगदी पैसा मिळवून देणाऱ्या काजू कलमांच्या बागा, टुमदार मंगलोरी कौलारू घर, गाईगुरं बांधण्यासाठी जांभा दगडाचा पक्का वाडा नि गोड्या पाण्याची बाव. माझ्या अंगावरील चामड्याचे जोडे करून त्यांच्या पायांत घातले असते, तरी त्यांचे उपकार या जन्मी तरी माझ्याकडून फिटू शकले नसते.'

'माझ्या प्रेमाखातर त्यांनी लोकांची निंदा-नालस्ती, बदनामी सहन केली. मनातील दुःख त्यांनी मला कधीच बोलून दाखविलं नाही. पोटच्या मुलांची नाराजी सहन केली. माझ्या सुखाला कुणाची तरी पापी नजर लागली नि पत्त्याच्या बंगल्याप्रमाणे माझी स्वप्नं पार धुळीला मिळाली. चार काळे मणी दोऱ्यात ओवून गळ्यात घातले की, कुणाचीही हक्काची बायको होता येत नाही; त्यासाठी त्या स्त्रीचं मन जिंकावं लागतं. माझ्या गळ्यात काळे मणी न घालताच त्यांनी माझं मन जिंकून घेतलं होतं, हे मी माझं परमभाग्य समजते. त्यांच्या सुखासाठी मी जगाच्या निंदा-नालस्तीची पर्वा बिलकुल केली नाही नि यापुढेसुद्धा कधी करणार नाही. मला मातीत गाडल्याशिवाय हा अवलक्षणी कार्टा सुधारणार नाही. जननिंदा एक वेळ सहन करता येते, परंतु पोटच्या मुलाने दिलेलं दुःख नाही सहन करता येत. गणरायाऽ आता मला तुझाच रे बाबा आधार!'

देवापुढे समई लावून सुलभाने मस्तक टेकून नमस्कार केला. अनंत झोपाळ्यावर बसला होता. तो देवाच्या पाया पडायला येणार नाही, हे माहीत असूनसुद्धा सुलभाने त्याला "ए अनंताऽऽ देवाच्या पाया पडायला येऽ" म्हणून— एक-दोनदा मोठ्या आवाजात त्याला हाका मारल्या. सुलभाने मारलेल्या हाका ऐकूनसुद्धा अनंत जाग्यावरून मुळीच उठला नाही. तो 'ढिम्म' बसून राहिला. तो नुकताच जेलची वारी करून आला होता. त्याच्या चेहऱ्यावर बेफिकीरी, उद्दामपणा दिसत होता. त्याच्या डोळ्यांत अवघ्या जगाबद्दल तुच्छता दिसत होती. सुलभा दाणदाण पाय आपटीत त्याच्या जवळ येऊन त्याला मोठ्या आवाजात म्हणाली,

"अनंता, मी तुला दोनदा हाका मारल्या; त्या तुला ऐकू आल्या नाहीत का? का तू माझा असा छळ करतोयस? अशाने मी पट्कन मरून जाईन रेऽऽ"

"जा, मर!" तिच्याकडे न पाहताच अनंत तिला उद्दामपणाने म्हणाला.

"मला मरायला सांगतोस? मग तू खाशील काय?"

"तुला त्याची काळजी नको." अनंत बेफिकीर होऊन म्हणाला,

अनंत आपलं काहीही ऐकून घेत नाही, तो हाताबाहेर जात आहे म्हणून सुलभाच्या काळजीत आणखी भर पडली. त्याला कसं समजावून सांगावं, याचा ती विचार करू लागली होती. दिवसेंदिवस त्याच्या तऱ्हेवाईक वागण्याला ती कंटाळून गेली होती. तिला त्याचा मनस्वी राग आला असला, तरी आतड्याच्या मायेने ती हतबल झाली होती. त्याच्या वागण्यात सुधारणा व्हावी, म्हणून ती मनातल्या मनात सोमेश्वराची करुणा भाकत होती. तिचा सोमेश्वरावर दृढ विश्वास होता. एक ना एक दिवस अनंत सुधारेल, याची तिला पूर्ण खात्री वाटत होती. ती त्या दिवसाची डोळ्यांत प्राण आणून वाट पाहत होती. नारू रेमजेची मुलगी स्वभावाने चवचाल आहे; तिच्यापासून याला आपण सोडवलं पाहिजे, असा सुलभा विचार करीत होती. मालनच्या काही भानगडी अन् लफडी शांताने तिच्या कानावर घातली होती.

नारू रेमजेची मुली मालन पंधरा-सोळा वर्षांची होती. दहावीत तिने शाळा सोडली होती. मुलांबरोबर गुरे घेऊन रानात जायची. ती दिसायला गोरी-गोमटी होती नि सुंदर होती. मक्याच्या कणसाप्रमाणे ती दिवसेंदिवस अंगाने भरत होती. रानात एकांतात मुलं तिच्या अंगचटीला येत. त्यातून तिची पाळी एकदा चुकली, तेव्हा वाडीच्या देवळात बैठक बसली. वाडीच्या पुढाऱ्याने तिला त्या मुलाचं नाव विचारलं. थोडा वेळ मालन काहीच बोलली नाही. पुढाऱ्याने तगादा लावल्यावर मालनने दोन्ही हातांचे पंजे चेहऱ्यावर ठेवून अस्पष्ट आवाजात "अनंतऽ" असं सांगितलं. ते नाव ऐकून वाडीतील मंडळी सर्द झाली. पुढाऱ्याने नारू रेमजेला मुलीला धाकात ठेवलं नाही म्हणून बैठकीत रुपये एकशेएक दंड भरायला लावला नि तालुक्याला सरकारी दवाखान्यात जाऊन तिचा गर्भपात करून घ्यायचा सल्ला दिला. मध्यान् रात्री वाडीच्या बैठकीचं सूप वाजलं.

मालन घरात सून म्हणून आल्यावर या घराचं वाटोळं व्हायला वेळ लागणार नाही, हे सुलभाच्या केव्हाच ध्यानात आलं होतं. काही झालं तरी तिला या घरात प्रवेश करू द्यायचा नाही, या निर्णयावर सुलभा ठाम होती. झोपाळ्यावर बेफिकीरीने बसलेल्या अनंताला ती स्पष्ट शब्दांत बजावत म्हणाली,

“अनंता, यापुढे तरी तू चांगलं वाग. नको तू त्या कुळवाड्याच्या मुलीच्या नादी लागूस.”

मघापासून मुक्याप्रमाणे बसलेला अनंत तिचं बोलणं ऐकूण रागाने तिच्याकडे पाहू लागला. तोंडातील थुंकी उडवीत तो तिला घसा ताणत म्हणाला,

“कुणी तुझे कान भरलेत, हे मला ठाऊक आहे.”

“माझे कशाला कान भरायला हवेत; मला कळत नाही का? मी तुझी आई आहे, म्हणून मी तुला सांगत्येय.”

“तू मला सांगण्याची गरज नाही— मी आता कुक्कुळं बाळ नाही. मी सज्ञान आहे.”

“अनंता, असं काय करतोस रे?” सुलभा रडवेली होऊन त्याला म्हणाली.

“हे बघ आई, मी मालनसाठी जेलची हवा खाऊन आलोय, म्हणून तू मला असं सांगत्येस. तिच्यासाठी जेलची हवाच काय, मी फासावर जायलासुद्धा तयार आहे!” अनंता निश्चयाने म्हणाला.

“अरे, ती चांगल्या स्वभावाची मुलगी नाही. तिच्याबद्दल लोक काही-बाही बोलतात.”

“तू लोकांचं काय ऐकत्येस? आपलं चांगलं झालेलं त्यांना पाहवत नाही.”

“तुझ्या म्हणण्याप्रमाणे मी लोकांचं एक वेळ सोडून देते; परंतु मला त्या मुलीची खात्री वाटत नाही.”

“ती लग्न होऊन या घरात आल्याशिवाय तुला तिचा स्वभाव कसा कळून येईल?”

“मला ती या घरात सून म्हणून नकोय.”

“आई, मी लग्न करीन ते तिच्याशीच— मग तुला ती सून म्हणून पसंत असो किंवा नसो; मी त्याचा विचार करणार नाही.”

“एका ब्राह्मणाच्या घरात तू कुळवाड्याच्या मुलीला सून म्हणून आणणार?”

“हो. काय हरकत आहे?”

“अरे चांडाळा, हो म्हणायला तुला शरम कशी वाटत नाही?”

“आई, मी तिला विष्णूच्या देवळात तसं वचन दिलंय. तिला दिलेलं वचन मी मागे घेणार नाही.”

“हो का? जसा काही तू सत्ययुगातील रामच माझ्या पोटी जन्माला आला आहेस ना?”

''मालन माझ्याशिवाय राहू शकत नाही. मी तिला एक दिवस दिसलो नाही, तर ती वेडीपिशी होते— हे तुला ठाऊक तरी आहे काय? कुळवाडी काय माणसं म्हणून जन्माला आली नाहीत?''

''अनंता, या शहाणपणाच्या गोष्टी तुझ्या तोंडी शोभत नाहीत रे. तू अजून जग पाह्यलं नाहीस. उद्या ही ब्राह्मणवाडी बोलायला लागली की, तुला कळेल ब्राह्मण आणि कुळवाडी यातील फरक. तुझ्यापेक्षा मी अधिक पावसाळे पाह्यलेत. मी तुला हे जे सांगत्येय ना, ते तुझं भलं व्हावं, म्हणून. तू सुखी राहावंस— एवढीच माझी अपेक्षा आहे.''

''माझं भलं कशात आहे, ते मला चांगलं कळतंय. तू मला लोकांचं काही सांगू नकोस. त्यांनी शेण खाल्लं तरी चालतं; दुसऱ्याने शेण खाल्लं तर ते त्यांना आवडत नाही. या गावात— या वाडीत तू मला एक असं घर दाखव की, त्या घरात भानगडी-लफडी झाली नाहीत म्हणून.''

''तुझ्या तोंडाला लागणं व्यर्थ आहे!''

''आई, मी खरं ते बोलतोय म्हणून तू आता माघार घेतेयस. माझ्या ते ध्यानात आलंय बघ.'' अनंत गालात बिकट हसत म्हणाला.

सुलभा त्याला समजावून सांगण्याचा आटोकाट प्रयत्न करीत होती. अनंता तिचं काहीएक ऐकून घेत नव्हता. तो तिचं बोलणं धुडकावून लावीत होता. अनंतापुढे ती हतबल झाली होती. हाता-पायांतून वारं गेल्यावर माणूस जसा विकलांग होतो, तसं तिला आता वाटू लागलं होतं. तिचे डोळे दुःखाने भरून आले होते. ती मनात म्हणत होती की, हा कार्टा उद्या आपल्या चारित्र्यावर बोट ठेवायलासुद्धा कमी करणार नाही. मागे एकदा त्याने शंकराच्या देवळात दादा खोतांच्या डोळ्याला डोळा भिडवून 'तुमचं नि माझं नातं काय?' म्हणून धडधडीत सवाल केला होता. एखाद्याच्या विचारावर कुणी आक्षेप घेतला, तर तो परतवून लावणं सोपं असतं; परंतु एखाद्याच्या चारित्र्यावरच कुणी बोट ठेवलं, तर त्याला उत्तर देणं कठीण असतं. मग तो भले किती विद्वान असो; त्या वेळी त्याची जीभ टाळ्याला चिकटून राहते.

अनंतासमोर सपशेल माघार घेत सुलभा त्याला खालच्या आवाजात म्हणाली,

''अनंता, हात-पाय धुऊन ये— मी तुला गरम चहा करून आणते.''

मनातील राग विसरून अनंत तिच्याकडे भाबडेपणाने पाहू लागला. त्याच्या चेहऱ्यावरील भाव आता बदलले होते. तो सुलभाला मृदू आवाजात म्हणाला.

"आई मला चहा हवाय गं—"

"तू हात-पाय धुऊन ये. मी लगेच गॅसच्या शेगडीवर चहा टाकते. माझं शहाणं बाळ..."

सुलभाने त्याला मायेने जवळ ओढलं नि त्याची पाठ लहान मुलाप्रमाणे थोपटीत तिने त्याला मंद पावलं टाकत घरात नेलं. त्याची उंची आता तिच्या इतकी झाली होती. माजघरात आल्यावर अनंत तिच्या हातातील त्याचा हात अलगद काढून घेऊन हात-पाय धुण्यासाठी मोरीकडे वळला.

सुलभाने गॅस चालू करून लायटरने शेगडी पेटविली. शेगडीवर निळ्या-तांबड्या ज्वाला दिसू लागल्या. पातेल्यात दोन कप पाणी घेऊन सुलभाने ते शेगडीवर ठेवलं. नंतर तिने काचेची साखरेची बरणी जवळ घेऊन त्यातील तीन-चार चमचे साखर पातेल्यात टाकली. चहा पावडर टाकून ती चहाची कपबशी विसळू लागली. तिचे दोन्ही हात कामात असले तरी तिच्या डोक्यात अनंताचाच विचार सुरू होता. मालनपासून तिला त्याला सोडवायचं होतं. सून म्हणून मालन तिला मुळीच पसंत नव्हती. त्याच्याशी गोड-गोड बोलून मालनने त्याला नादी लावलं होतं. नवरा म्हणून तो तिला पसंत होता. त्याच्या सोबत संसार करण्याची ती स्वप्नं पाहत होती. आई-वडिलांच्या डोळ्यांत धूळ फेकून ती अनंताला चोरून भेटत होती. दुसरीकडे शेण खाल्लं, तरी तिच्या तोंडात अनंताचं नाव होतं; म्हणून सुलभाला तिचा मनस्वी राग आला होता. अनंत तिच्या गोऱ्या रंगाला भुलला होता. त्यामुळे तो सारासार विचार करण्याची शक्ती गमावून बसला होता. हल्ली-हल्ली त्यांचं प्रेम फारच उतू जाऊ लागलं होतं. आधी रस्त्यात भेटल्यावर दोघांची नजरानजर व्हायची. पुढे दोघेही एकमेकाला पाह्यल्यावर गालातल्या गालांत हसू लागले. नंतर ते प्रेमातील एकेक शिडी चढतच गेले. आता त्यांना एकमेकांशिवाय करमत नव्हतं. म्हणूनच सुलभाच्या काळजीत भर पडली होती. गुंता नाजूक असल्याने तो कौशल्याने सोडवून घ्यायचा होता. मुळावर घाव घातला असता, तर उलट तिला त्याचा आणखी त्रास सहन करावा लागला असता. अनंताच्या भविष्यासाठी तिची अस्वस्थता वाढली होती. पाण्यातून काढलेल्या मासोळीगत ती आतल्या आत तळमळत होती. भरीस भर म्हणून की काय, दादा खोत गेल्यानंतर त्यांचा गुलगा अवधूत जमिनीसाठी कोणती खेळी खेळणार आहे, याची तिला अजिबात गंधवार्ता नव्हती. चिंता, काळजी, अस्वस्थता आणि दु:ख यांनी ती बेजार झाली होती. अनंताकडून तिच्या फार अपेक्षा होत्या. त्याच्या जन्माने ती फार आनंदित झालेली, म्हातारपणी आपला जगण्याचा आधार म्हणून ती त्याच्याकडे फार आशेने पाहत होती. अनंत हाताबाहेर जाऊ

लागल्याने तिचा थोडा भ्रमनिरास झाला होता.

अनंत हात-पाय धुऊन स्वयंपाकखोलीत आला. सुलभा कपात गरम चहा गाळत होती. चहाच्या गरम वाफा वलयांकित होऊन हवेत मिसळून जात होत्या. चहाची वाट पाहत अनंत जमिनीवरच फतकल मारून बसला होता. त्याच्या हातात गरम चहाची कपबशी देत सुलभा त्याला मृदू आवाजात म्हणाली, "अनंत, चहा गरम आहे. बशीत ओतून सावकाश पी."

बशीत चहा ओतून अनंत सावकाश पिऊ लागला. चहा पिऊन झाल्यावर त्याच्या अंगात थोडी तरतरी आली. तो कृतज्ञपणे सुलभाकडे पाहू लागला. आताचा त्याचा निरागस चेहरा पाहून सुलभाच्या आतड्याला पीळ पडत होता. तिने त्याला हसत विचारलं,

"अनंता, चहा घेऊन अंगात थोडी तरतरी आली ना?"

"होय आई, बरं वाटलं मला."

"रात्री तुला जेवायला काय करू, ते सांग. तुझ्या आवडीचा पदार्थ करते."

"खरंच आई, दोन दिवस जेलमध्ये काढून माझ्या तोंडाची चव गेलीय बघ. काही तरी चांगला पदार्थ कर."

"तू सांग— तुला काम आवडतं त्ये."

"सांगू?"

"हो, सांग."

"आई, मला वांग्याचं भरीत नि ज्वारीची भाकरी खायला आवडेल. तू करशील माझ्यासाठी?"

"हो, करेन ना."

"आई, मी बाहेर झोपाळ्यावर बसतो."

"चालेल. मी लगेच स्वयंपाकाला लागते. दोन माणसांचं जेवण तयार करायला मला कितीसा वेळ लागणार आहे!"

किती तरी दिवसांनी आज अनंत आता तरी चांगल्या मूडमध्ये दिसत होता, याचा सुलभाला आनंद झाला होता. त्याच्या आवडीचा स्वयंपाक करण्यासाठी ती लगेचच कामाला लागली. बाहेर अंधार पडायला सुरुवात झाली. झाडांच्या, डोंगरांच्या अस्पष्ट आकृत्या दिसत होत्या. वारा मंद-मंद वाहत होता. गुरांच्या गोठ्यातून गाईंच्या हंबरण्याचा आवाज ऐकू येत होता. मध्येच गुरांच्या गळ्यातील घंटांचा आवाज कानावर पडत होता. पाऊलवाटा मुक्या होऊन रातकिड्यांनी भेसूर

आवाजात ताल धरला होता.

अंगणातील ट्यूबलाइटीच्या दुधेरी प्रकाशात अनंत पितळेच्या कडा असणाऱ्या झोपाळ्यावर झोके घेत निवांत बसला होता. त्याच्या मन:चक्षूंसमोर नारू रेमजेची मुलगी मालन दिसत होती. नारू रेमजे त्याला त्याच्या मुलीला भेटू देत नव्हता. त्याला अद्दल घडविण्यासाठी अनंताने त्याची भाताची उडवी पेटती काडी टाकून जाळून टाकली होती. पोलीस पाटलाने तालुक्याला वर्दी दिल्यावर पोलिसांनी त्याच्या हातात बेड्या ठोकून त्याला तालुक्याला नेऊन तुरुंगात टाकलं होतं.

अनंत विचार करीत झोपाळ्यावर बसला असताना त्याला त्याच्या डोळ्यांसमोर तांबड्या पाऊलवाटेवर एक अस्पष्ट आकृती दिसली. तो डोळे फाडून-फाडून त्या आकृतीकडे एखाद्या वेड्यासारखा पाहू लागला. ती आकृती जशी जवळ-जवळ येऊ लागली, तसतसा त्याचा गौरवर्णीय चेहरा आनंदाने उजळू लागला. जवळ आल्यावर त्याने ती आकृती लगेच ओळखली— ती मालन होती! त्याला भेटण्यासाठी ती जीव मुठीत धरून आली होती. ती समोर भीत-भीत उभी राह्यल्यावर अनंत बसल्या जागेवरून झट्कन उठला नि तिला त्याने हळू आवाजात आश्चर्याने विचारलं,

"मालन, तू अशा वेळी मला भेटायला आलीस?" मालन खूप घाबरलेली दिसत होती. ती भीतीने थरथर कापत त्याला म्हणाली,

"अनंत, तू जेलमध्ये गेल्यापासून माझं चित्त थाऱ्यावर नाही. तुला कधी डोळ्यांनी पाहीन, असं मला झालं होतं. तू सुटून आल्याचं मघाशी मला कळलं. 'शौचाला जाते' म्हणून मी घरातून बाहेर पडले ते थेट इकडे आले बघ."

"मालन, तुला भीती नाही वाटत?"

"मला भीती वाटते ना... पण तुला पाह्यल्याशिवाय जिवाला चैन पडत नव्हती."

"मी तुला उद्या विष्णूच्या देवळात भेटलो असतो बघ."

"पण तोपर्यंत मला राहवलं नाही. तुझ्यासाठी मी धोका पत्करून आले. माझे वडील तुझ्यावर खूप चिडलेत. तू त्यांच्या तावडीत कधी सापडू नकोस."

"मला तू हवी आहेस— त्यांच्याशी माझं काहीही देणं-घेणं नाही."

सुलभा स्वयंपाकखोलीत स्वयंपाक करीत होती. बाहेर अनंत कुणाशी बोलतोय म्हणून त्या पाह्यला आली. मालनला डोळ्यांसमोर पाहून सुलभाची तळपायाची आग पार मस्तकाला जाऊन भिडली. तिच्यावर जळजळीत नजर रोखून सुलभा मोठ्या आवाजात आकाशातील बिजलीगत तिच्यावर एकदम कडाडली—

"एऽऽ भवानेऽऽ तू कशाला माझ्या घरी आलीस? चल, चालू पड; नाही तर तुला धक्के मारून इथून घालवीन."

अनंता तिला अडवीत म्हणाला, "आई, मालन मला भेटायला आलीय. तिला काही बोलू नकोस."

"अनंता, तुला मी मघाशी सांगून ठेवलं होतं की, तिच्या नादी तू लागू नकोस म्हणून."

"आई, काय तू बोलत्येस? ती मला पाह्यला आलीय, यात तिचं काय चुकलं?"

"कोण ती तुझी? तिचा नि तुझा काय संबंध? अशा कातरवेळी माझ्या मुलाला भेटायला यायला हिला शरम कशी नाही वाटली? रांडचेऽ चालती हो माझ्यासमोरून, नाही तर मी तुझ्या झिंज्या उपटीन! कुठल्या जन्माची तू माझी दावेदारीण आहेस, कुणास ठाऊक. या गावातील कुळवाड्याची मुलं मेली का सगळी? तुला काय ब्राह्मण नवरा हवाय काय?" सुलभा मनात येईल ते तिला फाडफाड बोलत होती.

मालनला समोर पाहून ती चवताळून गेली होती. ती आपल्या मनावर ताबा ठेवू शकली नाही. खाऊ की गिळू अशा नजरेने ती मालनकडे पाहत होती. बिचारी मालन अपमानाने आणि भीतीने थरथर कापत उभी होती. तिचे डोळे भरून आले होते. सुलभा तिचा असा अपमान करेल, असं तिला स्वप्नातदेखील वाटलं नव्हतं. करुण डोळ्यांनी ती सुलभाकडे पाहात होती. ट्यूबलाइटच्या दुधेरी उजेडाने तिच्या सौंदर्यात आणखी भर पडली होती. तिचे हरणाच्या डोळ्यांसारखे दिसणारे डोळे आता गळत होते. तिच्या धनुष्यकृती पापण्यांची भीतीने आणि शरमेने फडफड होत होती. सुलभा तिला रागाने फाडफाड बोलली, तरी तिने तोंडातून 'ब्र'ही काढला नव्हता. मालनला टाकून बोललेलं अनंताला मुळीच आवडलं नाही. त्याला सुलभाचा राग आला. तो तिला नाराजीने म्हणाला,

"आई, मालन तुला आपल्या घरी आलेली आवडत नसेल, तर मी तिला तिच्या घरी सोडून येतो."

"तू कशाला जायला हवंस? तिची ती जाईल."

"अगं, रात्र झालीय. ती तरुण आहे. वेळ काय सांगून येते का?"

"याचा विचार तिने तिचं घर सोडताना करायला हवा होता. मी तुला तिच्याबरोबर जाऊ देणार नाही."

"आई, तुला वेड लागलंय का?"

"होय, मला वेड लागलंय... मी वेडी आहेऽऽ"

सुलभा गालावर चापटी मारून घेत मोठ्या आवाजात म्हणाली.

आपल्या आईला झालंय तरी काय— असं आता अनंताला वाटू लागलं होतं. आता या ठिकाणी मालन अधिक वेळ थांबली, तर आईची मजल तिच्यावर हात टाकण्यापर्यंत जाईल, हे अनंताच्या ध्यानात आलं होतं. तो झट्कन मालनजवळ आला नि तिचा हात धरून तो ओढीत तिला म्हणाला,

"मालन, चल— तुला मी तुझ्या घरी सोडून येतो; त्याशिवाय आईचा राग शांत होणार नाही."

मालन त्याच्याबरोबर जायला लगेच तयार झाली. ते दोघे अंधारात नाहीसे झाल्यावर सुलभा त्याला मोठ्या आवाजात "अनंताऽऽ ए ऽऽ अनंताऽऽ" अशा हाका मारू लागली. तिचा आवाज अंधाराला चिरत दूरवर ऐकू जात होता. अनंत मागे वळून आला नाही. सुलभा दुःखाने आणि रागाने थरथर कापत होती. तिला आधार देण्यासाठी त्या ठिकाणी कोणीही नव्हते.

❐❐❐

३९.

आज सकाळपासूनच वाड्यात धांदल उडाली होती. अवधूतला श्वास घ्यायलासुद्धा फुरसत नव्हती, इतका तो त्याच्या कामात आकंठ बुडाला होता. अवधूतच्या 'श्रद्धा क्लिनिक'च्या उद्‌घाटनासाठी अवघा हरणगाव वाड्याकडे लोटला होता. अवधूतची तालुक्यातील मित्रमंडळी, पैपाहुणे झाडून सगळे आले होते. त्यामुळे आज किती तरी वर्षांनी वाड्याला माणसांच्या गर्दीने खऱ्या अर्थाने शोभा आली होती. ठेवणीतील कपडे घालून स्त्री-पुरुष वाड्यात इकडून तिकडे मिरवत होते. त्यांच्या चेहऱ्यांवर उत्साह दिसत होता.

नरेंद्रभटजी आणि वल्लभभटजींनी होम-हवन करून मंत्रघोष सुरू केला होता. भटजींनी पीतांबर नेसलं होतं. त्यांच्या गळ्यात जानवं होतं. मंत्रघोषांनी संपूर्ण वाडा मंगलमय झाला होता. रक्तचंदन, दुर्वा, सिंदूर, विविध रंगी फुले, पत्री इत्यादी पूजासाहित्य घेऊन भटजी गणेशाची पूजा करीत होते. भारती आणि अवधूत त्यांच्यासमोर हात जोडून बसले होते. नरेंद्रभटजींनी आज्ञा केल्याप्रमाणे हातात अक्षता-उदक घेऊन अवधूत तोंडातल्या तोंडात पुटूपुटू लागला...

"मम सहकुटुंबस्य क्षेमस्थिति आयुरारोग्य ऐश्वर्यादिवृद्ध्यर्थम्
सर्वकामनिर्विघ्नसिद्धिपुत्रपौत्रधनधान्यसमृद्धिद्वारा
प्रतिवार्षिकविहितश्रीसिद्धिविनायकदेवताप्रीत्यर्थम्
ध्यानावाहनादि षोडषोपचारैः पूजांक करिष्ये"

त्यानंतर अवधूतने कलश, शंख, घंटा, दीप यांचे पूजन करून कलशातील पाणी तुळशीपत्राने पूजासाहित्यावर व आजूबाजूला भटजींनी सांगितल्याप्रमाणे शिंपडले. स्वतःच्या अंगावर प्रोक्षण केलं. पंचगव्य शिंपडून वास्तू शुचिर्भूत करून टाकली. तुंदीलतनू भटजी त्याला जसं सांगत तशी तो गणेशाची पूजा करीत होता. त्या भटजींच्या तोंडातून सरस्वतीदेवी धो-धो वाहत होती. न थकता

ते दोघे मंत्रघोष अखंड करीत होते. अवधूतच्या मांडीला मांडी लावून भारती रंगीत पाटावर बसली होती. ती त्याला त्याच्या कामात मदत करीत होती. अनुराधाचीही इकडून तिकडे धावपळ सुरू होती. त्यामुळे वाड्यात कोण आलंय, कोण आलं नाही— हे पाह्यला त्यांना मुळीच वेळ नव्हता. आजच्या मंगलमय दिवशी शलाकाचा चेहरा मात्र पडला होता. दोन डोळ्यांची निरांजने करून त्यांच्या प्रकाशात ती भागवतसरांची उत्कटतेनं वाट पाहत होती. तिच्या डोळ्यांना भागवतसर दिसत नव्हते, म्हणून तिचा चेहरा कोमेजून गेला होता. दवाखान्याच्या उद्‌घाटनासाठी भागवतसर हमखास येणार, म्हणून आज तिने भारी किमतीची साडी नेसली होती. गळ्यात दागिने घातले होते. ओलसर ओठांना लिपस्टिक लावून तोंडाला पावडर लावली होती नि बकुळीच्या ताज्या फुलांची माळ तिच्या लांबसडक, काळ्याभोर केसांत माळली होती. वाट पाहूनसुद्धा भागवतसर आले नाहीत, म्हणून ती मनात अस्वस्थ झाली होती. तिच्या मनाची उलघाल अनुराधाच्या डोळ्यांतून सुटली नव्हती, परंतु तिच्याशी बोलत बसायला त्यांच्याकडे मुळीच वेळ नव्हता.

यथासांग पूजा पार पडल्यावर गावच्या सरपंचांनी फीत कापून दवाखान्याचं उद्‌घाटन केलं. दवाखान्याच्या उद्‌घाटनासाठी बंडूकाका आवर्जून उपस्थित राहिले होते. गावकऱ्यांसमोर त्यांनी छोटेसं भाषण ठोकलं.

"आज हरणगावसारख्या गावंढ्या गावात लोकांची गरज ओळखून अवधूतने सामाजिक बांधिलकी मानून दवाखाना चालू केला, हे आपल्यासाठी फार चांगलं झालं आहे. मला त्याचा सार्थ अभिमान वाटतो. या खेडेगावात त्याची गरज आहे. तालुक्याला त्याचं चांगलं बस्तान बसलं होतं, परंतु त्याला या गावची ओढ लागली होती. त्यामुळे ते सर्व सोडून त्याने आज या गावात दवाखाना चालू करून मोठं धाडस केलं आहे. आज वैद्यकीय डिग्री घेतलेले युवक ग्रामीण भागाकडे यायला नाखूश असतात, तो पायंडा अवधूतने मोडून टाकला. त्याच्याकडून या गावची चांगली सेवा होण्यासाठी मी त्याला मन:पूर्वक शुभेच्छा देतो."

कार्यक्रमाला आलेल्या लोकांचे अवधूतने आभार मानल्यानंतर वाड्यात जेवणाच्या पंगती बसल्या. माणसं लाडू-जिलेबीच्या जेवणावर आडवा हात मारू लागली. कंबरेची हाडं ढिली होईपर्यंत वाढपी पंगतीत वाढत होते. अवधूत पंगतीत फिरून लोकांना आग्रह करीत होता. जेवण करून माणसं वाड्यासमोर असलेल्या झाडाच्या सावलीत पान-तंबाखू खात बसली होती. शेवटची पंगत उठल्यावर अवधूत गावच्या सरपंचांच्या समोर खुर्चीत बसत म्हणाला,

"सरपंच, कुणी राह्यला नाही ना जेवायचा?"

"कुणी बी न्हाय बगा— समदी भरपेट जेवली."

"तुम्ही सगळ्यांनी मदत केली, म्हणून आजचा हा कार्यक्रम यशस्वीपणे आनंदात पार पडला."

अवधूतच्या बोलण्याने गावच्या सरपंचाच्या अंगावर मूठभर मांस चढलं. तो मनातून खूश झाला.

अवधूत त्याला पुढे म्हणाला,

"सरपंच, मी आता गावी राहून शेती आणि माझा वैद्यकीय व्यवसाय अशी दोन्ही कामं करणार आहे. तुमच्या ग्रामपंचायतीमध्ये नवीन योजना आल्या, तर मला तुम्ही फक्त कळवा. मी त्याचा जरूर विचार करीन."

"डॉक्टर, तुमी माझ्या कानावं घातलंत त्ये लई बेस झालं बगा. येकुंदी नवी यवजना आली नि गावात आमी सांगायला गेलू की लोक आधी 'न्हाय' म्हनतात. त्यास्नी चावून किती भरवायचं? तुमच्यासारख्या शिकलेल्या लोकांना त्ये लगीच समजतं, पर येकुंद्या अडाण्याला त्ये सांगून पटत न्हाय. परवा वरनं एक सरकारी पत्र आलं हुतं. आपल्या गावात दिवाळीपावोत टेलिफोनची लाईन येणार हाय. गावात किती लोक फोन घ्यायला तयार हाईत त्येंची आमाला नावं कळवा— असं सांगितलं होतं. अवं, बामणवाडी सोडून गावात कुणीबी टेलिफोन घ्यायला तयार होत न्हाईत. अवं, जग आता किती म्होरं गेलं; आपुन मागं ऱ्हाऊन कसं जमंल?"

"सरपंच, गावात टेलिफोनची लाईन येणार असेल, तर माझं नाव तुमच्या यादीत घ्या. मला टेलिफोनची फार गरज आहे. घरात टेलिफोन असल्यामुळे कामं पट्कन होतात. लोकांना ते हळूहळू समजेल. यात त्यांची चूक आहे, असं मला वाटत नाही. त्यांच्यासाठी अडचणी असतील. एकदा का गावात लाईन आली की, लोक टेलिफोन घेण्यासाठी आपोआप तयार होतील. तुम्हाला त्याची काळजी नको."

"मी गरामसेवकाला तुमचं नाव टेलिफोनच्या यादीत घ्यायला सांगतू."

"आणखी कसल्या कसल्या योजना तुमच्याकडे आहेत? मी त्यांचा नक्की विचार करीन."

"डॉक्टर, तशा म्वॉप योजना हाईत. बेघरांसाठी घरकुल योजना हाय. ज्यांच्याकडे शौचालय न्हाय, त्यांच्यासाठनं शौचालय योजना हाय. गावात नळपाणी योजना चालू हाय. वाडीवाडीवर रस्ते बनवायची कामं सुरू हाईत. मसणवट्यात पत्र्याची शेड बी पंचायतीनं सरकारच्या पैशानं बांधली. आपलं सरकार आता गावाकडं लई ध्यान द्यायला लागलंय. यवढंच कशाला— एकांद्याला कूळ म्हणून ठरवायला तालुक्याचा मामलेदार आता पंचायतीचा ठराव मागून घेतू. गावात

पंचायतीला किती महत्त्व आलं— याचा तुमीच आता इचार करा.''

सरपंचाचं बोलणं ऐकून अवधूत विचार करू लागला. सरपंच आपल्या कामाचा माणूस आहे; त्याला दूर ठेवून मुळीच जमायचं नाही. तो सरपंचांना खालच्या आवाजात म्हणाला,

''सरपंच, तुमचे आणि आमचे संबंध पूर्वीपासून आहेत. शासनाने कूळ कायदा लागू केल्यावर आमच्या निम्म्या जमिनी गेल्यात. परवा मी गावच्या तलाठ्याकडे गेलो होतो. आता शासनाने नवीन बेदखल कुळाचा कायदा काढला आहे. त्यासाठी लोक तुमच्याकडे ग्रामपंचायतीचा ठराव मागायला येतील. तुम्ही तो ठराव माझ्या संमतीशिवाय द्यायचा नाही. त्याला तुम्ही सरळ 'खोताची परवानगी घेऊन ये' म्हणून सांगा.''

''डॉक्टर, तुमी सांगून ठेवलंत, ते बरं झालं. परवा रायबाचा मुलगा दौलत ठराव मागायला आला होता. अजून पंचायतीची मीटिंग झाली नाही. तवा आमी त्याला ठराव अजून दिला न्हाय.''

''तुम्ही त्याला तो ठराव द्यायचा नाही— तुम्हाला मी कधीही विसरणार नाही.''

''आताच मी त्याचं काय सांगू शकत न्हाय. बॉडी निर्णय घील.''

''तुम्ही गावचे सरपंच आहात. तुमचा निर्णय अंतिम.''

''यातली येक गोम हाय, ती मी तुमच्या कानावर घालतू.'' सरपंच खालच्या आवाजात म्हणाले.

''काम गोम आहे, ते मला कळलं तर बरं होईल.''

सरपंच इकडे-तिकडे पाहत अवधूतच्या कानात हळू आवाजात म्हणाले, ''अवं, यात बंडूकाका मध्यस्थी करायला लागलेत. मंगाशी त्यांनी भाषण करून तुमची वाहवा केली, पर त्ये खरं न्हाय.''

सरपंचाचं बोलणं ऐकून अवधूतला आश्चर्य वाटलं. बंडूकाका समाजात मुखवटा घालून वावरत असतात, असं त्याला वाटू लागलं होतं. मगाशी त्यांनी भाषणात अवधूतची गावात दवाखाना सुरू केल्यामुळे तोंडभरून स्तुती केली होती नि त्या पश्चात ते कुळांना त्याच्या विरोधात मार्गदर्शन करून त्यांना भडकावीत होते. गावातील प्रतिष्ठित नि ज्येष्ठ व्यक्ती असल्याने त्याला बंडूकाकांना काहीही बोलता येत नव्हतं. बंडूकाकांपासून सावध राहायचं, असं त्याने मनात ठरवून टाकलं. तो माणूस जसा बोलतो, तसं तो वागत नाही. त्याचे खायचे दात वेगळे आहेत नि दाखवायचे दात वेगळे आहेत, हे एव्हाना अवधूतच्या ध्यानात आलं होतं. अवधूत समोर बसलेल्या सरपंचांकडे असहायपणे पाहू लागला.

एखादी गुप्त बातमी सांगावी तसं सरपंच त्याला पुढे म्हणाले,

"बुधवारी तालुक्याचा मामलेदार ती तुमची सातविणीची माळावरची जमीन परतेक्ष बगायला येणार हाय. दौलतकडे मटणाचं जेवण करणार हाय. गावठी कोंबड्या कापून त्यो जेवण करणार हाय. मामलेदार काय येकटा येणार न्हाय, त्याच्यासंगट आणखी सरकारी मानसं येतील. तवा तो त्याची तयारी करतुय. पाण्यासारका पैसा दौलत त्या जमिनीसाठी उडवायला लागलाय."

"जाधव तलाठ्यानं मला तसं काही सांगितलं नाही. कसं शक्य आहे ते?"

"डाक्टर, तुमी त्या तलाठ्यावं अजाबात इस्वास ठिवू नका. तो दोनी बाजूंनी बोलतो. हिकडं तुमाला एक सांगील नि तिकडं त्याला दुसरंच काय तरी करायला सांगील. त्यो सरकारी मानूस. त्याच्यावं कसला तुमी इस्वास ठिवताय? सर्कल, मामलेदार सांगतील तसा त्यो वागनार. मामलेदार त्याला म्हणला की ऊठ, तर त्याला उठायला पाह्यजे. बस म्हणल्यावर त्याला बसायला पाह्यजे. तलाठ्याच्या नाड्या मामलेदाराच्या हातात असतात. तवा मामलेदाराच्या म्होरं त्यो कंधी बी जानार न्हाय बगा."

दवाखान्याचं उद्‌घाटन झाल्यावर अवधूतचा चेहरा कमालीचा टवटवीत नि आनंदित दिसत होता. आता तो आनंद त्याच्या तोंडावर बिलकुल दिसत नव्हता. तो उदास दिसत होता. सरकारी यंत्रणेबद्दल त्याच्या मनात चीड निर्माण झाली होती. ही माणसं खरं का नाही बोलत, असा त्याच्या मनात प्रश्न पडला होता. येनकेन प्रकारेण सातविणीच्या माळावरची जमीन दौलतच्या घशात जाता कामा नये, असं त्याने मनात निश्चय केला होता. भारतीला यातलं काही सांगितलं तर ती आणखी नाराज होईल, म्हणून तिच्या कानावर यातलं काही घालायचं नाही म्हणून त्यानं ठरवलं.

अवधूत सरपंचाकडे वळून घोगऱ्या आवाजात म्हणाला,

"तुम्ही माझ्यासाठी एकच काम करायचं—"

"कोणतं?"

"दौलतला ग्रामपंचायतीचा ठराव द्यायचा नाही. बाकी काय असेल, ते मी बघतो."

"डाक्टर, मी कोसीस करीन."

"सरपंच, माझं काम झालं पाह्यजे."

"माझ्या एकट्याच्या हातात त्ये न्हाय."

“ते मला तुम्ही सांगू नका.” अवधूत उसनं हसू आणत सरपंचाला आग्रहानं म्हणाला.

अवधूतचं बोलणं ऐकूण सरपंच काळजीत पडले. त्याला ‘हो’ म्हणता येईना आणि ‘नाही’सुद्धा म्हणता येईना. अडकित्त्यात सापडलेल्या सुपारीसारखी त्याची गत झाली होती. सरपंच जायला उठला, तेव्हा अवधूतने नवीन वस्त्र आणि श्रीफळ देऊन त्याची पाठवणी केली. एव्हाना अख्खा वाडा रिकामा झाला होता. अवधूतने स्वयंपाकखोलीत डोकावल्यावर त्याला भारती आणि अनुराधा दोघी बोलत-बोलत जेवत असताना दिसल्या. तो शलाकाची चौकशी करीत म्हणाला,

“आई, शलाका कुठं आहे?”

“ती तिच्या खोलीत जेवत्येय.”

“का?” अवधूतने आश्चर्याने विचारलं.

“अरे, तिला मी किती तरी वेळा आमच्याबरोबर जेवायचा आग्रह केला, परंतु ती आली नाही. शेवटी लक्ष्मीने तिचं जेवायचं ताट तिच्या खोलीत नेऊन दिलं. तिचं काही तरी बिनसलंय. संध्याकाळपर्यंत कळेल हो ते आपल्याला.” अनुराधा हाताने ताटातील भात कालवत म्हणाल्या.

“आई, शलाका बारीक-सारीक गोष्टी मनाला लावून घेत्ये. तोंडानं धड काही बोलत नाही. आपल्या वाड्यात एवढा उद्घाटनाचा कार्यक्रम झाला. आमच्याकडून काही तरी चुकलं असेल ना— तिने ते आपल्याला तोंडाने सांगायला नको? असं गप्प राहून आपल्याला काही कळणार आहे का?”

“अवधूत, तिचं तू मनावर घेऊ नकोस. तिचा राग फार वेळ टिकत नाही. तिला असा पट्‌कन राग येतो ना, तसा तो पट्‌कन निघूनही जातो बरं का! मी तिला समजावीन हो. त्याची तुला काळजी नको. तू दमला असशील. जरा तुझ्या खोलीत जाऊन पड. कामं उरकली की मी तुझ्याशी बोलायला येते.”

“आई, मी थोडा वेळ आराम करतो.”

“जा हो तू.”

अवधूत त्याच्या खोलीत जाऊन पलंगावर अंगातील कपडे काढून आडवा झाला. डोळे टक्क उघडे ठेवून तो विचार करीत होता.

❑❑❑

४०.

तिन्ही सांजा झाल्या होत्या. झाडांच्या सावल्या लांबल्या होत्या. सूर्याच्या प्रखर किरणांनी तापलेलं आभाळ हळूहळू निवत होतं. पांढुरक्या ढगांचा एक पुंजका निळ्या आभाळात कानात वारं शिरलेल्या वासराप्रमाणे उगाच दुडूदुडू धावत होता. वाऱ्याच्या झोताबरोबर झाडावरील वाळलेली पानं दूरवर उडून जात होती. उंच वाढलेल्या कळकीच्या बेटातून वारा शिरल्याने त्यातून बासरीगत आवाज निघत होता. त्या आवाजाने झाडावर बसलेली वेगवेगळ्या रंगाच्या शेपट्या असलेली पाखरं घाबरत होती. त्यांचे इवलेसे ज्वारीच्या दाण्याएवढे दिसणारे डोळे त्या आवाजाचा वेध घेत होते.

अवधूतला आज किती तरी दिवसांनी दुपारची चांगली झोप लागली होती. तो सकाळपासून काम करून दमलाय, म्हणून अनुराधाने त्याला हलवून उठविलं नाही. त्याला त्यांनी झोपू दिलं. छतावर फिरणार पंखा लाईट गेल्यामुळे बंद झाला, तेव्हा त्याची झोपमोड होऊन तो पलंगावर उठून बसला. खिडकीतून बाहेर पाहिल्यावर त्याला सांज झाल्याचं कळून चुकलं. मोरीत जाऊन त्याने तोंड धुतलं नि तो दिवाणखान्यात लाकडी खुर्चीत येऊन बसला. अनुराधा हातात गरम चहाची कपबशी घेऊन त्याच्या जवळ आल्या. त्याच्या हातात वाफाळलेल्या चहाची कपबशी देत त्या त्याला म्हणाल्या,

"तुझ्यासाठी आलं टाकून चहा केलाय."

"आई, तू मला आज उठवलं नाहीस? बराच वेळ मी त्यामुळे झोपून राहिलो. गावचा खोत एवढा वेळ दुपारी झोपून जमायचं नाही." अवधूत तिला गालांत हसत म्हणाला.

"उद्यापासून मी तुला एवढा वेळ मुळीच झोपू देणार नाही." त्याच्यासमोर लाकडी बाकावर बूड टेकीत अनुराधा त्याला स्मित हास्य करीत म्हणाल्या.

"कसा झाला उद्‌घाटनाचा कार्यक्रम?" चहाचा गरम घोट घेत अवधूतने

विचारलं.

“छान झाला बघ. ते असते, तर त्यांना खूप आनंद वाटला असता. त्यांची शेवटपर्यंत इच्छा होती की, तू या वाड्यात तुझा दवाखाना सुरू करावा, म्हणून.”

“आई, प्रत्येक गोष्टीचा त्यासाठी योग जुळून यावा लागतो बघ; तो योग आज जुळून आला. त्यामुळे आता तरी बाबांच्या आत्म्याला शांती मिळेल.” अनुराधाच्या डोळ्यांकडे पाहत अवधूत म्हणाला.

दरवाजाच्या चौकटीजवळ कुणाच्या तरी पावलांचा आवाज त्यांच्या कानावर पडला. त्या दोघांनी एकाच वेळी चमकून दाराच्या चौकटीकडे पाहिलं. शलाका स्वेटर विणत त्यांच्याकडे येत होती. त्या दोघांना पाहूनसुद्धा तिने न पाहिल्यासारखं केलं. ती तोंडातून चकार शब्द न काढता हाताने स्वेटर विणत लाकडी बाकावर अनुराधाच्या जवळ येऊन बसली. तिच्या चेहऱ्यावरील राग अजून गेलेला दिसत नव्हता. तिच्या भव्य कपाळावरील आठ्या स्पष्ट दिसत होत्या.

अनुराधा घसा खाकरून तिच्या विणकामाची तरफदारी करीत तिला म्हणाल्या,

“व्वा, छान विणत्येस हं स्वेटर!”

“------”

“शलाका, हा स्वेटर तू कुणासाठी विणत्येस, ते मला सांगशील का?”

“मी अजून तसं काही ठरविलं नाही; स्वेटर तयार झाल्यावर ठरवीन.”

तिचं गंभीर आवाजातील बोलणं ऐकून अनुराधा थोडा वेळ गप्प बसून बोलण्यासाठी विचार करू लागल्या. अवधूतने अजून बोलायला तोंड उघडलं नव्हतं. तो गप्प बसून संधीची वाट पाहत होता. शलाकाच्या मनातील कसं काढून घ्यावं, असा अनुराधाला आता प्रश्न पडला होता. ती तिच्याकडे डोळे भरून पाहत होती. थोड्या वेळाने अनुराधाने तिला मृदू भाषेत विचारलं,

“शलाका, तुझा राग कळला हो मला. पण तो का आला, हे मात्र कळलं नाही हो— तेवढं कळलं तर बरं होईल, म्हटलं.”

हातातील स्वेटर विणण्याचं काम थांबवून शलाका आईकडे घुश्शात पाहत म्हणाली

“मला राग का आलाय, हे तुम्हा दोघांना चांगलं ठाऊक आहे; तरी तू आई मलाच विचारत्येस? धन्य आहे तुझी!”

“सोमेश्वराची शप्पथ, मला काहीही ठाऊक नाही. तू सांग पाहू—” अनुराधा भांबावल्या होत्या.

अवधूतला आणि आईला सगळं काही ठाऊक आहे; तरी ते दोघे आपल्याला काहीही ठाऊक नाही, असं दाखवितात... शलाका थोडा वेळ विचार करीत होती. तिच्या चेहऱ्यावरील भाव क्षणाक्षणाला बदलत होते. जणू ती एका फार मोठ्या संकटात सापडली आहे. घशात आलेला आवंढा गिळून शलाका अनुराधाच्या डोळ्यांत पाहत स्पष्ट शब्दांत म्हणाली,

"आई, दवाखान्याच्या उद्घाटनासाठी तुम्ही गावातील, तालुक्यातील सर्वांना आमंत्रणं दिलीत; मग भागवतसरांना का नाही आमंत्रण दिलंत? सांगा पाहू मला."

ती असं काही थेट विचारेल, असं अनुराधाला स्वप्नातदेखील वाटलं नव्हतं. 'ही कार्टी त्या भागवतसराच्या नादी लागून पार वाया गेलीय!' असंच त्यांना मनातून वाटू लागलं. परंतु त्या तिला खरमरीत शब्दांत सांगू शकत नव्हत्या. सारवासारव करीत त्या तिला म्हणाल्या,

"शलाका, त्यात एवढं मनावर घेण्यासारखं काय आहे? एखाद वेळ अवधूत विसरला असेल त्यांना आमंत्रण देण्याचं. घाई-गडबडीत चूक होऊ शकते ना माणसाकडून? गावच्या पोलीस पाटलालासुद्धा आमंत्रण देण्याचं राह्यलंय. ते तू मनातून आधी काढून टाक पाहू."

अवधूत त्या दोघींचं बोलणं ऐकत होता. तोसुद्धा आता भागवतसरांचा मनातून तिरस्कार करीत होता. भागवतसरांना आमंत्रण न देण्याची चूक त्याने जाणून-बुजून केली होती. त्याचा राग शलाकाला आल्याचं पाहून तो मनातून अस्वस्थ झाला होता. कोण कुठला भागवतसर— त्याला शलाका एवढा भाव का देत्येय, असं तो मनात म्हणत होता. अनुराधाचीच री ओढत अवधूत शलाकाला म्हणाला.

"शलाका, भागवतसरांना आमंत्रण देण्याचं माझ्याकडून राहिलं बघ— चुकून राहिलं ते माझ्याकडून."

त्याच्याकडे डोळे वटारून पाहत शलाका किंचित आवाज चढवून त्याला म्हणाली,

"तुझ्याकडून ते चुकून राहिलेलं नाहीये; ती चूक तू जाणून-बुजून केली आहेस. नकळत झालेली चूक नि जाणून-बुजून केलेली चूक यात फरक असतो. नकळत झालेली चूक ही एक वेळ क्षम्य असते, परंतु जाणून-बुजून केलेली चूक ही कधीही क्षम्य नसते. कळलं मला काय म्हणायचंय ते?"

"शलाका, तू हल्ली-हल्ली बारीक-सारीक गोष्टी मनाला फार लावून घेत्येस. अगं, याचा तुला त्रास होईल ना—" अवधूत म्हणाला.

"ही बारीक-सारीक गोष्ट नाहीए त्यामुळे मला त्याकडे दुर्लक्ष करता येत नाही."

तिचं बोलणं ऐकून अनुराधाला तिचा राग आला होता. ही अशी ऐकायची नाही; हिला चार शब्द सुनावल्याखेरीज ही गप्प बसणार नाही. म्हणून तिला त्या थोडं फैलावर घेत म्हणाल्या,

"शलाका, आजचा मंगलमय, आनंदाचा दिवस; नि तू हे काय टुमणं लावलंयस? तुला किती समजावून सांगितलं, तरी तू माझं ऐकून घेत नाहीस. धन्य आहे बाई तुझी!"

शलाका भागवतसरांमध्ये गुंतत चालली आहे, हे आता अनुराधाला कळून चुकलं होतं. त्यांना आजच्या कार्यक्रमाला येण्याचं आमंत्रण अवधूतने दिलं नाही, हे फार चांगलं झालं, असं त्यांना आता वाटू लागलं होतं. गावात आम्ही 'खोत' म्हणून मानाने मिरवतो. अजूनही लोक आदराने नमस्कार करतात. खोती गेली, पण आपला गावातील मान अबाधित आहे, हे या कार्टीला कसं समजत नाही? तो भागवतसर आज आहे, उद्या नाही; त्याचा काय भरोसा? त्याचं गावं, त्याचं लग्न झालं आहे की नाही, याची माहिती हिने घेतली असेल का? नोकरी सोडून तो उद्या परागंदासुद्धा होईल. त्याचा काय भरोसा? अंगातील तारुण्य सळसळू लागल्यावर माणूस विचार करण्याची क्षमता गमावून बसतो— तसं तर हिचं झालं नसेल ना? माझी सख्खी मावशी इरावती बालविधवा होती. ती वयाच्या नव्वदाव्या वर्षापर्यंत जगली. तरुणपण अंगावर झेललं, परंतु तिने तिच्या तरुणपणात कोणत्या पुरुषाकडे मान वर करून पाहिलं नाही. शलाकाला ही अवदसा का बरं आठवावी? ते हयात होते, तेव्हा त्यांनासुद्धा हिची काळजी वाटत होती. हिनं त्यांनासुद्धा भागवतसरांच्यावरून बोलायला कमी केलं नाही. त्याच दिवशी ते हे जग सोडून गेले. अवधूतला तिथं थांबणं योग्य वाटलं नाही. तो बसल्या जागेवरून उठत अनुराधाला म्हणाला,

"आई, आजच्या खर्चाचा मला हिशेब लिहून ठेवायचाय. मी माझ्या खोलीत जातो. तुम्ही दोघी बोलत बसा."

मागे वळून न पाहता अवधूत तिथून निघून गेला. तो तिथून का निघून गेला, हे अनुराधाला कळून चुकलं होतं. तो निघून गेल्यावर अनुराधाने स्पष्ट शब्दांत शलाकाला म्हणाली.

"शलाका, तुझा विचार तरी काय आहे, हे कळेल का मला?"

"आई, तुला माझा राग तर येणार नाही ना?"

"नाही येणार."

आईच्या डोळ्यांत स्नेहार्द्र नजरेने पाहात शलाका तिला मृदू आवाजात म्हणाली,

"आई, मी भागवतसरांच्याबरोबर लग्न करायचं ठरवलंय."

तिचं बोलणं ऐकूण अनुराधाला आश्चर्याचा धक्का बसला. दीर्घ नि:श्वास टाकून त्यांनी तिला विचारलं,

"कधी?'

"ते आम्ही अजून ठरविलेलं नाही."

"त्यांच्याबद्दल त्यांनी तुला काही माहिती सांगितली आहे का?"

"नाही."

"तरी तू त्यांच्याशी लग्न करण्याचा निर्णय घेतलास? काहीच कसं तुला कळत नाही?"

"आई, ते स्वभावाने फार चांगले आहेत. माझा त्यांच्यावर पूर्ण विश्वास आहे की, ते मला कधीच अंतर देणार नाहीत."

"शलाका, मी तुला स्पष्ट शब्दांत सांगत्ये की, तू घेतलेला निर्णय मला मान्य नाही. अगं, त्यांच्याकडील सर्व माहिती न घेताच तू घाई-गडबडीत असा निर्णय घ्यायला नको होतास. भागवतसर स्वभावाने चांगले असतीलही. पण काही माणसं दिसायला साधी असली तरी आतून फार वेगळी असतात. त्यांचं लग्न झालेलं असेल, तर तुला आगीतून उठून फुफाट्यात पडण्याची वेळ येईल. तू मनाने खूप हळवी आहेस. म्हणून तू पुन्हा एकदा त्यावर विचार करावास, असं मी तुला तुझी आई म्हणून सांगत्येय. मी काही तुझ्या आयुष्याला पुरणार नाही. पुरुषावर विश्वास ठेवताना स्त्रीने शंभर वेळा विचार करायला हवा. स्त्रीची अब्रू काचेसारखी असते. काच एकदा तडकली की, ती परत जोडता येत नाही.

"आई, तुला माझी काळजी नाही, असं मला मुळीच म्हणायचं नाही. बाबांच्या पश्चात मला नि या वाड्याला तुझा केवढा आधार आहे म्हणून मी तुला सांगू! मी भागवतसरांच्या सोबत लग्न करण्याचा निर्णय घाई-गडबडीत घेतला, हे मला मान्य आहे. परंतु, आता मी ते तुझ्या म्हणण्याप्रमाणे पुन्हा एकदा तपासून पाहणार आहे. मग तर झालं ना?"

"माझी शहाणी पोर..."

अनुराधाने तिला आवेगाने मिठीत घेतलं नि ती तिच्या गालाचे पटापट मुके घेऊ लागली. हातातील काम थांबवून शलाका तिच्या मिठीत विरघळून गेली. माय-लेकीच्या डोळ्यांतून मायेच्या अश्रूंच्या धारा वाहत होत्या.

❐❐❐

४१.

आज बुधवार होता. तालुक्याचे तहसीलदार चव्हाणसाहेब आज हरणगावला येऊन सातविणीच्या माळावरच्या जमिनीची समक्ष पाहणी करणार होते. त्यांच्या दौऱ्याची माहिती दौलतला आधीच देण्यात आल्यामुळे तो त्यांच्या जेवणाच्या तयारीला लागला होता. गावचे पोलीस पाटील आणि सरपंच त्याच्या मदतीला धावून आले होते. तहसीलदारसाहेबांची बडदास्त ठेवण्यासाठी दौलत सकाळपासून धडपडत होता. त्याची बायको सावित्रा वाडीतील तीन-चार बायकांना मदतीला घेऊन जेवण तयार करीत होती. एका चुलीवर कोंबड्याचं मटण रटरट शिजत होतं. त्याचा खमंग वास घरभर पसरला होता. बायका दुसऱ्या चुलीवर तांदळाच्या पिठाचे वडे करून कढईत तळत होत्या. मटणाचं जेवण असेल तर चव्हाणसाहेब मदिरा घेतात, म्हणून दौलतने आदल्याच दिवशी रमच्या दोन-तीन बाटल्या आणून त्या त्याने त्याच्या लाकडी कपाटात कुणी पाहू नये म्हणून लपवून ठेवल्या होत्या.

सातविणीच्या माळावरची जमीन दौलतला खरेदीने द्यायला अवधूत राजी झाला होता. चर्चा करण्यासाठी त्याने दौलतला दोनदा-तीनदा निरोप पाठवूनसुद्धा तो गेला नव्हता. बंडूकाकाने त्याला स्पष्ट शब्दांत बजावलं होतं— "अवधूत त्या जमिनीची तुझ्याकडून अव्वाच्या सव्वा रक्कम वसूल करून तो तुला ती जमिनी खरेदीने लिहून देईल; त्यापेक्षा मामलेदार कूळकायद्याने त्या जमिनीची विक्री करून तुला ती जमीन अवघ्या शंभर-दिडशे रुपयांत विक्रीची रक्कम भरून मिळेल. तू त्याच्याकडे जायचं नाहीस. फक्त तुला मामलेदाराला चिरीमिरी नि वडे-मटणाचं जेवण घालून खूश करायला हवं." दौलतला बंडूकाकांचं बोलणं पटलं होतं. मामलेदारसाहेबांना वडे-मटणाचं जेवण घालून चिरीमिरी द्यायला तो एका पायावर लगेच तयार झाला होता. म्हणून त्याने अवधूतचा निरोप धुडकावून लावला होता. त्याला मदत करण्यासाठी नि मार्गदर्शन करण्यासाठी बंडूकाका त्याच्या पाठीमागे

भक्कमपणे उभे होते. म्हणून दौलत आता डगमगत नव्हता. सातविणीच्या माळावरील पाच एकरांची साग, ऐन, काजू, हेळा इत्यादी झाडं असलेली जमीन त्याला त्याच्या डोळ्यांसमोर दिसत होती. त्या जमिनीचा मालक होण्याचं स्वप्न आता तो पाहत होता. त्याचा बाप रायबा असता, तर त्याचं ते स्वप्न कधीच पूर्ण झालं नसतं. त्याने त्याला आडकाठी केली असती. आपला बाप आता हयात नाही, याचं त्याला आता समाधान वाटत होतं. म्हातारा 'खोत— खोत' म्हणत त्यांना डोक्यावर घ्यायचा. त्यांचे पाय चाटायचा. त्यांची थुंकी झेलायला तो एका पायावर तयार असायचा. याचा आता दौलतला राग येत होता.

जाधव तलाठी जेवणाची तयारी पाहण्यासाठी त्याच्या मोटारसायकलवरून दोनदा येऊन गेला. जेवणाची उत्तम तयारी असल्याची पाहून त्याला समाधान वाटलं. पोलीस पाटील नि सरपंच दौलतला एका कोपऱ्यात घेऊन गेले. सरपंच त्याच्या कानात कुजबुजला,

"दौलत, तू घाबरू नकूस. तू म्हणशील तसं आमी मामलेदारसाहेबांस्नी जबाब लिहून देऊ."

"मी तुमाला इसरणार न्हाय."

"दौलत, वाईसी-वाईसी दारू तू आमाला प्यायला दी. साहेबांच्या म्होरं आमाला हुभं ऱ्हायचं हाय." पोलीस पाटील आर्जव करीत त्याला म्हणाला.

"साहेबांना वास गेला की, ते तुमची चांगली खरडपट्टी काढतील!" दौलत त्यांना भीती दाखवीत म्हणाला.

"आरं, त्याची तू काळजी करू नकूस. मामलेदारसाहेब दारू पितात. ते बी बेवडे नि आपुन सुधिक बेवडे. कोन कुणाला कशाला बोलेल? समजा बोलले, तर ऐकून घ्यायचं आपुन. वस्तुक जवळ बगून आमचा जीव ऱ्हात न्हाय बग. त्या बामणाकडं आमाला खायला-प्यायला मिळत न्हाय, म्हणून आमी दोघं तुला मदत करणार हाव."

"आणि हे त्या खोताला समजलं म्हंजी?" दौलतंन विचारलं.

"त्यास्नी आता कोण रं भितंय? त्याला घाबरायचं दिस गेलं बग. भोकं गेली नि कापं ऱ्हायलीत, अशी आता त्या खोताची गत झालीय हाय." सरपंच उपहासाने म्हणाला.

"मामलेदारसाहेब आता हिकडं कवा बी येतील— तू वकूत लावू नकूस. देनार आासशील तर झटक्यात याक बाटली भाहीर काड. तू बी एक कप आमच्या संगट बसून पी." पोलीस पाटील दौलतला पुन्हा गळ घालीत म्हणाला.

दौलतला कामाची घाई होती, तरीसुद्धा तो त्यांच्या सोबत बसून थोडी दारू पोटात ढकलायला राजी झाला. त्याने लाकडी कपाटात ठेवलेली एक रमची एक बाटली बाहेर काढली. सावित्रीकडून रिकामे कप नि चुलीवर शिजत असलेला मटणाचा गरम-गरम रस्सा मागून घेतला. पाणी ओतून तिघांनीही कपातून रमचे घोट घशात ओतले नि बशीतून कोंबडीचा गरम-गरम रस्सा प्यायले. त्यांच्या अंगात सहस्र हत्तीचं बळ आलं होतं. ते तिघेही मामलेदारसाहेबांचं स्वागत करण्यासाठी झट्‌कन उभे राहिले.

दौलतच्या खांद्यावर हात टाकून त्याच्या कानात कुजबुजत सरपंच म्हणाले,

"दौलत, मी परवा दवाखान्याच्या उद्‌घाटनाला वाड्यात गेलु होतू; तवा अवधूत खोत मला काय म्हणला— ठाव हाय का?"

"काय म्हणला खोत?" दौलतने त्याला अधीर होऊन विचारलं.

"त्यो मला म्हणला की, तुमी दौलतला ग्रामपंचायतीचा ठराव दिऊ नका. मी तुम्हाला खूश करीन."

"मंग तुमी त्याला काय उत्तर दिलंय?"

"आरं, बामणाकडनं कंधी पैसा सुटंल व्हय? तुज्या उपकारी पडलू तर तू फूल ना फुलाची पाकळी मला आणून देशील."

"त्ये बी खरं हाय. त्यो डॉक्टर झाला खरा, पर त्याला उष्ट्या हातानं कावळा हाकलायचं ठाव हाय का? दादा खोतला जरा तरी दया यायची. पर ह्यो डॉक्टर चामडी दिल पर दमडी देणार न्हाय! जिमिनीच्या लोभापायी त्यानं तालुक्याचा दवाखाना बंद केलाय. दादा खोताचं नि त्याचं कधी बी पटायचं न्हाय." दौलतला आता वाचा फुटली होती.

"दौलत, तुझं काम झाल्यावर तू आमा दोगांना काय देशील?" सरपंचाने त्याला स्पष्टपणे विचारलं.

"तुमी सांगा की— तुमास्नी काय देऊ त्ये."

"तू दोगांना तीन-तीन पायली भात दे. आणिक आमाला तुझ्याकडनं काय बी नको." सरपंच लाचारीनं म्हणाला.

"मला मंजूर हाय."

"ठरलं तर मंग—"

"मी तुमास्नी नाराज करणार न्हाय. तेवडी जिमीन माज्या नावं व्हवू दी." दौलत अधीर होऊन म्हणाला.

सूर्य हळूहळू वरवर सरकत होता. सगळे जण डोळ्यांत प्राण आणून

मामलेदारसाहेबांची वाट पाहत होते. साहेबांना त्यांच्या कार्यालयात पुष्कळ कामं असतात, त्यामुळे त्यांना यायला थोडा उशीर होईल, असं दौलतला जाधव तलाठ्याने आधीच सांगून ठेवलं होतं. दौलत स्वयंपाकखोलीत जाऊन बायकोला म्हणाला,

"साईत्रा, कोंबड्याच्या मटणाचं जेवान आक्शी झणझणीत व्हायला पाह्यजे. मामलेदारसाहेब बोटं चाटीतच तालुक्याला जायला पाह्यजे!"

"तुमी त्याची काळजीच करू नगा."

"अजून तुला किती वकुत लागंल?"

"समदं जेवान व्हायला अजून एक घंटा तरी पाह्यजेल."

"अजून मामलेदारसाहेबांचा पत्त्या न्हाय. तवा तुझं जेवान साबुस्तीनं व्हऊ दे. नाचणीची एकाद दुसरी भाकरी सुधिक भाजून ठिव. त्यांनी मागितली की लगीच समुर ठिवू."

"करत्ये." कपाळावरचा घाम लुगड्याच्या पदराने पुसून सावित्रा म्हणाली.

साहेबांना बसण्यासाठी दौलतने पडवीत प्लॅस्टिकच्या खुर्च्या मांडल्या होत्या. टेबलावर पाण्याचा तांब्या भरून ठेवला होता.

थोड्या वेळाने साहेबांच्या गाडीच्या इंजिनाचा आवाज कानांवर पडल्यावर सगळ्यांनी रस्त्याकडे नजरा वळविल्या. डोंगरावरून झुडुपाच्या आडून वळणं घेत नि काळा धूर हवेत सोडीत सरकारी जांभळ्या रंगाची जीप दौलतच्या घराकडे येताना सगळ्यांनी पाहिली. मामलेदारसाहेबांचं स्वागत करण्यासाठी पोलीस पाटील आणि गावचे सरपंच पुढे झाले. त्यांच्यामागे दौलत उभा होता. साहेबांच्या गाडीच्या पुढे जाधव तलाठ्याची मोटारसायकल धावत होती.

थोड्याच वेळात दोन्ही गाड्या दौलतच्या अंगणात येऊन थांबल्या, तेव्हा सगळ्यांची एकदम धांदल उडाली. हातात तांबड्या रंगाची डायरी घेऊन चव्हाणसाहेब गाडीतून सावकाश खाली उतरले. त्यांची पन्नाशी उलटून गेली होती. गहूवर्णीय चेहऱ्यावर अधिकाराची गुर्मी होती. डोळ्यांत जरब होती. तेल लावून त्यांनी डोक्यावरचे केस उलटे फिरवले होते. डोक्याच्या मधोमध छान टक्कल पडलं होतं. त्यांच्या अंगावर कडक इस्त्री केलेला किमती सफारी सूट होता. हातातील बोटांत सोन्याच्या अंगठ्या होत्या नि गळ्यात पाच तोळ्यांची चेन होती. त्यांच्या हातातील अंगठ्या उन्हाने चमकत होत्या. त्यांचा तो थाट पाहून शेतकरी अचंबित झाले होते. मामलेदारांच्या रुबाबाप्रमाणे ते बसून आलेली सरकारी जीप नव्हती. गाडीचा रंग उडालेला होता नि काही ठिकाणी गाडीचा पत्रा गंजला होता. टायरसुद्धा

गुळगुळीत झाले होते. एखाद्या मरतुकड्या घोड्यावर राजा बसून यावा, तसं तालुक्याचे मामलेदारसाहेब सरकारी जीप गाडीतून आलेले होते. त्यांचं स्वागत करण्यासाठी सरपंच पुढे धावले नि दोन्ही हात जोडून त्यांना अदबीनं नमस्कार करीत म्हणाले,

"नमस्कार रावसाहेब!"

"नमस्कार. सरपंच, मला यायला थोडा उशीर झाला. त्यामुळे तुम्ही सर्व जण माझी वाट पाहत असणार, याची मला पूर्ण खात्री होती. बाकीची सर्व महत्त्वाची कामं बाजूला सारून मला इकडे यावं लागलं. मी दौलतला तसं शब्द दिला होता."

मामलेदारसाहेबांच्या समोर आलेला लवाजमा पडवीत रिकाम्या खुर्च्यांत येऊन स्थानापन्न झाला. साहेब रुमालाने घाम पुसत सर्कलच्या कानात काही तरी बोलत होते. जाधव तलाठी साहेबांच्या मागे आज्ञाधारकपणे उभा होता. साहेबांचे शब्द वरच्यावर झेलण्यासाठी त्याने मनाची तयारी करून ठेवली होती. दौलतची घरात धांदल उडाली होती. मडक्यातील गार पाण्याचा तांब्या त्याने साहेबांच्या समोर आणून ठेवला. हातात व्हिजीट बुक घेऊन गावचे पोलीस पाटील तोंडाचा वास येऊ नये म्हणून साहेबापासून चार हात लांब उभे होते. त्यांना पाहून साहेब मोठा आवाज करीत म्हणाले,

"पोलीस पाटील, तुमचं व्हिजीट बुक आणलंय ना?"

"व्हय साहेब."

"मी निघायच्या आधी त्यावर तुम्ही माझी सही घ्या."

"व्हय साहेब."

"काही अडचण?"

"काय न्हाय साहेब."

चहापाणी झाल्यावर दौलतला जवळ बोलावून घेऊन साहेब म्हणाले,

"तुमच्या घरापासून सातविणीचा माळ हे ठिकाण जवळ आहे का?"

"व्हय साहेब, लई जवळ हाय बगा."

"ती जमीन मला पाह्यचीय."

"साहेब, एक इनंती हाय."

"बोला—"

"जेवान झालंय. आधी तुमी जेवान केलंत तर---"

"जेवण नंतर— आधी काम." साहेब बसल्या जागेवरून उठत म्हणाले.

गाडीजवळ येऊन साहेब म्हणाले.

"सर्कल, तुम्ही नि तलाठी मोटारसायकलवर या. पोलीस पाटील, दौलत नि

सरपंच माझ्या गाडीत बसू दे.''

साहेबांनी आज्ञा केल्याप्रमाणे ते तिघेही गाडीत पट्कन बसले. साहेबाची गाडी रस्त्यावरून काळा धूर सोडीत पुन्हा धावू लागली. थोड्याच वेळात एका काजूच्या झाडाजवळ येऊन साहेबांची गाडी थांबली. दौलत खाली उतरत साहेबांना म्हणाला.

''साहेब, पुढे गाडी जाणार न्हाय. पाच मिन्टं चालावं लागंल.''

''हरकत नाही. मला चालण्याची तशी सवय आहे.'' चव्हाणसाहेब चालण्यासाठी आनंदाने तयार झाले.

वाळलेले गवत तुडवीत दौलत सगळ्यांच्या पुढे बांधावरून माकडागत टणटणा उड्या मारीत चालत होता. तालुक्याचा मामलेदार जमीन पाह्यला आल्यामुळे त्याला कोण आनंद झाला होता! त्याच्यामागे पायांतील चकचकीत बुटांनी शेताच्या बांधावरील गवत तुडवीत चव्हाणसाहेब ऐटीत चालले होते. त्यांच्यामागे सर्व लवाजमा चालत होता. शेताच्या बांधावर खेकड्यांनी असंख्य बिळं काढून ठेवली होती. ती बिळं चुकवीत मंडळी शेताच्या बांधावरून कपाळावरचा घाम पुसत चालत होती. सातविणीच्या माळावरील जमीन जवळ आल्यावर दौलत जमिनीकडे बोट दाखवीत म्हणाला,

''साहेब, हीच ती जमीन.''

''यात तुमची वहिवाट आहे?''

''व्हय साहेब.''

''काय वहिवाट करता तुम्ही या जमिनीत?''

''साहेब, आमी या जमिनीत भाजवानासाठनं कवाल तोडतू. पौसाळ्यात गुरास्नी चारा कापून नेतू.''

''गुड! या जमिनीलगतचे खातेदार हजर आहेत का?''

''व्हय साहेब.''

दौलतने आधीच सांगून ठेवल्यामुळे काश्या भुवड आणि रघू भुवड साहेबांची वाट पाहत झाडाच्या सावलीत बसले होते. दौलतने हाताने खूण करून बोलविल्यामुळे ते दोघे घाबरत-घाबरत साहेबांच्या समोर येऊन हात जोडीत उभे राहिले. एखाद्या गुलामाला राजाने विचारावं, तसं चव्हाणसाहेबांनी काश्या भुवडाला जरबेनं विचारलं,

''एऽ तुझं नाव काय?''

''काश्या जी.''

“अर्धवट नको सांगूस— पूर्ण नाव सांग.”

“काशीराम गुणाजी भुवड.”

“ही बाजूची जमीन तुझी आहे का?”

“व्हय जी.”

“किती वर्षांपासून तुझी या जमिनीत वहिवाट आहे?”

“माज्या वाडवडलांपास्नं या जिमिनीत आमची वहिवाट हाय जी.”

“आता तू ज्या जमिनीत उभा राहिलास, त्या जमिनीच्या ठिकाणाचं नाव काय आहे?” साहेबांनी विचारलं.

“सातविणीचा माळ जी.”

“या जमिनीचा मालक कोण आहे?”

“ही जिमीन बामणाची हाय. ते या गावचे खोत हाईत.” काश्या भुवड म्हणाला.

“त्यांचं नाव सांग.”

“अवधूत खोत.”

“या जमिनीत वहिवाट कोणाची आहे?”

“दौलतची जी.”

“कधीपासून वहिवाट आहे?”

“त्याच्या वडिलांपासून दौलतची या जिमिनीत वहिवाट आहे.”

दौलतने काश्याला आणि रघू भुवडला पढविल्यामुळे काश्या चव्हाणसाहेबांच्या समोर त्यांच्या प्रश्नांची उत्तरं पटपट देत होता. त्यांची उत्तरं ऐकून साहेब मनातून खूश झालेले होते. जमिनीत असणारी झाडं वाऱ्याने डोलत होती. साग, आंबा, काजू, ऐन, हेळा इत्यादी जातींची अनेक झाडं त्या जमिनींत होती. चव्हाणनीसाहेब ती झाडं पाहून मनातून खूश झाले होते. हातातील डायरीमध्ये नोंदी करून साळवी सर्कल व जाधव तलाठी यांना जवळ बोलावून त्यांना काही महत्त्वाच्या सूचना देत चव्हाणसाहेब म्हणाले,

“साळवी, तुम्ही उद्या पुन्हा इथे यायचं नि लगतच्या कबजेदारांचा जबाब घ्यायचा. पंचयादी करायची. पंचयादीवर पोलीस पाटील आणि सरपंच यांच्या सह्या हव्यात.”

“होय साहेब.”

“उद्या संध्याकाळपर्यंत तुमचे कागद माझ्या टेबलावर हवेत. वहिवाटदाराचासुद्धा जबाब घ्या.”

"होय साहेब."

चव्हाणसाहेब गावच्या सरपंचाकडे वळून म्हणाले,

"सरपंच, मला तुमच्या ग्रामपंचायतीचा दौलतची वहिवाट असल्याबद्दल ठराव हवाय— तो कधी देताय? बोला."

"साहेब, ग्रामपंचायतीची मीटिंग येत्या तीस तारखेला लावलीय. तवा गरामसेवकाला ठराव तयार करायला सांगतू."

"सरपंच, तुमचा ठराव आल्याशिवाय मला निर्णय घेता येणार नाही. मागील महिन्याची तुमची मीटिंग झाली असेल, त्या तारखेने ठराव घाला. फार तर अर्जावरची तारीख बदला. आता हे सगळं तुम्हाला मी सांगायला हवं का?"

ग्रामपंचायतीच्या कारभाराची रावसाहेबांना इत्थंभूत माहिती आहे, म्हणून गावच्या सरपंचांना त्याचं थोडं आश्चर्य वाटलं. ते अडखळत म्हणाले,

"साहेब, गरामसेवकाला मागच्या तारखेनं ठराव द्यायला सांगतू."

"काय आहे सरपंच, श्रीमंताची कामं कुणीही करतं; परंतु दौलतसारख्या गरीब माणसाची कामं करायला कुणीही तयार होत नाही. मग अशा वेळी कायदा बाजूला सारून आपण त्यांना मदत नको का करायला? गरीब माणूस जसं त्या कामाची जाणीव ठेवतो, तशी श्रीमंत ठेवणार नाही. त्याला पैशाची गुर्मी असते ना! मी काय म्हणतो, ते तुम्हाला कळलं असेलच?" चव्हाणसाहेब आवाजात सरपंचांना समजावीत म्हणाले.

"व्हय साहेब." सरपंच पुढे बोलू शकले नाहीत.

"आता जागापाहणीचं काम आपलं संपलंय. आपण आता निघू या." चव्हाणसाहेब पाऊलवाटेकडे मोर्चा वळवीत म्हणाले.

ऊन मी म्हणत होतं. सगळ्यांना आता कडकडून भुका लागल्या होत्या. उन्हाने त्यांच्या अंगातून घामाच्या धारा सुटल्या होत्या. दौलतचा चेहरा उन्हानं रापला होता. त्याच्या रापलेल्या चेहऱ्यावर समाधान दिसत होतं. त्याच्या मनाप्रमाणे सारं काही घडून येत होतं. त्याच्या डोळ्यांसमोर झाडापेडांनी गच्च भरलेली सातविणीच्या माळावरची जमीन दिसत होती. त्या जमिनीचा मालक होण्यासाठी नि ७।१२ ला त्याचं नाव लागण्यासाठी तो पाण्यासारखा पैसा खर्च करीत होता. घरातील कणगीत शिल्लक असलेला दोन खंडी भात त्याने विकून पैसा उभा केला होता. बायकोचे दागिने विकले होते. तरीसुद्धा पैसा कमी पडला तर तो सावकाराकडून दहा रूपयाला महिन्याला एक रुपया व्याजाने कर्ज काढणार होता. तो आता हट्टाला पेटला होता.

काही झालं तरी आता आपण खोताचं काम करायला वाड्यात कधी जायचं नाही, असं त्याने त्याच्या मनात अगदी ठरवून टाकलं होतं. गरीब डोळ्यांनी तो चव्हाणसाहेबांकडे आशेने पाहत होता. चव्हाणसाहेब आता त्याला देवदूतासारखे वाटत होते. त्यांचे त्याच्या घरी पाय लागल्याने तो धन्य-धन्य झाला होता.

जमिनीची पाहणी करून तो संपूर्ण लवाजमा थोड्याच वेळात दौलतच्या घरी आला. सावित्राने हात-पाय धुण्यासाठी दोन-तीन प्लॅस्टिकच्या बादल्या पाण्याने भरून ठेवल्या होत्या. दौलतने अंघोळ करताना कधी त्याच्या अंगाला साबण लावला नव्हता, परंतु मामलेदारसाहेबांना हात धुण्यासाठी त्याने दुकानातून सुवासिक साबणाची वडी विकत आणली होती. हात-पाय धुऊन साहेब मदिरापान करीत निवांत बसले. मधे मधे तलाठी, मंडल अधिकारी यांच्याशी ते गप्पा मारीत होते. त्यांची तिकडे नशापाणी सुरू असताना इकडे पडवीत ताटं मांडायला सावित्राने सुरुवात केली होती. मटणाचा खमंग वास सुटला होता. त्या वासाने पोटात आणखी आग भडकत होती. नशापाणी करून मंडळी दाढेखाली कोंबड्याची कोवळी हाडं 'कडाकडा' फोडू लागली. वाटी भरून रस्सा ओरपू लागली. तिखटजाळ रस्सा पिऊन ते त्यावर पाणी पीत. दारूच्या नशेत मंडळी भरपेट जेवून तृप्तीची ढेकर देत उठली.

गावच्या पोलीस पाटलांच्या व्हिजीट बुकावर साहेबांनी गावी आल्याचा शेरा मारून झोकदार सही ठोकली नि साहेब तालुक्याला जाण्यासाठी जीपमध्ये येऊन बसले. भरपेट जेवण झाल्यामुळे त्यांचं अंग जड झालं होतं नि त्यांच्या तोंडाला दारूचा वास येत होता. दौलत त्यांच्या समोर हात जोडीत त्यांना आर्जव करीत म्हणाला,

"साहेब, माझं येवढं काम करा— मी फूल ना फुलाची पाकळी तुमाला दिन."

"तुम्ही मला किती पैसे द्याल?" चव्हाणसाहेबांनी रोकठोक विचारले.

"साहेब, तुमी सांगा—"

"गावडे, त्या सातविणीच्या माळावरील जमिनीत लाखो रुपये किमतीची झाडं आहेत. ती संपूर्ण जमीन पाच एकर आहे. ते सगळं तुम्हाला फुकटात मिळणार आहे. तुम्ही असं करा---"

"साहेब, काय करू ते सांगा—" दौलत घाई करीत म्हणाला.

"तुम्ही मला माझ्या कामाचे दहा हजार रुपये द्या. मी तुमचं काम करून देईन. तुमचं त्या जमिनीत नाव लागलं की सोसायटीकडे ती जमीन तुम्हाला गहाण ठेवून लाख-दोन लाख रूपये कर्ज मिळेल. त्यात निम्मी सबसिडी असते. शेवटी निर्णय काय द्यायचा, हे माझ्या हातात आहे."

“साहेब, मी गरीब माणूस हाय. मला तेवढा खर्च झेपणार न्हाय.”

“मग तुला किती रक्कम देणे शक्य होईल, ते सांग.”

“मी पाच हजार दिल साहेब.”

“ठिकाय. तू गरीब आहेस म्हणून मी तेवढ्या पैशात तुझं काम करतो. तू त्याची काळजी करू नकोस.” साहेब त्याला धीर देत म्हणाले.

“साहेब, तुमचं म्वाप उपकार व्हतील.” डोळ्यांत पाणी आणून दौलत म्हणाला.

“अच्छा मंडळी.” चव्हाणसाहेबांनी सगळ्यांचा निरोप घेतला.

जीप काळा धूर हवेत सोडीत डांबरी सडकेवरून धावू लागली. गाडीतून निघालेल्या धुराने साहेबांना निरोप द्यायला आलेल्या लोकांची तोंडं काळवंडून गेली नि पेट्रोलच्या वासाने त्यांच्या नाकातील केस जळून गेले.

वस्तीपासून गाडी थोडी पुढे आल्यावर चव्हाणसाहेबांनी लघुशंकेसाठी ड्रायव्हरला हाताने खूण करून गाडी थांबवायला सांगितली. ड्रायव्हरने जीप रस्त्याच्या कडेला घेऊन थांबविली. चव्हाणसाहेब करवंदीच्या झुडुपाआड जाऊन मोकळे होऊन आले. गाडीत पुन्हा येऊन बसल्यावर त्यांनी ड्रायव्हरला विचारलं,

“मारुती, पायाजवळ काय ठेवलंय?”

“पिशवी आहे साहेब.”

“काय आहे त्या पिशवीत?”

“साहेब, माझ्या वडिलांना बीपी हाय. म्हणून ते नाचणीच्या पिठाची भाकरी खातात. मघाच्या शेतकऱ्याकडून मी एक पायली नाचणी घेतलीय.” तोंड वेंगाडून मारुती म्हणाला.

“तुझी फिरतीला आल्यावर लोकांच्याकडे मागायची सवय काय जायची नाही.” साहेब त्याला हसत-हसत म्हणाले.

मारुतीने जीप सुरू केली. काळा धूर हवेत सोडीत सरकारी जीप तालुक्याच्या दिशेने वळणं घेत वेगाने डांबरी सडकेवरून धावू लागली. लोखंडी दांड्याला हाताने धरून चव्हाणसाहेब आजूबाजूला असणाऱ्या निसर्गाची शोभा निरखत निवांत बसले होते. त्यांच्या तोंडाला रमचा आणि कोंबडीच्या मटणाचा वास येत होता.

❑❑❑

४२.

सकाळचे अकरा वाजून गेले होते. अवधूत त्याच्या हीरो होंडा मोटारसायकलवर बसून तालुक्याच्या तहसीलदारांना भेटायला आला होता. कचेरीच्या आवारात त्याची गाडी आल्यावर त्याला समोर ऑईल पेंटनी रंगविलेली मोठी पाटी दिसली. त्यावर सफेद रंगात सुंदर अक्षराने 'तहसीलदार तथा कार्यकारी दंडाधिकारी' असं लिहिलं होतं. उंच वाढलेल्या पिंपळाच्या झाडाखाली मोटारसायकल उभी करून अवधूत कचेरीच्या दिशेने झपझप पावलं टाकत चालू लागला. डाव्या बाजूला महापुरुषाचं छोटं मंदिर होतं. लोक जाता-येता महापुरुषाला श्रद्धेने दोन्ही हात जोडून नमस्कार करीत होते. अवधूतनेसुद्धा दोन्ही हात जोडून महापुरुषाला नमस्कार केला. त्याच्या चेहऱ्यावर चिंता-काळजीच्या स्पष्ट खुणा दिसत होत्या. महापुरुषाला मनोभावे नमस्कार करून तो पुढे चालू लागला. कचेरीच्या आवारात पक्षकारांची गर्दी झाली होती. कारकूनमंडळी आपापल्या खुर्चीत बसून मख्ख चेहऱ्याने फायली चाळीत होती. शिपाई इकडून तिकडे घाई-गडबडीत जात होते. कुणी काही माहिती विचारली की ते वस्‌कन त्यांच्या अंगावर जात— "मला काय इचारताय? कारकुनाला भेटा." असं बोलून पाणउतारा करीत. पक्षकार थांबून इकडे-तिकडे चौकशी करीत. कोठेच त्यांना धड उत्तरं मिळत नव्हती. कचेरीतील बेशिस्त वातावरण पाहून अवधूत मनात म्हणाला, 'इंग्रज होते, तेव्हा त्यांच्या कामाला शिस्त होती. जाताना त्यांनी त्यांच्यासोबत शिस्त नेल्यामुळे आताच्या सरकारी कार्यालयात बेशिस्तीचं वातावरण फोफावलं आहे.'

व्हरंड्यात सरकारी कागदावर शिक्के मारीत नाईक बसला होता. त्याच्या जवळ जाऊन अवधूत त्याला म्हणाला.

"मला रावसाहेबांना भेटायचंय."

"काय काम हाय?" नाईकाने त्याला गुर्मीत विचारलं.

"जमिनीसंदर्भात काम आहे."

"साहेब कामात आहेत. ग्रामपंचायतीच्या निवडणुकीचं काम आहे. तुमी थोड्या दिवसांनी या."

"माझं काम निकडीचं आहे."

"थांबा थोडा वेळ— आत सभापती आहेत, रावसाहेबांशी बोलतात. ते बाहेर आले की, तुमी आत जावा."

"ठिकाय."

कसल्या-कसल्या लोकांच्या बरोबर त्यांना लोणी लावीत बोलावं लागतं, म्हणून अवधूतला स्वत:चाच राग आला होता. तो त्या नाईकापासून बाजूला होऊन व्हरांड्यात रेंगाळू लागला. रावसाहेबांची भेट घेऊन झाल्यावर त्याला सुलभाच्या जमिनीसंदर्भात कानडे वकिलांना भेटून त्यांचा सल्ला घ्यायचा होता. टेलिफोनच्या ऑफिसात जाऊन नवं कनेक्शन घेण्यासाठी अर्ज आणि डिपॉझिट रकमेचा त्याला भरणा करायचा होता.

चव्हाण रावसाहेब आपल्याला कसलीही खबर न देताच आपली सातविणीच्या माळावरील जमीन पाह्यला गेले, म्हणून त्याला त्यांचा राग आला होता. साहेबांना चिरीमिरी देऊन दौलत ती जमीन त्याच्या नावावर करेल, म्हणून त्याला काळजी वाटत होती. चव्हाणसाहेबांवर आता त्याचा मुळीच विश्वास उरला नव्हता. महसूल खात्यातील अधिकारी-कर्मचारी कायद्याला फाटा देऊन जमिनींच्या कागदपत्रांत घोटाळे करतात, असं त्याने खूप जणांच्या तोंडातून ऐकलं होतं. साहेबांना खूश करण्यासाठी दौलतने रमच्या बाटल्या किती फोडल्या, कोंबड्या किती कापल्या; तसेच वडे-मटणावर ताव मारण्यासाठी कोण कोण हजर होते, याची इत्थंभूत माहिती अवधूतच्या कानावर गणपतने घातली होती. दवाखान्याच्या उद्‌घाटनाच्या दिवशी सरपंच त्याच्याशी किती विश्वासाने बोलत होते; परंतु ते थोड्याच दिवसांत आपलं बोलणं विसरूनसुद्धा गेले होते. त्याचा राग अवधूतला आला होता. माणसाच्या स्वभावाचं दर्शन त्याला फार जवळून होत होतं. विचार करून अवधूतच्या डोक्याचा पार भुगा झाला होता.

वेळ जात होता. सभापतीसाहेब अजून साहेबांच्या चेंबरमधून बाहेर पडले नव्हते, म्हणून अवधूत मनात बैचेन झाला होता. थोड्या वेळाने सभापतीसाहेब चेंबरमधून बाहेर पडले. शिपायाने खुणेनेच अवधूतला आत जाण्यासाठी सांगितलं. दीर्घ नि:श्वास सोडून अवधूत दमदार पावलं टाकीत रावसाहेबांच्या चेंबरमध्ये शिरला. अवधूत चेंबरमध्ये शिरल्यानंतर चव्हाण रावसाहेब त्याच्याकडे प्रश्नार्थक नजरेने पाहू लागले. अवधूत त्यांच्या समोरच्या रिकाम्या असलेल्या खुर्चीत बसला नि तो स्वत:ची ओळख सांगत त्यांना म्हणाला,

"मी डॉक्टर अवधूत दामले. हरणगावाहून तुम्हाला भेटायला आलोय."

"अच्छा— अच्छा! मी हरणगावला भेट देऊन आलोय." कपाळावर आलेला घाम रुमालाने पुसत साहेब घोगऱ्या आवाजात म्हणाले.

"तुम्ही जी जमीन पाह्यला गेला होतात, ती माझी आहे."

"अस्सं?" रावसाहेब सावध झाले होते.

साहेब त्याच्याशी वरवरचं बोलत होते. अवधूतच्या ते केव्हाच लक्षात आलं होतं. आपण त्या ठिकाणी जमीनमालकाला बोलावून घेतलं नाही, ही आपली फार मोठी चूक आहे, असं आता चव्हाणसाहेबांना वाटू लागलं होतं. चेहऱ्यावर ते तसं काही दाखवीत नव्हते. महसूल खात्यात एवढी वर्षे काम करून ते पक्के मुरलेले होते. कुणाला कसं बोलून वाटेला लावायचं, ही कला आता त्यांना आपोआपच अवगत झाली होती. अवधूत डॉक्टर झाला असला तरी तो अजून बच्चा आहे, असं चव्हाणसाहेबांना मनातून वाटत होतं. ते ताकास तूर लावून देणार नाहीत, म्हणून अवधूत किंचित आवाज चढवून साहेबांना म्हणाला,

"साहेब, तुम्ही ती जमीन पाह्यला गेला होतात, तेव्हा तुम्ही मला का नाही बोलावून घेतलंत? ह्या तुमच्या कृतीचा मी काय अर्थ लावायचा?"

चव्हाणसाहेब त्याची समजूत घालीत म्हणाले,

"डॉक्टर, एखाद्याने ७० ब प्रमाणे कूळ म्हणून नाव लागण्यासाठी अर्ज दिल्यावर त्या जमिनीची तहसीलदार म्हणून प्रत्यक्ष पाहणी करणे हे माझे काम आहे. प्राथमिक चौकशी मी केली आहे; अजून त्यावर मी निर्णय दिला नाही. तुम्हाला मी तुमचं म्हणणं मांडण्यासाठी संधी देणारच आहे. तेव्हा तारखेला हजर राहण्याची तुम्हाला नोटीस मिळणारच आहे."

साहेबांनी खुलासा केल्यावर अवधूतच्या रागाचा पारा बराच खाली आला. तो खालच्या आवाजात त्यांना सांगू लागला—

"साहेब, तो दौलत लबाड माणूस आहे. माझ्या वडिलांनी त्याला चारा कापण्यासाठी ती जमीन दिली होती, तो आता त्याच्यावर कब्जा करू पाहतोय. मी त्याचं स्वप्न कधीच पूर्ण होऊ देणार नाही. त्याला त्याच्याच भाषेत उत्तर देईन. ती जमीन आमच्याकडे वाडवडिलांपासून आहे. त्याचा बाप भला माणूस होता. बापाचं तो ऐकत नव्हता, म्हणून त्याचा म्हातारा गळ्याला फास लावून मेला. तो मेल्यानंतर तो असले धंदे करायला लागलाय."

"डॉक्टर, त्या जमिनीच्या लगतचे कबजेदारसुद्धा ती जमीन दौलतच्या वहिवाटीला आहे म्हणून सांगतात. तसं त्यांनी लेखी लिहून दिलंय."

"रावसाहेब, काश्या भुवड आणि रघू भुवड ही दोन्ही माणसं लोचट आहेत. दौलतने त्यांना दारू-मटण खायला घातलंय, तेव्हा त्यांनी तुम्हाला खोटा जबाब लिहून दिलाय."

"हे पाहा— ते काहीही असलं, तरी आमच्याकडे त्याचं रेकॉर्ड आहे. या केसचा निकाल काय द्यायचा, ते तारखा झाल्यानंतरच मी त्यावर निर्णय घेणार आहे. तुम्हाला समजा माझा निर्णय मंजूर नसेल, तर तुम्ही त्यावर प्रांताकडे अपील करू शकता."

"पण त्याचा आम्हाला नाहक भुर्दंड नि मनस्ताप नाही का? त्या जमिनीचा मालक मी आहे."

"डॉक्टर, शेणाचा गोळा उचलला की त्याच्याबरोबर मातीसुद्धा येणारच. त्याला नाइलाज आहे. तुम्ही आता असं करा— तारखेच्या दिवशी हजर राहा नि तुमचं काय म्हणणं असेल, ते मला लेखी लिहून द्या. तुम्ही वकीलसुद्धा करू शकता. आणखी मी तुमच्यासाठी काय करू, ते तुम्ही मला सांगू पाहू—"

साहेबांच्या बोलण्यात आता तरी काहीच खोट नाही; ते कसलाही आडपडदा न ठेवता आपल्याशी बोलतात, असं अवधूतला वाटत होतं. अजून सगळंच काही संपलं नाही. आपण उगाच साहेबांबद्दल नाहक गैरसमज करून घेतला.

अवधूतला आणखी एक-दोन निकडीची कामं होती. साहेबांचा आणखी वेळ घेणं योग्य नाही, असा विचार करून अवधूत बसलेल्या खुर्चीतून उठत म्हणाला,

"साहेब, तारखेची नोटीस मिळताच मी हजर होतो. आता मी आपली रजा घेतो."

"डॉक्टर, तुम्हाला कधी काही अडचण आली, तर बेलाशक मला विचारा."

"होय साहेब."

"अच्छा, या तुम्ही." रावसाहेबांनी सुटकेचा नि:श्वास टाकला.

अवधूत चेंबरमधून बाहेर निघून गेल्यावर चव्हाणसाहेब गालांत छद्मी हसत कपाळावरचा घाम रुमालाने पुसू लागले. त्यांच्यामागे ऑईलपेंटने रंगविलेल्या भिंतीवर 'सत्यमेव जयते' असं मोठ्या, सुंदर अक्षरांत लिहिलं होतं.

रावसाहेबांच्या चेंबरमधून बाहेर पडल्यानंतर अवधूतला थोडं मोकळं-मोकळं वाटू लागलं. दीर्घ श्वास घेऊन तो झपझप चालत त्याच्या मोटारसायकलजवळ आला. डिकीत ताज्या पाण्याची बाटली भारतीने निघताना भरून ठेवली होती. अवधूतने डिकी उघडली नि बूच काढून पाण्याची बाटली सरळ तोंडालाच लावली.

घटाघटा पाणी पिऊन त्याने पुन्हा बाटलीला बूच लावून ती डिकीत ठेवली. तो घरातून बाहेर पडल्यावर बाहेरचं काही खात नव्हता नि पाणीसुद्धा पीत नव्हता. त्याने अजूनपर्यंत स्वत:ला लावून घेतलेला नियम कटाक्षाने पाळत होता. त्याची मोटारसायकल आता तालुक्याच्या डांबरी सडकेवरून कानडे वकिलाच्या बंगल्याकडे हवेत काळा धूर सोडीत धावत होती.

वकिलांच्या बंगल्यासमोर गाडी उभी करून अवधूत जिना चढून वर आला. वकीलसाहेब त्यांच्या ऑफीसच्या खोलीत कायद्याचे पुस्तक वाचत बसले होते. त्यांच्या डोळ्यांवर सोनेरी काड्यांचा चष्मा होता. त्यांचा चेहरा गंभीर दिसत होता. अवधूत त्यांच्यासमोर उभा राहत म्हणाला,

"नमस्कार वकीलसाहेब."

"नमस्कार." हातातील पुस्तक बाजूला ठेवून वकील त्याच्याकडे प्रश्नार्थक नजरेने पाहू लागले.

"मी डॉक्टर अवधूत दामले, हरणगावचा. माझे वडील तुमच्याकडे सल्ल्यासाठी यायचे." रिकाम्या खुर्चीत बसत अवधूत म्हणाला.

"हो का? त्यांचं नाव दादाखोत. बरोबर ना?" वकिलांचा गंभीर दिसणारा चेहरा थोडा सैलावला होता.

"अगदी बरोबर. तुमच्याकडे ते सल्ला घेण्यासाठी नेहमी यायचे म्हणून मला माझ्या आईने सांगितलं."

"खरं आहे ते. जमिनीबाबत काही अडचणी निर्माण झाल्या की, ते सल्ला-मसलत करण्यासाठी माझ्याकडे येत. माझ्या ते चांगले परिचयाचे होते. त्यांच्या निधनाची बातमी ऐकून मला खूप वाईट वाटलं."

थोडा वेळ तेथे शांतता पसरली. कुणी कुणाशी बोलले नाही. अवधूतची नजर सभोवार भिरभिरत होती. डोक्यावर पंखा गरगर फिरत होता. काचेच्या कपाटात कायद्याची पुस्तकं ठेवली होती. ती पुस्तकं जाडजूड होती. रिकामा वेळ मिळाला की, वकीलसाहेब कायद्याची पुस्तकं निवांतपणे चाळत बसत. त्यांच्यासमोर विषय कसा काढायचा, याचा अवधूत विचार करीत होता. थोड्या वेळाने त्याने बोलायला तोंड उघडलं. आवंढा गिळून तो म्हणाला,

"वकीलसाहेब, मी एक काम घेऊन तुमच्याकडे आलोय. मला तुमच्याकडून सल्ला हवाय."

"बोला."

"वकीलसाहेब, काम असं आहे की, माझ्या वडिलांनी ते हयात असताना

एका बाईला तोंडी खरेदीने काही जमिनी दिल्या आहेत. ती बाई आता त्या जमिनीवर कब्जा करून बसलीय. तुम्हाला स्पष्ट सांगायचं म्हणजे, माझ्या वडिलांचे नि तिचे पूर्वीपासून अनैतिक संबंध होते. यावर काही मार्ग असेल, तर तुम्ही मला सांगा.''

त्याचं बोलणं ऐकून वकीलसाहेब विचार करू लागले. दादाखोताची अशी काही भानगड असेल, हे त्यांना मुळीच ठाऊक नव्हतं. परंतु, आता त्यांचा स्वत:चाच डॉक्टर मुलगा सांगतोय म्हणून त्यांना त्यावर विश्वास ठेवावा लागला. समोर ठेवलेल्या काचेच्या ग्लासातून पाणी घटाघटा पिऊन रुमालाने तोंड पुसत त्यांनी त्याला विचारलं,

''त्या जमिनी त्यांनी स्वत: खरेदी केल्या होत्या का?''

''नाही.''

''मग त्या जमिनी त्यांच्यानावे कशा लागल्या?''

''त्या जमिनी वडिलोपार्जित आहेत. वडिलोपार्जित जमिनी तोंडी खरेदीने दुसऱ्याला देता येतात का?''

''नाही. स्वत:च्या कष्टाने विकत घेतलेल्या जमिनी दुसऱ्याला खरेदीने देता येतात.''

''मग यावर उपाय?''

''यावर उपाय आहे— दिवाणी कोर्टात दावा दाखल करणे.''

''मला त्या जमिनीवर दावा दाखल करायचाय.''

''प्रश्न नाजूक आहे. याचा तुम्ही नीट विचार करा.''

''मी पक्का विचार केलाय.'' अवधूत निक्षून म्हणाला.

अवधूत आता मागे हटणार नाही, हे वकिलांच्या ध्यानात आलं होतं. दोघांत समेट घडवावा, तर त्याला यश येईल की नाही याची त्यांना शंका वाटत होती. आता शेंडी तुटो वा पारंबी— या आविर्भावात त्यांच्यासमोर अवधूत बसला होता. दादाखोत गेले, परंतु त्यांच्या पश्चात त्यांच्या जमिनीच्या भानगडी निर्माण झाल्या, असं वकिलांना वाटत होतं.

बसलेल्या खुर्चीत थोडं पुढे झुकून कानडे वकील त्याला आवंढा गिळून म्हणाले,

''मी तुम्हाला आता एक चिठ्ठी लिहून देतो, त्याप्रमाणे तुम्ही तलाठ्याकडून कागद घेऊन या. ते कागद तपासून पुढे काय करायचं, ते ठरवू.''

''ठिकाय.''

टेबलाच्या खणात ठेवलेला एक कोरा कागद घेऊन वकीलसाहेब पेनाने

त्यावर मजकूर लिहू लागले. मजकूर लिहून झाल्यावर पुन्हा एकदा त्यांनी लिहिलेला मजकूर वाचून काढला नि कागदाची घडी करून ते अवधूतच्या हातात देत म्हणाले,

"या कागदावर लिहिलेल्या यादीप्रमाणे ते सर्व कागद तुम्ही तलाठ्याकडून मला आणून द्या. नंतर आपण प्रतिवादीला नोटीस पाठवून लेखी समज देऊ. तुम्ही चिंता करू नका; तुमचं काम होईल."

"साहेब, तुमची फी?"

"त्याची तुम्हाला काळजी नको. मी योग्य असेल तेवढंच घेणार. तुमचे नि आमचे संबंध जुने आहेत." वकील त्याला धीर देत म्हणाले.

"तरीसुद्धा एक व्यवहार म्हणून तुम्ही मला सांगा; म्हणजे आपले जुने संबंध आणखी दृढ होतील."

"असं म्हणताय?"

"तुमची फी किती आहे, हे मला कळलं पाहिजे. म्हणून मी तुम्हाला विचारतोय."

"माझी फी तीस हजार होईल." कानडे वकिलांनी एका दमात सांगितलं.

त्यांचा आकडा ऐकून अवधूत विचार करू लागला. ते कानडे वकिलांच्या झट्कन लक्षात आलं. त्यांच्याकडे पाहत त्यांनी त्याला खालच्या आाजात विचारलं,

"फी जास्त वाटते का? मी विचार करून तो आकडा तुम्हाला सांगितलाय."

"ठिकाय. तसं काही नाही—" त्यांना बरं वाटावं म्हणून अवधूत म्हणाला.

"काय आहे की, एकदा फी ठरवून घेतली की ते आपल्या दोघांनाही बरं असतं. कधी कधी केसचा निकाल लवकर लागत नाही. त्यामुळे पक्षकारांना ते मग फार अडचणीचं होऊन बसतं."

"बरं, तुमची फी कशी द्यायची?"

"हे पाहा डॉक्टरसाहेब, तुमच्यावर माझा पूर्ण विश्वास आहे. तुमच्या वडिलांपासून आमचे संबंध आहेत. म्हणून तुम्हाला शक्य होईल तेव्हा तुम्ही मला फी आणून द्यायची, मी त्याबद्दल तुम्हाला कधीही विचारणार नाही."

वकीलसाहेब भला माणूस आहे, असं अवधूतला आता वाटू लागलं. त्यांच्या बोलण्यावर त्याने विश्वास ठेवला. त्याच्या मनातील शंकेचे निरसन करून घेण्यासाठी अवधूत त्यांना अवंढा गिळून म्हणाला,

"वकीलसाहेब, मला एक शंका तुम्हाला विचारायची होती."

"अहो, विचारा ना."

“जमीनमालकाला न विचारता त्याच्या जमिनीत एखाद्याचं कूळ म्हणून नाव लागतं का?”

“कायद्याने जमीनमालकाची कबुली घ्यावी लागते. जमीनमालकाची संमती नसेल, तर त्या जमिनीला कूळ म्हणून नाव लागणार नाही. पण हे तुम्ही का विचारताय? तुम्हाला काही अडचण असली, तर मला सांगा— त्यातून मार्ग काढता येईल.”

“वकीलसाहेब, माझी सातविणीचा माळ म्हणून पाच एकरांची एक जमीन आहे. त्यामध्ये साग, ऐन, किंजळ इत्यादी जातींची भरपूर झाडं आहेत. त्या जमिनीतील गवत कापून नेण्यासाठी माझ्या वडिलांनी गावातील एका कुळवाड्याला परवानगी दिली होती. तो कुळवाडी आता मरून गेलाय. त्यामुळे त्या जमिनीत कूळ म्हणून नाव लागण्यासाठी त्याच्या मुलाने तहसलीदारांकडे ७० ब खाली अर्ज केलाय. मी आता त्याच कामासाठी तहसीलदारांना भेटायला आलो होतो.”

अवधूतचं बोलणं ऐकूण कानडे वकील थोडा वेळ मनात विचार करू लागले. त्यांच्या चेहऱ्यावर नाराजीच्या स्पष्ट खुणा दिसत होत्या. अवधूत त्यांच्या समोरच बसला होता. तो त्यांच्या चेहऱ्यारचे भाव त्याच्या डोळ्यांनी टिपत होता. त्यांच्या मनात काय गोंधळ नेमका सुरू आहे, हे त्याला कळत नव्हतं. अधून-मधून वकिलांच्या डोळ्यांच्या पापण्यांची होणारी उघड-झाप तो पाहत होता. दीर्घ नि:श्वास सोडून कानडे वकील त्याला गंभीर आवाजात म्हणाले.

“डॉक्टर, हल्ली फारच कठीण परिस्थिती होऊ लागलीय. कूळ नि मालक यांच्यातील दरी बरीच रुंदावत चाललीय. त्यामुळे बोगस केसेसचा भरणा वाढू लागलाय. ग्रामीण भागात एक चांगली म्हण आहे ‘चहा तिकडं न्याय’ हल्ली महसूल खात्यात सारं असं सुरू आहे. आमची काही वकीलमंडळीसुद्धा त्यात आणखी भर घालीत आहेत. कूळ कायदा बाजूला करून अधिकारी पैसे घेऊन निर्णय देतात. त्यामुळे आमच्यासारख्या कायद्याचा अभ्यास करून केसेस चालविणाऱ्या वकिलांची फार पंचाईत होऊ लागली आहे. बरं, तहसीलदारमंडळी फार शिकलेली नसतात. दहावी-अकारावी झालेले लोक पैसे दाबून खात्याची परीक्षा पास होतात नि गरीब समाजाचे शोषण करतात. अधिकाराची गुर्मी असते. त्यामुळे कायद्याचा अभ्यास करून आलेल्या आमच्यासारख्या वकिलांची त्यांना किंमत नाही. कूळ कायद्याच्या केसीसमध्ये आपल्या अशिलाच्या बाजूने निर्णय द्यावा म्हणून काही वकील मंडळीसुद्धा तहसीलदारांना त्यांच्या घरी जावून पाकिटं देतात. याचे पुरावे माझ्याकडे आहेत. मी पुराव्याशिवाय कधी बोलत नाही. आता

महसूल खात्यात एमपीएससी झालेले लोक येतात. तरुणपणी ते तहसीलदार-प्रांत झालेले असतात. पण त्यांना कामाचा अनुभव शून्य असतो. म्हणून ते केसीसच चालवीत नाहीत. काही दिवसाने तेसुद्धा या गलिच्छ व्यवस्थेचे एक भाग होऊन जातात. याचं मला फार फार दुःख होतंय. पैसा कसा खायचा, हे त्यांच्या हाताखाली काम करणारी माणसं त्यांना शिकवितात. म्हणून आयएएस व एमपीसएससी झालेल्या तरुणांकडून फार मोठ्या अपेक्षा करणं चुकीचं आहे. ज्यांना ती घाणेरडी, भ्रष्टाचारी यंत्रणा मान्य नाही, ते खड्यासारखे उचलून बाहेर फेकले जातात.''

समुद्राची अजस्र लाट जशी समुद्रात असणारी घाण किनाऱ्यावर आणून टाकते, तसं कानडे वकील गलिच्छ व्यवस्थेवर पोटतिडकीने बोलत होते. त्यांचं बोलणं ऐकून त्यांच्या समोर बसलेला अवधूत सर्द झाला होता. त्याच्या तोंडातून एकही शब्द बाहेर पडत नव्हता. ही अशी गलिच्छ, चीड आणणारी शासन यंत्रणा असल्यावर आपल्या वाडवडिलांपासून आपल्या मालकीच्या असणाऱ्या जमिनींचे काय होणार याची त्याला आता काळजी वाटू लागली होती.

अंगात उसनी ताकद आणून अवधूत अडखळतच म्हणाला,

''तहसीलदार म्हणाले की, त्या ७० ब केसची पुढच्या महिन्यात तारीख लावतो म्हणून.''

''प्रोसीजरप्रमाणे त्यांना सर्व काही करावं लागेल. कारण त्या केसवर तुमच्या विरोधात निकाल दिला गेला की तुम्ही अपील करणारच. तुम्ही त्यांच्याकडील निकालाची प्रत मागून घेणार. त्या वेळी त्यांना तुम्ही मागितलेले कागद द्यावेच लागणार.''

''परवा तहसीलदारसाहेब ती जमीन पाहून आले. दौलत गावड्याच्या घरी दारू-मटणाच्या पार्ट्या झाल्या. पोलीस पाटील आणि गावचे सरपंच त्या पार्टीला हजर होते. माझ्या कानावर नंतर त्या गोष्टी आल्या.''

''डॉक्टर, तुम्हाला सांगू का— हल्ली प्रत्येक माणूस स्वार्थी झालाय. खोती पद्धत फार जुनी झाली. त्या वेळी त्याचे फायदे रयतेला आणि राजालादेखील मिळायचे. परंतु कालौघात ते सगळं संपुष्टात आलं बघा. आजच्या दैनिक 'सागर'मध्ये एक बातमी छापून आलीय.' ती तुम्ही वाचली असेलच.''

''नाही हो. कसली बातमी छापून आलीय?'' अवधूतनं वकिलांना अधीर होऊन विचारलं.

''ती बातमी अशी आहे की, बेदखल कुळांचा प्रश्न मार्गी लागण्यासाठी येत्या २७ तारखेला जिल्हाधिकारी यांच्या कार्यालयावर जिल्ह्यातील कुणबी सेना धडक

मोर्चा काढणार आहे. या मोर्चात सर्व पक्षीय कार्यकर्ते, आमदार, खासदार सामील होणार आहेत. बेदखल कुळांचा प्रश्न जिल्ह्यात कळीचा मुद्दा बनलाय. लोकांना भडकविण्यासाठी पुढाऱ्यांना काही तरी हवं असतं, म्हणून आता सर्वच पक्षीय कार्यकर्त्यांनी बेदखल कुळांचा मुद्दा लावून धरलाय.''

''मोर्चा वगैरे काढून हा प्रश्न सुटेल, असं तुम्हाला वाटतं का?''

''डॉक्टर, मी तुम्हाला सांगू का? हा प्रश्न मार्गी लागावा म्हणून कोणत्याही पुढाऱ्याची प्रामाणिक इच्छा नाही. आता लोकसभा, विधानसभा निवडणुका येऊ घातल्यात; तेव्हा लोकांची मनं वळविण्यासाठी पुढाऱ्यांची ही असली नाटकं सुरू आहेत. मला नाही वाटत की, हा कुळांचा प्रश्न नजीकच्या काळात तरी मार्गी लागेल म्हणून. कोणताही प्रश्न मार्गी लागण्यासाठी त्यात प्रामाणिक तळमळ हवी आणि याचाच अभाव या मतलबी पुढाऱ्यांकडे आहे, असं मला आता खेदानं म्हणावं लागत आहे.''

कानडे वकिलांकडे माहितीचा खजिना आहे, हे आता अवधूतला त्यांच्याशी इतका वेळ चर्चा केल्यानंतर कळून चुकलं होतं. त्याचा त्यांच्यावर आता विश्वास बसला होता. हा माणूस भीडभाड न ठेवता रोखठोक बोलणारा आहे. त्यांच्याकडें येऊन त्याला बराच वेळ झाला होता. त्यांच्याशी चर्चा करताना वेळ कसा गेला, हे अवधूतला मुळीच कळलं नाही. त्याने मनगटावरील घड्याळात पाहिलं. दुपारचे दोन वाजून गेले होते. अजून त्याला टेलिफोनच्या कार्यालयात डिपॉझिटची रक्कम भरण्यासाठी जायचं होतं. बसलेल्या खुर्चीतून उठत तो वकीलसाहेबांचा निरोप घेत म्हणाला,

''बरंय, मी आता निघतो.''

''मी लिहून दिलेले कागद तलाठ्याकडून घेऊन या; मग पुढे काय करायचं, ते ठरवू. या तुम्ही.''

अवधूत झपझप जिना उतरून खाली आला. त्यानं मोटारसायकलला किक् मारून ती चालू केली. धुरांच्या रेषा हवेत सोडीत त्याची मोटारसायकल डांबरी सडकेवरून टेलिफोन कार्यालयाच्या दिशेने वेगाने धावू लागली.

□□□

४३.

संध्याकाळ झाली होती. उन्हं निमाली होती. मावळतीकडे झुकलेल्या सूर्याचं प्रतिबिंब जगबुडी खाडीत पाण्यावर तरंगताना दिसत होतं. खाडीतील मचूळ पाणी किनाऱ्यावरील झाडापेडांशी गुजगोष्टी करीत अरबी समुद्राच्या दिशेने संथपणे वाहत होतं. जणू किनाऱ्यावरील प्रीतीच्या गुजगोष्टी विशाल अरबी समुद्राला सांगण्याची जगबुडी खाडीला घाई झाली होती! सोनसळी उन्हात बांधावरील वाळलेली गवताची पाती नि नारळ-पोफळीची झाडं वाऱ्यासंगे डोलत होती. निळ्या आभाळाला आपलं रूप जगबुडी खाडीच्या पाण्यात पाहण्याची अनिवार इच्छा होत होती. पांढुरके, किरमिजी रंगाचे ढग एकमेकांची खोडी काढून निळ्या आकाशात उगाच इकडून तिकडे धावत होते.

खाडीच्या किनाऱ्यावर एका खडकावर भागवतसरांच्या सोबत येऊन शलाका निवांत बसली होती. रुपेरी पुळणीत चालून तिच्या पायांना रग लागली होती. पण नागव्या पायांनी चालताना तिला भारी मौज वाटली होती. गुडघ्यापर्यंत साडी वर घेऊन ती सरांच्या सोबत मस्तीत चालली होती. तेव्हा तिचे गोरे, पुष्ट पाय केळीच्या खांबाप्रमाणे दिसत होते. तिचे गोरे, पुष्ट पाय पाहून सरांची वासना क्षणभर चाळवली होती. दूरवर मच्छीमारी नौका पाण्यात तरंगताना दिसत होत्या. ते मनोहारी, विहंगम दृश्य पाहून डोळ्यांचे पारणे फिटत होते. जणू अवती-भवती असलेला निसर्गही आपलं लावण्य उलगडून दाखवीत होता.

समोरचा नयनरम्य निसर्ग पाहत सर नि:शब्द बसले होते. सरांना बोलतं कसं करावं याचा शलाका मघापासून विचार करीत होती. आज तिला सर्व गोष्टींचा सोक्षमोक्ष लावायचा होता. सरांच्या सहवासात ती कशी वाहवत गेली, हे तिला आधी कळलं नाही. त्यासाठी तिने घरातील सगळ्यांचा विरोध पत्करला होता. भागवतसरांचा आता तिच्या घरी सगळे जण राग-राग करीत होते, हे सरांच्यासुद्धा लक्षात आलं

होतं. दवाखान्याच्या उद्‌घाटनाच्या दिवशी अवधूतने सरांना जाणून-बुजून आमंत्रण दिलं नव्हतं. त्याचा केवढा राग शलाकाला आला होता. 'चूक झाली' म्हणून अवधूतने वेळ मारून नेली होती; परंतु ती चूक का झाली, हे न कळण्याइतकी शलाका दूधखुळी नव्हती. हायस्कूलमध्ये त्यांच्यापरोक्ष चर्चा होत होती. गप्पा मारण्यासाठी त्यांना आता नवीनच विषय मिळाला होता. त्यामुळे सर मनातून खट्टू झाले होते.

संध्याकाळच्या निवांत वेळी सरांना रिझवण्यासाठी शलाका त्यांना म्हणाली,

"सर, ज्या कातळावर आता आपण बसलो आहोत ना— त्या कातळावर ५०-६० वर्षांपूर्वी मुकुंद आणि वासंती येऊन बसायचे. दोघांचे एकमेकांवर जिवापाड प्रेम होतं. मुकुंद आमच्या वाड्यात दफ्तरी होता नि वासंतीसुद्धा वाड्यातच कामाला होती. ते दोघे पळून जाऊन लग्न करणार होते, परंतु नियतीला त्यांचं सुख पाहवलं नाही."

"काय झालं?" सरांनी बोलण्यासाठी तोंड उघडलं.

"वासंती कुळवाड्याची पोर होती नि मुकुंद दशग्रंथी ब्राह्मण. त्यांच्या लग्नाला जात आडवी येत होती, म्हणून ते गावातून पळून जाणार होते. त्याच्या आदल्या दिवशी मुकुंदा खाडीत पोहण्यासाठी आला नि मगरीच्या तोंडात आयता सापडला. त्याच दिवशी मुकुंदाची नि मगरीची झटापट झाली. मगरीने त्याला ओढून खोल पाण्यात नेलं. दुसऱ्या दिवशी त्याचं विद्रूप झालेलं शरीर किनाऱ्याला लागलं. त्याच्या विराहाने वासंती झुरून-झुरून मेली. मुकुंदापासून तिला दिवस गेले होते. ते दोघे आता जिवंत नाहीत, परंतु त्यांचं प्रेम अजूनही लोकांच्या स्मरणात आहे."

"फार वाईट झालं. या पाण्यात मगरी अजून आहेत?"

"होय."

"तू पाण्यात पाय सोडून बसू नकोस— पाय वर घे."

"पाण्यात पाय सोडून बसायला मला मौज वाटत्येय. छोट्या-छोट्या मासोळ्या पायाला लुचतात. त्यांचा तो स्पर्श जिवाला खूप गोड वाटतो."

"एखादी मगर आली म्हणजे—?"

"तुम्ही आहात ना मला त्याच्यापासून वाचवायला!"

"हो, मी नक्की वाचवीन तुला त्या क्रूर मगरीपासून."

"माझा तुमच्यावर पूर्ण विश्वास आहे." शलाका त्यांच्या डोळ्यांत पाहत म्हणाली.

"शलाका, तू खूप भोळी आहेस. एखाद्यावर तू चट्‌कन विश्वास टाकत्येस."

"खात्री पटली की, विश्वास टाकायला काय हरकत आहे? पण तुम्ही मला असं का विचारलंत?" शलाकाने गंभीर होऊन सरांना विचारलं.

"मी सहज तुला विचारलं."

"सहज?"

"होय, सहजच."

सर तिच्याशी बोलायचे पुन्हा अचानक थांबले. घोट्याइतक्या पाण्यात पाय सोडून शलाका त्यांच्या या विचित्र स्वभावाचा विचार करू लागली. तिचं अंतर्मन तिला सांगू लागलं की— सर कोणत्या तरी अडचणीत सापडले आहेत. ती काळजी, चिंता त्यांना स्वस्थ बसू देत नाही. सरांच्या कपाळावर नैराश्याची उमटलेली सूक्ष्म आठी तिच्या नजरेतून सुटत नव्हती. तरी ती एखाद्या अल्लड मुलीगत त्यांच्याकडे पाहत पाय हलवीत बसली होती. तिला राहवलं नाही. त्यांच्या अंतर्मनाचा तळ ढवळून काढत शलाकाने त्यांना विचारलं,

"तुम्हाला माझा राग आला असेल ना?"

"कशावरून?" सरांनी मौन सोडलं.

"दवाखान्याच्या उद्‌घाटनाला तुम्हाला निमंत्रण दिलं नाही, म्हणून?"

"मला कशाला राग येईल? मला निमंत्रण मिळेल याची मी तरी कुठे अपेक्षा केली होती? अपेक्षा केली असती, तर मग मला तुझा राग आला असता."

"त्याबद्दल मी अवधूतला विचारलंदेखील. तो म्हणाला की, माझ्याकडून ते चुकून राहिलं म्हणून. तो असं म्हणाल्यावर मी तरी त्याला काय म्हणणार? घाई-गडबड असेल तर माणूस विसरतोदेखील."

तिची सारवासारव ऐकून भागवतसर तिच्याकडे पाहत खोचकपणे हसले. त्यांच्या हसण्याने शलाका आणखीन भांबावून गेली होती. एरवी सर एकांतात भेटल्यावर नाना विषय काढून बडबड करीत असत. कधी कोट्या करून तिला पोट धरून हसायला भाग पाडत. त्यांच्या सहवासात शलाकाचा वेळ कसा जायचा, हे तिचं तिलाच कधी कळायचं नाही. ती तिच्या नशिबावर जाम खूश होती. भागवतसरांच्या सहवासात तिचं आयुष्य पार बदलून गेलं होतं. पिसासारखी ती हवेतच तरंगत राह्यची. परंतु हल्ली-हल्ली तिच्या परम सुखाला कुणाची तरी वाईट नजर लागली होती. सर तिच्याशी पहिल्याप्रमाणे घडाघडा बोलत नव्हते. शून्यात नजर लावून बसत. कधी कधी ते काय बोलतात याचंसुद्धा त्यांना भान

नसायचं. त्यांच्या या बदललेल्या विचित्र स्वभावाने शलाका काळजीत पडली होती. त्यांच्या मनातील सल त्यांनी तिला कधीच बोलून दाखविला नव्हता. वर्गातसुद्धा त्यांचं लक्ष नसायचं. देसाईसरांनी दोन-तीन वेळा त्यांना स्टाफरूममध्ये बोलावून घेऊन समज दिली होती.

"सर, संध्याकाळचं एवढं प्रसन्न वातावरण आहे. डोळ्यांसमोर सुंदर निसर्ग आहे नि हवादेखील आल्हाहदायक आहे; तरी तुम्ही एवढे उदास-उदास का? तुम्हाला बरं वाटत नाही का?" शलाकाने सरांना स्पष्टपणे विचारलं.

तिचा प्रश्न ऐकून भागवतसर थोडे गडबडले नि स्वत:ला सावरत ते घोगऱ्या आवाजात म्हणाले,

"तसं काही नाही... माझी तब्येत ठीक आहे."

"तरीसुद्धा---"

"म्हणजे?"

"मला काय विचारायचंय, ते तुमच्या ध्यानात आलं असेल."

"माझ्या काहीच ध्यानात आलं नाही—?"

"खरं?"

"हो, अगदी खरं."

"सर, माझी पूर्ण खात्री झालीय की, तुम्ही माझ्याशी खोटं बोलताय." सरांना खिंडीत पकडीत शलाका म्हणाली.

"मी कशाला खोटं बोलू? आँऽऽ"

"तुमचा चेहराच मला तसं सांगतोय."

"तू काय मनकवडी आहेस का?"

"सर, माणसाचा चेहरा वाचला की, त्याच्या मनातील भाव-भावना कळायला वेळ लागत नाही."

"माझा त्यावर मुळीच विश्वास नाही बघ."

"मग तुम्ही त्याला अपवाद असाल, असं मला म्हणावं लागेल."

"हवं तर तू तसं म्हण."

भागवतसर तिचं तोंड चुकवून समोरच्या फेसाळणाऱ्या लाटांकडे एखाद्या लहान मुलाप्रमाणे पाहू लागले. लाट येत होती नि किनाऱ्यावर रिती होऊन पुन्हा खाडीत अदृश्य होत होती. सरांना वाटत होतं की— माणसांचं जीवनसुद्धा खाडीतील या धवल लाटांप्रमाणेच आहे. किनाऱ्यावर लाट फुटली की, तिथे तिचा मागमूससुद्धा राहत नाही. माणूस मृत्यू पावला की, त्याचं या जगाशी असलेलं

नातं संपुष्टात येतं. आठवणींची धार बोथट झाल्यावर तो विस्मृतीत जातो. मग उगाच एखाद्या गोष्टीत कशाला गुंतून राह्यचं? हा जन्म पुन्हा मिळणार आहे का?

सर मनातलं काहीही बोलत नव्हते. त्यामुळे शलाकाचीसुद्धा पंचाईत झाली होती. भूतकाळ विसरून ती त्यांच्याबरोबर भविष्यकाळातील स्वप्नं पाहत होती. 'आपण लग्न करू या—' म्हणून सरांनी तिच्या ओठांचं दीर्घ चुंबन घेऊन वचन दिलं होतं; परंतु त्या वचनाचा सरांना राजा दुष्यंताप्रमाणे विसर पडला की काय, अशी आता तिच्या मनात त्यांच्याबद्दल शंका निर्माण झाली होती. राजगादी मिळाल्यावर राजा दुष्यंत आपल्यावर जिवापाड प्रेम करणाऱ्या शकुंतलेला विसरून गेला होता. प्रेमाची भेट म्हणून तिला दिलेल्या सोन्याच्या अंगठीचासुद्धा राजाला विसर पडला होता. शकुंतला मात्र त्या राजासाठी वेडीपिशी झाली होती. जशी मीरा श्रीकृष्णासाठी झाली होती, तशी. या पृथ्वीवर अजूनपर्यंत मनुष्यप्राणी जिवंत आहे त्याचं कारण म्हणजे, या पृथ्वीवर अजूनही स्त्री-पुरुषाचं एकमेकांवरील प्रेम अबाधित आहे. ज्या दिवशी त्या प्रेमाला तडा जाईल, त्या दिवशी ही पृथ्वी नामशेष होईल— यात तिळमात्र शंका नाही, असंही तिला वाटत होतं. सरांचा गेलेला मूड परत कसा आणावा, या विवंचनेत ती आता सापडली होती.

सरांचा अलगद हात हातात घेऊन शलाकाने त्यांना किनऱ्या आवाजात विचारलं,

"आपण लग्न कधी करायचं? मागे तुम्ही मला तसं वचन दिलं होतं; आठवतंय तुम्हाला?"

तिचा प्रश्न ऐकून सर गडबडले नि म्हणाले,

"हो— हो, मी वचन दिलं होतं... आठवतंय मला."

"नुसतं तोंडी वचन दिलंत; पुढे---"

"म्हणजे?" सरांनी तिच्या डोळ्यांत पाहत विचारलं.

"आपण लग्न कधी करायचं, असं मला तुम्हाला विचारायचं होतं."

"करू लग्न. घाई कशाला करायची? मी काय तुला सोडून थोडाच पळून जाणार आहे? माझी नोकरी इथं आहे." सर तिची समजूत घालीत म्हणाले.

"गेले सहा महिने मी तुमच्या तोंडातून हेच ऐकत्येय. लोक गावात चर्चा करायला लागलेत. त्यांच्या त्या विचित्र नजरा मला सहन होत नाहीत."

'धरलं तर चावतंय नि सोडलं तर पळतंय' अशी विचित्र अवस्था भागवतसरांची झाली होती. लग्नाबद्दल ते तिला गेले सहा महिने टोलवत होते. मागे एकदा दोघे कराडला गेले होते. दोन दिवस एका लॉजमध्ये राहिले होते. त्या

वेळीसुद्धा शलाकाने त्यांच्याकडे लग्नाचा विषय काढला होता. त्या वेळीसुद्धा सरांनी वेळ मारून नेण्यासाठी तिला थातुर-मातुर सांगून गप्प केलं होतं.

सरांनी तिचं बोलणं ऐकूनसुद्धा न ऐकल्यागत केलं नि ते खोल पाण्यात उगाच खडे मारू लागले. त्याचा 'डुबुक्' असा गोड आवाज कानावर पडत होता. त्या आवाजाने निम्म्या मासोळ्या पाण्यात भीतीने इकडे-तिकडे धावत सुटत. सर आपल्या प्रश्नाचं उत्तर देत नाहीत, हे शलाकाच्या एव्हाना ध्यानात आलं होतं. तिने पुन्हा त्याच प्रश्नावर जोर देत त्यांना आवाज मोठा करून विचारलं,

"सरऽऽ मी तुम्हाला काय विचारत्येय, ते तुम्हाला ऐकू आलं नाही का?"

"होय, मला ऐकू आलं ना!"

"मग कधी करायचं आपण लग्न? तुमचा स्वभाव मला आवडला म्हणून मी तुमच्या प्रेमात पडले. तुमची कसलीही मी चौकशी केली नाही. तुमचं गाव कोणतं, तुमचं लग्न झालं आहे का, तुम्हाला किती मुलं आहेत, तुमचं नि तुमच्या पत्नीचं पटतं का— हे प्रश्न मी तुम्हाला विचारले नाहीत नि तुम्हीसुद्धा मला कधी सांगितलं नाहीत. मला आधार हवा होता, म्हणून मी तुमच्याजवळ आले; निव्वळ तुमच्याकडून शरीरसुख घेण्यासाठी मी तुम्हाला कधीही जवळ केलं नसतं. मी एका मोठ्या घराण्यातील मुलगी आहे. माझे वडील या गावचे खोत; तरीसुद्धा मी तुमच्याकडे लोकचुंबकाप्रमाणे आकर्षित झाले. याचं कारण मला तुमचा साधा-भोळा स्वभाव आवडला. यात माझी चूक आहे, असं मला तरी मुळीच वाटत नाही."

शलाकाचं बोलणं ऐकून सर मनातून अस्वस्थ झाले. चक्रव्यूहात सापडलेल्या अभिमन्यूप्रमाणे त्यांची गत झाली होती. तिच्या तावडीतून सुटका करून घेण्यासाठी भागवतसर कसनुसा चेहरा करीत तिला विव्हळत म्हणाले, "शलाकाऽ माझी तब्येत बिघडलीय... मला कसं तरी होतंय. चल, जाऊ या." शलाका बसल्या जागेवरून झट्कन उठली नि आधार देत तिने त्यांना उठविले. भागवतसर शलाकाचा आधार घेत तांबडी पाऊलवाट तुडवू लागले. शलाकाच्या मनातील प्रश्न अनुत्तरितच राहिले होते.

❑❑❑

४४.

सूर्याचा मृग नक्षत्रात प्रवेश होऊन एक आठवडा उलटून गेला होता. त्याचं वाहन उंदीर होतं. काळ्याकुट्ट ढगांनी आभाळ भरून गेलं होतं. त्यामुळे दिवस आहे की रात्र, हे झट्‌कन कळून येत नव्हतं. आभाळात ढोल-ताशे वाजत होते. त्या आवाजाने कानठळ्या बसत होत्या. विजा चमकून पावसाची संततधार सुरू झाल्यावर जिवाचा नुसता थरकाप उडून जायचा. पाऊस वेडा होऊन धरणीला झोडपून काढीत होता. जणू तो पृथ्वीवर कलिकाळाचं रूप घेऊन आला होता. आभाळात ढगांचा गडगडाट झाल्यावर असं वाटायचं की, तो ढग विकट हसत आहे नि माणसाला वाकुल्या दाखवून स्वत:ची करमणूक करून घेत आहे. वाऱ्याच्या डोळ्यांत रक्त उतरल्यामुळे तो नुसता वेड्यागत धावत सुटला होता. त्याला अडविण्याचं धाडस सह्याद्रीच्या उंच डोंगरांनासुद्धा होत नव्हतं. त्याच्या तावडीत सापडलेली झाडं उन्मळून पडत होती. पाखरं घरट्यांत लपून बसली होती नि जंगली प्राणी गुहेत आसऱ्याला भीतीने थरथर कापत बसले होते. काळ्यामिट्ट ढगाआड सूर्याने तोंड लपविल्यामुळे दाही दिशांना अंधारून आलं होतं. पावसाच्या संततधारेत पृथ्वी आणि आभाळ अदृश्य झाल्यागत वाटत होतं. डोळ्यांपुढे फक्त सरीवर सरी कोसळत असलेल्या दिसत होत्या.

गावातील शेतकऱ्यांची शेतीच्या कामाची धांदल सुरू होती. पेरण्या होऊन दहा-बारा दिवस झाले होते. पेरण्या होताना पाऊस थोडा-थोडा पडत होता; आता तो आभाळातून वेड्यागत कोसळत होता. पेरण्या झाल्यावर तो तेव्हा असा पडला असता, तर पेरण्या वाया गेल्या असत्या. भाताचं बियाणं पाण्याबरोबर वाहून जगबुडी खाडीत जाऊन पडलं असतं. आता रुजवा होऊन भाताची रोपं तरारून वाढली होती. त्यामुळे शेतकऱ्यांना पडणाऱ्या पावसाची काळजी वाटत होती. शेता-शेतात बैलाचा नांगर फिरत होता. शेतकऱ्याला

आता श्वास घ्यायलासुद्धा फुरसत नव्हती. चिखलातून बैल फिरत होते. भाताची रोपं खाऊ नयेत, म्हणून शेतकऱ्यांनी त्यांच्या मुसक्या बांधल्या होत्या. गावातील घरं शेताच्या कामाच्या धबडग्यात ओस पडली होती. म्हातारी-कोतारी माणसं घराची राखण करीत होती. पडणाऱ्या पावसातही शेताची कामं करायला लोकांना आता स्फुरण चढलं होतं. शेतातील पाण्यात असणारी बेडकं 'डरावऽऽ डरावऽऽ' करीत भेसूर ओरडत होती. एरवी शेताच्या बांधात बिळं काढून लपून बसलेली अन् करवतीच्या पातीसारखी नांग्या असणारी खेकडी आता बिळाच्या तोंडाजवळ येऊन भक्ष्य शोधीत होती. माणसांची पायचल लागल्यावर तंगडीत शेपूट घालून पुन्हा बिळात जाऊन लपून बसत होती. पाखरं ओले पंख घरट्यात सुकवत बसली होती. थंडीने नि पडणाऱ्या पावसाने त्यांच्या इवलासा जीव घाबरा-घुबरा होऊन गेला होता. शेतात चिखलाच्या पाण्यात नांगर ओढताना जाड कातडीची बैलंसुद्धा थंडीने कुडकुडत होती. तळपत्या बिजलीचा नंगा नाच आभाळात सुरू होता.

खलाटीच्या शेतात दौलत भातलावणी करीत होता. पावसाच्या माऱ्यात बैलांचा नांगर हाकताना त्याला स्फुरण चढलं होतं. गुडघाभर चिखलातून त्याची बैलं ताकदीनिशी नांगर ओढत होती. दौलतने त्यांच्या अंगाला मेणकापड गुंडाळलं होतं. त्याच्या हातात निगडीचा ओला फोक होता. त्याने तोंडात तंबाखूचा तोबरा भरला होता. चिखलात पचापचा थुंकत तो बैलांच्या अंगावर ओल्या शिमटीचे वळ उठवीत घोगऱ्या आवाजात 'हैक ऽऽ हैक ऽऽ' करीत होता नि मधेच तो त्यांना चुचकारायचा. आभाळ गळतच होतं.

सावित्री वाडीतील साताठ बायकांच्या सोबत नांगरलेल्या चिखलात भाताची रोपं लावीत होती. सगळ्या बायका एका ओळीत कंबर वाकवीत भातलावणी करीत होत्या. शेताच्या बांधावर भाताचं आवन पडलं होतं. डाव्या मुठीत आवन घेऊन उजव्या हाताच्या अंगठ्याने त्या नांगरलेल्या चिखलात भाताची रोपं भरभर लावीत होत्या. त्यांचं काम यंत्रागत चालू होतं. बायकांनीसुद्धा अंग भिजू नये म्हणून त्यांच्या अंगाला बाजारातील मेणकापड गुंडाळलं होतं. इरली इतिहासजमा झाली होती; त्यापेक्षा अंगाला मेणकापड गुंडाळून भरभर काम करता येत होतं.

भात लावता-लावता काश्या भुवडाची बायको राधी सावित्रीकडे पाहत हसत-हसत म्हणाली.

"साईत्रा, कुनी तरी भलरी म्हणा; त्याबिगर भात लावायला जोर यायचा न्हाय बग!"

"राधे, मी भलरी का येकटीनं म्हनू?"

"आमी बाया हाव ना! तू म्हणलीस तर आमी बी म्हणू की. काय गो बायानूं, म्हणाल ना भलरी?"

"व्हय व्हय, व्हऊन जाऊ दे दणका!" सगळ्या बायका एका सुरात म्हणाल्या.

सावित्रीने आणखी आढेवेढे घेतले नाहीत. त्यामुळे तिचं काम आणखी लवकर होणार होतं. दौलत नांगर हाकताना तिच्याकडे कौतुकमिश्रित डोळ्यांनी पाहत होता. त्यालासुद्धा आज आपल्या बायकोचा गाताना आवाज ऐकायचा होता. त्याच्या डोळ्यांतील इशारा सावित्रीच्या चट्कन ध्यानात आला.

उजव्या हाताच्या अंगठ्याने भाताची रोपं रबरबीत चिखलात लावून झाल्यावर सावित्रा घसा खाकरून गोड गळ्याने भलरी म्हणू लागली.

"चाफा चंदन दोगी शेजला, हो शेजला
जोडवी घे ना माझ्या बंधवा रे, माझ्या बंधवाऽ
त्या जोडव्याचा झोक गेला बाजूला, हो बाजूला
चाफा चंदन दोगी शेजला हो, शेजला ॥ १ ॥
साखळ्या घे माझ्या बंधवा, रे बंधवा
त्या साखळ्याचा झोक गेला बाजूला, हो बाजूला
चाफा चंदन दोगी शेजला, हो शेजला ॥ २ ॥
हार घे माझ्या बंधवा रे, माझ्या बंधवा
त्या हाराचा झोक गेला बाजूला, हो बाजूला
चाफा चंदन दोगी शेजला, हो शेजला ॥ ३ ॥"

सावित्रीने छान भलरी म्हटली. आता भलरी म्हणायची बारी राधाची होती. ती संधीची वाटच पाहत होती. घसा खाकरून तिने लगेच भलरी म्हणायला सुरुवात केली—

"अवं कारभारी, तुमी खुशाल बसा घरा, मी जाते माज्या म्हायेरा
येवडं कवळ तोडून दे गं नि मग जा तू तुज्या म्हायेरा ॥ १ ॥
अवं कारभारी, तुमी खुशाल बसा घरा, मी जाते माझ्या म्हायेरा
येवडा भात तू मला लावून दे गं नि मग जा तू तुज्या म्हायेरा ॥ २ ॥
अवं कारभारी, तुमी खुशाल बसा घरा, मी जाते माज्या म्हायेरा
येवडा भात तू मला घरटून दे गं नि मग जा तू तुज्या म्हायेरा ॥ ३ ॥..."

खलाटीच्या शेतात बायकांनी जणू भलरी म्हणण्याची स्पर्धाच लावली होती. त्यामुळे लावणी करताना त्यांना आणखी मौज वाटत होती. आभाळातून

गळणारा पाऊस बेंडबाजा वाजवून त्यांना साथ करीत होता. त्यामुळे गाणाऱ्या बायकांना आणखी चेव आला.

सावित्रा शेवंताला ओरडून म्हणाली—

"गो शेवंत्येऽऽ तू बी एकुंदी भलरी म्हण की—"

"व्हय, म्हणत्ये की! ऐका समदी जनं." शेवंता हसत म्हणाली.

शेवंता गोड गळ्याने भलरी म्हणू लागली—

"वरच्या आळी दोन बावी
पाण्याला कशी मी जाऊ गं?
तिकडनं आला धनगर मामा
त्याला मी बाई किती लाजू गं ॥ १ ॥
वरच्या आळी दो बावी
पाण्याला कशी मी जाऊ गं?
तिकडनं आला कुळवाडी मामा
त्याला मी बाई किती लाजू गं? ॥ २ ॥
वरच्या आळी दोन बावी
पाण्याला मी कशी जाऊ गं?
तिकडनं आला कातकरी मामा
त्याला मी बाई किती लाजू गं? ॥ ३ ॥..."

आता बारी पुन्हा सावित्राची आली होती. भर पावसात तिला भलरी गीत म्हणायला जोर चढला होता. गोड गळ्याने सावित्रा पुन्हा गाऊ लागली—

"ऊठ ऊठ बामणा, अंगोळी कर ना
अंगोळी करताना देखिला मासा
काढिला जानवा, टाकिला फासा
गोड, गोड लागला मळ्याचा मासा ॥ १ ॥
ऊठ ऊठ बामणा, अंगोळी कर ना
अंगोळी करताना देखिला मासा
काढिला जानवा, टाकिला फासा
गोड गोड लागला सुतेरीचा मासा ॥ २ ॥
ऊठ ऊठ बामणा, अंगोळी कर ना
अंगोळी करताना देखिला मासा
काढिला जानवा, टाकिला फासा

गोड गोड लागला खवलीचा मासा ॥ ३ ॥''

आभाळात तडतड ताशा वाजत होता नि इकडे सावित्रीचा आवाज अगदी टिपेला पोचला होता. भलरीच्या नादात बायका कंबरा वाकवून रोपं भरभर लावीत होत्या. राधा तिची बारी येण्याचीच वाट पाहत होती. तिला सावित्राने इशारा केल्यावर राधा मोठ्या आवाजात भलरी म्हणू लागली—

''रायबायचा गो डोंगरी वाडा
भल्लोरी भल्लोरी दादा
आणि सुटला धकंडी वारा
भल्लोरीऽऽ भल्लोरी दादाऽ
आला हा गवंडी दादा
भल्लोरीऽऽ भल्लोरीऽऽ दादाऽ
त्यानं लाविल्या भाताच्या रांगा
भल्लोरीऽऽ भल्लोरीऽ दादाऽ ॥ १ ॥
आला हा कुंभार दादा
भल्लोरीऽऽ भल्लोरी दादाऽ
त्यानं लाविला नारळाच्या बागा
भल्लोरीऽऽ भल्लोरी दादाऽ ॥ २ ॥
आला हा गवळी दादा
भल्लोरीऽऽ भल्लोरी दादाऽ
त्यानं लाविल्या सुपारीच्या बागा
भल्लोरीऽऽ भल्लोरी दादाऽ ॥ ३ ॥...''

राधा भलरी म्हणायची थांबल्यावर शेवंताने क्षणाचीही उसंत न घेता म्हणायला सुरुवात केली—

''सखू तुजी उच बंगल्याची माडी होऽ उच बंगल्याची माडीऽऽ
सखू खेलते माडीवरी होऽ खेलते माडीवरीऽऽ
सखू बाहिर कोण गं पावणी हुबी, कोण गं पावणी हुबीऽऽ
अवं ते आलेत गाझे बाबा, ते आलेत गाझे बाबाऽऽ
सखू काय घेवूनी ते आलेत गं, काय घेवूनी आलेतऽऽ
त्यांनी आणली हो मला साडी, आणली हो साडीऽ ॥ १ ॥
सखू तुजी उच बंगल्याची माडीऽऽ हो उच बंगल्याची माडीऽऽ
सखू खेलते माडीवरी होऽऽ हो खेलते माडीवरीऽऽ

सखू बाहिर कोण गं पावणी हुबीऽऽ कोण गं पावणी हुबीऽऽ
अवं ते आलेत माझे बंधूऽऽ ते आलेत माझे बंधूऽऽ
सखू काय घेऊनी ते आलेत गंऽऽ काय घेवूनी आलेतऽऽ
त्यांनी आणल्या हो मला साखळ्याऽऽ हो आणल्या मला साखळ्याऽऽ ।।२।।...''

जेवणाची सुट्टी होईपर्यंत बायका भलरी म्हणायच्या काही केल्या थांबेना. पावसाची त्यांना साथ असल्याने भातलावणीच्या कामाला चांगला वेग आला होता. शेता-शेतात कंठ फुटला होता. जणू सगळी शेतं जिवंत होऊन गात होती. लावलेल्या भाताच्या रांगा पाहून दौलत मनातून हरखून गेला होता. भर पावसात शेतामध्ये नांगराचे बैल उभे करून तो बांधावर दुपारची भाकरी खायला आला. चिखलाचे हात व्हाळात धुतले. तोपर्यंत बायकासुद्धा जेवणासाठी शेताच्या बांधावर गोळा झाल्या होत्या. सावित्राची म्हातारी सासू जेवण घेऊन शेतात आली होती. शेतात राबून सगळ्यांना कडकडीत भुका लागल्या होत्या. म्हातारीने प्रत्येकाच्या हातात भाकर देऊन त्यावर चटणी-मीठ टाकून केलेली भाजी ठेवली. अंगावर पावसाच्या पडणाऱ्या धारा झेलीत बायका तोंडात घास कोंबू लागल्या,

तोंडात भाकरीचा घास कोंबीत दौलत सावित्रीला म्हणाला,

"साईत्रा, येवडा चोंडा आजला भात लावून व्हायला पाह्यजे बग.''

"न व्हायला काय झालं?''

"आवान पुरंल न्हवं?''

"म्वॉप आवान हाय अजून बांधावं.'' सावित्रा म्हणाली.

"बायकांनी सकाळपासून म्वॉप कामं केली.''

"अवं, भलरीच्या नादात कशी भातलावणी होती, हे बी कळत न्हाय बगा.'' सावित्र त्याच्याकडे पाहत म्हणाली.

"उंद्याच्याला आपल्या घराजवळच्या चोंढ्यात भात लावू.''

"अजून आपला भात लावून व्हायला चार-पाच दिस तरी लागतील.''

"आपलं झालं की दुसऱ्याला बी आपल्याला भात लावायला जायला पाह्यजे.'' दौलत म्हणाला.

"व्हय तर! न जाऊन कसं जमंल? येकामेकाची या कामाला मदत घेतली पाह्यजे.'' त्याचीच री ओढत सावित्रा म्हणाली.

भाकरी खाता-खाता दोघं नवरा-बायको शेतीच्या कामाची आपसात चर्चा करीत होती. कधी एकदा भातलावणीचं काम पूर्ण होतंय, असं त्याला वाटत होतं.

पोटात भर टाकून बायका कलकल करीत पुन्हा भातलावणीसाठी चोंढ्यातील चिखलात उतरल्या. त्यांनी मांड्यापर्यंत साड्या ओढून घेतल्या होती. शेताच्या बांधावर दौलत एकटाच कामकरी बायकांकडे पाहात उभा होता. त्याने तळहातावर तंबाखू घेऊन त्यावर नखानं पांढरा शुभ्र कळीचा चुना लावला नि तो सावकाश तंबाखू मळू लागला. त्याचे नांगराचे बैल पावसात उभे राहून विश्रांती घेत होते. सकाळपासून त्या बैलांनी चिखलात नांगर ओढला होता. ते खूप दमले होते. आता त्यांना संध्याकाळ झाल्याशिवाय विश्रांती मिळणार नव्हती. दौलतची नजर आता त्या बैलांवर स्थिरावली होती. मळलेली तंबाखूची गोळी त्याने दाढेखाली अलगद ठेवली नि तो बांधावर पचापचा थुंकला. एकदा त्याने मान वर करून गळणाऱ्या आभाळाकडे उगाच पाहिलं. दहा दिशांना आभाळ गळत होतं. त्यामुळे त्याला मनातून खुशी झाली होती. भातलावणीला पाऊस पडावा लागतो. नंतर तो पुढे कमी पडला तरी शेतीची नुकसानी होत नाही, हा त्याचा आजवरचा अनुभव होता. दौलत पावसाला मनात म्हणाला, 'तुला जेवडं पडायचं तेवडं पड बाबा, पर कुणाची नुकसानी मातूर करू नकूस. कुणाचा जीव घेऊ नकूस. त्याची तेवडी तू काळजी घे. मंग खुशाल धरणीला झोडीप. तुला कोण काय बोलणार न्हाय.'

गळणाऱ्या आभाळाकडे खुळ्यागत पाहत दौलत हसत होता. दोन्ही तळवे एकमेकांवर घासून दौलत पुन्हा लाल चिखलात उतरला नि त्याने बैलाचा कासरा हातात घेतला. पोटात भर टाकल्यामुळे त्याला थोडं अवसान आलं होतं. बैलाच्या अंगावर शिमटी ओढून त्याने त्याच्या कामाला पुन्हा सुरुवात केली. इतक्यात शेताचे बांध तुडवीत कुणी तरी त्याच्या दिशेने येत असलेले त्याला दिसले. नांगर थांबवून तो त्या अस्पष्ट व्यक्तीकडे डोळे विस्फारून पाहू लागला. ती व्यक्ती झपझप पावलं टाकीत येत होती. ती व्यक्ती जवळ आल्यावर त्याने त्याला लगेच ओळखलं. तो गावचा कोतवाल सख्या चांदीवडे होता. शेताच्या बांधावरून तो उड्या मारीत आल्याने तो त्याच्यावर वैतागला होता. थोड्याच वेळात तो दौलतच्या शेताजवळ आला नि बांधावर उभा राहून तो त्याला मोठ्या आवाजात म्हणाला,

"ए दौलतऽऽ तुला तलाठीभाऊंनी बोलावलंय."

"सख्या, का रं बोलावलंय?"

"त्ये मला काय ठाव न्हाय. तू त्यास्नी हाफीसात येऊन इच्यार."

"आरं, भातलावणीच्या कामाची लई धांदल हाय. उंद्या-परवा यिऊन जमायचं न्हाय का रं?"

"आत्ताच्या आत्ता त्यांनी तुला बोलावलंय. निकडीची काम हाय. तू येणार हाईस का न्हाय, तेवढं मला सांग. उगं मामलेदारावानी मला प्रश्न इचारू नकूस." सख्या त्याला वैतागून बोलला.

"सख्या, वाड्यात नांगराचं बैल बांदून येतू म्हनून भाऊंना सांग."

"लई येळ लावू नकूस."

"आरं जरा, येळ हुणार बग. कापडं तर बदलायला पाह्यजे? का या अवतारात हाफीसात यिऊ?" दौलत कोतवालाला हसत-हसत म्हणाला.

"मी जातू म्होरं, तू बिगीनं ये. मी तलाठीभाऊंना तसं जाऊन सांगतू." कोतवाल मागे फिरून चालायला लागला.

"लगीच येतू. तुला त्याची काळजी नकू." दौलत हसून म्हणाला.

कोतवाल दिसेनासा झाल्यावर दौलतने नांगर सोडून बैलांना मोकळं केलं. नांगर बांधावर ठेवून तो त्याच्या बायकोला म्हणाला,

"साईत्रा, मना तलाठ्यानं बोलावलय. मी जातू. तुमी येवढा चोंढा सांजपावोत पुरा करा."

◆

दौलत बैलं घेऊन रस्त्यानं घराच्या दिशेनं चालू लागला. चालताना तो विचार करू लागला. कशाला बरं मला तलाठ्यानं निकडीनं निरोप धाडून बोलावलं असेल? सातविणीच्या माळावर माझं नाव कूळ म्हणून लागलं की नाही? गेल्याच महिन्यात त्या जमिनीची तारीख मामलेदारांच्या समोर झाली. अवधूत खोतसुद्धा तारखेला हजर होता. नंतर तलाठ्याला घेऊन आपण मामलेदाराला कबूल केलेले पैसे त्यांच्या घरी देऊन आलो. साहेबांनी काम करतो, म्हणून आपल्याला आश्वासन दिलं होतं. त्यांना घेतलेल्या पैशाची आठवण राहील ना? सरकारी अधिकाऱ्यांवर कुणी विश्वास ठेवावा? उद्या ते पैसे घेऊन नाहीसुद्धा म्हणतील! साहेबांचे पैसे द्यायला घरातील कणगीत ठेवलेला भात विकला, सावकाराकडनं व्याजानं पैसे काढले. का, तर सातविणीच्या माळावरील जमिनीला आपलं नाव कूळ म्हणून लागेल यासाठी. तलाठी, सर्कल यांनासुद्धा खूश करायला पाहिजे, नाही तर ते कधीही आपल्याला अडचणीत आणू शकतात. एक ना अनेक प्रश्न दौलतच्या डोक्यात गोंधळ घालीत होते. केळीचं पान उलगडावं तसे एकेक विचार त्याच्या मनात येत होते.

गुरांचा गोठा जवळ आला तसं दौलतने बैलांना गोठ्यात बांधलं. घरात जाऊन हात-पाय-तोंड धुतलं. धुतलेले कपडे घालून तो अनवाणी पायाने तलाठी

कार्यालयाच्या दिशेने झपझप पावलं टाकीत चालू लागला. जाधव तलाठी त्याची वाटच बघत होता. तलाठी कार्यालयात शिरल्यावर दौलत जाधव तलाठ्याला नमस्कार करीत म्हणाला,

"नमस्कार तलाठीभाऊ."

"नमस्कार. बसा गावडे."

"अगदी तातडीनं निरूप दिलाय?" बाकड्यावर बूड टेकत दौलत म्हणाला.

"गावडे, तुम्ही आधी पेढे द्या बघू."

"कशाबद्दल, ते सांगा बगू."

"अहो, तुम्ही केस जिंकलीत. रावसाहेबांनी तुमचं नाव सातविणीच्या माळावर कूळ म्हणून लागण्यासाठी तुमच्या बाजूने निर्णय दिलाय. हे पाहा ते ३२ एमचं सर्टिफिकेट. आता तुम्हाला कसली भीती नाही. तुम्ही ती जमीन कसताय, त्याचा हा सरकारी पुरावा. आहात कुठे तुम्ही!"

तलाठ्याचं बोलणं ऐकून दौलत एकदम खूश झाला. दोन्ही हात जोडून नि डोळे मिटून तो तोंडातल्या तोंडात पुटपुटला, "झोलाई माय, तू पावलीस गो मला! तुला मी कधी इसरणार न्हाय. तुजी मी खणा-नारोळानं वटी भरीन. अशीच तुज्या अजान लेकरावं मायेची सावली धर."

दौलत मनात म्हणाला की, मामलेदारांला पैसे दिले— पण आपलं काम सोळा आणे झाले. आता अवधूत खोताला म्हणावं, बस बोंबलत. गोरगरिबांच्या जमिनी लुबाडून हे खोत माजले. त्यांचा माज माझ्यासारख्याने अशीच उतरायला हवा.

जाधव तलाठ्याकडे कृतज्ञपणे पाहात दौलत घोगऱ्या आवाजात म्हणाला,

"जाधवभाऊ, तुमचे माज्यावं म्वॉप उपकार झाले बगा. मी कधीच तुमाला इसरणार न्हाय."

"माझी नि सर्कलची चहापाणी कधी देताय?"

"दीन. तुमी घाबरू नका. मी तुम्हाला फशीवणार न्हाय."

"आम्ही दोघांनी साहेबांना सांगितलं, म्हणून त्यांनी तुमचं काम करून दिलं... नाही तर त्यांनी कधीच मनावर घेतलं नसतं. अहो, नुसतं त्या जगिनीत कवळ तोडलं नि गुरांना चारा कापून नेला म्हणजे वहिवाट होत नाही. तुम्ही गरीब आहात, म्हणून साहेबांना तुमची दया आली."

"मला त्ये ठाव हाय. माजं काम जोखमीचं हाय. साहेबांनी ती जोखीम पत्करून माजं काम करून दिलंय. त्यांचं पाय धुऊन पानी पिलं तरी माज्याकडून

त्यांचं उपकार कंधी फिटणार न्हाय. त्यांस्नी मी कधीच इसरणार न्हाय.''

''या सर्टिफिकेटप्रमाणे मला सहा नंबरच्या रजिस्टरला नोंद घेऊन त्यावर सर्कलची सही घ्यावी लागेल, मग तुमचं नाव ७।१२ ला कूळ म्हणून लागेल.''

''तलाठीभाऊ, मी तुमास्नी इसरनार न्हाय. त्यो खोत आनकी काय तरी घोटाळा करील. त्याच्या आधी तुमी माझं नाव त्या जमिनीत कूळ म्हणून लावा— मी तुमास्नी दोनी हात जोडतू.''

''पैशाचं काय? फुकट काम करायचं का? चव्हाणसाहेबांना त्यांच्या घरी जाऊन तुम्ही पाकीट दिलंत.'' तलाठ्याने लगेच त्याला आठवण करून दिली.

''करतू काय तरी येवस्था.''

''लवकर करा.''

''तीन-चार रोज तरी लागतील.''

''त्याच्या आत झालं तर बघा. सर्कलला मला निरोप देऊन बोलावून घ्यावं लागेल. पैसे दिल्याशिवाय ते कागदावर सही करणार नाहीत.''

''सर्कल आले की, मला कोतवालाकडून सांगावा धाडा— म्हंजी मी त्यास्नी भेटतू.''

''ठिकाय. या तुम्ही.'' तलाठी जाधव त्याच्या कामात डोकं घालत म्हणाला.

''येतु.'' दौलत तलाठी कार्यालयाच्या बाहेर पडला.

मोराच्या सप्तरंगी पिसाप्रमाणे दौलत हवेत तरंगत घरी आला. सावित्रा भातलावणी करून नुकतीच घरात येऊन तिने चूल पेटविली होती. त्याला समोर पाहून सावित्राने त्याला विचारलं,

''कशाला वं तलाठ्यानं तुमाला हाफीसात बलिवलं व्हतं?''

''साईत्रा, बामण हरला... कुळवाडी जिंकला!''

''म्हंजी वं?'' सावित्राच्या रापलेल्या चेहऱ्यावर प्रश्नचिन्ह निर्माण झालं होतं.

''म्हंजी, आपुन जिंकलाव. सातविणीच्या माळावर कूळ म्हनून आपलं नाव ७।१२ ला लागण्यासाठी मामलेदारानं तलाठ्याला त्यांच्या सहीचा कागूद दिलाय. म्हून जाधव तलाठ्यानं मला लगीच निरूप धाडला व्हता. पैसं गेलं, पर काम झालं बग.''

''बाई माजी झोलाईदेवी पावली गोऽऽ तिचीच किरपा म्हणायची!''

दोन्ही हातांत लुगड्याचा पदर घेऊन बसल्या जागेवर देवीला नमस्कार

करीत सावित्रा म्हणाली.

"साईत्रा—"

"का वं धनी?"

"साकार हाय का घरात?"

"हाय. कश्याला?"

"अगो, ही खुशीची बात, समद्या वाडीत साकार वाटून सांगतू की, खोत हरला नि मी कूळकाद्याची केस जिकली म्हून!"

सावित्रा गालात हसली नि बसल्या जागेवरून ती उठून उभी राहिली. साखरेचा डबा पुढ्यात घेऊन तिने एका बशीत त्यातील साखर ओतली. साखरेने गच्च भरलेली बशी तिने हसत-हसत नवऱ्याच्या हातात दिली. आनंदाची बातमी साखर वाटून सांगण्यासाठी हातात साखरेची बशी घेऊन दौलत अनवाणी पायाने घराच्या बाहेर पडला. पावसाने आता थोडी विश्रांती घेतली होती.

❑❑❑

४५.

शलाका आज मुलांना शिकविण्यासाठी हायस्कूलमध्ये गेली नव्हती. एक दिवसाचा किरकोळ रजेचा अर्ज तिने देसाईसरांकडे पाठवून दिला होता. तिला आता पुस्तक वाचण्यातसुद्धा रस वाटत नव्हता. एरवी मोकळा वेळ मिळाल्यावर हातात येईल त्या पुस्तकावर ती नुसती तुटून पडायची. आता ती सागवानी पलंगावर पडून होती. मघाशी तिची विचारपूस करण्यासाठी अनुराधा तिच्या खोलीत येऊन गेल्या होत्या. अनुराधाने काळजीने तिला विचारलं,

"शलाका, आज शाळेत तू जाणार नाहीस का?"

"नाही." दीर्घ निःश्वास सोडीत शलाका म्हणाली.

"का गं?"

"माझं डोकं दुखतंय."

"सांबरशिंग उगाळून कपाळाला लावू का— म्हणजे डोकं दुखायचं लगेच कमी होईल बघ."

"आई, माझ्याकडे बाम आहे, ते मी लावत्ये. तू जा."

अनुराधाला वाटेला लावून शलाका सागवानी पलंगावर विचार करीत होती. तिचं डोकं मुळीच दुखत नव्हतं. तिने अनुराधाला खोटं सांगितलं होतं. तिच्या नैराश्याचं कारण वेगळं होतं. भागवतसर तीन दिवसांची किरकोळ रजा टाकून त्यांच्या गावी गेले होते, परंतु आज आठ दिवस होऊन गेले होते तरी त्यांचा पत्ता नव्हता. दमयंतीला जसा तिच्या डोळ्यांपुढे नलराजा दिसत होता, तसे तिच्या डोळ्यांपुढे भागवतसर दिसत होते. त्यांच्या मर्दानी रूपाला ती भाळली होती. काही केल्या तिच्या डोळ्यांसमोरून सरांची छबी हलेना. सर का बरं आले नसावेत? ते पुन्हा या गावी येतील की नाही? ते आपल्याला फसविणार तर नाही ना?... असे एक ना अनेक प्रश्न तिच्या डोक्यात थैमान

घालीत होते. केळीच्या पानागत तिचं मन आतल्या आत उलगडत होतं. क्षणाक्षणाला तिची अस्वस्थता त्यामुळे वाढत होती. सरांच्या सोबत घालविलेल्या त्या गोड क्षणांची तिला पुन: पुन्हा आठवण होत होती. तिचं एक मन सांगत होतं की— भागवतसर तिला कधीच विसरू शकणार नाहीत... ते पुन्हा गावी परत येतील. तिचं दुसरं मन सांगत होतं की— त्यांचं प्रेम खोटं होतं, ते एक नाटक होतं... ते गावी पुन्हा कधीच परत येणार नाहीत.

सकाळी कमलपाकळ्यांमधून भुंगा मुक्त झाल्यावर जसा त्या कमळाच्या सुगंधी फुलाला विसरून जातो, तसे भागवतसर आपल्याला विसरूनसुद्धा जातील. आपण मात्र त्यांच्या खोट्या प्रेमाच्या वर्षावाने त्यांच्यावर विश्वास टाकला. त्यांना सर्वस्व बहाल केलं. दोन वेळा गर्भपात करून घेतला. अंजीर आणि उंबर यांतील फरक आपल्याला कळला नसल्यामुळे आपण दु:खाच्या खाईत लोटलो गेलो आहोत. आता यातून बाहेर पडण्याचा मार्ग आपल्यालाच शोधून काढायला हवा. घरच्यांनी तसं पाहिलं तर आपल्याला खूप सांभाळून घेतलंय. भागवतसरांच्या सोबत आपण वाहवत चाललो होतो. आपल्या चुका पोटात घालून त्यांनी तिकडे जाणून-बुजून दुर्लक्ष केलं. त्यांनी माझ्यासाठी खूप काही केलं आहे. मी त्यांची उतराई या जन्मी तरी होऊ शकणार नाही.

शलाकाच्या अंगावर फक्त गाऊन होता. तिच्या काळ्याभोर केसांचा तिने हाताने बुचडा घातला होता. तिच्या डोळ्यांत पाणी होतं. ती एकसारखी या कुशीवरून त्या कुशीवर होत होती. थोड्या वेळाने ती उठून बसली. मांड्यांपर्यंत आलेला गाऊन खाली ओढला. ती दोन्ही पायांचा भार जमिनीवर देऊन उभी राहिली. पाण्याचा ग्लास घशात रिकामा करून तिनं मन गुंतविण्यासाठी डोळ्यांपुढे पुस्तक धरलं. तिचे डोळे त्या पुस्तकातील छापील अक्षरांवरून फक्त फिरू लागले, परंतु तिच्या डोक्यात त्यातील काहीही शिरत नव्हते. तिने रागाने पुस्तक तिच्या समोर असलेल्या टेबलावर आपटलं नि ती खिडकीतून बाहेर पाहू लागली. पावसाळ्याचे दिवस होते. सगळा आसमंत काळ्याकुट्ट ढगांनी भरून गेला होता. तिच्या मनाची अवस्थासुद्धा त्या काळ्याकुट्ट ढगांप्रमाणे झाली होती. पावसाळा संपला की आभाळ मोकळं होणार होतं, परंतु तिला तिचीच खात्री उरली नव्हती. वाऱ्याने हलणारी झाडं, गळणाऱ्या पागोळ्या हे तिच्या डोळ्यांना दिसत होते नि भणाणा सुटलेल्या वाऱ्याचा आवाज तिच्या जिवाचा थरकाप उडवीत होता. शलाका त्या खिडकीसमोरून बाजूला झाली. तिला आता तो भिववणारा पाऊस नि वारासुद्धा नकोसा झाला होता. तिचं मन कशातही गुंतत नव्हतं.

छताकडे भकास डोळ्यांनी ती पाहत असताना तिच्या कानांवर कुणाचा तरी आवाज पडला. दामू पोस्टमन तिच्या नावाचं आलेलं रजिस्टर टपाल घेऊन आला होता. शलाका त्याला 'बसा' म्हणाली. बॅगेतून रजिस्टर पत्र शोधून काढत तो तिला म्हणाला,

''मी तुमाला शोधायला शाळेत गेलू होतू. तुमी रजेवं असल्याचं मला तिथं कळलं, म्हणून मी वाड्यावं आलू.''

''आज मी रजा टाकलीय. माझी तब्येत ठीक नाही.''

''असं व्हय? मला ठाव न्हवतं.''

दामूने दिलेल्या पोचपावतीवर इंग्रजीत सही करून शलाकाने खाकी रंगातील लखोटा हातात घेतला. दामू त्याच्या कामाला निघून गेला. खुर्चीत बसून शलाकाने तो लखोटा खाली-वर करून पाहिला. तो लखोटा तिला भागवतसरांनी त्यांच्या गावाहून रजिस्टरने पाठविला होता. शलाकाला तो लखोटा झट्कन फोडण्याचं धाडस झालं नाही. तिने तो लखोटा टेबलावर ठेवून त्याच्याकडे ती भरल्या डोळ्यांनी पाहू लागली. काय बरं असेल या लखोट्यात, असा ती विचार करू लागली. एखाद्या विषारी सर्पाकडे भीतीने पाहावं, तसं ती त्या लखोट्याकडे पाहत होती. नंतर ती स्वत:ची समजूत काढीत म्हणाली, ''शलाका— तू उगाच घाबरून जात्येस. तुला घाबरायला क्षुल्लक कारणसुद्धा पुरेसं असतं. सर म्हणायचे ते खोटं नाही. तू मनाने फार हळवी नि भित्री आहेस. अगं, तो लखोटा तू न फोडताच कशाला बरं घाबरत्येस? त्या लखोट्यात तुला घाबरण्यासारखं काही नसेलसुद्धा. काल्पनिक भीतीने माणसाची अर्धी शक्ती नाहीशी होते, हे तुला ठाऊक असायला हवं. तू बुद्धिमान आहेस, चांगली शिकलेली आहेस. तुझ्यासारखीनं असं घाबरून जायचं नसतं. उचल तो लखोटा नि फोड—'

शलाकाने मनाची तयारी केली नि भीत-भीत तिने जळता निखारा हातात धरावा तसा धरून तो लखोटा फोडला. आतील लिहिलेला कागद डोळ्यांसमोर धरून ती सावकाश वाचू लागली...

प्रिय शलाका हीस,

अनेक आशीर्वाद!

आज मी जे तुला सांगणार आहे, त्यासाठी तुझं मन तुला घट्ट करावं लागेल. तुझ्यासमोर ते सांगण्याचं धाडस मला कधी झालं नाही, म्हणून तुला मी पत्र पाठवून कळवीत आहे.

गेले वर्षभर मी तुझ्या सहवासात होतो. ओळखीचं प्रेमात कधी

रूपांतर झालं, हे मला कळलंदेखील नाही. तू माझ्यावर अगदी भरभरून प्रेम केलंस. माझ्यासाठी लोकांची बदनामी सहन केलीस. गावातील तुझं घराणं मोठं. एका गावच्या खोताच्या पोटी तुझा जन्म झालाय, हे तू माझ्या सहवासात पार विसरूनसुद्धा गेलीस. मला सर्वस्व बहाल केलंस नि मी मात्र तुला सुरुवातीपासूनच फसवत राहिलो. माझं लग्न होऊन मला एक छोटी मुलगी आहे नि माझं माझ्या बायकोवर खूप प्रेम आहे, हे तुला सांगण्याचं धाडस मी कधी केलं नाही.

जगबुडी खाडीकिनारी आपण सायंकाळी फिरायला गेलो होतो, तेव्हा तू आपल्या लग्नाचा विषय काढला होतास. तुझ्या त्या प्रश्नापासून स्वत:ला वाचविण्यासाठी मी चक्क तुला माझी तब्येत बिघडली म्हणून सांगण्याचं ढोंग केलं. तुला ते खरंच वाटलं.

तू माझ्यासाठी खूप काही केलंस... मी मात्र तुझ्याशी नतद्रष्टासारखा वागलो. तुझ्यासाठी मी काही केलं नाही याचा मला आता खूप पश्चात्ताप होतोय. मी तुझा अपराधी आहे. हे सगळं तुला कळल्यावर तुझ्या मनाची काय अवस्था होईल, याची मला कल्पना आहे. माझ्याबरोबर लग्न करण्याची तुझी इच्छा होती. परंतु जिच्याबरोबर आधी देवा-ब्राह्मणांना साक्ष ठेवून अग्नीभोवती सात फेरे घेतले, त्या आसावरीला दगा देण्याचं धाडस मी करू शकलो नाही.

वाड्यात अवधूतने त्याच्या दवाखान्याच्या उद्‌घाटनाला मला आमंत्रण दिलं नाही, याचं कारण माझं वाड्यात येणं-जाणं त्यांना आवडत नव्हतं. माझ्यासाठी तू मात्र त्यांच्याशी भांडलीस. माझ्याबद्दल तुला काहीच माहिती नसताना तू माझ्यावर विश्वास टाकलास. मला तुझं मन कळत होतं, परंतु 'इकडे आड नि तिकडे विहीर' अशी माझी गोची झाली होती.

तू माझ्यापेक्षा वयाने लहान आहेस, तरी मी तुला कळकळीने सांगत आहे की— तू मला माफ कर नि मला विसरून जा. यापुढील तुझं उर्वरित आयुष्य सुख-समृद्धीत जाण्यासाठी मी ईश्वराकडे प्रार्थना करीत आहे. या पत्रासोबत मी माझ्या नोकरीचा राजीनामा हायस्कूलच्या पत्त्यावर पाठवीत आहे.

तुझा अपराधी,
संजय भागवत

पत्र वाचून शलाका सुन्न झाली होती. ती भकास डोळ्यांनी छताकडे पाहू लागली. तिच्या डोळ्यांत चीड, संताप, दु:ख होतं. तिचा कोमल चेहरा पत्र वाचल्यानंतर कमालीचा क्रुद्ध झाला होता नि तिच्या डोळ्यांतून अंगार बरसत होता. सरांवरील तिचा राग अगदी उफाळून आला होता. सरांनी पाठविलेले पत्र तिने फाडून त्याचे बारीक-बारीक तुकडे केले आणि ते तुकडे तिने उघड्या खिडकीतून बाहेर टाकून दिले. पावसाच्या पाण्यात भिजून थोड्याच वेळात त्या पत्राचा लगदा झाला.

तिच्या आयुष्यात दोन पुरुष आले होते. एकाने लग्न करून तिला फसविले होते, दुसऱ्याने प्रेम करून धोका दिला होता. दुसऱ्यांदा तिला जेव्हा ठोकर बसली, तेव्हा तिची गत घारीने झडप घातलेल्या कोंबडीच्या पिल्लागत झाली होती. त्यामुळे तिला त्याचं अधिक दु:ख होतं. वास्तविक, तिने भागवतसरांच्या बरोबर किती स्वप्नं रंगविली होती... पत्त्याच्या बंगल्याप्रमाणे तिची ती स्वप्नं कोसळली होती!

आपल्याला दु:खात लोटणाऱ्या नि स्वत: परागंदा झालेल्या भागवतसरांचा तिला मनस्वी राग आला होता. त्यांचं नशीब थोर म्हणून भागवतसर आता तिच्यासमोर हजर नव्हते; नाही तर तिने त्यांचं थोबाड चांगलं रंगवून टाकलं असतं. भीतीने आणि रागाने ती थरथर कापत होती. तिच्या अंगावरील बारीक लव ताठ झाली होती.

डोळ्यांतून अंगार सांडत ती मनात म्हणत होती... 'सर, तुम्हाला मी ओळखू शकले नाही. माझी ती चूक झाली. तुम्ही असे भेकडागत तोंड लपवून का गेलात? मला हे आधी ठाऊक असतं, तर मी तुमच्यावर कधीही प्रेम केलं नसतं. तुम्ही मला अंधारात ठेवून माझं सर्वस्व लुटलंत, त्याची मला भयंकर चीड आहे. तुम्ही आधीच सगळं मला सांगून मोकळं झाला असतात, तरी मी तुमच्यापासून बाजूला झाले असते. तुमच्या सुखाच्या संसारात मी कधीही लुडबुड केली नसती. एखाद्याची माफी मागून त्याच्या उद्‌ध्वस्त आयुष्याची कधीही भरपाई होत नाही. मी मूर्खासारखी तुमच्यावर प्रेम करीत राहिले. दिव्यावर झेप घेणाऱ्या पतंगाला कुठं ठाऊक असतं की, थोड्याच वेळात त्याचा जळून कोळसा होणार आहे! म्हणून तुमच्या प्रेमात मी आंधळी झाले होते, हाच माझा मोठा गुन्हा होता. त्याचं प्रायश्चित्त आता मला भोगायला हवं. तुम्हाला काय वाटतं— प्रेमभंग झाल्यामुळे मी आत्महत्या करीन किंवा कोलमडून पडेन म्हणून? हा तुमचा भ्रम आहे. मी यापैकी काहीही करणार नाही. कारण मी तुमच्यासारखी

भेकड नाहीये. यापुढे मी कोणाच्याही आधाराने जगणार नाही. माझ्या पायावर उभी राह्यला मी समर्थ आहे. मला आता कुणाचीही गरज नाही. मला विसरून जा म्हणून सांगणारे तुम्ही कोण? आजपासून तुमचं नाव मी माझ्या काळजातून पुसून टाकणार आहे...!'

शलाका मनातल्या मनात असंबद्ध बडबडत होती. तिचं काळीज भित्र्या सशाप्रमाणे थरथर कापत होतं. गळणारे डोळे पुसून ती मोकळ्या हवेत आली. मोकळ्या हवेत तिच्या दुखऱ्या काळजावर हळूच कोणी तरी फुंकर घातल्यागत तिला बरं वाटू लागलं.

❏❏❏

४६.

रुग्ण तपासून अवधूत दिवाणखान्यात सागवानी लाकडी खुर्चीत बसला होता. खेडेगावात त्याची प्रॅक्टीस एवढी चालत नव्हती. रुग्ण कधीही येत. मग तो पानावर बसला असला तरी उठावं लागायचं. सगळ्या रुग्णांची आर्थिक परिस्थिती सारखी नसे. एखाद्याकडे त्याची फी द्यायला पैसेसुद्धा नसत, तेव्हा तो रुग्ण त्याचे पाय धरीत गयावया करीत म्हणायचा—

"डॉक्टर, आता माज्याजवळ पैसा न्हाय. तुमास्नी मी कणगीतला भात आणून घालीन."

त्याने असं तोंड वेंगाडल्यावर अवधूत काही बोलू शकत नसे. एखादा त्याला दादाखोतांची ओळख सांगे. वाड्याचे नि त्याचे पूर्वीपासून कसे ऋणानुबंध आहेत, हे तो त्याला पटवून देई. काही बिलंदर रुग्ण "डॉक्टर, आता माझ्याकं पैसा न्हाय. म्होरल्या बारीला आणून दिन!" असं त्याला झोलाईदेवीची शप्पथ घेऊन सांगायचे. काही रुग्ण त्याची फी न कुरकुरता काढून देत. गावच्या ठिकाणी त्याला वेगवेगळे अनुभव येऊ लागले होते. दिवसभरात दोन-तीन रुग्ण येत, कधी कुणीही येत नसत. मग तो त्याची कामं करीत राह्यचा. गावी राहून त्याला शेतीकडे लक्ष देता येत होतं, म्हणून तो त्याच्या वैद्यकीय पेशावर अवलंबून नव्हता.

गावच्या जाधव तलाठ्याने त्याला सातविणीच्या माळाला ७।१२ ला कूळ म्हणून दौलत रायबा गावडे याचं नाव तालुक्याच्या तहसीलदाराने आदेश केल्यानं लावल्याचं त्याला लेखी कळवून त्याच्याकडून पोच घेतली होती. तहसीलदाराने चुकीचा आदेश केल्यामुळे अवधूत मनात खूप अस्वस्थ झाला होता. त्याला महसूल खात्यात असलेल्या बजबजपुरीचा मनस्वी राग आला होता.

कानडे वकिलांच्या कानावर घालण्यासाठी तो बसल्या जागेवरून उठला. रिसीव्हर कानाला लावून वकिलांना त्याने फोन लावला. दोन-तीन वेळा रिंग

वाजल्यावर कानडे वकिलांनी फोन उचलला. पलीकडून आवाज ऐकू आला—

"हॅल्लोऽऽ हॅलोऽऽ"

"मी डॉक्टर अवधूत दामले बोलतोय."

"हं बोला डॉक्टर, काय सेवा करू आपली?"

"एक बातमी सांगण्यासाठी मी तुम्हाला फोन केला होता."

"बोला." वकील हसत-हसत म्हणाले.

"मागे एकदा मी तुम्हाला सांगितलं होतं की, गावातील एका कूळवाड्याने आमच्या जमिनीत वहिवाट नसताना मामलेदाराकडे ७० ब प्रमाणे कूळ म्हणून नाव लागण्यासाठी अर्ज लिहून दिला आहे म्हणून—"

"बरं मग, त्याचं काय झालं?"

"गेल्या महिन्यात मामलेदाराने ती तारीख चालवली. तो कूळ नाही म्हणून त्यांना मी माझा जबाब दिला होता, तरीसुद्धा मामलेदाराने पैसे खाऊन त्याच्या बाजूने निर्णय दिलाय."

"डॉक्टर, असं होणार हे मला आधीच माहीत होतं. त्याची कल्पना मी आधी तुम्हाला दिली होती."

"याला काहीच अर्थ नाही!"

"अहो, हल्ली प्रामाणिक माणसाला न्याय मिळणे दुरापास्त झालंय. हल्ली न्याय विकत मिळतो, असं मला खेदाने म्हणावं लागत आहे."

"माझ्या कबुलीजबाबाचा मामलेदाराने विचार केलेला नाही."

"डॉक्टर, तुमच्या तोंडाला पानं पुसण्यासाठी त्यांनी तुमचा कबुलीजबाब घेऊन त्या प्रकरणाला जोडला. याउपर त्यांनी काही केलं नाही. महसूल खात्यात आधी निर्णय दिला जातो, मग तारखा चालविल्या जातात— हे मी वरवरचं तुम्हाला सांगत नाहीये; माझा आजवरचा तो अनुभव आहे. माझ्या अशिलाची बाजू रास्त असूनसुद्धा कधी कधी त्याच्या विरोधात या खात्यानं निर्णय दिलाय. त्यामुळे महसूल खात्यावरील कूळ कायद्याच्या केसेस मी शक्यतो स्वीकारत नाही. माझे वकील मित्र ते काम चांगलं करतात. त्यांचा तो हातखंडा आहे."

"साहेब, मला त्या गावडेला इतक्या सहजासहजी ती जमीन सोडायची नाहीये. यावर काही उपाय आहे का?"

"यावर उपाय आहे. तुमची त्याला तयारी आहे का?"

"माझी तयारी आहे. तुम्ही सांगा."

"डॉक्टर, मामलेदाराच्या निर्णयाच्या विरोधात तुम्हाला ६० दिवसांच्या आत

दिवाणी न्यायालयाला अपील दाखल करावं लागेल.''

''मला तुमचं सहकार्य हवं. मी अपील करायला तयार आहे.''

''अवश्य.''

''त्यासाठी कोणती कोणती कागदपत्रं लागतील, ते तुम्ही मला सांगा.''

''डॉक्टर, तुम्ही वेळ काढून माझ्याकडे या. आपण त्यावर निवांत चर्चा करू. लागणारी कागदपत्रं मी तुम्हाला लिहून देतो. तुम्ही धीर सोडू नका. शेवटी कोर्टात तुमच्याच बाजूने निकाल लागणार आहे, हे मी तुम्हाला खात्रीने सांगतो.''

''वकीलसाहेब, मी तुमचा आभारी आहे.''

''त्याची काहीही गरज नाही.''

''बरं, दुसरं असं की— सुलभा दामोदर पेंडसे या केसची तुम्हाला मी कागदपत्रे आणून दिली होती. त्या कामाचं काय झालं, ते तुम्ही मला सांगितलंत तर बरं होईल.''

''डॉक्टर, तुमची कागदपत्रं पाहून मी त्या बाईला माझ्या सहीने नोटीस पाठवून दिली आहे. मला वाटतं, ती नोटीस तिला मिळाली असावी. तिचं उत्तर येवो न येवो; आपण पुढील कार्यवाही दहा दिवसांत करू.''

''पुन्हा एकदा तुमचे आभार.''

''बरं, ठेवू का?'' वकील म्हणाले.

''ठेवा.'' अवधूतने कानाला लावलेला रिसीव्हर खाली ठेवला नि तो पुन्हा लाकडी खुर्चीत मोकळा श्वास घेत बसला. आता शेंडी तुटो वा पारंबी; माघार म्हणून घ्यायची नाही... त्याने मनात निश्चय केला. कुळवाड्याने केस जिंकल्याचा सल त्याच्या मनात डाचत होता. त्यामुळे गावात नाचक्की होत होती. अवधूतच्या डोळ्यांत आता रक्त उतरलं होतं. चुलीतील निखाऱ्याप्रमाणे तो अपमानाने आतल्या आत नुसता जळत होता. सातविणीच्या माळावरील जमीन त्याच्या डोळ्यांपुढून जात नव्हती. सुलभाला तोंडी खरेदीने जमीन देऊन बाबांनी मोठी चूक केली, असं आता त्याला वाटत होतं. तिच्या घशातून त्या जमिनी काढण्याचा त्याने आता मनात पक्का विचार केला होता.

अनुराधा पदराला ओले हात पुसत दिवाणखान्यात आल्या नि मोकळा श्वास घेत त्यांनी अवधूतला विचारलं,

''अवधूत, इतका वेळ कुणाशी फोनवर बोलत होतास?''

''कानडे वकिलांशी बोलत होतो.''

''का?'' मनातील शंका निरसन करून घेण्यासाठी अनुराधाने विचारलं.

"आई, तुला ठाऊक आहे की— त्या दौलत गावडेने कूळ नसताना मामलेदाराला चिरीमिरी देऊन त्याने आपल्या जमिनीत कूळ म्हणून नाव लावून घेतलं."

"ते मला तुझ्याकडून कळलं होतं."

"मी त्या कुळवाड्याला अशीच जमीन कशी सोडू? ती जमीन माझ्या वाडवडिलांची आहे."

"बरं, मग तू आता त्या जमिनीचं काय करायचं ठरविलं आहेस, ते मला सांग पाहू. मला ते कळायला हवं, म्हणून मी तुला विचारून घेत्येय."

"आई, मी मामलेदाराच्या त्या निकालावर कानडे वकिलांचा सल्ला घेऊन दिवाणी न्यायालयात अपील दाखल करणार आहे."

"अवधूत, कानडे वकील अजूनपर्यंत कोणतीही केस हरले नाहीत हो. तुझे बाबा त्यांची खूप स्तुती करीत नि त्यांच्याशिवाय दुसऱ्या वकिलाच्या घराची पायरी त्यांनी कधीच चढली नाही. शेवटच्या क्षणापर्यंत त्यांनी तो नियम पाळला. त्यांचा कानडे वकिलावर भारी विश्वास. उगाच नाही कूळ कायदा लागू झाला तरी आपल्या ताब्यात शंभर एकराच्यावर जमीन ताब्यात राहिली होती. ते त्या कानडे वकिलांचे उपकार."

"आई, आतासुद्धा त्यांनी मला अगदी खात्रीने सांगितलंय की, दिवाणी कोर्टात आपल्याच बाजूने निकाल लागेल म्हणून. मामलेदाराने दिलेला निकाल चुकीचा असून तो दिवाणी कोर्टात टिकणार नाही, असेही त्यांनी मला सांगितलं."

"अवधूत, लोक आता पाहिल्याप्रमाणे प्रामाणिक राहिले नाहीत. पहिले लोक मान कापली तरी खोताच्या विरुद्ध तोंडातून कधी ब्र सुद्धा काढत नसत. घरात एखादा कुणी आजारी पडला, तर वाड्यात घास मागायला येत. तो घास तोंडात गेल्यावर किती तरी लोकांची दुखणी हटली. हे मी तुला खोटं सांगत नाहीये. माझ्याकडे या गोष्टीला पुरावा आहे म्हटलं. आता तेच लोक खोताची पत्रास ठेवीत नाहीत. खाल्लेल्या अन्नाचीसुद्धा त्यांना ओळख राहिली नाही, याचंच मला फार दुःख होतंय बघ." अनुराधा दुःखाचा निःश्वास सोडत त्याला सांगत होत्या.

"आई, दिवस बदलले की माणसंसुद्धा बदलतात. काळाच्या प्रवाहाबरोबर आपल्याला वाहायला शिकायला हवं."

थोडा वेळ कुणी कोणाशी बोलले नाही. दिवाणखान्यात नीरव शांतता पसरली होती. दोघांच्या उच्छ्वासाशिवाय तिथे कसलाच आवाज होत नव्हता.

कोपऱ्यात दूरदर्शन संच होता. त्याच्याजवळ टी-पॉयवर फोन ठेवला होता. धूळ उडू नये म्हणून त्यावर स्वच्छ धुतलेला सफेद रुमाल घातला होता. लाईट गेल्यामुळे डोक्यावर असणारा पंखा फिरत नव्हता. सूर्याच्या किरणांनी छतावरील नक्षीदार झुंबर चमकत होते. त्याचा प्रकाश डोळ्यांवर पडल्यावर डोळे दिपून जात. मुलामा केलेल्या भिंतीवर नानांचा नि दादाखोतांचा फोटो लावला होता. त्या फोटोंना ताज्या जास्वंदीच्या सुगंधी फुलांची माळ घातली होती. वाऱ्याची एखादी मंद झुळूक चोरट्या पावलांनी दिवाणखान्यात आल्यावर जिवाला खूप बरं वाटत होतं.

नीरव शांततेचा भंग करीत अवधूतने अनुराधाला दीर्घ नि:श्वास सोडून विचारलं,

"आई, भारती कुठे गेलीय? ती दिसत नाही. मी दिवाणखान्यात येऊन बसलो की, एव्हाना ती दोन-तीन वेळा तरी येऊन जायची."

"शलाका आणि भारती दोघी सोमेश्वराच्या देवळात दर्शनाला गेल्या आहेत. आज सोमवार आहे ना? त्या दोघी प्रत्येक सोमवारी सोमेश्वराच्या दर्शनाला जातात." अनुराधा म्हणाल्या.

"शलाका आज शाळेत गेली नाही?"

"आज तिने रजा टाकलीय. सकाळी मी तिला विचारलं, तेव्हा ती मला माझं डोकं दुखतंय म्हणून म्हणाली."

"हल्ली तिचं काही तरी बिनसलंय, असं मला वाटतं."

"अवधूत, तुला मी एक गोष्ट... ती आता या ठिकाणी हजर नाही म्हणून सांगून ठेवत्येय. तिच्या खासगी गोष्टीत तू लक्ष घालू नकोस— तिकडे तू दुर्लक्ष करायचंय."

"आई, मी दवाखान्याच्या उद्घाटनासाठी भागवतसरांना आमंत्रण दिलं नाही, म्हणून तिला माझा राग आला होता. तुला खरं सांगू? तो माणूस मला मुळीच आवडत नाही. तो आतल्या गाठीचा आहे. त्याचे डोळेसुद्धा लबाड वाटतात. तो वाड्यात आला की, माझी तळपायाची आग पार मस्तकाला जाऊन भिडते."

"अवधूत, झालं तुझं बोलून? मला ते सगळं ठाऊक आहे रे. पण मी काय करू, तूच मला सांग. शलाका माझी मुलगी आहे. मी तिचे अपराध पोटात घालायचे नाहीत, तर मग कुणी घालायचे? आपण तिला प्रत्येक गोष्टीतच जाब विचारीत राहिलो, तर ती एकाकी पडेल. आपल्यावरचा तिचा विश्वास उडून जाईल. आधीच ती तिच्या लग्नात प्रतारणा झालीय म्हणून दु:खी आहे; त्यात आपण तिला

आणखी दु:खी करायचं का?''

"आई, माझं म्हणणं तसं नाही गं. मला काय म्हणायचं आहे, हे तुझ्या लक्षात अजून आलं नाही.''

"अवधूत, तुला म्हणून मी सांगत्येय—'' अनुराधा हळू आवाजात म्हणाल्या.

"काय आई?''

"सकाळी दामू पोस्टमन तिच्या नावाचं रजिस्टर पत्र घेऊन आला होता. तिने ते वाचलं नि त्याचे तुकडे करून खिडकीच्या बाहेर पावसाच्या पाण्यात टाकलेले मी डोळ्यांनी पाह्यलंय. मला वाटतं, ते रजिस्टर पत्र भागवतसरांनी तिला पाठवलं असावं. त्यात ते सात-आठ दिवस गावातून गायब आहेत. तो तिला धक्का बसलाय. ती तसं तोंडावर काही दाखवीत नाही. आपल्याला ते आवडणार नाही, हे तिला ठाऊक आहे. अज्ञानात सुख असतं. आपल्याला ठाऊक नाही, असंच आपण आता तिच्याशी वागायचं. तू म्हणतोस तसा तो भागवतसर स्वभावाने आतल्या गाठीचा होता, परंतु हिच्यापायी आपण मूग गिळून गप्प बसायचं.''

"आई, ही स्वत:ला मॅडम समजत्ये— हिला कळायला नको? गावात लोक नाहक चर्चा करतात.''

"अवधूत, मी तुला सांगत्ये म्हणून तू तिला भागवतसरांबद्दल काहीएक विचारायचं नाहीस. ती डोक्यात राग घालून कुठे तरी निघून जाईल किंवा जगबुडीच्या खाडीत वैतागाने उडी घेईल. तिने तिच्या जिवाचं काही बरं-वाईट करून घेतलं तर मी या वाड्यात तुला जिवंत दिसणार नाही.''

"आई, मी तुझी शप्पथ घेऊन तुला सांगतो की, मी तिला भागवतसरांबद्दल काहीही विचारणार नाही... पण तू असं बोलू नकोस. बाबांनंतर मला तुझाच या वाड्यात मोठा आधार आहे. तूच माझी खरी ऊर्जा आहेस बघ.'' अवधूत डोळ्यांत पाणी आणून म्हणाला.

त्याचं बोलणं ऐकून अनुराधा शांत झाल्या. अवधूत बोलल्याप्रमाणे वागेल, याची पूर्ण खात्री वाटत होती. त्यांचा अवधूतच्या बोलण्यावर विश्वास होता. आईच्या अशा वागण्याने आपण शलाकाला बोलू शकत नाही, म्हणून अवधूत मनात दु:खी झाला होता. अनुराधाचा त्याला आधार वाटत होता. निदान आईच्या समाधानासाठी तरी त्याला गप्प बसावं लागणार होतं. शलाकाचं बेताल वागणं त्याला मुकाट्यानं सहन करावं लागत होतं.

विषयांतर करीत अवधूत आवंढा गिळून म्हणाला,

"आई, कानडे वकिलांनी सुलभाकाकींना नोटीस पाठविलीय."

"कशाबद्दल?"

"कशाबद्दल म्हणजे, तिने आपली सारी मिळकत बेकायदारीत्या बळकावली आहे. कोर्टात मी ते सिद्ध करून दाखविणार आहे."

"कानडे वकील काय म्हणतात?"

"ते म्हणतात की, हीसुद्धा केस आपण कोर्टात जिंकू. बाबांनी तिला तोंडी खरेदीने जमिनी दिल्या आहेत. तोंडी खरेदीखत कोर्ट ग्राह्य मानत नाही."

"यात मी तुला काहीही सल्ला देणार नाही. तू तुझ्या मर्जीचा मालक आहेस." अनुराधा हात झटकीत म्हणाल्या.

"आई, तू मला काही सल्ला देऊ नकोस मी; फक्त तुझ्या कानावर घातलं, एवढंच."

"हे तू मागेसुद्धा एकदा मला बोलला होतास— मला ते चांगलं आठवतंय."

"हो, सांगितलं होतं. पुढे आपण काही बोललो नाही."

"मी काय त्यात बोलणार? त्यांच्या आत्म्याला ते बरं वाटणार नाही." अनुराधा दादाखोतांच्या तसबिरीकडे भरल्या डोळ्यांनी पाहू लागल्या.

"आई, त्यांच्या आत्म्याला काय वाटेल याचा तू विचार करू नकोस. तुझ्या मनाला काय वाटतंय, ते तू मला सांग."

"मला काय वाटतं, ते तुला सांगू?" अवधूतच्या डोळ्यांत पाहत अनुराधा म्हणाल्या.

"हो, सांग. माझी ऐकण्याची तयारी आहे."

"तुला माझा राग येईल."

"नाही येणार."

"खरं?"

"होय, अगदी खरं."

दीर्घ सुस्कारा सोडून अनुराधा गंभीर आवाजात म्हणाल्या,

"अवधूत, त्यांच्या आत्म्याला शांती मिळण्यासाठी तू सुलभाला कोर्टाची पायरी चढायला लावू नकोस. आपल्याकडे अजून पुष्कळ जमिनी आहेत. एक पाय मोडला, तर गोम लंगडी होत नाही. ती जमीन तिच्याकडे राहिली, तर आपल्याला काही फरक पडणार नाही. कोर्टात सुलभाच्या विरोधात निकाल लागला, तर तिची अन्नान्न दशा होईल. तिचा तळतळाट वाड्याला लागेल. तिचा शाप

आपल्या घराण्याला लागेल. याचा तू नीट विचार कर नि पुढे पाऊल टाक.''

अनुराधाच्या बोलण्याचा अवधूतला राग आला. तो त्यांच्याकडे घुश्श्यात पाहत म्हणाला,

''आई, धन्य आहे तुझी! मागे तू मला असं काही बोलली नव्हतीस; मग आताच तुला असं काय झालं? अशा लोकांना जमिनी सोडून दिल्या, तर आपण या गावात भूमिहीन होऊ.''

''तेव्हा मी तसा विचार केला नव्हता; आता मी विचार करूनच तुला सांगत्येय.''

''मला तुझं म्हणणं अजिबात पटलं नाही.'' अवधूत निक्षून म्हणाला.

''तुझी मर्जी. यापुढे सुलभाच्या बाबतीत तू मला काही विचारू नकोस; मी तुला काही सांगणार नाही.'' अनुराधा मनातून निराश झाल्या होत्या.

आईला दु:खी केल्याबद्दल अवधूतलासुद्धा वाईट वाटलं. त्याला प्रश्न पडला होता की, आपली आई सुलभाशी सूडबुद्धीने का वागत नाही? तिच्या ठिकाणी अन्य एखादी बाई असती, तर ती एवढी मवाळ वागू शकली नसती. उलट, तिचा सूड उगविण्यासाठी तिने तिच्या मुलांना पतीच्या पश्चात उद्युक्त केलं असतं. बाबा सुलभाकडे आठवड्यातून दोन वेळा जात असत, तेव्हा आई मेणबत्तीप्रमाणे जळून अख्खी रात्र काढायची. मनातील दु:ख कुणाला सांगायची नाही. बाबांना त्याचा जाब तिने कधी विचारला नाही. आपण लहान होतो, तेव्हा तिच्या डोळ्यांत आपण अश्रू पाहिले होते. मोठे झालो तशी ती आपल्यासमोर कधी डोळ्यांतून अश्रू काढीत नसे. या आपमतलबी जगात एवढं सती सावित्रीगत वागून कसं बरं जमेल? तिच्या या वागण्याबद्दल तिचं कौतुक करायचं, की तिने बाबांना कधी जाब विचारला नाही म्हणून तिला दोष द्यायचा? आपल्याला काहीच कसं कळत नाही? तिच्या पोटी जन्म घेऊन तिचे ते गुण आपल्या रक्तात कसे उतरले नाहीत? तिच्याइतकी सहनशीलता अंगी असणारी नि समंजस बाई अन्य कुणी नसावी.

अवधूतला क्षणभर आपल्या आईचा हेवा वाटला, परंतु त्याने ते तोंडाने बोलून दाखविले नाही; उलट तिच्या वागण्याने आपल्याला तिचा राग आला आहे, असं ते त्याच्या चेहऱ्यावर दाखवीत होता.

बराच वेळ दोघेही पुन्हा गप्प बसले. अनुराधा विचार करीत होत्या. त्यांच्या चेहऱ्यावर पडलेल्या सुरकुत्या स्पष्ट दिसत होत्या. डोळ्यांत काळजी होती. आईला विश्वासात घेत अवधूत म्हणाला,

“आई, भारतीच्या कानावर यातलं काही जाता कामा नये.”

“का?” अनुराधाने आश्चर्याने विचारलं.

“आई, तुला खरं सांगू का? हल्ली ती मनातून उदास असते. गावी यायच्या आधी तिने खूप समजूतदारपणा दाखविला, परंतु आता येथील जमिनींच्या कटकटीने ती वैतागून गेली आहे. तिला हे सारं सहन होत नाही. ती तिच्या माहेरी लाडा-कोडात वाढली आहे. तिच्या काही अपेक्षा आहेत, त्या या ग्रामीण भागात पुऱ्या होत नाहीत. ती त्याबद्दल तोंडाने कधी बोलली नाही, पण मला तिच्या वागण्यातून ते कळतं बघ.”

“अवधूत, तिच्या माहेरचं कौतुक तू मला सांगू नकोस बरं. तू मला सांग— या गावात काय माणसं राहत नाहीत? भारती आता दोन मुलांची आई आहे. तिने येथील परिस्थितीशी जुळवून घ्यायला शिकलं पाह्यजे.”

“आई, भारती तशी समजूतदार आहे. तिला येथील परिस्थितीशी जुळवून घ्यायला थोडा वेळ लागेल. तिचं म्हणणं असं आहे की, मी डॉक्टर आहे— या ग्रामीण भागापेक्षा तालुक्याच्या ठिकाणी माझी प्रॅक्टीस अधिक चांगली झाली असती. मुलं इंग्रजी माध्यमाच्या शाळेत शिकली असती. तिचं तरी काय चुकलं?”

“तिचं काहीही चुकलं नाही हो— चुकलं ते तुझ्या बाबांचं, आजोबांचं नि पणजोबांचं. त्यांनी या गावात तेव्हा नऊ लाख रुपये खर्च करून पुण्याहून नऊ उंटांवरून सामान आणून हा वाडा बांधायला नको होता; त्यांनी तो तालुक्याच्या ठिकाणी बांधायला हवा होता, असं तुला म्हणायचं आहे ना?” अनुराधा त्याच्याकडे घुश्श्यात पाहत म्हणाल्या.

“आई, मला तसं म्हणायचं नव्हतं बघ—”

“तुला काय म्हणायचंय, ते माझ्या चांगल्या ध्यानात आलंय.”

अवधूत विचार करीत गप्प बसला. इतक्यात गेलेली वीज पुन्हा आल्याने पंखा फिरू लागला. पंख्याच्या हवेने थोडं बरं वाटू लागलं. अनुराधाकडे पाहत अवधूत म्हणाला,

“आई, तुला वेळ आहे?”

“कशाला?”

“मी तुला पाह्यला टीव्ही लावला असता. बाकीचे सगळे जण टीव्ही पाहतात; तुलाच कधी वेळ मिळत नाही.”

“कामाच्या रगाड्यात मला वेळ मिळत नाही रे. कधी तरी मी बघत्ये. आतासुद्धा मला कामं आहेत बघ. टीव्ही पाह्यला नाही, तर माझं काहीही बिघडत

नाही. याआधी कुठे होता टीव्ही?''

"आई, आता घरोघरी टीव्ही आले. दुपारच्या वेळी बायका टीव्ही बघत बसतात. मुलंसुद्धा टीव्ही बघत अभ्यास करतात.''

"त्यामुळे तर शिक्षणाचं वाटोळं झालंय. शलाका म्हणत होती की, आता मुलांना शाळेत रागवायचं नाही नि त्यांना मारायचंदेखील नाही. शाळेचा निकाल कमी लागला की, शिक्षकांना जबाबदार धरतात म्हणे.''

"होय आई. पहिल्यापेक्षा आता खूपच नियम बदललेत. शिक्षणापासून कुणी वंचित राहू नये, असं शासनाचं धोरण आहे.'' अवधूत आता तिच्याशी मोकळेपणाने बोलत होता.

"अवधूत, बाकीचं राहू दे— तू आंबा, काजूची रोपं कधी आणायला जाणार आहेस? गेल्या सोमवारी मी तुला आठवण केली होती, आज पुन्हा मी तुला विचारत्येय.''

"आई, इथे कांबळे कृषी कुणी सहायक आहेत. त्यांच्याकडे मी ५०० काजू नि ५०० आंबा कलमांची मागणी केली आहे. ते शासनामार्फत आपल्याला घरपोच रोपं मोफत आणून देणार आहे. आपल्याकडे जी आता पडीक जमीन आहे, त्यात आंबा-काजूची लागवड करू. आणखी दहा-पंधरा वर्षांत त्या झाडांना फळ लागवड झाल्यावर वर्षाला दोन-तीन लाख तरी आपले कोठे गेले नाहीत.''

"अवधूत, या जमिनीत सोन्याच्या खाणी आहेत. या मातीत घाम गाळला, तर तो कधी वाया जात नाही. आणखी १०-१५ वर्षांनी मी जिवंत असेन किंवा नसेन; परंतु त्या वेळी तुला माझं बोलणं आठवेल. यांनी लागवड केलेल्या काजू कलमांपासून आता आपल्याला नाही म्हटलं तरी ८०-९० हजार तरी वर्षाला मिळतातच ना? अगदी काही न करता!''

"आई, झाडावर मारायचा औषधांचा खर्च, गड्यांची मजुरी जाऊन तू म्हणत्येस तेवढी रक्कम आपल्याला वर्षाला मिळतेच. त्यात आणखी झाडांची वाढ झाल्यावर आपलं उत्पन्नसुद्धा वाढेल. मग माझी या गावात प्रॅक्टीस चालू दे किंवा न चालू दे; मला त्याची काळजी नाही म्हटलं.''

"अवधूत, तू अगदी माझ्या मनातलं बोललास बघ. माणसाच्या अंगी परिश्रम करण्याची ताकद आणि दूरदृष्टी असेल, तर त्याला यश हमखास मिळणारच. शेतात घाम गाळला, तर तो कधी वाया जात नाही. त्या घामाचं सोनं होऊन ते या जमिनीतून उगवतं. माझं म्हणणं तुला आज कळणार नाही; पुढे ते तुला नक्की कळेल हो. माझ्या नातवाचा तू विचार कर, माझा विचार करू नकोस. पिकलं पान केव्हा तरी

गळून पडणारच. माझ्या नातवाच्या भविष्याचा विचार तुला आतापासून करायला हवा. तोसुद्धा या गावचा खोत आहे, म्हटलं!''

''आई, हे बोलणं ऐकून शेतात आणखी काम करण्याचा मला हुरूप आलाय बघ. मला तुझा शब्द न् शब्द पटतोय. आता मला माझ्या कामापासून कोणीही परावृत्त करू शकणार नाही. डोळ्यांनी काजू कलमांच्या बागा पाह्यल्याशिवाय आता मी स्वस्थ बसणार नाही. तू फक्त माझ्या पाठीशी मला आशीर्वाद देण्यासाठी उभी राहा.''

''अवधूत, बाळ, मी तुला जन्म दिलेली आई आहे. मी तुझ्या पाठीशी सदैव उभी राहीन हो.'' अनुराधाचा बोलताना कंठ दाटून आला होता.

अवधूत आईबरोबर बराच वेळ निवांत बोलत बसला होता. आज किती तरी दिवसांनी दोघांना मनमोकळेपणानं बोलता आलं होतं. पाऊस पडून लख्ख ऊन पडावं तसं आता अवधूतला मनातून वाटत होतं. त्याच्या डोळ्यांसमोर शेतात काजू कलमांच्या फळांनी लगडलेल्या बागा दिसत होत्या. त्या बागेत गडीमाणसं खपत असल्याचंही त्याच्या डोळ्यांना दिसत होतं. भारतीला सोबत घेऊन तो त्या बागेतून खुशाल फेरफटका मारीत आहे, असं स्वप्न त्याच्या डोळ्यांत उतरलं होतं.

''अजून या दोघी देवळातून दर्शन घेऊन आल्या कशा नाहीत...'' असं म्हणत अनुराधा बसल्या जागेवरून उठल्या. मंद पावलं टाकीत त्या स्वयंपाकखोलीकडे निघून गेल्या. अवधूत दिवाणखान्यात पंख्याची हवा खात एकटाच बसून राहिला.

❑❑❑

४७.

कृषी सहाय्यक कांबळे आज काजू कलमांची रोपं तालुक्याच्या सरकारी नर्सरीतून टेंपोतून आणून देणार होते. तसा तोंडी निरोप त्यांनी अवधूतला दिला होता. सरकारी योजनेतून अवधूतला ती रोपं मिळणार होती. त्यासाठी कृषी सहाय्यक कांबळे यांनी त्याच्याकडून ७।१२ आणि आठ अ चे उतारे घेतले होते. त्याला काजू कलमांची ती रोपं शासनाकडून अगदी मोफत मिळणार होती. त्या कलमांच्या देखभालीसाठी जो होईल तो खर्चसुद्धा शासन त्याला चेकने अदा करणार होतं. ती पडीक जमीन लागवडीखाली आणणं, एवढाच शासनाचा उद्देश होता. यात अवधूतचा एक नवा पैसा खर्च होणार नव्हता, तरी तो भविष्यात त्या काजू कलमांचा मालक होणार होता नि पैशांच्या राशीवर लोळणार होता.

अवधूत दिवाणखान्यात बसून टेंपोची वाट पाहत होता. शलाका त्याच्यासमोरून शाळेत निघून गेली. ती त्याच्याशी एका शब्दानेदेखील बोलली नाही. अवधूतला त्याचं थोडं आश्चर्य वाटलं. एरवी ती त्याला नि अनुराधाला सांगितल्याशिवाय घरातून बाहेर कधी पाऊल टाकायची नाही. आज तिच्या लांबसडक काळ्याभोर केसांत बकुळींच्या फुलांचा गजरा दिसत नव्हता, की तिच्या अंगावरील साडीला अत्तराचा वाससुद्धा येत नव्हता. अवधूतला आता तिची काळजी वाटू लागली होती. ती फाटकातून बाहेर पडून निघून जाईपर्यंत तो तिच्या पाठमोऱ्या आकृतीकडे डोळे विस्फारून पाहत होता. शलाका दिसेनाशी झाल्यावर तो दिवाणखान्यात एकटाच नि:शब्द शांतपणे बसून राहिला.

दिवाणखान्यात असणाऱ्या शांततेचा भंग करीत भारती रडणाऱ्या निखिलला कडेवर घेऊन आली. रडणाऱ्या निखिलकडे पाहत अवधूतने भारतीला विचारलं,

"भारती, तो का रडतोय?"

"आताच तो झोपून उठलाय."

"आईकडे दे त्याला. लगेच तो रडायचा थांबेल."

"आई, मागीलदारी जास्वंदीची फुलं काढतायत."

"माझ्याकडे दे."

"निखिल बेटा, पप्पांच्याकडे जा हं—" भारती रडणाऱ्या निखिलला लडिवाळपणे म्हणाली.

"आलेलेऽऽ बेटा, तुला रडायला काय झालं?" निखिलला खांद्यावर उचलून घेत अवधूत म्हणाला.

अवधूतने रडणाऱ्या निखिलला दिवाणखान्यात इकडे-तिकडे फिरविल्यावर तो थोड्या वेळाने रडायचा थांबला नि पुन्हा भारतीकडे झेपावला. खांद्यावर घेऊन भारती त्याला मायेने थोपटू लागली. भारतीकडे पाहत अवधूत तिला म्हणाला,

"भारती, गावात अंगणवाडी आहे. याला आपण उद्यापासून अंगणवाडीत घालू."

"नको."

"का गं?"

"अहो, त्या अंगणवाडीत घाणेरडी मुलं येतात. ती आपसात घाणेरड्या शिव्या देतात. त्या शिव्या आपला निखिलसुद्धा शिकेल."

"भारती— अगं, असं काय करत्येस? अंगणवाडीत ब्राह्मणवाडीतीलसुद्धा छोटी-छोटी मुलं आहेत. आतापासून त्याला त्यामुळे शाळेत जायचं वळण लागेल."

"तुम्ही सांगताय ते कळतं हो मला... पण त्या अस्वच्छ मुलांबरोबर ठेवायला माझं मन तयार होत नाही, त्याला मी तरी काय करू?"

"भारती, तू चांगली शिकलेली आहेस, तरी तू असा कसा विचार करत्येस?"

"बरं, ते जाऊ दे. त्यावर आपण नंतर चर्चा करू. मी तुम्हाला माझ्या बाबांचा निरोप सांगायला आले होते. काल तुम्ही दवाखान्यात होता, तेव्हा त्यांचा फोन आलेला; नेमका तो मीच उचलला."

"काय म्हणतात तुझे बाबा?" तिच्याकडे न पाहताच अवधूतने तिला विचारलं.

"बाबांनी तुम्हाला या दोन-तीन दिवसांत भेटायला बोलविलंय." भारती म्हणाली.

"अगं, तू त्यांनाच नाही का बोलवायचंस?"

"मी त्यांना इकडे बोलावलं. ते मला म्हणाले की, माझे गुडघे दुखतात. त्यामुळे मला चालताना त्रास होतो."

"काय काम आहे त्यांचं माझ्याकडे?"

"ते मी त्यांना नाही विचारलं. तुम्ही त्यांना भेटून विचारा."

"भारती, आज काजू कलमांची रोपं टेंपोतून येणार आहेत. गावातील गडी बोलावून मला ती आपल्या शेतात खड्डे काढून लावून घ्यायचीत. त्यासाठी मला कमीत कमी दहा दिवस तरी लागतील. हे काम सोडून मला त्यांना भेटायला जाता येणार नाही. तालुक्याला मला कानडे वकिलांना भेटायला जायचंय आहे. रोपांची लागवड करून जाईन तालुक्याला, तेव्हा तुझ्या बाबांना भेटतो नि कानडे वकिलांनासुद्धा भेटतो." भारतीला समजावून सांगत अवधूत म्हणाला.

त्याचं बोलणं ऐकूण भारती मनातून खट्टू झाली. तोंडातून चकार शब्द न काढता ती निखिलला खांद्यावर हाताने थोपटत स्वयंपाकखोलीच्या दिशेने निघून गेली. आपलं बोलणं भारतीला आवडलं नाही, हे अवधूतच्या चट्‌कन लक्षात आलं. दीर्घ सुस्कारा सोडून तो खिडकीतून रस्त्याकडे पाहू लागला. काजू-कलमांची रोपं घेऊन अजून कसा टेंपो येत नाही? अवधूतला त्याची काळजी वाटू लागली होती. टेंपो येणार म्हणून तो आज बाहेर फिरतीलासुद्धा गेला नव्हता. रोपं उतरून घ्यायला तो वाड्यातच थांबला होता.

वेळ निघून जात होता. टेंपोचा अजून पत्ता नव्हता. थोड्या वेळाने फाटक उघडून कुणी तरी वाड्याकडे येत असताना त्याला दिसलं. ती स्त्री होती. अवधूत डोळे विस्फारून त्या स्त्रीकडे पाहू लागला. ती सुलभा होती. हातात कसला तरी कागद धरून ती डोळ्यांतून अंगार सांडत वाड्याकडे येत होती. अवधूतला तिचं आश्चर्य वाटलं. अजूनपर्यंत तिने वाड्याकडे येण्याचं कधीही धारिष्ट्य केलं नव्हतं; आजच ती का आली आहे, असा विचार त्याच्या मनात प्रथम आला. त्याच्या आश्चर्य कमी झाल्यावर ती जागा संतापाने घेतली. ती वाड्याकडे येत असल्याचे पाहून त्याला तिचा मनस्वी राग आला होता.

त्याला पुढे आणखी विचार करण्यासाठी वेळ न देता सुलभा रागाने थरथर कापत दरवाजात उभी राहिली. तिने अवधूतवर जळजळीत नजर रोखली. तिच्या नजरेत द्वेष, चीड, संताप आणि दुःख तुडुंब भरलेलं होतं. डोळ्यांतील अग्निबाणाने ती अवधूतचा बळी घेते की काय, अशी विचित्र परिस्थिती त्या ठिकाणी निर्माण झाली होती. प्रसंग बाका आहे, हे अवधूतच्या एव्हाना लक्षात आलं होतं. अंगात हिंमत आणत सुलभा तिच्या हातातील कागद त्याच्या डोळ्यांसमोर नाचवीत आकाशातील तळपत्या बिजलीगत एकदम कडाडली—

"अवधूत, हे काय तू मला पाठवलंस?"

तिच्या प्रश्नाचं अवधूतने झट्कन दिलं नाही. तो मान फिरवून बाजूला पाहू लागला. त्या अपमानाने सुलभाच्या मस्तकाच्या चिंधड्या झाल्या. ती आणखी मोठ्या आवाजात त्याला म्हणाली,

"अवधूत, तुला ऐकू आलं नाही का? मी तुला काय विचारत्येय? का कानात कापसाचे बोळे घातलेस?"

आता मात्र अवधूतला तिच्या प्रश्नाचं उत्तर दिल्याशिवाय गत्यंतर नव्हतं. तिच्याच भाषेत तोडीस तोड उत्तर देत तो तिला आवाज मोठा करून म्हणाला,

"तुला वाचता येत नाही का? का अशिक्षित आहेस?"

"मला वाचता येतं— मला तुझ्या तोंडातून ऐकायचंय. मी तुला माझा मुलगाच समजत होते... पण तू माझ्या साता जन्माचा वैरी आहेस, हे मला आज कळलं."

"तुला कळलं ते फार बरं झालं."

"माझी जमीन, माझं घर तुला हवं होतं; तर तू माझ्याकडे येऊन तसं सांगायचंस. त्यासाठी वकिलाची काय गरज होती? त्यांच्याकडून तू मला नोटीस पाठवलीस?"

"तू माझ्या बाबांना नादी लावून आमच्या जमिनी बळकविल्यास. त्या जमिनीत तुझा काहीएक संबंध नाही. त्या जमिनी माझ्या वाडवडिलांच्या आहेत. म्हणून मला त्या जमिनी तुझ्याकडून परत हव्यात. मी त्या जमिनी मुळीच सोडणार नाही."

"त्या जमिनी तुझ्या वडिलांनी मला स्वखुशीने लिहून दिल्यात. त्यात मी घाम गाळून काजू कलमांच्या बागा फुलविल्यात. त्या जमिनी तुला मी परत कशी देऊ? झाडांची इज्जत एक वेळ ठेवू नकोस, परंतु त्यांच्या सावलीची तरी इज्जत करशील का नाही? तू स्वतःला एक डॉक्टर समजतोस; परंतु बापाच्या आत्म्याला काय वाटेल याचा विचार करण्याची पात्रता तुझ्या अंगी नाही."

"माझी काय पात्रता आहे, हे तुझ्या तोंडातून ऐकण्याची मला मुळीच इच्छा नाही. तुझी काय पात्रता आहे, हे मला चांगलं ठाऊक आहे— या गावाला ते चांगलं ठाऊक आहे."

"अवधूत, तू माझ्या इज्जतीवर शिंतोडे उडवितोस; म्हणजे तुला जन्म दिलेल्या वडिलांच्या इज्जतीवर शिंतोडे उडवितोस, हे तू ध्यानात ठेव बरं का. मी त्यांच्याशी आयुष्यभर प्रामाणिक राहिले. याला पुरावा मी स्वतः आहे. लग्न करून नवऱ्याच्या पश्चात शिंदळकी करणाऱ्या बायका या ब्राह्मणवाडीत कमी नाहीत. माझ्या इज्जतीच्या नगारा वाजविण्यासाठी आज मी तुझ्याकडे आले नाही."

“मग कशाला आलीस? आलीस तशी माघारी जा.” अवधूत आवाज मोठा करीत म्हणाला.

“मी तुला या नोटिशीचा जाब विचारायला आलेय.”

“तू मला जाब विचारणारी कोण?” तिच्या नजरेला नजर भिडवीत अवधूत म्हणाला.

दिवाणखान्यात गोंधळ सुरू होता. त्या दोघांचा भांडणाचा आवाज ऐकून भारती आणि अनुराधा हातातील काम टाकून धावतच आल्या. सुलभाला डोळ्यांसमोर पाहून अनुराधाला आश्चर्य नि दुःखही वाटलं. त्या तिच्यासमोर हतबल होऊन उभ्या राहिल्या. दिवाणखान्यात नानांच्या फोटोजवळ दादाखोतांचा फोटो लावला होता. हातातील नोटीस हवेत नाचवीत सुलभा त्या फोटोकडे पाहत डोळे गाळीत रुद्ध कंठाने म्हणाली—

“अहो, तुम्ही या जगातून निघून गेल्यानंतर तुमच्या डॉक्टर मुलाने माझी काय दशा करून ठेवलीय— ती बघा. तो आज मला माझ्या राहत्या घरातून, तुम्ही दिलेल्या जमिनीतून बाहेर काढायला निघालाय. तुम्ही हयात असता, तर त्याची हिंमत झाली नसती. माझ्या नि तुमच्या चारित्र्यावर आज त्याने शिंतोडे उडविलेत; कारण तो डॉक्टर झालाय. त्याला आता कुणाची पत्रास राहिली नाही.” नंतर ती अवधूतकडे पाहत गयावया करीत म्हणाली, “अवधूत, असं नको करूस. मी आता या वयात जाऊ कुठे— तूच मला सांग. माझ्या पदरात नादान मुलगा नसता, तर मी तुझ्याकडे नाक मुठीत धरून आले नसते. गळ्यात धोंडा बांधून जगबुडी खाडीत उडी घेतली असती. आज माझ्या सर्वांगालाच आग लागलीय. माझा शाप लागेल तुला. मी तुला आईच्या ठिकाणी असले, तरी मी तुझ्या पाया पडते. पदर पसरते. मला माझ्या घरातून बाहेर काढू नकोस.”

“तू माझ्यासमोर कितीही रडायचं नाटक केलंस तरी मी पुढे टाकलेलं पाऊल कधीच मागे घेणार नाही.” अवधूत निक्षून म्हणाला.

“म्हणजे, तू मला माझ्या घरातून बाहेर काढणार?”

“ते कोर्टात ठरेल. आधी मी तुला काय सांगू?”

“अरे, इतका कसा रे तू पाषाणहृदयी झालास? मला वाटलं नव्हतं की, तू इतक्या खालच्या पातळीवर येशील म्हणून.”

“हवं तर तू तसं समज— माझं काही म्हणणं नाही.”

“तू माझं काहीही ऐकून घेणार नाहीस?” सुलभाच्या डोळ्यांतून पुन्हा एकदा अंगार बरसू लागला.

"नाही म्हणजे, नाही. पुन्हा तू मला तेच ते विचारू नकोस. मला कामं आहेत. तू आलीस तशी परत जा."

सुलभा ओरडून त्याला म्हणाली,

"जात्ये. मी तुझ्याकडे राह्यला किंवा भीक मागायला आले नाही. तुला माझी दया येईल नि तू घेतलेला निर्णय बदलशील, म्हणून मी वाड्यात आले होते. पण ती माझी चूक होती. हे मला या ठिकाणी आल्यावरच कळलं. पण एक लक्षात ठेव— मला या गावातून हाकलून देऊन तू मात्र कधीही सुखी होणार नाहीस, ही काळ्या दगडावरची रेघ! जात्ये मी... पुन्हा तुझं तोंड पाहण्यासाठी मी कधीच येणार नाही..."

पाण्यातून काढलेल्या मासोळीगत सुलभा तडफडत होती. आक्रंदत होती. तिचं काळीज पिळवटून टाकणारं बोलणं ऐकून अख्ख्या वाडा सुन्न झाला होता. घायाळ पक्षिणीगत सुलभा तळमळत होती, तरी अवधूतला तिची दया आली नाही. त्याने त्याचं काळीज पत्थराचं केलं होतं. सुलभा आली तशी त्याच तिरमिरीत मागे वळली. अनुराधा धावत पुढे गेल्या नि तिला त्या "सुलभाऽऽ एऽऽ सुलभा ऽऽ" अशा हाका मारू लागल्या. सुलभाने मागे वळूनसुद्धा पाह्यलं नाही. त्या हाका हवेत विरून गेल्या. सुलभा एखाद्या वावटळीप्रमाणे तिच्या घराच्या दिशेने धावत सुटली होती. ती तेथून गेल्यामुळे वाड्यातील वातावरण गंभीर झालं होतं.

सुलभा तिच्या घरी धापा टाकीत आली नि धाड्कन पलंगावर कोसळली. तिचे केस सुटले होते. अंगावरच्या साडीचंदेखील तिला भान उरलं नव्हतं. मात्र या पलंगावर तिने दादाखोतांच्या बरोबर अनेक रात्री प्रणयक्रीडा करून जागविल्या होत्या. आता हे तिचं राहतं घर नि नारळ-पोफळीच्या बागा— या साऱ्या मिळकतीवर अवधूत वडिलोपार्जित वारसा गाजवीत होता, म्हणून ती अस्वस्थ झाली होती. त्या कोर्टकचेऱ्या तिला नको वाटत होत्या. तिला तिच्या भविष्याची आता काळजी वाटू लागली होती.

अनंता घरात आला होता. त्याने पाण्याचा ग्लास सुलभाच्या तोंडाला लावला. पाणी पोटात गेल्यामुळे तिला थोडं बरं वाटू लागलं. ती उठून बसली. घामेजलेला चेहरा पदराने पुसून घेतला नि मोकळ्या सुटलेल्या केसांचा बुचडा बांधला. हातातील रिकामा ग्लास बाजूला ठेवून अनंताने तिला विचारलं,

"आई, तू कुठे गेली होतीस?"

"तुला कशाला हवं?"

"मला ते कळायला हवं."

"तुला ऐकायचंय?"

"हो, मला ऐकायचंय."

"मग ऐक— मी वाड्यात गेले होते."

तिच्या तोंडातून बाहेर पडलेले शब्द ऐकून अनंताला तिचा खूप राग आला. त्याच्या डोळ्यांत रक्त उतरलं. त्याने तिला ओरडून विचारलं,

"तू त्या वाड्यात कशाला गेली होतीसऽऽ? तुला ठाऊक नाहीऽऽ त्या वाड्यात कुणी आपली इज्जत करीत नाहीत."

"मला ते सगळं ठाऊक आहे, तरी मला नाइलाजाने वाड्यात जावं लागलं."

"का गेली होतीस? आधी सांग—" सुलभाने रागाने पाहत अनंताने विचारलं.

"अरे, तो डॉक्टर आता आपल्याला या घरातून बाहेर काढायला बघतोय. हे घर नि आपल्या नारळी-पोफळीच्या बागांवर तो कब्जा करू पाहतोय. आज त्याने कानडे वकिलाकडून नोटीस पाठवलीय. त्याचा जाब त्याला विचारायला गेले होते."

"आई, तू हे खरं सांगत्येस?"

"अनंता, मी तुला कशाला रे खोटं सांगू? मला आता माझी बिलकुल काळजी नाही... मला तुझी काळजी वाटते. या वयात मी तुला घेऊन कुठे जाऊ? कोण आपल्याला थारा देईल? अरे, माणसं आपमतलबी असतात. रक्ताची नातीसुद्धा कधी कधी धोका देतात. सोमेश्वराऽऽ आता माझी नि माझ्या लेकराची तुलाच रे बाबा काळजी!"

"आई, तू काळजी करू नकोस; मी त्यांना बघून घेईन." डोळ्यांतून अंगार बरसत अनंत म्हणाला.

"काय करशील तू? बोल, काय करशील तू?" त्याच्या दंडाला धरून सुलभाने त्याला विचारलं.

"आई, तुला ऐकायचंय— मी काय करणार आहे ते?"

"होय, ऐकायचंय."

"आज रात्री त्या वाड्याला आग लावून तुझ्या अपमानाचा बदला मी घेणार आहे... त्याशिवाय मी आता स्वस्थ बसणार नाही." अनंता संतापाने थरथर कापत होता.

त्याचं बोलणं ऐकून सुलभाला धक्का बसला. ती खूप घाबरली. त्याला मोठ्या आवाजात दरडावत म्हणाली,

"अनंताऽऽ तू असं काही करणार नाहीसऽऽ तुला माझी शप्पथ आहे."

"आई, मी आता तुझं काहीही ऐकणार नाही. उद्या सकाळी तुला त्या वाड्याची राख झालेली दिसेल!"

"मी तुझा जीव घेईन!"

"खुशाल घे."

अनंत त्या तिरमिरीतच घराच्या बाहेर पडला. भीतीने सुलभाच्या संपूर्ण अंगाला आता घाम सुटला होता. तो काही करायच्या आत सुलभा अंगावरची साडी सरळ करीत अनवाणी पायाने पुन्हा वाड्याकडे वारा प्यायल्यासारखी धावत सुटली. तिच्या पायाच्या अंगठ्याला धावताना जोराची ठेच लागली नि त्यातून लालभडक रक्त सांडू लागलं. त्या जीवघेण्या कळा सोशीत ती तशीच धावू लागली. एखाद्या पिसाटागत तिची अवस्था झाली होती. तिला डोळ्यांसमोर फक्त दादाखोतांचा वाडा दिसत होता.

वाड्यासमोर तालुक्यातून आलेला टेंपो उभा होता. गडी त्या टेंपोतील काजू कलमांची रोपं उतरवून घेत होते. सुलभा त्या ठिकाणी एखाद्या झंझावाताप्रमाणे धावत आली नि पायरीला ठेचकाळून धाड्कन खाली कोसळली. तिचा कपाळमोक्ष होऊन खोल जखम झाली. पायरीचा दगड कपाळात घुसल्याने लाल रक्ताची चिळकांडी उडाली. तापलेल्या वाळूत पडलेल्या मासोळीगत तिच्या जिवाची तडफड होऊ लागली.

घरातील सगळे धावत आले. ती जखमी होऊन तडफडत असताना अनुराधा घाबरून गेल्या. त्यांनी तिचं डोकं उचलून आपल्या मांडीवर ठेवलं. त्या "सुलभाऽऽ सुलभाऽऽ" करीत तिला आर्त हाका मारू लागल्या. त्यांच्या आवाजाने सुलभाने मिटलेले डोळे पुन्हा उघडले नि ती कष्टाने अडखळत म्हणाली, "अनंताऽऽ हाऽऽ वाडा... जाळणार आहे... या वाड्याला वाचवा!" सुलभाने डोळे मिटून घेतले, ते पुन्हा उघडले नाहीत. भारतीने लगबगीने तिच्या तोंडाला पाण्याचा तांब्या लावला. तिच्या घशात पाणी उतरेना. तिची मान अनुराधाच्या मांडीवर कलंडली होती. अनुराधाला हुंदका आवरेना. त्या दुःखाने हुंदका देत म्हणाल्या,

"सुलभाऽऽ तू मला फसवलंस गंऽऽ माझ्या आधीच तू त्यांच्या जवळ गेलीस!"

सुलभाच्या अपघाती जाण्याने अख्ख्या वाडा शोकसागरात बुडून गेला होता. तिचं रक्तानं माखलेलं शरीर निष्प्राण होऊन पडलं होतं, जखमेतून भळाभळा रक्त अजूनही वाहत होतं.

❐❐❐

रामचंद्र भैरू नलावडे
जन्मताररीख -१ जून १९५६
शिक्षण - बी. ए. (हिंदी)
व्यवसाय - महसूल खात्यात कोषागार अव्वल कारकून तथा कार्यकारी दंडाधिकारी या पदावरून स्वेच्छा निवृत्त.
पत्ता - मु. पो. वेरळ, ता. खेड, जि. रत्नागिरी
पिनकोड-४१५६२१, भ्रमणध्वनी ९६२३९७०६१६

प्रकाशित साहित्य

आत्मकथन १) दगडफोड्या (२०००) **२)** झगडा (२००७)
अनुभवकथन माझ्या मना वन दगड (२०१२) **संशोधनपर ग्रंथ** वडारगाडा (२०११) **कथासंग्रह १)** जोगवा (११९४) **२)** सुरूंग (२००६) **३)** चिरेखाण (२००९) **४)** गावकुसा बाहेरील माणसं (२०११), **५)** घरकुल (२०१२) **६)** अशी पाखरे येती (२०१२) **कादंबरी १)** लाडी (२००७) **२)** पातेरा (२००७) **३)** प्रहार (२००९) **४)** चंदनवाडी (२०१०) **५)** थैमान (२०१२) **६)** कुरण (२०१३)
'दगडफोड्या' व 'झगडा' या प्रकाशित आत्मकथनावर पीएच.डी.,एम.फीलसाठी संशोधन कार्य. 'जोगवा' कथेच्या कन्नड भाषेत अनुवाद.

पुरस्कार

१) बळीकथा-उत्कृष्ट कथा पुरस्कार (१९९३) **२)** दमाणी साहित्य पुरस्कार, वडारभूषण पुरस्कार (दगडफोड्या २०००), धनंजय कीर पुरस्कार (दगडफोड्या २००३) **३)** कै. सौ. कुसमताई अभ्यंकर साहित्यगौरव पुरस्कार (दगडफोड्या २००४) **४)** कवी अनंत फंदी साहित्य पुरस्कार (लाडी २००८) **५)** अंकुर वाङ्मय पुरस्कार कविवर्य ना. सुर्वे पुरस्कार (पातेरा २००८) **६)** आपटे वाचन मंदिर व इचलकरंजी साहित्य संमेलन स्मृती ट्रस्ट पुरस्कार (झगडा २००८) **७)** कादंबरीकर ना. ह. आपटे पुरस्कार, खानदेशकन्या स्मिता पाटील पुरस्कार (चिरेखाण २०१०) **८)** अस्मितादर्श साहित्य पुरस्कार, दिनमित्रकार मुकुंदराव पाटील पुरस्कार (प्रहार २०१०) **९)** लोकमान्य टिळक पुरस्कार, कोकण क्रिएटिव्ह फाऊंडेशन पुरस्कार, राजवैभव पुरस्कार साहित्य क्षेत्रातील उल्लेखनीय कामगिरी करता (२०१०) **१०)** वारणेचा वाघ साहित्य पुरस्कार, राधानगरी साहित्य संस्कृतीमंच साहित्य पुरस्कार (चिरेखाण २०११) **११)** शब्दगंध साहित्य पुरस्कार, कादंबरीकार र. वा. दिघे पुरस्कार स्मृती पुरस्कार, आशीर्वाद पुरस्कार (प्रहार २०११) **१२)** पद्मगंधा प्रतिष्ठान नागपूर, सुधाकुसुम कादंबरी पुरस्कार-चंदनवाडी (२०१२) **१३)** लोकशाहीर अण्णाभाऊ साठे राज्य पुरस्कार-वडारगाडा (२०१३) **१४)** आपटे वाचन मंदिर इचलकरंजीचा सौ. केराबाई शेळके कादंबरी पुरस्कार, थैमान (२०१३) **१५)** शब्दवेल प्रतिष्ठान लातूरचा कै. बळीराम मोरगे राज्यस्तरीय कादंबरी पुरस्कार, माझ्या मना बंन दगड (२०१३) **१६)** मराठवाडा साहित्य परिषद, औरंगाबाद लोकनेते यशवंतराव चव्हाण साहित्य पुरस्कार, माझ्या मना बंन दगड (२०१४)

www.ingramcontent.com/pod-product-compliance
Ingram Content Group UK Ltd.
Pitfield, Milton Keynes, MK11 3LW, UK
UKHW042101021026
15589UKWH00001B/102

9 789351 170181